கனவே கலைவதேனோ?

செல்வராணி செல்வம்

ISBN 979-888503371-8

பொருளடக்கம்

1

சுற்றிலும் பெரிய பெரிய கட்டிடங்களாக ஐடி நிறுவனங்கள் வீற்றிருக்க, நடுவில் ஒரு கட்டிடத்தின் பத்தாம் தளத்தில் ஆடிட்டிங் கம்பெனி இருந்தது. பல நிறுவனங்களின் கணக்கு வழக்குகளை அந்த நிறுவனம் தான் கவனித்துக் கொண்டிருக்கிறது.

ஐடி நிறுவனங்கள் மட்டுமல்லாது பிரபல பள்ளி, கல்லூரி நிறுவனங்களின் கணக்குகளையும் அவர்கள் தான் பார்த்துக் கொண்டிருக்கின்றனர்.

அந்த நிறுவனத்தின் வாடிக்கையாளர்கள் அதிகரிக்கத் தொடங்கவும், ஆரம்பத்தில் சிறியதாக இருந்த நிறுவனம் இப்பொழுது விரிவுப்படுத்தி இருந்தது.

அந்த நிறுவனத்தில் தான் ஏழு ஆண்டு காலமாக பணிபுரிந்து கொண்டிருக்கிறான் அதிரூபன். அவன் வேலைக்குச் சேர்ந்த முதல் நிறுவனம் இது தான்.

அவனின் திறமை, அந்த நிறுவனத்தில் அவனுக்கென ஒரு தனி அடையாளத்தை உருவாக்கியிருந்தது.

அவன் இயல்பிலே குறும்புக்காரன் தான் என்றாலும், வேலை என்று வந்துவிட்டால் எந்த குறையும் சொல்லிவிடாதப்படி கணக்கச்சிதமாக முடித்துவிடுவான். அதுவே அவன் மீது ஒரு நன்மதிப்பை உருவாக்கியிருந்தது.

வழக்கம் போல அன்றும் அவன் இருக்கையில் அமர்ந்து வேலையைக் கவனித்துக் கொண்டிருக்க, அவனைத் தேடி வேகமாக ஓடி வந்த அவனின் நண்பன் நிர்மல்,

“டேய் மச்சி, நான் கேள்விப்பட்டது உண்மையா?” என்று பதற்றத்தோடு கேட்க,

அவனை திரும்பிப் பார்த்த ரூபன் நண்பனின் பதற்றத்தைக் கண்டு குழம்பியவனாய், “என்ன கேள்விப்பட்டனு சொன்னா தான உண்மையா இல்லையானு சொல்ல முடியும்?” என்று மீண்டும் வேலையில் கவனமாக,

அவனருகே இருந்த இருக்கையில் அமர்ந்த நிர்மல் ரூபனின் இருக்கையைத் தன்புறம் திருப்பி, “வேலையை அப்புறம் பார்த்துக்கலாம், முதல்ல என் கேள்விக்கு பதில் சொல்லு...” என்றதும்,

அவனை முறைத்தவன், "அப்படி என்னடா உயிர் போற விஷயம்னு வேலை செய்ய விடாம பண்ற? சீக்கிரம் கேளு..." என்று அதட்டவும்,

"மதுவுக்கு கல்யாணம் ஆகிடுச்சாமே! அது உண்மையா?" என்றான் அதிர்ச்சியோடு.

நண்பனின் அதிர்ச்சி அவனுக்கு யோசனையைக் கொடுக்க, "ஆமாம் கல்யாணம் ஆகிடுச்சு. ஆனா, அதுக்கு நீ ஏன் இப்படி டென்ஷன் ஆகுற?" என்றான் சந்தேகமாய்.

அதில் அதிர்ந்த நிர்மல், "எப்போ?" என்றதும்,

"போன வாரம்..." என்றான் மற்றவன்.

அதைக் கேட்டவனோ, 'வட போச்சே' என்ற ரேஞ்சில் நண்பனைப் பார்த்து, "ஏன்டா அவளுக்கு கல்யாணம்னு என்கிட்ட சொல்லல?" என்றான் கோபமும் கவலையுமாய்.

"அவளுக்கு கல்யாணம் ஆனதுல உனக்கென்ன பிரச்சினை? முதல்ல அதை சொல்லு?" என்றதும்,

"என்ன பிரச்சினையா? நான் காதலிக்கிற பொண்ணுக்கு கல்யாணம் ஆகிடுச்சுனா எனக்கு கவலையா இருக்காதா?" அழுவது போல நிர்மல் சொல்ல, அதைக் கேட்ட அதிரூபனோ குழப்பத்தோடு நண்பனைப் பார்த்தான்.

"நீ எப்படா அவளை காதலிச்ச?" என்றவன்,

நிர்மல் தடுமாறவும் ரூபன் யோசனையாய், "நீ சந்தியாவ தான சைட் அடிச்ச?" என கேட்கவும்,

ஆமாம் என தலையசைத்தவன், "ஆனா, நான் மது'வ காதலிச்சேன். நீ எப்பவும் அவளை கிண்டல் பண்ணிட்டே இருப்பியா அதான் உன்கிட்ட சொன்னா என்னையும் கிண்டல் பண்ணுவியோனு சொல்லல..." என்றவனை வினோதமாகப் பார்த்தவன்,

"உண்மைய சொல்லு, நீ அந்த குட்டச்சிய காதலிச்சியா? இல்ல சைட் அடிச்சியா?" என்றதும்,

நிர்மலோ, "அப்போ ரெண்டும் ஒன்னு இல்லையா?" என்றான் அப்பாவியாய்.

அதைக் கேட்ட ரூபன் அவனை வெட்டவா குத்தவா என்பது போல பார்க்க நிர்மல் அசடுவழிந்தான்.

"சைட் அடிக்கிறதுக்கும் லவ் பண்றதுக்கும் கூட வித்தியாசம் தெரியாத உன்னலாம் என்ன பண்றது?" என முறைக்கவும்,

"சரி சரி முறைக்காத, நான் இத்தனை நாளா ரெண்டும் ஒன்னுன்னு நினைச்சிக்கிட்டேன்..." என்றவன்,

“ஆமா, மதுவுக்கு எப்ப கல்யாணம் ஆச்சு? ஊருக்கு போகும் போது கூட அவளுக்கு கல்யாணம்னு ஒரு வார்த்தை சொல்லலியே...” என்றதும்,

“ஏன், உன்கிட்ட சொல்லிட்டு தான் அவ கல்யாணம் பண்ணிக்கணுமா?” என்றான் கடுப்பாக.

“இல்லடா, எல்லாரும் ஒன்னா வொர்க் பண்றோம், கல்யாணத்துக்கு இன்வைட் பண்ணலையே...” கவலையோடு சொன்னவன்,

“நீ கல்யாணத்துக்கு போனியா? அவ ஹஸ்பெண்ட் எப்படி இருக்கான்? அவளுக்கு ஏத்தவனா? என்ன பண்றான்?” என அனைத்தையும் விசாரிக்க,

“இப்ப என் வேலையை விட்டுட்டு அவ வரலாறைச் சொல்றது தான் முக்கியமா?” என்றதும்,

“ரெண்டு பேரும் ஒரே ஊரே, அதனால போயிருப்பியோனு கேட்டேன்...” என மலுப்ப,

“போய் அவகிட்டயே கேளு...” என்றதும்,

“அவ ஏன்டா கல்யாணம் முடிஞ்ச ஒரே வாரத்துல வேலைக்கு வந்துட்டா? ஹனிமூன்லாம் எங்கேயும் போகலயா?” என்றவனை எரிப்பது போல பார்த்தவன்,

“வேணும்னா நீயே டிக்கெட் புக் பண்ணி ரெண்டு பேரையும் அனுப்பி வச்சிட்டு வா...” என்று சிடுசிடுக்க,

“என்ன மச்சான், இன்னைக்கு இப்படி எரிஞ்சு விழற? என்ன ஆச்சு உனக்கு?” என்றவன் யாரையோ தேட,

அங்கே இருக்கை காலியாக இருக்கவும், “ஓ! உன் ஆளு இன்னைக்கு வரலயா? அதான் இப்படி கொதிக்கிற...” என்று கேலி செய்யவும்,

அவனை மேலும் முறைத்தவன், “இப்போ இங்கிருந்து மட்டும் போகல உன்னை என்ன பண்ணுவனே தெரியாது...” என்றதும்,

“போடா, ரொம்ப தான் சலிச்சிக்கிற. நான் போய் மதுகிட்டயே கேட்டுக்கிறேன்...” என்றவன் மதுவந்தியின் இருக்கையை நோக்கிச் சென்றான்.

அங்கே வெகு சிரத்தையோடு வேலைப் பார்த்துக் கொண்டிருந்த மதுவந்தி நிர்மலின் குரலில் திரும்பிப் பார்க்க,

அவளருகில் அமர்ந்தவன், “என்ன மது மேரேஜுக்கு தான் இன்வைட் பண்ணலனா ஒரு ட்ரீட் கூட கொடுக்கலையே?” என்றதும்,

“சாரி நிர்மல், எதிர்பாரா விதமா கல்யாணம் நடந்ததுனால யார்கிட்டயும் சொல்ல முடியல...” என்றவளிடம்,

“என்ன மது சொல்ற? எதிர்பாராம நடந்துச்சா? அப்போ உனக்கு இந்த கல்யாணத்துல விருப்பம் இல்லையா?” அக்கறையோடு விசாரிக்க,

“ச்சே ச்சே அப்படிலாம் இல்லை நிர்மல்...” என்றவளை,

“ஏய் குட்டச்சி!” என்ற குரல் அதட்டலாய் ஒலிக்கவும்,

குரல் வந்த திசையில் திரும்பிப் பார்த்தவள் அங்கே இருக்கையில் அமர்ந்தப்படி அவளை முறைத்துக் கொண்டிருந்த அதிரூபனைக் கண்டு தயங்க,

அவனோ, “உனக்கு கொடுத்த வேலையை முடிச்சியா? இல்லையா?” என கோபத்தோடு கேட்கவும்,

“இன்னும் கொஞ்சம் இருக்கு...” தடுமாறியப்படி அவள் சொல்ல,

“முதல்ல அதை முடிச்சு கொடுத்துட்டு உன் கதையை பேசு...” என்றவனின் கோபத்தில் அவள் தலையை மட்டும் ஆட்டிவிட்டு திரும்பிக்கொள்ள,

அவளருகில் அமர்ந்திருந்த நிர்மலோ, “அவன் ஆளு அனிதா இன்னைக்கு ஆஃபிஸ் வரலல்ல, அந்த கோபத்தைத் தான் நம்மக்கிட்ட காட்டுறான் மது. சரி நீ வேலையைப் பாரு, நான் உன்கிட்ட அப்புறம் பேசுறேன்...” என்று எழுந்தவன்,

யோசனையோடு அவளிடம், “சந்தோஷமா தான மது இருக்க?” என்று வினவவும், புன்னகையோடு தலையாட்டினாள் அவள்.

அந்த புன்னகையே நிர்மலுக்கு போதுமானதாக இருக்க அவளிடம் விடைப்பெற்று தன் இருக்கைக்குச் சென்றான் அவன்.

அதிரூபன் கொடுத்த வேலையை மதுவந்தியும் முடித்துவிட்டு அவனிடம் தெரிவிக்க அதை பார்த்தவனோ அதிலிருந்த தவறுகளைச் சுட்டிக்காட்டி அவளை திட்டிக் கொண்டிருக்க நிர்மலோ நண்பனை குழப்பத்தோடு பார்த்துக் கொண்டிருந்தான்.

‘அதிரூபன் மதுவந்தியிடம் எப்பொழுதுமே வம்பிழுத்து அவளை கேலி செய்வான் என்றாலும் இது போன்று கடுமையாக நடந்துக்கொள்ள மாட்டானே இன்றைக்கு என்ன ஆனது?’ என குழப்பத்தோடு நண்பனையே பார்த்திருந்த நிர்மல், தேநீர் அருந்துவதற்காக வெளியே செல்லும் பொழுது நண்பனிடமே அதை கேட்கவும் செய்தான்.

“ஏன்டா, அனிதாவ ஒரு நாள் பார்க்காம உன்னால இருக்க முடியலையா? இப்படி மதுகிட்ட எரிஞ்சு விழற?” என்றவன் அதிரூபனின் முறைப்பைக் கண்டு கொள்ளாது,

“முன்ன மாதிரி நீ அவளை கேலி பண்றது அவகிட்ட வம்பிழுக்கிறதுலாம் வச்சிக்காத, இப்போ அவளுக்கு கல்யாணம் ஆகிடுச்சு...” என்றதும்,

“கல்யாணம் ஆகிடுச்சுன்றதுனால உடனே எல்லாத்தையும் மாத்திக்க முடியாது. நான் எப்பவும் போல தான் இருப்பேன்...” என்றவனை செய்வதறியாது பார்த்தான் நிர்மல்.

சிறு வயதிலிருந்தே மதுவிற்கும் அதிரூபனுக்கும் பழக்கமென்றாலும் திருமணத்திற்கு பிறகு ஒரு எல்லையோடு விலகிக் கொள்வது தானே சரி. அதை ஏன் நண்பன் புரிந்துக் கொள்ளவில்லை என கலக்கத்தோடு பார்க்க,

நண்பனின் முகத்திலிருக்கும் கலக்கத்தைப் பார்த்தவன், “என் லிமிட் என்னன்னு எனக்கு தெரியும் மச்சி…” என்றான் புன்னகையோடு.

“சாரி மச்சி, நீங்க ரெண்டு பேரும் சின்ன வயசுல இருந்தே ஒன்னா பழகி வளர்ந்ததுனால உன்னால உடனே மாத்திக்க முடியாது தான். எனக்கும் புரியுது.

ஆனா, இதனால அவளோட வாழ்க்கையில எதாவது பிரச்சினையாகிடுச்சுனா? அந்த பயத்துல தான் அப்படி சொல்லிட்டேன்…” என்று வருத்தம் கொள்ள,

“மச்சி நீ இவ்ளோ சீரியஸா பேசாதடா, சிரிப்பு சிரிப்பா வருது…” என சிரிக்கவும்,

அவனை முறைத்தவன், “இருடா, நீ அவளை பண்ற டார்ச்சரலாம் அவ புருஷன்கிட்ட சொல்ல போறா, அவன் வந்து உன்னை மொத்த போறான்…” என்றதும்,

“எனக்காக நீ அடிவாங்கிக்க மாட்டியா மச்சி?”

“உனக்காக உயிரையே கூட கொடுப்பேன் மச்சி. ஆனா, இந்த அடி வாங்குறதுலாம் ரொம்ப கஷ்டம்…” என்றவன் முதுகிலே ரூபன் பலமாக அடி வைக்கவும்,

அதை பொருட்படுத்தாது, “மச்சி எனக்கு ஒரு உதவி…” என நிர்மல் இழுக்க,

“நீ இழுக்கிறத பார்த்தா வில்லங்கமா இருக்கும் போலயே…” நண்பனை புரிந்தவனாய் ரூபன் கேட்க,

“சந்தியாவ இம்ப்ரெஸ் பண்ற மாதிரி கவிதை ஒன்னு எழுதி கொடுத்தா நல்லா இருக்கும்…”என்று இழுக்க,

“அடி செருப்பால, நீ ஒவ்வொருத்தியையும் கரெக்ட் பண்றதுக்கு, நான் பக்கம் பக்கமா கவிதை எழுதி கொடுக்கணுமா?” என்று சிடுசிடுக்க,

“நீ ஷூ தான மச்சி போட்டிருக்க?” அவன் கேலியாய் சொல்ல,

அடுத்த நொடி ‘ஏய் குட்டச்சி’ என்ற குரலில் மதுவந்தி அங்கு வந்து நிற்க,

அவளிடம், “உன் செருப்ப கொடு…” என்றதும்,

அவளும் ஏன் என்ன என்று கேட்காது செருப்பைக் கழட்ட அதைக் கண்டு பதறிய நிர்மல், “அம்மா பரதேவதை! நான் அடிவாங்குறதுல உனக்கென்னம்மா இவ்ளோ சந்தோஷம்? கேட்டதுமே டக்குனு கழட்டி கொடுக்கிற…” என்றதும்,

அவள் திகைத்து ரூபனைப் பார்க்க அவன், “நீ போ…” என்றதும் அவளும் சென்றுவிட்டாள்.

“என்ன மச்சி இப்படி பண்ற? நீ நினைக்கிற மாதிரிலாம் இல்லடா. இனி சந்தியா மட்டும் தான்…”

ரூபன் அவனை நம்பாத பார்வைப் பார்க்கவும், “ஆயா சத்தியமா சொல்றேன், இனி சந்தியாவ தவிர வேறெந்த பொண்ணையும் திரும்பி கூட பார்க்க மாட்டேன்...”

“உங்க ஆயா செத்து பல வருஷம் ஆச்சு...” என்றவனை

பரிதாபமாய் பார்த்த நிர்மல், “நம்பு மச்சி, நான் அவளை உண்மையா லவ் பண்றேன்...” என்றதும்,

“எப்படி சொல்ற?” என்றான் இன்னும் நண்பனை நம்பாதவனாய்.

“அவளை பார்க்கும் போதுலாம் மனசுக்குள்ள பட்டாம்பூச்சி பறக்குது மச்சி. நைட்டு சரியா தூங்க முடியல. சாப்பிட முடியல. அப்படினா அது லவ்வு தான?” என சந்தேகத்தோடும் ஆர்வத்தோடும் கேட்க,

“இதையே தானடா சுமிதாவ பார்க்கும் போதும் சொன்ன?” என்று முறைக்க,

‘அவ தான் சுரேஷ்க்கு ஓகே சொல்லிட்டாளே’ என முணுமுணுத்தவன் நண்பனிடம், “என்னை நம்பு மச்சி, நான் சந்தியாவ காதலிக்கிறேன். நீதான் எனக்கு ஹெல்ப் பண்ணணும்...” என்றதும்,

“இங்க பாரு நண்பா, இதலாம் காதல்னு நம்பி உன்னை நீயே ஏமாத்திக்காத. போய் வேலைய பாரு...” என்றான் ரூபன்.

அவன் கவலையோடு பார்க்க ரூபனோ அவனைக் கண்டு கொள்ளாது எழுந்து சென்றுவிட்டான்.

மாலை நேரம், வேலை முடிந்து அலுவலகத்தை விட்டு வெளியேறும் போது நண்பனோடு பேசிக் கொண்டே வெளியே வந்த நிர்மல் அங்கே மதுவந்தி, ஒருவன் பைக்கில் பின்னால் ஏறி அமர்வதைக் கண்டு,

அருகிலிருந்த ரூபனிடம், “யார் மச்சி அவன்? அவன் தான் மதுவோட?” என சொல்லி முடிக்கும் முன் நண்பனின் கேள்வியை உணர்ந்த ரூபன்,

“அவளோட கொழுந்தனாரு...” என்றான் இழுவையாக.

அதைக் கேட்டுக் கொண்டே பைக்கில் அமர்ந்திருந்தவனைப் பார்த்தவன் அவன் அதிரூபனை முறைப்பதைக் கண்டு குழம்பியவனாய், “அவன் ஏன்டா உன்னை அப்படி முறைக்கிறான்? அவனை என்ன பண்ண?” நண்பனிடம் கேட்க,

அவனும் அப்பொழுதுதான் கவனித்தவன் மது தயங்குவதையும் அருகில் இருப்பவன் அவளிடம் கோபத்தோடு எதையோ சொல்வதையும் கண்டவன் கடுப்போடு, “என்னை பத்தி புகார் கொடுத்திருப்பா, அவன் ரொம்ப டார்ச்சர் பண்றான்னு...” என்றவன் மதுவையும் சேர்த்து முறைக்க,

அவளோ செய்வதறியாது தன் அருகிலிருந்தவனையும் ரூபனையும் மாறி மாறி பார்க்க, ரூபன் தன் நண்பனை அழைத்துக் கொண்டு தன் பைக்கிலேறி சென்று விட மதுவும் கவலையோடு சென்றாள்.

ஒரு நாள் மாலை ரூபன் சாலையில் சென்று கொண்டிருக்கும் நேரம் ‘மாமா’ என்ற குரலில் பைக்கை நிறுத்தியவன் திரும்பிப் பார்க்க அங்கே அவனை நோக்கி ஒரு பெண் ஓடி வரவும் அதைக் கண்டு பைக்கை விட்டு இறங்கியவன் அவளை முறைத்தான்.

அவளோ அதைக் கண்டு கொள்ளாது அவனிடம் ஓடி வந்தவள், “என்ன மாமா இந்த பக்கம்?” என்றாள் புன்னகையோடு.

“நான் கேட்க வேண்டியத நீ கேட்கிறியா? ஊர்ல இருந்து எப்ப வந்த? ஏன் என்கிட்ட சொல்லுல? தனியாவா வந்த?” என உரிமையாய் கோபம் கொள்ள,

“நீதான் ரொம்ப கோபமா இருந்தியே அதான் பயத்துல போன் பண்ணல...” பவ்யமாய் அவள் சொல்ல,

“இத நான் நம்பணுமா?” நக்கலாய் அவன் கேட்க,

“நான் அப்பா கூட வந்தேன் மாமா...” என்றதும் அவன் முகம் இறுகியது.

“பார்த்தியா, நான் சொன்னேன்ல, இது தெரிஞ்சா நீ கோபப்படுவனு தான் உன்கிட்ட சொல்லுல...”

“சரி விடு, என்ன விஷயமா வந்த?”

“காலேஜுக்கு அட்மிஷன் போட வந்தேன் மாமா, காலையில தான் வந்தோம்...”

“எந்த காலேஜ்?” என விவரம் கேட்டவன்,

அவள் ஹாஸ்டலில் தங்கப் போவதை அறிந்து கோபத்தோடு, “வீடு இருக்கும் போது ஹாஸ்டலுக்கு எதுக்கு போற? ஏன் உன் அப்பனுக்கு என் மேல நம்பிக்கை இல்லையா? உன்னை கடிச்சு தின்னுடுவேன்னு பாதுகாக்குறாரா?” என்று சிடுசிடுத்தவன்,

பின் அமைதியாக, “உன் காலேஜ் பஸ் நம்ம வீட்டு பக்கமும் வரும். வீட்டுல இருந்தே போகலாமே...” என்றவனிடம்,

மறுப்பாகத் தலையசைத்தவள், “இங்கே படிக்கிற டைம்ல அம்மாவும் அப்பாவும் வந்து என்னை பார்த்துட்டு போவாங்க மாமா. நான் வீட்டுல இருந்தா அங்கே அவங்க வர முடியாது. அவங்க வர்றத நீயும் விரும்பமாட்ட. அதனால ஹாஸ்டல்லயே தங்கிக்கிறேன்...” என்றாள்.

தன் குடும்பத்தினரின் மீது அவன் எந்தளவு கோபம் கொண்டிருக்கிறான் என்பதை அறிந்திருந்தவள் இருவரையும் கஷ்டப்படுத்த விரும்பாது ஹாஸ்டலையேத் தேர்ந்தெடுத்தாள்.

அதைப் புரிந்தவனும் அதற்கு மேல் அவளிடம் அதைப் பற்றி பேசவில்லை.

“உன் அப்பா எங்க போனாரு? நீ தனியா என்ன பண்ற?”

“அப்பா ஒரு ஃப்ரெண்ட பார்க்க போயிருக்காரு. அதான் அவருக்காக வெயிட் பண்ணிட்டு இருந்தேன்...”

“ஃப்ரெண்ட பார்க்கிறதுக்காக உன்னை தனியா விட்டுட்டு போனாரா? அதுவும் இப்படி நடுரோட்டுல. உன் அப்பனுக்கு அறிவிருக்கா இல்லையா? வயசு பொண்ணை தனியா விட்டு போறோமே அவளுக்கு என்ன ஆகுமோனு கொஞ்சமாது யோசிச்சாரா?” ஆத்திரத்தோடு அவன் கத்த,

தன் தந்தையை திட்டுகிறானே என அவள் மனம் வருந்தினாலும் தன் தந்தையின் மீது அவன் கொண்டுள்ள கோபத்தை உணர்ந்ததால் எதுவும் பேசாது நிற்க,

அவள் வாடிய முகத்தைக் கண்டவன், “சரி வா வீட்டுக்கு போகலாம். உன் அப்பா வந்து போன் பண்ணதும் வந்து விடுறேன்...” என்றதும் அவளும் சரி என்றாள்.

ஆனால், அவள் முகம் இன்னும் கலங்கியிருப்பதைக் கண்டு அவள் நெற்றியில் செல்லமாக முட்டியவன்,

“உன் அப்பன எதுவும் சொல்லிட கூடாதே. இனிமே எதுவும் பேசல. வா போகலாம்...” என பைக்கை ஸ்டார்ட் செய்ய,

அவளோ அமைதியாக செல்லாமல், “நீ ஏன் மாமா இன்னும் எங்கப்பா மேல கோபமாவே இருக்க?” காரணம் தெரிந்தாலும் தன் தந்தையின் மீது அவன் கோபம் கொள்வதைத் தாங்க முடியாதவளாய் அவள் கேட்க,

அதில் கோபம் கொண்டவன், “எனக்கு வர ஆத்திரத்துக்கு உன் அப்பனை வெட்டி போட தோணுது. ஆனா, என்ன செய்ய உன் முகத்துக்காக தான் விட்டு வச்சிருக்கேன்...” என்றான் பல்லைக் கடித்துக் கொண்டு.

அதில் அவள் கண்கள் கலங்கிவிடவும் அதைக் கண்டு வருந்தியவன் அவளை அருகே இழுத்து கண்ணீரைத் துடைத்து, “எதுக்கு உன் அப்பனை பத்தி பேசி என்னையும் கோபப்படுத்தி உன்னையும் கஷ்டப்படுத்திக்கிற?” என்றவன்,

“இனி அந்தாள பத்தி என்கிட்ட பேசாத...” என்றதும் அமைதியாக தலையசைத்தாள்.

“கோபமா?” என்றவனிடம் அவள் மறுப்பாகத் தலையசைக்க,

“நீ கோச்சிக்கிட்டாலும் நான் ஃபீல் பண்ண மாட்டேன்...” என்றவனை முறைக்க முயன்றவள் சிரித்து விட, அதில் புன்னகைத்தவன் அவளை அழைத்துக் கொண்டு வீட்டை நோக்கிச் சென்றான்.

அதுவரை தூரத்தில் இருந்தப்படி அவர்களை கவனித்துக் கொண்டிருந்த மதுவந்தியிடம் அவளருகில் இருந்த தோழி சந்தியா, “யாரு மது அந்த பொண்ணு? ரூபன் கூட இவ்வளவு உரிமையா பேசுறா?” என்றதும்,

“ரூபனோட மாமா பொண்ணு...” என்றாள்.

“இவ்வளவு அழகான மாமா பொண்ணு இருக்கும் போதா, அவன் அந்த அனிதாவ ரூட் விட்டுட்டு இருக்கான்?” என்றதும்,

மதுவந்தி பார்க்கவும் சந்தியா அவளிடம், “நீயே சொல்லு, ரூபனோட குணத்-துக்கும் அனிதாவுக்கும் கொஞ்சமாது ஒத்து வருமா?” என்றாள்.

மது என்ன பதில் சொல்வதென தெரியாது அவளை பார்க்க, “எனக்கென்-னமோ அனிதாவ கல்யாணம் பண்ணிகிட்டா ரூபனோட வாழ்க்கை நல்லா இருக்-கும்னு தோணல, பேசாம அவன் மாமன் பொண்ணையே கல்யாணம் பண்ணிக்க-லாம்...” என்றதும்,

“அவ சின்ன பொண்ணுடி...” என்றாள்.

“இருக்கட்டுமே அதலாம் யாரு பார்க்கிறா? அதுவுமில்லாம ரூபனுக்கும் வயசாகிடலையே...” என்றவள்,

“ஆனா அனிதா மட்டும் வேணாவே வேணாம். அப்புறம் அவளோட பார்லர் செலவுக்கு மட்டுமே ரூபன் தனியா சம்பாதிக்கணும்...” என்றாள் கடுப்பாக.

அனிதா அழகி தான் என்றாலும் அவளுக்குள் தான் அழகி என்ற கர்வம் எப்-பொழுதும் இருந்து கொண்டே இருக்கும். அவள் நடவடிக்கையிலும் அது தெரி-யவே மற்ற பெண்கள் அவளை கண்டு முகத்தை சுழிப்பர்.

சிலர் வெளிப்படையாய், சிலர் மறைமுகமாய்.

ஆனால், மதுவந்தியோ யாரை பற்றியும் தவறாக எண்ணி பழக்கமில்லாததால் அனிதாவோடு நட்போடே பழகினாள்.

மற்றவரைப் பற்றி அவர் இல்லாத நேரம் புறம் பேசுவது தவறு என்று எண்ணு-பவள் சந்தியாவிடம் அனிதாவைப் பற்றி பேச விரும்பாது பேச்சை மாற்றி, வந்த வேலையை கவனிக்கச் சென்றாள்.

ஆனால், தோழியோடு நேரத்தை செலவிட்டவள் கணவன் சொல்லியதை மறந்திருக்க, நேரம் கடந்தே வீட்டை நோக்கி வந்தவளை பாதி வழியிலே மடக்-கினான் அவள் கணவன்.

காரிலிருந்து இறங்கியவன் ஆத்திரத்துடன் அவளை ஏறிட அவனது கோபத்-தைக் கண்டு விழித்தவள் எதுவும் பேச முடியாது திணறி நிற்க,

அவனோ, “எங்க போன? வீட்டுக்கு சீக்கிரம் வரணும்னு சொன்னது மறந்து போச்சா? போன் பண்ணா எடுக்க மாட்டியா? எத்தனை முறை போன் பண்றது? உனக்கு என்ன ஆச்சோ ஏதோ ஆச்சோனு தவிச்சிக்கிட்டு இருக்கணுமோ?” ஆத்திரத்தோடு கேட்க,

அவனது கோபத்தில் மிரண்டிருந்தாலும் அந்த கோபத்திற்குப் பின்னால் இருந்த அக்கறையில் அவள் மனம் இன்பமாய் துள்ளத் தொடங்கியது.

‘டின்னருக்கு வெளிய போகலாம், சீக்கிரம் வந்துடு” என குறுந்தகவல் அனுப்-பியிருந்தான் அவள் கணவன். ஆனால், தோழியோடு நேரம் செலவிட்டதில்

அதை அவள் மறந்தே இருந்தாள்.

நேரம் கடந்தும் வீட்டிற்கு வராதவளை எதிர்நோக்கி காத்திருந்தவனோ முதலில் கோபத்துடன் அவளுக்கு அழைத்தவன் அது தொடர்ந்து ஏற்கப்படாமலே இருக்கவும் நேரம் கடக்க கடக்க கோபம் பதற்றமாக மாறியிருந்தது.

அந்த கோபத்தைத் தான் இப்பொழுது அவள் மீது காட்டினான்.

மதுவந்திக்கு தன் தவறு புரியவும் அவனிடம், "போன் சைலண்ட்ல போட்டிருந்ததுனால தெரியல..." என்றவள் அவன் அடுத்து கத்தும் முன் அமைதியாய் காரில் ஏறிக்கொள்ள அவளை முறைத்துவிட்டு காரில் ஏறியவனின் மனதில் மனைவியைக் கண்டுவிட்ட நிம்மதி பரவியிருந்தது.

2

அன்று மதுவந்தியின் அன்னை பார்வதியின் நினைவு தினம் என்பதால் அவள் அன்னையை நினைத்து வேதனையோடு அமர்ந்திருந்தாள்.

என்னதான் அவள் மீது அன்பு செலுத்த அவளை சுற்றி சில உறவுகள் இருந்தாலும் தன் அன்னை இல்லையே என்ற ஏக்கம் அவள் மனதில் இப்பொழுதெல்லாம் அதிகமாகவே இருந்தது.

அவர் இருந்திருந்தால் தனக்கு இந்த நிலை வந்திருக்காதோ என்று எண்ணாமல் அவளால் இருக்க முடியவில்லை.

தந்தையின் முகத்தைக் கூட பார்த்திராதவள் தாயின் அன்பையும் அனுபவித்ததில்லை. காயத்ரி இருந்த வரை அந்த குறை இல்லாமல் பார்த்துக் கொண்டார் தான்.

ஆனால், அவரும் இறந்து விட அதன் பிறகு தான் அவளுக்கு தாயின் அன்பும் அரவணைப்பும் தேவைப்பட்டது.

தாயின் நினைவால் அவளால் வேலையிலும் கவனம் செலுத்த முடியவில்லை. அவள் மனநிலை அன்று எப்படி இருக்கும் என்பதால் ரூபனும் அவளிடம் அதிகம் கோபம் காட்டாது அவள் வேலையையும் அவனே செய்துக் கொண்டிருந்தான்.

அவளருகில் வந்த சந்தியா சோர்ந்திருந்தவளின் முகத்தைக் கண்டு, “என்ன ஆச்சு மது?” என்று வினவவும்,

ஒன்றுமில்லை என தலையசைத்தவள் தன் வேலையைக் கவனிக்க,

அவளை தன்புறம் திருப்பிய சந்தியா, “போதும் மது, வருஷா வருஷம் அதையே நினைச்சிட்டு இருக்கிறதுனால எதாவது மாற போகுதா? உன் அம்மா எப்பவும் உன் பக்கத்துல தான் இருப்பாங்க...” என அவளைத் தேற்ற முயல,

தோழிக்காக முகத்தில் புன்னகையைப் படர விட்டவளைக் கண்டு மனம் வருந்திய சந்தியா பின் தோழியின் கவனத்தைத் திசைத் திருப்ப எண்ணி, “இந்த ஆஃபிஸ்ல நீ ஜாயின் பண்ணி நாளையோட நாலு வருஷம் முடியுது. நாளைக்கு கண்டிப்பா ட்ரீட் கொடுக்கணும்...” என்றதும்,

மதுவும் தலையசைக்க சந்தியா நாளை எங்கு செல்லலாம் என திட்டமிட்டுக் கொண்டிருக்க மதுவோ சிந்தனையில் ஆழ்ந்தாள்.

இந்த அலுவலகத்திற்கு வந்து நான்கு வருடங்கள் முடிந்துவிட்டதை அவளால் நம்ப முடியவில்லை.

இன்னமும் முதல் நாள் நடந்தது அவள் மனதை விட்டு நீங்காதிருந்தது. மனம் அதை அசைப்போட தொடங்க இந்த அலுவலகத்திற்கு வந்த முதல் நாளை நோக்கி பயணித்தாள் அவள்.

அன்றும் இன்று போல தன் அன்னையை நினைத்து வேதனையில் இருந்தவளை மூர்த்தி தான் தேற்றி மறுநாள் நேர்முகத்தேர்வு இருப்பதாகச் சொல்லி அவளை தயார்ப்படுத்தினார்.

அவர் சொன்னதற்கிணங்க அவளும் மறுப்புத் தெரிவிக்காது மறுநாள் நேர்முகத்தேர்வில் கலந்துக் கொண்டு அதில் தேர்ச்சியும் பெற்று, அன்றே கையில் வேலை உறுதிக்கான கடிதத்தோடு வெளியே வந்தவள் அங்கே அதிரூபனைக் கண்டு திகைத்தாள்.

அவன் சென்னையில் வேலை செய்கிறான் என்பது தெரியும். ஆனால், இந்த நிறுவனத்தில் தான் வேலை செய்கிறான் என்பது தெரியாது. இங்கு வந்துவிட்டோமே, தன்னைக் கண்டால் கடிந்துக் கொள்வானே என அதிர்ந்து நிற்கும் நேரம்,

அவள் நிற்கும் கோலத்தைக் கண்ட நிர்மல் தான் அதிரூபனிடம், “யார் மச்சி அந்த பொண்ணு? உன்னையே குறுகுறுனு பார்க்குது?” என்று வினவ,

அதுவரை அனிதாவை சைட் அடிப்பதில் கவனமாக இருந்தவனோ, “கொஞ்ச நேரம் நிம்மதியா இருக்க விட மாட்டியாடா?” என அலுத்துக் கொண்டபடி திரும்பிப் பார்க்க,

அங்கே நின்றவளைக் கண்டு முதலில் திகைத்தவன் பின் ஆத்திரமுற்று வேகமாக அவளை நோக்கி எழுந்து வந்தான்.

“ஏய் குட்டச்சி, எதுக்குடி இங்கே வந்த?” என கத்தியவன்,

அவள் பேந்த பேந்த விழிப்பதைக் கண்டு ஆத்திரமுற்று அவளை திட்டும் நேரம் அப்பொழுதுதான் அவள் கையிலிருந்த ஃபைலையும் பேப்பரையும் கவனித்தவன் அதை வாங்கிப் பார்த்து மேலும் ஆத்திரமுற்றான்.

“நான் எங்கேயும் நிம்மதியா இருக்க கூடாதுனு முடிவு பண்ணிட்டியா? எதுக்குடி நான் போற இடத்துக்கலாம் பின்னாடியே வந்து என்னை அவமானப்படுத்துற?” என்று கத்த,

அவனின் கோபத்தில் அவள் நடுங்கி நிற்க, நண்பனின் கோபத்தை முதன் முதலாக பார்க்கும் நிர்மலோ திகைத்து அவர்களிடம் ஓடி வந்தவன்,

“எதுக்குடா இப்படி கோபப்படுற? எல்லாரும் உன்னை தான் பார்க்கிறாங்க...” என்றதும், அதற்கும் கோபம் கொண்டு ரூபன் அவளை முறைத்தான்.

நிர்மலோ, “யார் இந்த பொண்ணு?” என விசாரிக்க,

ரூபன் பதில் சொல்லாது நிற்க, மதுவிடம் விவரம் கேட்டான் நிர்மல்.

மது தயங்கிக் கொண்டே பதில் சொல்லவும் நண்பனை முறைத்தவன், “ஏன்டா வேலைக்கு வந்த அன்னைக்கே அவங்களை திட்டுற? பயந்துட போறாங்க...” என்றதும்,

“யாரு? இவளா பயப்படுறவ? நம்ம எல்லாரையும் அலற விட்டுடுவா. இவளை பத்தி தெரியாம நீ சப்போர்ட் பண்ணாத...” என்றான் கடுப்பாக.

நிர்மலோ மதுவந்தியின் முகத்தைக் கூர்ந்து பார்த்தான்.

ரூபனின் கோபத்தில் நடுங்கி நின்றவளைக் கண்டவனுக்கு ஏனோ அவளின் அப்பாவித்தனமான முகம் நண்பன் சொல்வதை நம்ப முடியாமல் தடுத்தது.

நண்பன் நம்பவில்லை என்பதை அவன் முகமே காட்டிக் கொடுக்கவும், “சொல்றத நம்பு மச்சி, முகத்தை அப்பாவியா வச்சிக்கிட்டே எல்லா வேலையும் பண்ணுவாடா இவ. இவளால எத்தனை முறை நான் என் அம்மாகிட்ட அடி-வாங்கியிருப்பன்னு தெரியுமா?

அதுமட்டுமில்ல ஸ்கூல் காலேஜுன்னு எல்லா இடத்துலயும் என்னை அசிங்-கப்பட வச்சவடா இவ...” ஆத்திரத்தோடு சொல்ல ஏனோ நிர்மலால் அப்பொ-ழுதும் அவனை நம்ப முடியவில்லை.

நண்பனை அலட்சியப்படுத்தி விட்டு மதுவந்தியை அழைத்துச் சென்றவன் அனைவரிடமும் அவளை அறிமுகப்படுத்தினான்.

ஒவ்வொருவரைப் பற்றியும் விவரம் சொல்ல மதுவந்தியும் கேட்டுக் கொண்டே வந்தாள். நிர்மலின் கலகலப்பான பேச்சு மதுவிற்கும் பிடித்துவிட அவனிடம் உடனே நட்பு பாராட்டினாள்.

அவனுக்கும் அவளை பிடித்துவிட அவளோடு சகஜமாக பேசினான்.

“நான், ரூபன், சந்தியா, பாலு நாங்க நாலு பேரும் ஒரு கேங் மது. ஒரே நேரத்துல தான் இங்கே வந்து ஜாயின் பண்ணோம். அப்பவே ஃப்ரெண்டாகிட்-டோம். அப்புறம் அவ தான் அனிதா...” என ஒரு பெண்ணை காட்டியவன்,

“ரூபனோட ஆளு...” என்றதும் மது திகைப்போடு பார்த்தாள்.

“அதுக்கு நீ ஏன் இவ்ளோ ஷாக் ஆகுற?” புரியாமல் நிர்மல் கேட்க,

“இல்லை, ரூபனுக்கு ஒரு பெண்ணை லவ் பண்றளவுக்கு தைரியம் இருக்கானு யோசிச்சேன். இதுவரைக்கும் தூரத்துல இருந்து பார்க்கிறதோட நிறுத்தியிருந்-தானே...” என்றதும்,

சத்தமாக சிரித்தவன், “இப்பவும் அப்படியே தான் இருக்கான். அனிதாவ தூரத்துல இருந்து பார்க்கிறதோட சரி, என்னைக்கு காதலை சொல்வானோ?” என்றதும்,

அதில் சிரித்தவள் நிர்மலைப் பற்றி விசாரிக்க,

“நான்லாம் அழகு எங்க இருந்தாலும் ரசிக்கிறவன் மது...” என்றதும்,

“அப்போ உன்னோட லிஸ்ட்டு ரொம்ப பெருசுனு சொல்லு...” என்று கேலி போல கேட்க,

ஆமாம் என தலையசைத்தவன், “இன்னையில இருந்து அந்த லிஸ்ட்ல நீயும் இருக்க...” என்று அசடு வழிந்தான்.

முதலில் திகைத்தவள் பின் அவன் குணம் புரியவும் புன்னகைத்தாள்.

பின் மற்றவர்களையும் அறிமுகப்படுத்தியவன் கம்பெனி மேனேஜர் பற்றியும் விவரித்துக் கொண்டிருக்க மேனேஜரைப் பற்றி கேட்டவளுக்கு முதலில் திகைப்பாக இருந்தாலும் பின் அவரை எண்ணி சத்தமாக சிரிக்கவும்,

அங்கே அந்த நேரம் வந்த ஒருவன் ‘என்ன சத்தம்?’ என்று கேட்கவும் நிர்மல் தயங்கி நிற்க,

வந்தவனோ மதுவிடம், “நீங்க மிஸ் மதுவந்தி தான? நாளைக்கு தான உங்கள ஜாயின் பண்ண சொல்லியிருக்காங்க?” என்றதும்,

அவளும் ஆமாம் என தலையசைக்க அவனோ, “ஆர்டர் வாங்குனதும் வீட்டுக்கு கிளம்பாம இங்க என்ன பண்ணிட்டு இருக்கிங்க?” என்றான்.

“நிர்மல் எல்லாரையும் இன்டர்டியுஸ் பண்ணிட்டு இருந்தாரு?” என்றவளிடம்,

“அதுக்கு என்ன சிரிப்பு வேண்டியிருக்கு?” நிர்மலை முறைத்தப்படி அவர் கேட்க,

“அது வந்து மேனேஜர் பத்தி சொல்லிட்டு இருந்தாரா?” என்றவள் நிர்மல் சமிக்ஞை செய்வதை கவனிக்கவில்லை.

“அப்படி என்ன சொன்னாரு?” சந்தேகமாய் எதிரே இருந்தவன் வினவ,

அவளும் புன்னகையோடு, “இந்த ஆஃபிஸ் மேனேஜர் பெரிய ஜொள்ளு பார்ட்டியாமே. ஆஃபிஸ்க்கு வர ஒரு பொண்ணையும் விட்டு வைக்க மாட்டாராம். ஒரு நாள் எம்.டியோட ஒய்ஃப்னு தெரியாம அவங்களையே ஜொள்ளு விட்டு மாட்டிக்கிட்டாராமே...” என்றதும் நிர்மல் தலையில் கை வைத்துக்கொள்ள, மற்றவனோ நிர்மலை முறைத்தான்.

“என்ன மிஸ்டர் நிர்மல், இங்கே வேலை செய்யணும்ன்ற எண்ணம் இருக்கா இல்லையா?” என்றதும்,

அவன் அதிர்ந்து ‘சார்’ என தடுமாற மதுவிற்கு ஏதோ புரிவது போல இருக்கவும் நிர்மலைப் பார்க்க அவனின் அதிர்ந்த முகம் அவளுக்கு உண்மையை உணர்த்தவும் தானும் தடுமாறினாள்.

“இதுவே ஃபர்ஸ்ட் அண்ட் லாஸ்ட் வார்னிங்கா இருக்கட்டும். இன்னொரு முறை இந்த மாதிரி பேசிட்டு இருந்தா வேற வேலைய தேட வேண்டியிருக்கும்...” என்றவன் மதுவையும் முறைத்துவிட்டு செல்ல, நிர்மல் மதுவை ஆத்திரத்தோடு

பார்த்தான்.

“சாரி...” என்றவளை முறைத்தவன்,

“ரூபன் சொன்னப்ப கூட நம்பல. பாவி! உனக்கென்ன நான் பாவம் பண்ணேன்? இப்படி கோர்த்துவிட்டியே. வந்த அன்னைக்கே என் வேலைக்கு உலை வைக்கிறியே?” என கொதித்தவன்,

“அய்யோ! அந்த ஆளே இப்ப தான எனக்கு இன்க்ரீமெண்ட் போட நினைச்சான். அதுக்குள்ள வேலைக்கே ஆப்படிக்கிறாளே...” என புலம்பவும்,

“இல்லை நிர்மல் அவர் தான் மேனேஜர்னு எனக்கு தெரியாது. பாலுனு நினைச்சிக்கிட்டேன்...” தயங்கியப்படி சொன்னவளுக்குத் தெரியவில்லை பாலு அன்று விடுப்பில் இருந்தான் என்று.

அவளை மேலும் முறைத்தவன், “அவன் தான் மேனேஜர்னு தெரியாமலே இன்டர்வியூ அட்டண்ட் பண்ணியா?” என எரிந்துவிழ,

“இல்லை நிர்மல் என்னை இன்டர்வியூ பண்ணது எம்.டி...” என்றதும்,

அங்கு வந்த ரூபன், “இப்பவாது நம்புறியா இவ ரொம்ப ஆபத்தானவள்னு...” என்றதும்,

“மச்சி...” என கதறலோடு நண்பனை அணைத்துக் கொண்டவன்,

“நீ சொன்னப்ப நம்பாதது என் தப்பு தான்டா...” என்றான் பரிதாபமாய்.

அவனோ, “இவ இப்படி தான்டா பச்சப்புள்ள மாதிரி முகத்தை வச்சிக்கிட்டு எதுவும் தெரியாதுனு சொல்லி சொல்லியே நம்மல மாட்டிவிட்டு போயிடுவா. இவளால ஒரு முறை இல்லை பலமுறை நான் இப்படி தான் மாட்டிட்டு முழிச்சிருக்கேன். நீயாவது எச்சரிக்கையா இரு...” என்றதும் அவனும் தலையசைத்தான்.

“ஏன் சென்னையில வேற ஆஃபிஸே இல்லைனா இங்கே வேலைக்கு வந்த?” ஆத்திரத்தோடு ரூபன் கேட்க,

“எனக்கு தெரியாது நீ இங்கே தான் வேலை பார்க்கிறேன்னு. அங்கிள் தான் அட்ரஸ் கொடுத்து போக சொன்னாரு...” என சொல்லும் போதே அவன் போன் ஒலிக்கவும்,

அவளை முறைத்துக் கொண்டே போனை அட்டண்ட் செய்து காதில் வைத்தவன், “சொல்லுங்கப்பா...” என்றதும்,

“மது ஆஃபிஸ்க்கு வந்தாளா ரூபன்? இன்டர்வியூ என்ன ஆச்சு?” என்றதும்,

“ம்ம் வந்தா, அதுலாம் செலக்ட் ஆகிட்டா...” என்றவனிடம் தன் மகிழ்ச்சியை வெளிப்படுத்தியவர்,

“மதுகிட்ட போனை கொடுப்பா...” என்றதும் அவனும் அவளிடம் நீட்ட, போனை வாங்கியவள் மூர்த்தியிடம் பேசிவிட்டு மீண்டும் ரூபனிடம் போனை கொடுக்கவும்,

அதை வாங்கிக் கொண்டு அவளை அங்கிருந்து போகச் சொல்லியவன் போனில் தன் தந்தையிடம் கோபமாக, "எதுக்குப்பா அவளை இங்கே வேலைக்கு அனுப்புனிங்க? அவளுக்கு இங்கே ஒத்து வருமானு கொஞ்சமாது யோசிச்சிங்களா?" என்றதும்,

"அவ படிச்ச படிப்பு வீணாக கூடாதே..." என்றார் அவர் கவலையாக.

"அதுக்காக இந்த மாதிரி இடத்துல வேலைக்கு அனுப்புனா அவ எப்படி சமாளிப்பானு யோசிக்க வேணாமா? எல்லாம் தெரிஞ்ச பொண்ணுங்களே ஆஃபிஸ்ல எத்தனையோ பிரச்சினைகளை சமாளிக்க முடியாம கஷ்டபடுறாங்க.

அப்படியிருக்கும் போது எதுவுமே தெரியாம இருக்கிறவளை இங்கே அனுப்புனா அவ என்ன பண்ணுவா? அவளுக்கு கண்ணை கசக்கிட்டு நிக்கிறத தவிர வேற எதுவும் தெரியாதே..." என கடிந்துக்கொள்ள,

"அதனால தான் அவளை உன் ஆஃபிஸ்க்கு அனுப்புனேன். நீ அவளை பார்த்துக்குப்பா..." என போனை வைத்துவிட்டார்.

'ஆமா எல்லாரும் என் தலையில பொறுப்பை வச்சிட்டு நீங்க நிம்மதியா இருங்க...' என முணுமுணுத்தவனை நிர்மல் குழப்பத்தோடு பார்த்துக் கொண்டிருந்தான்.

"எதுக்குடா இப்படி பார்க்கிற?" என்றதும்,

"நீ என்னடா அந்நியன் ரேஞ்சுக்கு மாறிட்டு இருக்க? இவ்வளவு நேரம் மதுவை திட்டிட்டு இருந்த, இப்போ அவளுக்காக உன் அப்பாகிட்ட சண்டை போடுற, உனக்கு அவ மேல அவ்வளவு பாசமா?" என்று வினவவும்,

அவனை முறைத்தவன், "பாசமாது மண்ணாங்கட்டியாவது..." என்று சிடுசிடுத்தவன் மதுவைப் பற்றிச் சொல்ல நிர்மல் அவளை எண்ணி கவலைக் கொண்டான்.

நண்பன் கவலைக் கொள்வதை கவனித்தவன், "அவளுக்காக ரொம்ப ஃபீல் பண்ணாத, அப்புறம் உன்னை பார்த்து நாலு பேர் ஃபீல் பண்ற மாதிரி பண்ணி வச்சிடுவா..." என்று கடுப்போடு சொன்னவன்,

"சரி, நான் கிளம்புறேன், அந்த ஆள்கிட்ட சொல்லிடு..." என்றதும்,

"எதுக்கு? அந்த ஆள் என்கிட்ட கோபத்தை காட்டுறதுக்கா? நீயே சொல்லிட்டு போ..." என்றதும்,

"பரவாயில்லை மச்சி எனக்காக சமாளிச்சிக்கோ..." என்றவன் நண்பனின் பதிலை எதிர்பாராது வெளியேறிவிட நிர்மல் தான் மேனேஜரை எப்படி பார்ப்பதென முழித்துக் கொண்டிருந்தான்.

வெளியே வந்த ரூபன் அங்கே நின்ற மதுவந்தியை அழைத்துக் கொண்டு பைக் இருக்குமிடம் நோக்கிச் சென்றான்.

“எப்ப ஜாயின் பண்ண சொன்னாங்க?” பைக்கை ஸ்டார்ட் செய்தப்படி கேட்க,

“நாளைக்கே ஜாயின் பண்ண சொன்னாங்க...” என்றவளை பார்த்தவன்,

“ஊருக்கு போயிட்டு உன்னால காலையில வந்துட முடியுமா?” என்றதும்,

அவள், “முடியும்...” என்றாள்.

அவளை முறைத்தவன், “எப்படி அர்த்த ராத்திரியில டிராவல் பண்ணிட்டு இருப்பியா?” என்றவன்,

“ஊருக்கு போக வேணாம்...” என உத்தரவிட்டு அவளை அழைத்துச் சென்றான்.

அவளும் அவனிடம் எதுவும் மறுத்து பேசவில்லை.

நேரே ஒரு துணிக்கடைக்கு அவளை அழைத்துச் சென்றவன் அவளுக்கு வேண்டிய உடைகளை வாங்கவும் அவளும் எதுவும் பேசாது நின்றாள்.

அத்தோடு அவளுக்குத் தேவையான சில அத்தியாவசியப் பொருட்களையும் வாங்கிக் கொடுத்தவன் இறுதியில் அவளுக்காக ஒரு மொபைலையும் வாங்கிக் கொடுக்க அவள் எதுவும் மறுப்பு சொல்லாது வாங்கிக் கொண்டாள்.

ஒரு ஹோட்டலில் மதிய உணவை முடித்துவிட்டு அவளை அழைத்துச் சென்றவன் ஒரு இடத்தில் பைக்கை நிறுத்திவிட்டு அவளை அழைத்துக் கொண்டு உள்ளே சென்றான்.

தன்னோடு வந்தவளிடம், “இந்த ஹாஸ்டல்ல தான் நம்ம ஆஃபிஸ் பொண்ணுங்க நாலு பேரு தங்கியிருக்காங்க. நீயும் இங்கே தங்கிக்கோ. ஈவினிங் சந்தியா வந்து உன்னை பார்ப்பா. அவ வீடு பக்கத்துல தான் இருக்கு. நாளையில இருந்து அவ கூடவே ஆஃபிஸ் வா...” என்றதும் அவளும் தலையசைத்தாள்.

உள்ளே சென்று மகளிர் விடுதியின் நிர்வாகியிடம் பேசி அவளுக்கு ஒரு அறையை ஏற்பாடு செய்தவன் பின் அவளிடம் வந்து, “கவனமா இரு, எல்லாரையும் நம்பிடாத. யார் என்னன்னு தெரியாம எல்லார்கிட்டயும் நெருங்கி பழகாத...” என எச்சரிக்கவும்,

“உன்னையும் நம்ப கூடாதா ரூபன்?” அப்பாவியாய் அவள் கேட்க,

“அடிங்க! குள்ளக்கத்திரிக்கா, என்ன உன் வேலைய காட்ட ஆரம்பிக்கிறியா? இங்கே உனக்கு சப்போர்ட் பண்ண கூட யாருமில்லன்றத நியாபகம் வச்சிக்கோ...” என முறைத்தவன் வேகமாக அங்கிருந்து வெளியேற, செல்லும் அவனையே புன்னகையோடு பார்த்திருந்தாள் அவள்.

என்னதான் அவளிடம் சண்டையிட்டாலும் அவளுக்கு வேண்டிய அனைத்தையும் செய்துவிடுபவன் அவன். ஆனால், ஒரு நாள் கூட செய்வதை சொல்லிக் காட்டியது கிடையாது.

இதற்கு காரணம் அவள் மீது அவன் கொண்டுள்ள அன்பா என கேட்டால் இல்லை என்று தான் சொல்வாள். ஏனெனில் காயத்ரி சொல்லிய ஒரு வார்த்-

தைக்காகத் தான் அவன் இதை எல்லாம் செய்துக் கொண்டிருக்கிறான் என அவளுக்கு நன்றாகவேத் தெரியும்.

கடந்த கால நினைவில் சஞ்சரித்துக் கொண்டிருந்தவளை சந்தியா உலுக்கவும் திருதிருவென விழித்தவள், “என்ன சந்தியா?” என்றாள் புரியாதவளாய்.

“அடிப்பாவி! ஒருத்தி பேசிட்டு இருக்கிறத கூட கவனிக்காம அப்படி என்ன கனவுலகத்துல சுத்திட்டு இருக்க?”

“சாரி...” என்றவள் பேச்சை மாற்றிவிட சந்தியாவும் அவளை வற்புறுத்தி கேட்கவில்லை.

மதுவின் மொபைல் ஒலிக்கவும் அதை எடுத்துப் பார்த்தவள் அதில் ஒளிர்ந்த எண்ணைக் கண்டு திகைத்து அந்த அழைப்பை ஏற்கலாமா வேண்டாமா என்ற யோசனையோடு பார்த்துக் கொண்டிருக்கும் பொழுதே அழைப்புத் துண்டிக்கப்பட்டு மீண்டும் அழைப்பு வந்தது.

அந்த அழைப்பை ஏற்றாலும் பிரச்சினை, ஏற்கவில்லை என்றாலும் பிரச்சினை என்ன செய்வதென தவித்தவள் மீண்டும் ஒரு முறை துண்டிக்கப்பட்டு அழைப்பு வரவும் வேறு வழியில்லாது அழைப்பை ஏற்று காதில் வைத்தவள் மறுபுறம் என்ன சொல்லப்பட்டதோ தெரியவில்லை அவள் கண்களில் இருந்து கண்ணீர் வடிந்தது.

எதேர்ச்சையாக அவள் புறம் திரும்பிய அதிரூபன் அவள் கண்கள் கலங்கியிருப்பதைக் கண்டு யோசனையோடு அவளை பார்த்தான்.

என்னவென்று கேட்டால் அவனிடம் மறைக்காது பதில் சொல்வாள் தான். எனினும், அவளிடம் சென்று கேட்க மனம் வரவில்லை. ஒருவேளை முன்பு போல் இருந்திருந்தால் தயங்காது கேட்டிருப்பானோ என்னவோ?

3

மதுவந்தியின் கண்ணீரைக் கண்ட அதிரூபனுக்கு வேலையில் தொடர்ந்து கவனம் செலுத்த முடியவில்லை. அவளாக சொல்வாளோ என எதிர்பார்த்தவனுக்கு ஏமாற்றம் மட்டுமே மிஞ்சியது.

அவளிடம் யார் பேசியிருப்பார்கள் என யூகிப்பதற்கு அவன் சிரமப்பட வேண்டிய அவசியமில்லை. அவளுக்கு கண்ணீரைக் கொடுக்க கூடிய ஜீவன்கள் இவ்வுலகில் இரண்டே இரண்டு மட்டும் தான்.

என்ன பேசியிருப்பார்கள் என்பதையும் அவன் அறிவான்.

எனினும், அவளாக வந்து சொல்லட்டுமே என வீம்புப் பிடித்தவனுக்கு ஏமாற்றமே மிஞ்சியதால் அந்த ஏமாற்றம் அவள் மீது கோபமாகத் திரும்பியது.

இன்று அவள் அன்னையின் நினைவு தினம் என்பதால் அவரை எண்ணி கவலையில் இருப்பாளே என அவளுக்கு வேலைக் கொடுக்காது தானாக அனைத்தையும் செய்துக் கொண்டிருந்தவன் இப்பொழுது அவள் மீதுள்ள கோபத்தால் அவளை அழைத்து அதிக வேலையைக் கொடுக்க அவளும் எதுவும் பேசாது அவன் சொல்வதை செய்துக் கொண்டிருந்தாள்.

ஆனால், அது அவனது கோபத்தை குறைப்பதற்கு பதில் மேலும் அதிகரித்தது.

மதுவந்தியின் மீது கோபத்தில் இருந்தவனோ அனிதா அவனை அடிக்கடி திரும்பிப் பார்ப்பதை உணரவில்லை.

அந்த நேரம் அங்கு வந்த நிர்மல் நண்பனின் முகம் இறுகியிருப்பதைக் கண்டு குழம்பியவனாய் அவனருகில் அமர்ந்தவன், "என்ன மச்சி காலையில இஞ்சி எதாவது முழுங்கிட்டியா என்ன?" என்றதும்,

ரூபன் புரியாது பார்க்க நிர்மல் அவனிடம், "இல்லடா இஞ்சி தின்ன குரங்கு மாதிரியே மூஞ்சி இருந்துச்சா அதான் கேட்டேன்..." அப்பாவியாய் சொல்ல, அதுவரை மதுவின் மீதிருந்த கோபத்தையும் சேர்த்து நண்பனின் முதுகில் காட்டினான் அவன்.

"டேய் போதும்டா, வலிக்குது!" அழுவது போல முகத்தை வைத்துக் கொண்டு நிர்மல் சொல்லவும்,

ரூபனோ, "என்னை கடியேத்தாம இங்கிருந்து போயிடு..." என்று சீறினான்.

"என்ன ஆச்சு மச்சி? ஏன் இப்பலாம் அடிக்கடி கோபப்படுற? என்ன பிரச்சினைனு என்கிட்ட சொல்லு, என்னால சால்வ் பண்ண முடியுதானு பார்க்கிறேன்..."

நிர்மல் அக்கறையோடு கேட்க, ரூபனோ மௌனமாய் அமர்ந்திருந்தான்.

அங்கு வந்த மதுவந்தி ரூபனிடம், "இது டேலி ஆகல ரூபன்..." சந்தேகம் கேட்டவளை முறைத்தவன் அப்பொழுதும் அமைதியாகவே இருக்க,

அவனின் கோபத்திற்கான காரணம் அறியாதவளோ நிர்மலைப் பார்க்க, அவளிடம் இருந்த ஃபைலை வாங்கியவன் அதை பார்த்துவிட்டு, "எந்த மடையன் உன்னை இத பார்க்க சொன்னான்?" என்றதும்,

அவள் ரூபனைப் பார்க்க அதில் அதிர்ந்த நிர்மலோ, 'அட கடவுளே! இவன்னு தெரியாம வாய விட்டுட்டனே, இருக்கிற கோபத்துல என்னை மொத்து மொத்துனு மொத்துவானோ?' என பதறியவன் நண்பனைப் பார்க்கவும், நல்லவேளையாக அவன் எதையும் காதில் வாங்காது அமர்ந்திருந்ததால் அதை உணர்ந்த நிர்மல் நிம்மதியுற்றான்.

பின்பு மதுவந்தியிடம், "இதுல இன்னும் ஒரு பில் வரல மது, ஒரு வாரத்துல தர்றேன்னு சொல்லியிருக்காங்க. அடுத்த மாசம் நாம சப்மிட் பண்ணா போதும். நீ வேற வேலை இருந்தா பாரு..." என்றதும்,

அவள் ரூபனைப் பார்க்க அவன் பார்வை அவன் முன்னால் இருந்த கணினியின் மீதே இமைக்காது படர்ந்திருக்கவும் நிர்மலிடம் சைகையிலே 'ரூபனுக்கு என்ன ஆனது?' என கேட்க அவனும் தனக்குத் தெரியவில்லை என உதட்டை பிதுக்கினான்.

ரூபனிடம் கேட்டால் கோபம் கொள்வானே என மது அமைதியாக இருக்கவும், நிர்மல் அவளிடம், "மது, இன்னைக்கு நீயும் சந்தியாவும் உங்க லஞ்ச் பத்திரப்படுத்தி வைங்க, நானும் ரூபனும் வர்றோம்..." என்றதும், அவளும் சரி என தலையசைத்துச் சென்றுவிட ரூபன் நிர்மலை முறைத்தான்.

"உனக்கு வேணும்னா நீ போய் சாப்பிடுடா. என்னை எதுக்கு இழுக்கிற? நான் கேன்டீன்லையே சாப்பிட்டுக்கிறேன்..."

"இன்னைக்கு கேன்டீன் ஓபன் பண்ணல மச்சி..."

"அதனால என்ன? பக்கத்துல ஹோட்டலே இல்லையா?"

எரிச்சலாக சொன்ன நண்பனிடம், "எதுக்குடா கோபப்படுற? இதுக்கு முன்னாடி இப்படி சாப்பிட்டதே இல்லையா?" என்றவன்,

"நீ பழைய மாதிரியே சிரிச்சிக்கிட்டு இரு மச்சி, இப்படி முகத்தை வச்சிருந்தா நல்லா இல்லை..." கவலையோடு சொல்லவும்,

அவனை முறைத்தவன், “நானும் அதை தான எதிர்பார்க்கிறேன் அவளும் சிரிச்சிக்கிட்டு இருக்கணும்னு. ஆனா, அவ கண்ணீர் வடிச்சிக்கிட்டு நின்னா நல்லாவா இருக்கு?” என்றவனின் மனம் என்ன எதிர்பார்க்கிறதென அவனுக்கே புரியாததால் சட்டென்று எழுந்து வெளியே சென்றுவிட,

இறுதியில் நிர்மல் தான் பேந்த பேந்த விழித்தான் அவன் யாரை சொல்கிறான் என தெரியாது.

ஒருவேளை அனிதாவை எண்ணி கவலைக் கொள்கிறானா என்று அவளை பார்த்தால் அங்கே இருந்த அனிதாவோ புன்னகையோடு யாரிடமோ பேசிக் கொண்டிருக்கவும் மேலும் குழம்பியவன் நண்பனைத் தேடிச் சென்றான்.

சாலையை ஒட்டியிருந்த டீக்கடையில் நின்ற ரூபனைக் கண்டு அங்கே சென்ற நிர்மல் இருவருக்கும் தேநீர் சொல்லிவிட்டு சிகரெட்டை வாங்கியவன் நண்பனிடம், “நீ ஏதோ டென்ஷன்ல இருக்கிற மாதிரி தெரியுது, ஒரு தம் அடி சரியாகிடும்...” என சிகரெட்டை நீட்ட,

நண்பனை முறைத்தவன், “எனக்கு இந்த பழக்கம் இல்லைனு தெரியுமில்ல, அப்புறம் எதுக்குடா வாங்குன?” என்றதும்,

“அப்படினா என்ன பிரச்சினைனு என்கிட்ட சொல்லு...” என்றான் பிடிவாதமாக.

அப்படியாவது நண்பனின் மனதில் இருப்பதை பகிர்ந்துக் கொள்ள மாட்டானா என்ற ஆவலில்.

ஆனால், அவனோ எதுவும் பேசாது சிகரெட்டை வாங்கவும், திகைத்துப் பார்த்த நிர்மல் நண்பனைத் தடுக்க முயல, அவனைக் கண்டு கொள்ளாத ரூபன் சிகரெட்டை வாயில் வைக்கவும் அவன் மனமோ அவனையும் அறியாது முதல் முறை சிகரெட் பிடிக்க முயற்சி செய்த நாளை நோக்கி பயணித்தது.

ரூபன் கல்லூரி முதல் வருடம் படித்துக் கொண்டிருந்த சமயம் அது. கல்லூரியில் அவனின் சீனியர்கள் ஸ்டைலாக சிகரெட் பிடிப்பதைப் பார்த்தவன் தானும் அது போல செய்தால் எப்படி இருக்கும் என ஆவல் கொண்டான்.

ஆனால், அவனுக்குள் இருந்த தயக்கம் அவனை அதை செய்ய விடாமல் தடுத்துக் கொண்டிருந்தது.

ஒரு நாள் வீட்டில் யாருமில்லை என்ற தைரியத்தில் தன் தந்தையின் பாக்கெட்டில் இருந்த சிகரெட்டை எடுத்த ரூபன் ஆவலோடு அதை பற்ற வைக்கும் நேரம் ‘அத்தை’ என்றபடி அங்கே ஓடி வந்த மதுவைக் கண்டு அதிர்ந்தான்.

அவனின் அதிர்ந்த முகத்தைக் கண்டு குழம்பியவள், “என்ன ஆச்சு ரூபன்? ஏன் இப்படி ஷாக்காகி நிக்கிற?” என்றவளிடம் பதில் சொல்ல முடியாது தடுமாறியவன்,

“நீ இங்கே என்ன பண்ற? அம்மா கோவிலுக்கு போயிருக்காங்க போ...” என்று சமாளிக்க முயல,

அவனருகே வந்தவள், அவன் எதையோ மறைப்பதைக் கண்டு அவன் கரத்தைப் பற்ற முயல,

“ஏய்! என்னடி பண்ற? விடுடி...”

ரூபன் கத்துவதைக் கூட கண்டு கொள்ளாமல் அவன் கரத்தைப் பற்றுவதிலே குறியாக இருந்தவளின் கரத்தில் சிக்காது தன் கரத்தை உயர்த்திக் கொண்டான் அவன்.

அவளோ அவன் உயரத்திற்கு எட்ட முடியாமல் எம்பி எம்பி குதிக்கவும் அதில் சிரித்தவன், “ஏய் குட்டச்சி! முதல்ல வளருடி, அப்புறம் வந்து என்னை பிடிக்கலாம்...” என கேலி செய்யவும்,

அவனை முறைத்தவள், “இப்போ நீ காட்ட போறியா இல்லை நான் அத்தைகிட்ட சொல்லட்டுமா?” மிரட்டல் விட,

“அம்மாகிட்ட எதாவது சொன்ன, கொன்னுடுவேன் உன்னை!” என எச்சரித்தவன் அவளை இழுத்துக் கொண்டே தோட்டத்திற்குச் சென்றான்.

“யாராவது வர்றாங்களானு பார்த்துட்டே இரு...” அவளுக்கு கட்டளை இட்டவன் சிகரெட்டை வாயில் வைத்து பாக்கெட்டில் இருந்து தீப்பெட்டியை எடுக்கவும்,

முதலில் அதிர்ந்துப் பார்த்தவள் பின் வியந்து, “ஹே! தம் அடிக்க போறியா ரூபன்? உன் மூக்குல இருந்தும் புகை வருமா? வட்டம் வட்டமா வருமா? நான் பத்த வச்சு பார்க்கட்டா?” சிறுபிள்ளையாய் கேட்க,

அவன் பதில் சொல்லாது முறைக்கவும், “ஆனா, தம் அடிக்கிறது தப்பு தான? அத்தைக்கு தெரிஞ்சா திட்டுவாங்களே. ஏற்கனவே அங்கிள் மேல கோபமா இருக்காங்க, நீயும் அதே மாதிரி பண்ணாத...” என அவனை தடுக்க முயல,

“ஒரேயொரு முறை தான்டி, எப்படி இருக்கும்னு பார்த்துக்கிறேன். அம்மாகிட்ட மட்டும் சொல்லிடாத, ப்ளீஸ்...” என கெஞ்சுவது போல அவளை பார்த்தவன் அவள் அமைதியாக இருக்கவும்,

“யாராவது வந்தா சொல்லு...” என்றபடியே மரத்தின் பின்னால் சென்று மறைந்தான்.

பதற்றத்தோடு நின்றவளோ அந்த நேரம் ரூபனின் தந்தை கேசவமூர்த்தி உள்ளே வந்ததை கவனிக்கவில்லை.

வீட்டிற்குள் வந்தவரோ கை கால்களை சுத்தம் செய்வதற்காக தோட்டத்திற்கு வரவும் அங்கு நின்றவளைக் கண்டவர், “என்ன மது தனியா நின்னுட்டு இருக்க? அத்தை எங்கே? வீட்டுல யாரையும் காணோம்?” என்றதும்,

“அத்தை கோவிலுக்கு போயிருக்காங்க அங்கிள்...” என்றாள்.

“அதுக்கு ஏன்டா நீ தனியா இங்கே நிக்கிற? உள்ளே வந்து உட்காரு வா...” கனிவோடு சொல்ல,

“வேணாம் அங்கிள், நான் இங்கேயே இருக்கிறேன். இல்லனா அத்தை வந்துட்டா ரூபன் தம் அடிக்கிறது தெரிஞ்சிடும்...” என்றதும் திகைத்தவர்,

“எங்க இருக்கான் அவன்?” என்றார் கோபக் குரலில்.

“அதோ அங்கே தான் மரத்துக்கு பின்னாடி...” ரூபன் இருக்கும் இடத்தைக் காட்டிக் கொடுத்தவள், ‘ரூபன்’ என குரலும் கொடுக்க,

அவளது குரலில் ‘அம்மா வந்துவிட்டார்களோ’ என பதறியப்படியே வந்தவன் அங்கே தந்தையைக் கண்டு உறைந்து நின்றான்.

கையில் இருந்த சிகரெட்டை பார்த்த கேசவமூர்த்தி மகனை உறுத்து விழிக்க, தந்தையின் பார்வையில் சர்வமும் அடங்கி நின்றான் அவன்.

அவர் அவனை திட்டவில்லை, அடிக்கவுமில்லை. ஆனால், அந்த பார்வை ஒன்றே அவனை அன்றோடு அந்த சிகரெட்டை தூர எறிய வைத்திருந்தது.

மகனைப் பார்த்தவர் எதுவும் பேசாது சென்று விட, மதுவந்தியோ நிம்மதியாக அவனருகில் வந்தாள்.

“நல்லவேளை அத்தை பார்க்கல!” என்றவளை என்ன செய்தால் தகுமென யோசித்தவன் அருகில் இருந்த குச்சியை கையில் எடுக்க,

“எதுக்கு ரூபன் குச்சி எடுக்குற?”

“உன்னை அடிக்கத்தான்...” என்றவன் அவளை நோக்கி வரவும்,

அதில் பயந்தவளோ பின்னால் நகர்ந்தப்படி, “நான் என்ன பண்ணேன்? என்னை எதுக்கு அடிக்கணும்?” என்றவள் ஓடத் தொடங்க,

“ஓடாதடி! எங்கே ஓடுனாலும் இன்னைக்கு உன்னை விடுறதா இல்லை. மரியாதையா நில்லு...” என்றபடியே அவனும் அவளை துரத்த,

அவன் கையில் சிக்காது தோட்டத்தைச் சுற்றி ஓடியவள், ஒரு கட்டத்தில் அவனிடம் மாட்டிக் கொள்ள, அவள் இரு கரத்தையும் தன் ஒரு கரத்தில் இறுகப் பற்றிக் கொண்டவன் அவள் காலிலே அடிக்கவும்,

வலியில் துடித்தவள், “என்னை விடு ரூபன், வலிக்குது...” அழுதுக்கொண்டே சொல்ல,

“என்னை மாட்டிவிடும் போது மட்டும் இனிக்குதோ?” என்றான் ஆத்திரத்தோடு.

“நான் எங்கே உன்னை மாட்டிவிட்டேன்?” புரியாது அவள் கேட்க,

“அப்பாவுக்கு எப்படி தெரிஞ்சுது? நீதானடி சொன்ன?”

திருதிருவென விழித்தவள், “நீ அத்தைக்கிட்ட மட்டும் தான சொல்ல கூடாதுனு சொன்ன? அங்கிள்கிட்ட சொல்ல கூடாதுனு சொல்லலையே?” என அவனையே கேள்விக் கேட்க, அவனோ தலையில் அடித்துக் கொண்டான்.

‘நீ லூசா? இல்லை உன்னை காவலுக்கு வச்ச நான் லூசானு தெரியலையே?’ என அவன் வாய்விட்டே புலம்பவும்,

“சத்தியமா நான் லூசு இல்லை…” என்றாள் தோளை குலுக்கியப்படி.

அதில் ஆத்திரமுற்றவன், “அடிங்க! என்னை லூசுனு சொல்றளவுக்கு தைரியம் வந்துருச்சா? உன்னை இப்படியே விட கூடாது…” என்றவன் மீண்டும் அவளை அடிக்க,

“நான் எங்கே உன்னை லூசுனு சொன்னேன்? நான் லூசு இல்லைனு தான சொன்னேன்…” என அழவும்,

“அதுக்கு என்னடி அர்த்தம்?” என்றதும் அவள் புரியாது பார்க்க,

அதில் கோபம் கொண்டு பலமாக அடிக்கவும், “ப்ளீஸ் ரூபன் வலிக்குது, அடிக்காத…” என்றாள்.

“நல்லா வலிக்கட்டும், அழு!” ஆத்திரத்தோடு சொன்னவன்,

“நாளைக்கே உன் ஸ்கூல் முன்னாடி உன் முகத்தையும் குரங்கு முகத்தையும் ஒன்னா வரைஞ்சு உன் பேர மந்தினு பெரிய எழுத்தா எழுதி போஸ்டர் அடிச்சு ஒட்டி உன்னை அசிங்கப்படுத்துறேன் இருடி, அப்பதான் என் பக்கமே வராம இருப்ப…” என்றான் ஆவேசமாக.

“நீ என்னை மந்தினு கூப்பிடமாட்டேன்னு அத்தை முன்னாடியே சொல்லியிருக்க தான, அப்புறம் ஏன் அப்படி சொல்ற?” அழுகையோடு கேட்டவளிடம்,

“இனி அப்படி தான்டி கூப்பிடுவேன், என்ன பண்ணுவ?” என்றான் கோபம் குறையாது.

மதுவந்தி என்ற பெயரிலிருந்து மந்தி என்ற மூன்றெழுத்தை மட்டும் தேர்ந்தெடுத்திருந்தான் அவன்.

அவள் சத்தமாக அழவும் கடுப்பானவன், “ச்சீ அழுகைய நிறுத்து, பார்க்க சகிக்கல. அழும் போது உன் மூஞ்ச பார்க்கணுமே, அப்படியே மந்தி குரங்கு மாதிரியே உர்ர்ன்னு…” என முகத்தை சுருக்கி காட்டியவன்,

“என் கண்ணு முன்னாடி வந்துடாத! ஓடி போ…” என்றது தான் தாமதம்,

“உன்னை இரு அத்தைகிட்டே சொல்றேன்…” என்றவள், அங்கிருந்தால் மீண்டும் அடித்துவிடுவானோ என்ற பயத்தில் சிட்டாக பறந்துவிட்டாள்.

வாசலில் கேசவமூர்த்தி கோபத்தோடு அமர்ந்திருப்பதைக் கண்டவள் அவரருகில் அமர்ந்து, “ரூபன் மேல கோபப்படாதிங்க அங்கிள்…” என்றதும்,

“கோபப்படாம என்னம்மா பண்ண சொல்ற? அவன் என்ன பண்ணான்னு பார்த்தல்ல, இப்படி தான் ஒவ்வொரு பழக்கமும் வரும்...” மகனை நினைத்துக் கவலையோடு சொன்னவரிடம்,

“இது ரூபனோட தப்பில்லையே அங்கிள்...” என்றவளை அவர் புரியாது பார்க்க,

“ஒவ்வொரு பிள்ளைக்கும் அப்பா தான் ரோல் மாடல். அப்படி இருக்கும் போது நீங்க பண்றத தான ரூபனும் பண்ணுவான்...”

“நான் ஒரு நாளும் அவன் முன்னாடி பண்ணலையேம்மா...”

“முன்னாடி பண்ணலனா மட்டும் தப்பில்லனு ஆகிடுமா அங்கிள்? நீங்க பண்றது தெரிஞ்சு தான அவன் உங்க பாக்கெட்ல இருந்து சிகரெட் எடுத்தான்...” என்றவள்,

“ரூபன திட்டுறதுக்கு முன்னாடி, நீங்க சிகரெட் பிடிக்கிறத நிறுத்துங்க அங்கிள்...” என்றாள்.

அவர் அமைதியாக இருக்கவும், “நான் எதாவது தப்பா சொல்லியிருந்தா என்னை மன்னிச்சிடுங்க அங்கிள்...” என்றவளின் தலையை வாஞ்சையோடு வருடியவர்,

“இனி சிகரெட்ட தொடவே மாட்டேன்மா...” என்றார் உறுதியாக.

அதில் மகிழ்ந்து, “தேங்க்ஸ் அங்கிள், சரி நான் வீட்டுக்கு கிளம்புறேன்...” என எழுந்தவள் அங்கே காயத்ரி கோபமாக இருப்பதைக் கண்டு குழம்பினாள்.

“என்ன ஆச்சு அத்தை? ஏன் கோபமா இருக்கிங்க?”

அவரோ அதற்கு பதில் சொல்லாது, “ரூபன் எங்கே?” என்றார்.

“உள்ளே தான் இருக்கான். இருங்க நான் போய் கூட்டிட்டு வர்றேன்...” என்றவள் உள்ளே சென்றாள்.

தன் தந்தையிடம் மதுவந்தி பேசிய அனைத்தையும் கேட்டுக் கொண்டிருந்த ரூபனுக்கு தனக்காக பரிந்து பேசுகிறாளே என்று அவள் மீதிருந்த கோபம் கொஞ்சம் கொஞ்சமாக குறையும் நேரம்,

ஜன்னல் வழியே வாசலில் நின்ற தன் அன்னையைக் கண்டவன், அவரை பார்த்துவிட்டு தான் மதுவந்தி பேசுகிறாள் என்றெண்ணி அவள் மீது மீண்டும் கோபத்தை வளர்த்துக் கொண்டான் முன்பை விட அதிகமாகவே.

அவளை முறைத்துக் கொண்டே வெளியே வந்தவனை காயத்ரி ஆவேசமாக அருகிலிருந்த ஒரு பெரிய குச்சியை எடுத்து மகன் என்றும் பாராது அடிக்க, அதில் அதிர்ந்த மது அவரை தடுக்க முயல, ரூபனோ மதுவை மனதிலே வறுத்தெடுத்தான்.

மதுவோ அவரை தடுக்க முயன்று தன் மீதும் சில அடிகளை வாங்கிக் கொண்டாள்.

ஆனால், ரூபன் அங்கிருந்து நகரக் கூட இல்லை. தன் தந்தையின் பார்வையிலே தான் எத்தகைய பெரிய தவறை செய்திருக்கிறோம் என்பதை புரிந்துக் கொண்டதால் தாய் கொடுக்கும் தண்டனையை மறுக்காது ஏற்றுக் கொண்டான்.

தன் மீதிருக்கும் தவறு புரிந்தாலும் மது மீதிருக்கும் கோபம் மட்டும் குறையவில்லை.

"அத்தை அடிக்காதிங்க ரூபனுக்கு வலிக்கும்…" மது கெஞ்ச,

"ரொம்ப அக்கறை தான்…" ரூபன் மனதிலே நொடித்துக் கொள்ள,

"நீ குறுக்க வராத மது, விலகிப் போ…" காயத்ரி அதட்டினார்.

"தோளுக்கு மேல வளர்ந்த பிள்ளையை அடிக்கிறது தப்பு அத்தை…"

'வளர்ச்சியை பத்திலாம் நீ பேசுறது தான்டி கொடுமையா இருக்கு' தனக்குள்ளே முணுமுணுத்தவன் அசையாது நிற்கவும்,

கேசவன் மனைவியைத் தடுத்து அவரை அழைத்துக்கொண்டு வீட்டிற்குள் செல்ல, மது அவனருகில் வந்தாள்.

காயத்ரி அடித்ததால் அவன் தேகத்தில் உண்டான வரி வடிவைக் கண்டவள், "ரொம்ப வலிக்குதா ரூபன்?" கண்ணீரோடு கேட்க,

"நடிக்காதடி, இத தான எதிர்பார்த்த! அப்புறம் எதுக்கு ஃபீல் பண்ற மாதிரி நடிக்கிற?"

"இல்லை ரூபன்…" என்றவள் ஏதோ சொல்ல முயல,

"என் அம்மாவுக்கும் தெரியணும்னு தான அவங்க வர நேரமா பார்த்து அப்பாகிட்ட பேசியிருக்க? இதுக்குலாம் இருக்குடி உனக்கு. நாளைக்கு போஸ்டர் அடிக்கிறது உறுதி,

ஆனா, அதுல ஒரு சின்ன சேஞ்ச். உன் ஸ்கூல்ல மட்டும் ஒட்ட போறதுல்ல, ஊர் முழுக்க ஒட்டி உன்னை வெளிய தலைகாட்ட விடாம பண்ணல நான் அதிரூபன் இல்லை…" என்றவன் விறுவிறுவென வெளியே சென்றுவிட மது தான் கலங்கி நின்றாள்.

அன்று அவன் தாய் தந்தைக்கு பயந்து அந்த சிகரெட்டை தூக்கியெறிந்தவன் தான் இன்று வரை தொடவே இல்லை.

இன்று அதைப் பார்க்கவும் கடந்த கால நினைவுகள் கண்முன் வரவும் ஏனென்று தெரியாமலே அவன் மனதிலிருந்த கோபம் நீங்கி முகத்தில் சிறு புன்னகை அரும்பவும் அருகிலிருந்த குப்பைத் தொட்டியில் சிகரெட்டைத் தூக்கி எறிந்தான்.

அவனையே கவனித்துக் கொண்டிருந்த நிர்மலோ, 'இவனுக்கு என்ன தான் ஆச்சு? ஒரு நேரம் முறைக்கிறான் மறுநேரம் சிரிக்கிறான்' என குழம்பியவனாய்

நண்பனைப் பார்த்தவன்,

“மச்சி உனக்கு எதுவும் ஆகிடலையே?” என்றான் கவலையோடு.

நிர்மலின் கேள்வியில் சிரித்தவன் கடையில் சாக்லேட்களை வாங்கவும், “எதுக்குடா இத்தனை சாக்லேட் வாங்குற? இன்னைக்கு உன் பர்த்டே கூட இல்லையே?” சந்தேகமாய் கேட்க,

“பர்த்டேவுக்கு சாக்லேட் கொடுக்க நான் என்ன சின்ன குழந்தையா?” என முறைத்தவன்,

வாங்கிய சாக்லேட்களை அவனிடம் கொடுத்து, “இதை அந்த குட்டச்சிக்கிட்ட கொடுத்துடு...” என்றதும்,

“மதுவுக்கு வேணும்னா அவ வாங்கிக்கிறா, இல்லனா அவ புருசன் வாங்கி கொடுக்கிறான். நீ எதுக்குடா வாங்கி தர?”

“ஏன், புருஷன் தான் சாக்லேட் வாங்கி தரணும்னு எதாவது சட்டம் இருக்கா?” என்றான் நக்கலாக.

“அப்படி எதுவும் இல்லை தான். ஆனா, எதுக்கு அவளுக்கு இத்தனை சாக்லேட்?” குழப்பத்தோடு கேட்க,

“ஏன்டா, ஒரு வேலை சொன்னா செய்யறத விட்டு ஆயிரத்தெட்டு கேள்வி கேட்டுட்டு இருக்க?” கடுப்போடு சொல்லவும்,

‘அதை நீயே கொடுக்க வேண்டியது தான?’ என முணுமுணுத்தவன்,

“இல்லை மச்சி, இத்தனையும் அவளால சாப்பிட முடியாதே, வேணும்னா நான் ரெண்ட சந்தியாவுக்கு கொடுக்கட்டா?” ஆவலாய் கேட்க,

“அதலாம் சாப்பிடுவா, சந்தியாவுக்கு கொடுக்கணும்னா வேற வாங்கி கொடு...” என்றவன் முன்னே நடக்கவும்,

ரூபனின் செயலில் நிர்மல் குழம்பினாலும் அவனின் முகத்தை வைத்தே அவன் சரியாகிவிட்டான் என்று நிம்மதி கொண்டவன் அவனிடம் எதையும் கேட்கவில்லை.

ரூபனும் நிர்மலும் இந்த அலுவலகத்திற்கு வந்த பிறகு தான் நண்பர்களாக பழகினார்கள் என்றாலும் அவர்களுக்கு இடையே ஒரு ஆழமான பிணைப்பு இருந்தது.

நண்பர்களுக்கு இடையே எந்த ஒளிவு மறைவும் இருந்ததில்லை. ஆனால், இன்று ரூபன் தன்னிடம் சொல்லாமல் இருப்பதற்கு காரணம் ஏதேனும் இருக்கும் என்றெண்ணிய நிர்மல் அவனை வற்புறுத்தி கேட்காது அவனோடு செல்ல,

ரூபனும் நிர்மலைப் பற்றி புரிந்து வைத்திருப்பதால் மனதில் இருப்பதை பிறகு பகிர்ந்துக் கொள்ளலாம் என அமைதியாகச் சென்றான்.

ரூபன் சொன்னபடி நிர்மல் மதுவந்தியிடம் சாக்லேட்டுகளைக் கொடுக்க அதை பார்த்தவளுக்கு நிர்மல் சொல்லாமலே புரிந்து போனது அது ரூபனின் வேலை என்று.

மனதில் பதற்றம் அதிகரிக்கும் பொழுது அதிக சாக்லேட்களை சாப்பிடுவது மதுவந்தியின் வழக்கம். இன்று அந்த போன் காலிற்கு பிறகு அவள் மனநிலையை யூகித்தவன் அவளுக்கு இது தேவைப்படும் என்று தான் வாங்கிக் கொடுத்தான்.

ஆனால், அதை பார்த்ததுமே 'ரூபனுக்கு தான் அழுதது தெரிந்திருக்குமே அவனிடம் எப்படி சொல்வது?' என கவலைக் கொண்டவள் அதை அவனிடம் சொல்லவும் முடியாமல் தவிப்போடு அமர்ந்திருந்தாள்.

அவளிடம் எதையோ கேட்பதற்காக அங்கே வந்த நிர்மல், சாக்லேட் மொத்தமும் சாப்பிட்டு முடித்து வெறும் கவர்கள் மட்டும் கிடக்கவும் 'கொடுத்துட்டு போய் முழுசா அஞ்சு நிமிஷம் கூட ஆகல அதுக்குள்ள காலி பண்ணிட்டா' என திகைத்தவன் எதுவும் சொல்லாமலே சென்றுவிட்டான்.

ரூபனுக்கு அவள் மீதிருந்த கோபம் இப்பொழுது குறைந்திருந்தாலும் அவளாக சொல்லும் வரை எதையும் கேட்பதில்லை என்ற பிடிவாதத்தோடே அமர்ந்திருந்தான்.

மதிய உணவை நண்பர்கள் ஒன்றாக அமர்ந்து பகிர்ந்துக் கொண்டனர். வர மாட்டேன் என பிடிவாதம் பிடித்த ரூபனையும் நிர்மல் அழைத்து வந்திருந்தான்.

இன்று கேண்டீன் திறக்கப்படாது என்பதை நேற்றே தெரிந்துக் கொண்ட மதுவும் சந்தியாவும் நண்பர்களுக்கும் சேர்த்தே உணவை எடுத்து வந்திருந்தனர்.

நிர்மல் மதுவிடம், "மது நீ இவ்வளவு நல்லா சமைப்பனு தெரிஞ்சிருந்தா கேண்டீன் பக்கம் போறதையே நிறுத்தியிருப்பனே. இனி எனக்கும் சேர்த்தே எடுத்துட்டு வா, அந்த கேன்டீன் சாப்பாடு சாப்பிட்டு நாக்கே செத்து போச்சு..." என்றவன்,

ரூபனிடம், "மச்சி, வேணும்னா உனக்கும் சேர்த்தே எடுத்துட்டு வர சொல்லட்டுமா?" என்றதும்,

"அவ புருஷன் உன்னை செருப்பாலே அடிப்பான்..." என்றாள் சந்தியா நிர்மலிடம்.

"ஏன்?"

"என்ன ஏன்? அவ எதுக்குடா உனக்கு சமைச்சு எடுத்துட்டு வரணும்?"

"அப்படினா நீ எடுத்துட்டு வர்றியா சந்து டார்லிங்?" கண்சிமிட்டி கேட்டவன்,

பின்பு சோகமாக, "வேணாம் சந்து, உன் சமையல் சொல்லிக்கிற அளவுலாம் இல்லை. அந்த கொடுமைய கல்யாணத்துக்கு அப்புறமே நான் அனுபவிச்சிக்கிறேன்..." என்றதும் அதிர்ந்தவள்,

"என்னடா பேச்சுலாம் ஒரு மாதிரி இருக்கு?"

“அது வந்து, இனி அப்படி தான்...” என நாணம் கொள்ள,

“மத்த பொண்ணுங்ககிட்ட வாலாட்டுற மாதிரி என்கிட்டயும் வந்த ஒட்ட நறுக்கிடுவேன்...” எச்சரித்தவளின் கரத்தைப் பற்றியவன்,

“மத்த பொண்ணுங்களும் நீயும் ஒன்னா டார்லிங்?” ஹஸ்கி குரலில் கேட்க,

அவளோ ஆத்திரத்தோடு காலில் இருக்கும் செருப்பைக் கழட்டப் போக, அதில் பதறியவன், “வேணாம்மா! எது எது எங்கெங்க இருக்கணுமோ அது அது அங்கங்க இருந்தா தான் நல்லா இருக்கும்...” என்றவன் அவள் முறைப்பைக் கண்டு கொள்ளாது,

பேச்சை மாற்றும் விதமாக, “நீ சொல்லு மது, எனக்கும் சேர்த்தே எடுத்துட்டு வர்றியா? நான் வேணும்னா உன் ஹஸ்பண்ட்கிட்ட கேட்டு பார்க்கட்டுமா?” என்றவன்,

ரூபனிடம், “நீ வேணும்னா பேசி பாரேன்டா...” என்றதும் ரூபன் முறைக்க,

“எதுக்கு மச்சி முறைக்கிற? மது சமையல் நல்லா இருக்கு, சந்தேகம் இருந்தா நீயே சாப்பிட்டு சொல்லு...” என பாக்ஸை நகர்த்தவும்,

அந்த உணவை பார்த்த ரூபன், “எப்படி நல்லா இல்லாம இருக்கும்? அவளுக்கு என் அம்மாவோட கை மணம்டா...” என்றவனின் குரல் நெகிழ்ந்திருந்தது தன் அன்னையை எண்ணி.

நிர்மல் வியப்போடு பார்க்க, “ஆமாம் மச்சி, என் அம்மாகிட்ட தான் அவ சமையல் கத்துக்கிட்டா. அம்மா இறந்த பிறகு எங்க வீட்டுல அதிகம் அவ சமையல் தான். என் அம்மாவோட சமையல சாப்பிடுற மாதிரியே இருக்கும்...” என்றவன் அன்னையைப் பற்றிய நினைவில் மூழ்கிவிட,

காயத்ரியின் நினைவில் மதுவின் கண்கள் கலங்கவும் மற்றவர்களுக்குத் தெரியாமல் மறைத்துக் கொண்டாள்.

தன் நண்பன் தாயின் நினைவால் வாடுகிறானே என கவலைக் கொண்ட சந்தியாவோ பேச்சை மாற்ற எண்ணி, “நாளையோட மது இந்த ஆஃபிஸ்க்கு வந்து நாலு வருஷம் ஆகுது, அவகிட்ட ட்ரீட் கேட்டிருக்கேன். ஈவினிங் சினிமாவுக்கு கூட்டிட்டு போக சொல்லலாம்னு நினைக்கிறேன், நீங்க என்ன சொல்றீங்க?” என மற்றவர்களை கேட்க,

நிர்மலோ, “போகலாமே! அப்படியே டின்னருக்கு சோழாவுக்கும் போகலாமே...” ஆவலோடு சொல்ல,

“அதெப்படிடா உன் காசுல சாப்பிடணும்னா கையேந்தி பவனுக்கு போவ, அடுத்தவ காசுனா சோழா கேட்குதோ?” என்ற சந்தியாவை பரிதாபமாக பார்க்கவும்,

“நடிக்காதடா...” என்றவள்,

ரூபனிடமும் அருகே இருந்த பாலுவிடமும், “நீங்க சொல்லுங்க, என்ன பண்ணலாம்?” என்றாள்.

பாலு, “உங்க விருப்பம்...” என்று சொல்ல,

ரூபனோ, “நான் எங்கேயும் வர்ல...” என்று எழுந்து சென்றுவிட்டான்.

மது பாவமாய் பார்க்க நிர்மல் அவளிடம், “சினிமாவுக்கே போகலாம் மது, நீங்க டிக்கெட் புக் பண்ணுங்க, நான் அவனை கூட்டிக்கிட்டு வர்றேன்...” என்றவன்,

“லேட்டாகிடுச்சுனா உன் ஹஸ்பண்ட் திட்ட போறாரு மது, எதுக்கும் அவர்கிட்ட ஒரு வார்த்தை கேட்டுக்கோ...” என்றதும் அவளும் சரி என தலையாட்டினாள்.

ரூபனோ மாலை வரை காத்திருந்து பார்த்தான், மது அவனிடம் காரணத்தை சொல்வாள் என்று.

ஆனால், அவளோ வேலை முடிந்து அலுவலகத்தை விட்டு வெளியேறும் வரை அவனிடம் எதையும் சொல்லாதது அவனுக்கு கோபத்தை வரவழைக்கவும் அவளை திரும்பிக் கூட பாராது சென்றுவிட்டான்.

4

திரையரங்கிற்கு வர மாட்டேன் என பிடிவாதம் பிடித்த அதிரூபனையும் அழைத்து வந்திருந்தான் நிர்மல். சிறிது நேரத்தில் மதுவந்தியும் சந்தியாவும் வந்து அவர்களோடு இணைந்துக் கொள்ளவும், 'பாலு இன்னும் வரலயே' என ரூபன் கேட்க,

நிர்மல் அவனிடம், "அவன் வீட்டுக்கு போயிட்டான்டா, அவங்க அம்மா சீக்கிரம் வர சொல்லி போன் பண்ணியிருந்தாங்க..." என விவரம் தெரிவிக்கவும்,

"அப்போ அந்த டிக்கெட்ட என்ன பண்றது?" சந்தியா கேட்டாள்.

"அதுக்குலாம் ஒரு ஆள் ரெடி பண்ணிட்டேன்..." என்றவன் யாரையோ எதிர்நோக்கி காத்திருக்க,

அந்த நேரம் அனிதா அங்கு வரவும், அவளை பார்த்து புன்னகைத்த நிர்மலை கொலைவெறியோடு பார்த்தான் ரூபன்.

"அவளை எதுக்குடா வர சொன்ன?"

"என்ன மச்சி கோபப்படுற? உனக்காக யோசிச்சு பண்ணிருக்கனே என்னை பாராட்டுறத விட்டுட்டு திட்டுறியே, இது நியாயமா?" என்ற நண்பனை வெட்டவா குத்தவா என்ற ரேஞ்சில் பார்த்தவன் வேகமாக முன்னோக்கி நடக்க, அனிதாவை அழைத்துக் கொண்டு மதுவும் சந்தியாவும் பின்தொடர்ந்தனர்.

அனிதா வந்ததில் சந்தியாவிற்கு விருப்பம் இல்லை என்றாலும் அவள் முன்பு எதையும் காட்டிக் கொள்ளாமல் செல்ல, மதுவந்தியோ அனிதாவிடம் புன்னகைத்தப்படி பேசிச் சென்றாள்.

நவநாகரீக உடையில் அழகு பதுமையாக வந்திருந்தவளை அனைவரும் திரும்பிப் பார்த்துவிட்டே செல்ல அதை உணர்ந்த அனிதா தன் அழகின் மீது உண்டான கர்வத்தில் ஒய்யாரமாக நடந்து சென்றாள்.

ரூபனோ நிர்மலை வறுத்தெடுத்தான்.

"உனக்கு அறிவிருக்கா இல்லையாடா? உன்னை யாருடா அவளை கூட்டிட்டு வர சொன்னது?"

"என்ன மச்சி திரும்ப திரும்ப என்னையே திட்டுற?"

“உன்னை இன்னும் கொல்லாம விட்டிருக்கனேனு சந்தோஷப்படு...” என சிடுசிடுத்தவன்,

“மரியாதையா அவளை கூட்டிட்டு போயிடு...” என்ற நேரம் “ஹாய் ரூபன்...” என்றபடி அவர்களை நெருங்கியிருந்தாள் அனிதா.

நிர்மலை முறைத்தவன் அனிதாவிடம் தலையை மட்டும் ஆட்டிவிட்டு இருக்கையைத் தேடி அமர நிர்மலோ தவறு செய்த குழந்தையாய் பரிதவித்து நிற்கவும் மது அவனை அழைத்துச் சென்றாள்.

“எதுக்கு மது என் மேல கோபப்படுறான்? இப்படி எதாவது வாய்ப்பு கிடைச்சா அனிதாகிட்ட புரப்போஸ் பண்ணுவான்னு எதிர்பார்த்தேன்...” கவலையோடு சொல்ல,

“யார் மேலயோ இருக்கிற கோபத்தை உன் மேல காட்டிட்டு இருக்கான். கொஞ்ச நேரத்துல சரியாகிடுவான், நீ வா...” என்றவள் ரூபன் அமர்ந்திருக்கும் வரிசையை நோக்கிச் சென்றாள்.

ஐந்து இருக்கைகள் அவர்களுக்காக ஒதுக்கப்பட்டிருக்க, அதன் ஓரத்தில் ரூபன் அமர்ந்திருக்கவும் அனிதா அவனை நோக்கி நகர, அதை கவனியாதது போல சந்தியாவை அழைத்துத் தன்னருகில் அமரச் சொல்லவும் சந்தியாவும் அனிதாவை மனதில் வைத்து ரூபனின் அருகில் அமர்ந்துக் கொள்ள அனிதாவின் முகம் மாறியது.

எனினும் அதை மற்றவர்களிடம் காட்டாது சந்தியாவின் அருகில் அமர்ந்துக் கொள்ள அவளை தொடர்ந்து மதுவும் நிர்மலும் அமர்ந்தனர்.

சில நிமிடங்களில் படம் ஒளிபரப்பாகவும் அனைவரின் கவனம் திரையில் விழ ரூபனின் கவனமோ அனிதாவிடம், ம்ஹூம் அனிதாவை தாண்டி மதுவின் மீதே நிலைத்திருந்தது.

அனிதாவின் அருகில் அமர்ந்திருந்த மது, படத்தைக் கவனிக்காது அனிதாவிடம் ஏதோ மும்முரமாக பேசிக் கொண்டிருப்பதைக் கண்டவனின் கவனம் அவளை தவிர்த்து வேறெங்கும் செல்லவில்லை.

ஒரு கட்டத்தில் அங்கு அமர்ந்திருக்க பிடிக்காமல் பாதியிலே எழுந்து செல்ல நிர்மல் அவனோடு வெளியே வந்தான்.

“சாரி மச்சி, உனக்கு ஹெல்ப் பண்ணலாம்னு தான் அனிதாவ வர சொன்னேன். ஆனா, நீ இப்படி டென்ஷனாவனு எதிர்பார்க்கலடா...” வருந்தியக் குரலில் சொன்னவனிடம்,

“பரவாயில்லை விடு மச்சி யார் மேலயோ இருக்கிற கோபத்தை உன் மேல காட்டிட்டேன்...” என்றதும் நிர்மல் அவனைப் பார்க்க,

“என்னடா?”

“இல்ல மதுவும் இதே தான் சொன்னா. அப்படி உனக்கு யார் மேல தான்டா கோபம்? இப்பலாம் நீ சரியில்லையே, என்ன தான் ஆச்சு உனக்கு?” என்றதும்,

ரூபன் அமைதியாக இருக்க, “ஏன்டா அனிதாவுக்கும் உனக்கும் பிரச்சி-னையா?” என்றான்.

அதில் கடுப்பானவன், “எனக்கும் அவளுக்கும் பிரச்சினை வர அளவுக்கு எங்களுக்குள்ள என்னடா இருக்கு?” என்றதும்,

“என்னடா இப்படி சொல்ற? அனிதாவ நீ லவ் பண்ற தான?” திகைப்போடு நிர்மல் கேட்க,

“நான் எப்படா சொன்னேன் அவளை லவ் பண்றேன்னு?” சலிப்போடு ரூபன் கேட்டான்.

அதில் நிர்மல் குழம்பி நிற்கவும், “நான் யாரையும் லவ் பண்ணல மச்சி. லவ் பண்ற எண்ணமும் எனக்கு இல்லை. அவ அழகா இருக்காளேனு அப்ப பார்த்-தேன் அவ்வளவுதான். அதுக்காக பார்க்கிற பொண்ணுங்களலாம் லவ் பண்ணிட முடியாதே...” என்றான் தெளிவாக.

நிர்மல் முகத்தில் இன்னமும் திகைப்பு குறையாதிருக்க அங்கிருந்த இருக்-கையில் அமர்ந்த ரூபன், “புரிஞ்சிக்கோ மச்சி. அனிதா, ஆஃபிஸ் வந்த புதுசுல அழகா இருக்காளேனு பார்த்தேன். அவளை மட்டுமில்ல எத்தனையோ அழகான பொண்ணுங்கள ஸ்கூல் படிக்கிற நாள்ல இருந்தே பார்த்துட்டு தான் இருக்-கேன்...” என்றவன்,

“உண்மைய சொல்லணும்னா அழகான டீச்சருங்கள கூட சைட் அடிச்சிருக்-கேன். அதுக்காக இவ தான் என் காதலி, இவ தான் என்னோட வாழ்க்கைனு யாரையும் நினைச்சதில்லை...” என்றவன்,

“இப்ப எதுக்கு இதலாம் சொல்றேன்னா அனிதாவ இனி எதுலயும் இன்வால்வ் பண்ணாத. என்னன்னு தெரியல இத்தனை நாளா மத்தவங்க அவளை பார்க்கிறத பார்த்தும் பார்க்காத மாதிரி இருந்தவ இப்ப ஏன் நெருங்கி வர்றாள்னு தெரியல. தேவையில்லாம அவ மனசுல எந்த எண்ணத்தையும் வளர்க்க வேணாம்...” என்-றான்.

நிர்மலுக்குத் தவறு புரியவும் நண்பனிடம் மன்னிப்புக் கேட்க, லேசாக புன்ன-கைத்த ரூபன், “மன்னிப்பு கேட்கிற அளவுக்கு சார் பெரிய ஆளாகிட்டிங்களோ?” என்றான் நக்கலாக.

“நீ யாரையுமே லவ் பண்ணலையா மச்சி?”

“இதுவரைக்கும் யாரை பார்த்துமே லவ் ஃபீலிங் வர்ல மச்சி...”

“அப்போ சைட் அடிச்சே காலத்தை ஓட்டிடலாம்னு முடிவு பண்ணிட்டியா?”

“என்னை விடு, நீ என்ன பண்ற? உண்மையாவே சந்தியாவ லவ் பண்றியா? இல்லை அவ திட்டுனதும் முடிவ மாத்திக்கிட்டியா?” என்று பேச்சை மாற்றவும்,

“என்னை பார்த்தாலே முறைக்கிறாளே?” என கவலைக் கொண்டவன்,

“என்னை அடிச்சாலும் அவ தான் என் வாழ்க்கைனு எப்பவோ முடிவு பண்ணிட்டேன் மச்சி. ஏன்னு தெரியல இப்பலாம் வேற பொண்ணுங்கள பார்க்கக் கூட தோண மாட்டேங்குது...” என்றதும்,

“ஏன் எல்லா பொண்ணுங்களும் செருப்ப கழட்ட ஆரம்பிச்சிட்டாங்களா?”

“என்ன மச்சி திடீர்னு சந்தியா குரல்ல பேசுற? உனக்கு மிமிக்ரிலாம் வருமா? சொல்லவே இல்லை!” என்றவனின் முதுகில் அடி விழவும் பதறி திரும்பி பார்த்தவன் அங்கே நின்ற சந்தியாவைக் கண்டு திகைத்தான்.

“ஏன் சந்து டார்லிங் பாதியிலே வந்துட்ட? படம் நல்லா இல்லையா?” என்றவன்,

“பரவாயில்லை விடு. பக்கத்து தியேட்டர்ல நல்ல ரொமான்டிக் படமா ஓடுதாம், நாம ரெண்டு பேரு மட்டும் தனியா போகலாமா டார்லிங்?” அசடுவழிந்தப்படி கேட்க,

“டேய் வேணாம். என்னை அப்படி சொல்லாத...” அவள் எச்சரிக்கவும்,

“ச்சீ போ டார்லிங், அப்புறம் வேற எப்படி தான் கூப்பிடுறதாம்?” செல்லமாக சலித்துக் கொள்ள,

“ரூபன் இவனை அமைதியா இருக்க சொல்லு, இல்லனா இருக்கிற கோபத்துக்கு இவனை கொன்னுட்டு நான் ஜெயிலுக்கு போக வேண்டியிருக்கும்...” ரூபனிடம் அவள் புகார் அளிக்க, அவனோ புன்னகையோடு இருவரையும் பார்த்தான்.

“வேணாம் டார்லிங், நீ எதுக்காக ஜெயிலுக்கு போய் கஷ்டப்படணும்? நீ ஒரு வார்த்தை சொன்னா நானே செத்து போயிடுறேன்...” என்றதும்,

“போடா, இப்பவே என் கண்ணு முன்னாடியே செத்து போ. நிம்மதியா இருப்பேன்...” என்றாள் கடுப்பாக.

“என்ன டார்லிங் பொசுக்குனு இப்படி சொல்லிட்ட, கஷ்டமா இருக்காதா?” பாவமாய் சொன்னவனை முறைத்தவள்,

“அதான, நீயாவது உயிரை கொடுக்கிறதாவது? எல்லாம் நடிப்பு...” என்றாள்.

அவள் கரத்தைப் பற்றியவன், “உயிரை கொடுத்து காதலை நிருபிக்கிறவன் முட்டாள் தியா. எந்த சூழ்நிலையிலும் தன்னை நம்பி வந்தவளை கலங்கவிடாம பார்த்துக்கிறவன் தான் உண்மையான காதலன்!

நான் உனக்கு உண்மையான காதலனா தான் இருக்க விரும்புறேன், முட்டாளா இல்லை...” என்றவனின் வார்த்தைகளில் இருந்த வீரியத்தில் சந்தியா ஒரு நொடி

உறைந்து போனாள்.

உடனே சுதாரித்துக் கொண்டவள், “இது எந்த சினிமா டையலாக்?” என்றாள் நக்கலாக.

அதில் நிர்மலின் முகம் வாடவும் அதை கவனித்த ரூபன், “அந்த குட்டச்சி எங்கே போனா? நீ மட்டும் வந்திருக்க?” என பேச்சை மாற்றினான்.

“அனிதாவோட ஃப்ரெண்டு யாரோ வந்தாங்கனு பாதியிலே போனவ மதுகிட்ட எதோ பேசணும்னு அவளையும் கூட்டிட்டே போயிருக்கா. இன்னும் கொஞ்ச நேரத்துல வந்துடுவா...” சந்தியா சொன்னதும் ரூபனின் முகம் மாறியது.

அதை கவனிக்காத சந்தியா, “நீங்க வெயிட் பண்ணுங்க ரூபன், நான் அந்த புக் ஷாப்க்கு போயிட்டு வர்றேன்...” என்று அங்கிருந்து நகரவும்,

நிர்மல் அவனிடம், “சந்தியா என்னை நம்பவே மாட்டாளா மச்சி?” வருத்தத்-தோடு கேட்க,

“உன்னை நம்பாமலா உன்கூட பழகிட்டு இருக்கா?” என்றான்.

“அப்புறம் ஏன் என் காதலை ஏத்துக்கமாட்டன்றா?”

“உனக்கு காதல் வந்துடுச்சுன்றதுக்காக அவளும் உன்னை காதலிக்கணும்னு எப்படிடா எதிர்பார்க்கிற? கொஞ்சம் டைம் கொடு, உன் காதல் அவளுக்கு புரி-யட்டும். அவ மனசுலயும் காதல உணரட்டும்...”

“புரிஞ்சிப்பாளா?” ஏக்கத்தோடு கேட்டவனை புன்னகையோடு பார்த்தவன்,

“அதான் ஒரே டையலாக்ல அவளை ஆஃப் பண்ணிட்டியே. கண்டிப்பா புரிஞ்சிப்பா...” என நம்பிக்கை அளித்தவன்,

“உனக்கு அப்படிலாம் பேச தெரியுமா மச்சி? இல்லை சந்தியா சொன்ன மாதிரி அது சினிமா டையலாக்கா?” என்றான் கேலியாக.

“நீயும் யாரையாவது காதலிச்சினா உனக்கும் இந்த மாதிரிலாம் பேச வரும்...”

“அத காதலிக்கும் போது பார்த்துக்கிறேன்...” என்றவனின் பேச்சு நண்பனிடம் இருந்தாலும் கவனம் என்னவோ எதிரே இருந்த கடையில் அனிதாவோடு நின்றி-ருந்த மதுவந்திடமே இருந்தது.

சிறிது நேரம் கழித்து அருகே இருந்த ஹோட்டலுக்கு நிர்மலோடு சென்றவன் சந்தியாவிற்கும் மதுவிற்கும் குறுந்தகவல் மூலம் இருக்குமிடத்தைத் தெரிவித்து-விட்டு உணவை ஆர்டர் செய்யவும் சிறிது நேரத்தில் பெண்கள் இருவரும் வந்து கலந்துக் கொண்டனர்.

சாப்பிடும் பொழுது மதுவின் முகத்தையே கவனித்துக் கொண்டிருந்த ரூபன் எதுவும் பேசாமலே சாப்பிட்டு முடித்ததும் பில்லுக்கான பணத்தை எடுத்து வைக்கும் நேரம்,

அதை கவனித்த நிர்மல், “நீ ஏன் மச்சி பில் பே பண்ற? இன்னைக்கு மதுவோட ட்ரீட் தான?” என்றதும்,

“யாரு கொடுத்தா என்ன?” என்றவன் பணத்தை செலுத்திவிட்டு வெளியேற மற்றவர்களும் வந்தனர்.

“இந்த நேரத்துல கேப் புக் பண்ணி தனியா போக வேணாம் சந்தியா. நிர்மல் கூட போ...” என்றதும்,

அவள் மதுவந்தியைப் பார்க்க, “அவளை நான் பார்த்துக்கிறேன்...” என்றான் ரூபன்.

சரி என்று நிர்மலோடு சந்தியா செல்லவும், நிர்மலோ தனக்காகத் தான் சந்தியாவைத் தன்னோடு அனுப்புகிறான் என்றெண்ணி பார்வையிலே நண்பனுக்கு நன்றி சொல்ல அதைப் புரிந்த ரூபன் தலையில் அடித்துக் கொண்டான்.

இருவரும் சென்றதும் பைக்கை ஸ்டார்ட் செய்துவிட்டு மதுவந்தியைப் பார்த்தவனுக்கு அதுவரை இருந்த இணக்கம் மறைந்து முகம் இறுக, “உட்காருடி...” என்று சீறினான்.

அவள் அமர்ந்ததும் வீடு செல்லும் வரை எதையும் பேசாது சென்றவன் வாசலில் பைக்கை நிறுத்தவும், இறங்கியவள் அவனை திரும்பிப் பார்க்கவே அஞ்சி வேகமாக வீட்டிற்குள் நுழைய, பைக்கை லாக் செய்து விட்டு அதே வேகத்தில் வீட்டிற்குள் நுழைந்தவன் கதவை அறைந்து சாத்தினான்.

அது அவன் கோபத்தின் அளவை உணர்த்தவும் எதுவும் பேச முடியாமல் அவள் தயங்கி நிற்க, வீட்டிற்குள் யாரையோ தேடியவன் தேடிய நபர் இல்லை என்றதும் வேகமாக அவளை நெருங்கினான்.

அவன் நெருங்க நெருங்க அவளின் பதற்றம் அதிகமாகவும் பின்னோக்கிச் சென்றவள் தடுமாறி விழப் போக, அவளை கீழே விழாது பிடித்து தன்னை நோக்கி இழுத்தவன்,

“அப்படியே எனக்கு பயப்படுற மாதிரி நடிக்காதடி. உன் நடிப்புல ஏமாறுற அளவுக்கு நான் முட்டாள் கிடையாது...” என்றான் ஆத்திரத்தோடு.

“நான் என்ன தப்பு பண்ணேன்? எதுக்கு என் மேல கோபப்படுற?” அப்பாவியாய் அவள் கேட்க,

“அதெப்படிடி பண்றதுலாம் பண்ணிட்டு எதுவும் தெரியாத மாதிரியே முகத்தை வச்சிக்கிற?”

அவள் அமைதியாக நிற்கவும், “அவகிட்ட உனக்கு என்னடி பேச்சு?” என்றதும் அவள் திகைத்தாலும் அவனிடம் சமாளிக்கும் விதமாக,

“ஏன் அனிதாகிட்ட பேசுறதுல என்ன தப்பு இருக்கு?” என்றாள்.

“மேடம் பேசிட்டு மட்டும் வர்லையே...” நக்கலாக சொன்னவன்,

“உன் ஹேண்ட்பேக்க திறடி...” என்றான்.

அதில் அதிர்ந்தவள், ‘இவனுக்கு எப்படி தெரிந்தது?’ என்று திணறியப்படி அவனைப் பார்க்க,

“இப்ப திறக்க போறியா இல்லையா?” என்றவனின் அதட்டலில் அவள் கைகள் தானாக கைப்பையைத் திறந்தன.

அதிலிருந்ததை எடுத்துப் பார்த்தவன் அவளை பார்வையிலே எரிக்க,

“அதுவந்து...” என சொல்ல முடியாமல் அவள் தடுமாறி நிற்கவும்,

“உன் மனசுல என்ன நினைச்சிக்கிட்டு இதலாம் பண்ணிட்டு இருக்க?” என்றான்.

அவள் வார்த்தை வராது நிற்க, “பதில் சொல்லுடி, எதுக்காக இப்படி பண்ணிட்டு இருக்க?” அவளை பிடித்து உலுக்கியப்படி அவன் கேட்கவும் அவள் அப்பொழுதும் மௌனத்தையே பதிலாகக் கொடுக்க,

அதில் சீற்றம் கொண்டவன், “உன்னை இன்னும் விட்டு வச்சிருக்கேன் பாரு என்னை சொல்லணும்...” என்றவன்,

ஆத்திரத்தோடு அவள் கழுத்தை நெறிக்க, அந்த நேரம் கதவுத் திறந்து உள்ளே வந்த ஒருவன் மதுவின் நிலையைக் கண்டு அதிர்ந்து வேகமாக அவர்களை நெருங்கி ரூபனை பிடித்து இழுத்தான்.

“டேய் விடுறா, அவளை என்னடா பண்ற?” அவன் ரூபனை மதுவிடமிருந்து பிரிக்க முயல,

ரூபனோ, “இன்னைக்கு இவளை கொல்லாம விட மாட்டேன்...” என்று மேலும் நெறிக்க மது திணறிப் போனாள்.

ரூபனைத் தடுக்க முடியாதவனோ, மதுவந்தியைக் காப்பாற்றும் எண்ணத்தில் சுற்றிலும் எதையோ தேடியவன், எதுவும் கிடைக்காததால் வேகமாக ஓடி சமையலறையில் இருந்து கத்தியை எடுத்து வந்தான்.

“டேய்! மரியாதையா மதுவ விடுடா. இல்லனா உன்னை கொல்ல கூட தயங்கமாட்டேன்...” என்றபடி ரூபனை நெருங்க,

அதைக் கண்ட ரூபன் மதுவை விட்டுவிட்டு எதிரே நின்றவனிடம், “சபாஷ்! இவளுக்காக நீ கொலை பண்றளவுக்கு போவனு எதிர்பார்க்கல...” என நக்கலாகச் சொன்னவன்,

“உன் அண்ணனையே கொல்ல நினைக்கிறியே தம்பியாடா நீ?” என்றான் ஆத்திரத்தோடு.

“கட்டுன பொண்டாட்டியையே கொல்ல நினைக்கிறியே, மனுஷனாடா நீ?” என்றான் மற்றவன்.

அதிரதன். அதிரூபனின் தம்பி.

“ஆமாம் பொண்டாட்டியாம் பொண்டாட்டி...” கடுப்போடு சொன்னவன்,

“ஒரு பொண்டாட்டி பண்ற வேலையையா இவ பண்ணிட்டு வந்துருக்கா?” என்றான் எதிரே தவிப்போடு நின்றவளை முறைத்தப்படி.

“என்னவோ பண்ணிட்டு போகட்டும், அதுக்காக அவளை கொல்ல துணிஞ்சிடுவியா?”

“அவ என்ன காரியம் பண்ணியிருக்கானு தெரிஞ்சா நீயே அத தான் பண்ணுவ?”

“என்னையும் உன்னை மாதிரி கொலைகாரனே முடிவு பண்ணிட்டியா?” என்றவன்,

“அப்படி என்னடா பண்ணா?” என்றான் கோபமாக.

“அந்த அசிங்கத்தை அவளையே கேளு...”

அதிரதன் மதுவைப் பார்க்க அவளோ குனிந்த தலை நிமிராது நின்றிருந்தாள்.

“என்ன மது பண்ண? என்கிட்ட சொல்லு?”

தண்மையாகக் கேட்க அவள் அப்பொழுதும் பேசவில்லை.

“எப்படி சொல்லுவா? பண்ணியிருக்க வேலை அப்படிப்பட்டதே...” என்றவன்,

“உலகத்துல எந்த பொண்டாட்டியும் செய்யாத வேலையைத் தான செஞ்சிட்டு வந்து நிக்கிறா...” என்றவனை அதிரதன் குழப்பத்தோடு பார்க்க,

“என்ன பார்க்கிற? வேற ஒருத்திக்காக, தாலி கட்டுன புருஷன்கிட்டயே மேடம் காதல் தூது கொண்டு வந்திருக்காங்க...” என்றவன் கையிலிருந்ததை நீட்டினான்.

ஒரு அழகிய க்ரீட்டிங்கார்டு ஒன்றில் காதல் கவிதை அனிதாவின் கைப்பட ரூபனிற்காக எழுதியிருந்தது. அதை பார்த்த அதிரதன் அதிர்ந்து மதுவைப் பார்த்தான்.

அவளோ குனிந்த தலையை நிமிர்த்தவே மறந்து நின்றிருந்தாள்.

“பண்றதையும் பண்ணிட்டு நிக்கிறத பாரு, அவளை என் கண்ணு முன்னாடியே வர வேணாம்னு சொல்லு...” ஆத்திரத்தோடு சொன்னவனை முறைத்த அதிரதன்,

“தப்பை உன் மேல வச்சிக்கிட்டு மதுவ எதுக்குடா திட்டுற? உங்களுக்கு கல்யாணமான விஷயத்த எல்லார்கிட்டையும் சொல்லியிருந்தா இந்த பிரச்சினை வந்திருக்குமா?” என்றவனை முறைத்த ரூபன் தன் அறைக்குள் சென்று கதவை அடைக்கவும் அதிரதன் மதுவிடம் சென்றான்.

மதுவின் முகத்தை நிமிர்த்தியவன் அவள் கண்ணீரைத் துடைத்துவிட்டு, “போய் ரெஃப்ரெஷ் ஆகிட்டு வா மது...” என்றதும்,

“நான் பண்ணது தப்பா தம்பிப்பையா?” தவிப்போடு கேட்டவளை பரிதாபமாய் பார்த்தவன் பதில் சொல்லாது நிற்க,

“அனிதா ரூபனை ரொம்பவே காதலிக்கிறாளாம். ரூபன் இல்லாம அவளால இருக்க முடியாதாம்...” அழுதுக்கொண்டே சொன்னவளின் தலையை வாஞ்சையோடு வருடியவன்,

“அப்போ நீ இருந்துடுவியா?” என்றான்.

அவள் அதிர்ந்துப் பார்க்க, “சொல்லு மது, ரூபன் இல்லாம நீ இருந்துடுவியா?” என்றான் அழுத்தமாக.

“இருந்துப்பேன். என்கூட தான் நீ, மாமா, ஆதிராலாம் இருக்கிங்கள்ல...” என்றவளை சிறு புன்னகையோடு ஏறிட்டவன்,

“அப்படினா உனக்கு ரூபன் வேணாம்?” கேள்வியாய் புருவம் உயர்த்த,

மறுப்பாய்த் தலையசைத்தவள், “ரூபனுக்கு நான் வேணாம்...” என்றாள்.

“ஏன்?”

“ரூபனுக்கு நான் பொருத்தமானவ இல்லை தம்பிப்பையா...”

“பொருத்தம்னு எதை வச்சு சொல்ற?” என்றதும் அவள் திருதிருவென விழிக்க,

“சொல்லு மது...” என்றான்.

“அது. அது...” பதில் தெரியாது கையை பிசைந்தவள்,

“அவனுக்கு தான் என்னை பிடிக்காதே?” என்றாள் வேதனையோடு.

“பிடிக்காம தான் இந்தளவுக்கு கோபப்பட்டு போறானா?” அவளையே கேள்வி கேட்க அவள் பதில் சொல்லத் தெரியாது விழித்தாள்.

“இங்கே பாரு மது, அவனுக்கு பிடிச்சிருக்கோ இல்லையோ! இந்த உறவை ஏத்துக்கிட்டான். நீயும் ஏத்துக்க முயற்சி பண்ணு.

காதலிச்சு கல்யாணம் பண்றவங்க ஒரு ரகம்னா, கல்யாணம் பண்ணிட்டு காதலிக்கிறவங்க இன்னொரு ரகம். உங்களுக்கு கல்யாணம் ஆகிடுச்சு, இனி காதலிங்க. அது தப்பில்லையே...” என்றவனை விழி விரிய பார்த்தவள்,

“நீ சின்னப்பையன்னு நினைச்சேன் தம்பிப்பையா. ஆனா, என்னென்னமோ பேசுற...” என்றவளை செல்லமாக முறைத்தவன்,

“போ, அவன்கிட்ட பேசு...” என்று அறைக்குள் அனுப்ப முயல,

“என்னை பார்த்தாலே கோபப்படுவானே...” என்றவள் தயங்கி நிற்க,

“அதுலாம் கோபப்படமாட்டான், போ. அப்படி எதாவது உன்னை திட்டுனாலோ அடிச்சாலோ என்கிட்ட சொல்லு, அவனை நான் பார்த்துக்கிறேன்...” என்றதும்,

சரி என தலையசைத்தவள், “உனக்கு சாப்பாடு...” என்றாள்.

“அதை நான் பார்த்துக்கிறேன், நீ போ மது...” என்றான்.

“இல்லை நாங்க ஹோட்டல்லையே சாப்பிட்டதுனால உனக்கும் வாங்கிட்டு வந்தோம்...” என்றவள் ஒரு கவரை அவனிடம் கொடுத்துவிட்டு,

“நான் உனக்கு பால் சூடு பண்ணி வச்சிட்டு வர்றேன்...” என சமையலறை நோக்கி நகரவும்,

அவளை தடுத்தவன், “நான் பார்த்துக்கிறேன் மது, நீ போய் அவனை பாரு...” என்று பிடிவாதமாக அவளை அனுப்பி வைத்தான்.

கணவனின் கோபத்தை உணர்ந்து தயங்கியப்படியே உள்ளே சென்ற மது அங்கே கட்டிலில் படுத்திருந்தவனைக் கண்டு மெல்ல அடியெடுத்து வைத்து அவனை நெருங்கியவள்,

“ஏன் ரூபன் அப்படியே படுத்துட்ட? ட்ரெஸ்ஸ சேஞ்ச் பண்ணிட்டு வா...” என்றவளின் பேச்சை காதில் வாங்காதது போல அவன் படுத்திருக்கவும்,

அவனருகில் அமர்ந்தவள், “சாரி ரூபன், அனிதா ஃபீல் பண்ணி சொல்லும் போது என்னால மறுக்க முடியல...” என்றவளை விரக்தியோடு பார்த்தவன் திரும்பிப் படுத்துக் கொண்டான்.

அவன் தலையை கோதியவள், “நீ ரொம்ப பண்ற ரூபன், அப்படி நான் என்ன பெரிய தப்பு பண்ணிட்டேன்?” என்றவளின் கரத்தை பட்டென்று விலக்கியவன்,

“நான் உன் புருஷன்டி, அது உனக்கு நியாபகம் இருக்கா இல்லையா?” என்றான் விரக்தியோடு.

‘அது முதல்ல உனக்கு நியாபகம் இருக்கா?’ என்ற கேள்வி அவள் மனதில் எழுந்தாலும் அவனிடம் வாய்விட்டு கேட்கும் தைரியம் இல்லாமல் ‘நியாபகம் இருக்கு’ என்பது போல தலையை மட்டும் அசைக்க,

“என்னத்த நியாபகம் இருக்கோ?” என கடுப்பானவன்,

“எந்த பொண்ணுடி இப்படி ஒரு காரியம் பண்ணுவா? அவ கொடுத்தாளாம் இவ வாங்கிட்டு வந்தாளாம். அப்படியே அவ மூஞ்சுலையே தூக்கி எறிய வேண்டியது தானே?” என்றவனை பாவமாய் அவள் பார்க்க,

“முகத்தை அப்படி வைக்காத, எனக்கு பத்திக்கிட்டு வருது...” எரிச்சலோடு மொழிந்தவனை முறைத்தவள்,

“சும்மா என்னையே திட்டிட்டு இருக்காத! நான் உன் பொண்டாட்டினு வெளிய சொல்லவே வெட்கப்படுறவன் தான நீ? அப்புறம் எந்த உரிமையில என் மேல கோபப்படுற?”

“என்னடி புதுசா எதிர்த்து பேசுற? சொல்லி கொடுத்து அனுப்புனானா அவன்?”

“இப்ப எதுக்கு தேவையில்லாம தம்பிப்பையாவ இழுக்கிற? ஏன் எனக்கு சொந்தமா அறிவில்லையா?”

“உனக்கு இருந்திருந்தா நீ ஏன்டி இப்படி நடந்துக்கிற?”

“வேணாம் ரூபன்! நீ கொட்ட கொட்ட குனிஞ்சிக்கிட்டே இருப்பேன்னு நினைக்காத...”

“ஓ! மேடம் அந்தளவுக்கு துணிஞ்சிட்டிங்களோ?அப்படி என்னடி பண்ணுவ?” என அவளை நெருங்க,

அதில் பின்வாங்கியவள், “எதுக்கு இப்ப பக்கத்துல வர? தள்ளி போ. நான் உன் மேல கோபமா இருக்கேன். இன்னைக்கு நீ என் பக்கத்துலயே வர கூடாது...” என்றவள் சொல்லி முடிக்கும் முன்னே அவன் கைகளில் தவழ்ந்திருந்தாள்.

“இப்ப சொல்லுடி, நான் உன் பக்கத்துல வர கூடாதா?” அதுவரை இருந்த கோபம் நீங்கி கிறக்கமாக அவன் குரல் ஒலிக்க,

அந்த குரலில் இருந்த பேதத்தில் பேதையவள் நெகிழ்ந்து அவன் மார்போடு ஒன்ற, அதில் மகிழ்ந்து அவளோடு மஞ்சத்தில் விழுந்தவன் வழக்கம்போல் தன் லீலைகளைத் தொடரவும், அவனிடம் விரும்பியே தன்னை ஒப்படைத்தவளின் மனம் வேறெதையோ எதிர்பார்த்து ஏங்கியது.

ஆனால், அவள் எதிர்பார்ப்பது நடக்காது என்பது தெரிந்திருந்தாலும் அதையே எதிர்நோக்கி காத்திருந்து ஏமாறுவது வழக்கமான ஒன்றானது.

இந்த நான்கு சுவற்றுக்குள் மட்டுமே, தன்னை மனைவியாக ஏற்றுக்கொள்பவன் எப்பொழுது மற்றவர்கள் முன்பு தன்னை அவன் மனைவியாக அங்கீகரிப்பானோ என ஏங்கி தவிப்பவள் அவன் மனதிலிருப்பதை புரிந்துக் கொள்ளாமல் போனது தான் பரிதாபம்.

இந்நிலை என்று மாறுமோ?

5

முதன் முதலாக தன்னிடம் சிறு கோபத்தைக் காட்டிய மனைவியை எண்ணி மகிழ்ந்திருந்த ரூபனோ, மறுநாளே வழக்கம் போல் தன் கூட்டுக்குள் தன்னை சுருக்கிக் கொண்டவளைக் கண்டு ஆத்திரமுற்றான்.

அவளிடம் அவன் என்ன எதிர்பார்க்கிறான் என்பதை அவனாக சொல்லாத-வரை அவள் புரிந்துக் கொள்ளப் போவதில்லை என்பதை உணராமலே கோபத்து-டன் வலம் வரத் தொடங்கினான்.

வழக்கம் போல அலுவலகத்தில் அவளை கண்டாலே எரிந்து விழத் தொடங்-கவும் அவள் மேலும் வாடிப் போனாள்.

அவர்களுக்கு இடையேயான கணவன் மனைவி உறவு அந்த நான்கு சுவற்-றுக்குள் மட்டுமே தொடர்ந்துக் கொண்டிருக்க நாட்களும் அதன் போக்கில் நகர்ந்-துக் கொண்டிருந்தது.

ஒரு நாள் சந்தியாவோடு பேசிக் கொண்டிருந்த மதுவந்திக்கு அழைப்பு வரவும் புதிய எண்ணாக இருப்பதைக் கண்டு யோசனையோடே போனை எடுத்தவள் மறு-புறம் சொன்ன செய்தியில் உறைந்து போனாள்.

சில நிமிடங்கள் கழித்தே உணர்வுப் பெற்றவள் தூரத்தில் இருந்த ரூபனைக் கண்ட பிறகு தான் நிம்மதியுற்றாள்.

அருகிலிருந்த சந்தியாவோ மதுவின் கண்ணீரைக் கண்டு பதறி என்னவென்று விசாரிக்க தோழியிடம் விஷயத்தைச் சொல்லவும் அவள் உடனே ரூபனையும் நிர்-மலையும் அழைத்தாள்.

அங்கே வந்த இருவரும் மதுவந்தி அழுவதைக் கண்டு என்னவென்று விசா-ரிக்க சந்தியா அவர்களிடம், "தீபனுக்கு ஆக்சிடண்ட் ஆகிடுச்சாம். இப்ப தான் போன் வந்துச்சு..." என்றதும்,

"அதுக்கு இவ ஏன் அழறா?" ரூபன் புரியாது கேட்க,

"என்ன மச்சி இப்படி கேட்கிற? அவ புருஷனுக்கு ஆக்சிடண்ட்னா அவ அழாம வேற யாரு அழுவா?" நிர்மல் கேட்கவும் தான் ரூபனுக்கு விளங்கியது.

மதுவந்திக்கு திருமணம் நடந்துவிட்டது என்று தெரிந்ததும் நண்பர்கள் அவளிடம் அவள் கணவன் பெயரைக் கேட்க, அவளோ அதிரூபனின் பெயரைச் சொல்ல முடியாது, பொய்யான ஒரு பெயரையும் சொல்ல விரும்பாது அதிரூபன் பெயரிலிருந்து மூன்று எழுத்தை மட்டும் எடுத்து 'தீபன்' என சொல்லி சமாளித்திருந்தாள்.

அவளை முறைத்த ரூபன், "போன்ல என்ன சொன்னாங்க தெளிவா சொல்லு..." என்றதும் அவளும் அப்படியே சொன்னாள்.

உன் கணவன் தீபனுக்கு விபத்து நேர்ந்துவிட்டது என்று கூறியவன் இடத்தையும் சொல்லியிருந்தான்.

அதை மது சொல்லவும் ரூபன் அவளிடம், "அது ராங் நம்பரா இருக்கும் நீ உன் வேலைய பாரு..." என்றவனை செய்வதறியாது அவள் பார்க்க,

நிர்மலோ, "என்னடா இவ்வளவு அலட்சியமா சொல்ற? போய் பார்த்துட்டு வந்துடலாம்..." என்றான்.

"அவ சொன்ன இடத்துக்கும் அவ புருஷனுக்கும் சம்மந்தமே இல்லை..."

"அதை எப்படி நீ சொல்ற?"

"ஏன்னா அவளோட புருஷன்..." என்றவன் முழுதாகச் சொல்லி முடிக்கும் முன்னே,

அதை கவனியாத மது, "அவரு ஊர்லயே இல்லை..." என்றாள் அந்த சூழ்நிலையை சமாளிப்பதற்காக.

நிர்மல் அவளை பார்க்க, "ஆமா நிர்மல், அவரு ஊருக்கு போயிருக்காரு. இப்ப தான் கொஞ்ச நேரத்துக்கு முன்னாடி பேசுனேன். அதுக்குள்ள இங்க எப்படி வந்துருக்க முடியும்?" என்றதும்,

ரூபன் அவளை முறைக்க நிர்மலோ, "அப்புறம் எதுக்கு அழுத?" சந்தேகமாக கேட்டான்.

"ஆக்சிடண்ட்னு சொன்னதும் பயந்துட்டேன் நிர்மல். அதான்..." என தடுமாற,

அவள் நிலை புரிந்தாலும் ரூபனிடம், "எதுக்கும் நாம போய் பார்த்துட்டு வந்துடலாம் மச்சி. ஏன்னா மது நம்பரும் தெரிஞ்சிருக்கு, அவ ஹஸ்பண்ட் பேரையும் கரெக்டா சொல்லியிருக்காங்க. அதை நினைக்கும் போது தான் சந்தேகமா இருக்கு..." என்றதும் ரூபனுக்கும் அது சரியாகத் தோன்றியது.

மதுவின் பயந்த விழிகளைக் கண்டவன் சந்தியாவிடம், "நீ இவளை பார்த்துக்கோ சந்தியா, நானும் நிர்மலும் போயிட்டு வந்துடுறோம்..." என்றதும்,

சந்தியா சரி என்று தலையசைக்க மதுவந்தியோ மறுப்பாகத் தலையசைத்தாள்.

"நானும் வர்றேன்..." என்றவள் மற்றவர்கள் மறுத்தும் பிடிவாதமாக இருக்க,

“நீ இரு மச்சி, நான் அவளை கூட்டிட்டு போய்ட்டு வந்துடுறேன்...”

“சரி மச்சி, எதுனாலும் போன் பண்ணு...”

நண்பனிடம் சொல்லிவிட்டு மதுவை அழைத்துக்கொண்டு வெளியே வர மதுவந்தியோ பயத்தில் அழுதுக்கொண்டே வரவும் கடுப்பானவன்,

“எதுக்குடி இப்ப அழுதுட்டு இருக்க? நான் உன் முன்னாடி தான இருக்கேன்?” என்றவனிடம்,

“எதுக்காக அப்படி சொன்னாங்க?” தவிப்போடு அவள் கேட்க,

“எனக்கு மட்டும் என்ன தெரியும்? அவன் சொன்ன இடத்துக்கே போய் பார்க்கலாம் வா...” என்றவன் யோசனையோடே பைக்கை ஓட்டினான்.

தீபன் என்ற பெயர் இந்த அலுவலகத்தில் பணிபுரிபவர்களுக்கு மட்டுமே தெரியும். அப்படியிருக்க போனில் அழைத்தவனும் அந்த பெயரையேச் சொல்லியிருக்கிறான் என்றால் அவன் நிச்சயம் இந்த அலுவலகத்தைச் சேர்ந்தவனாகத் தான் இருக்கும் என உறுதியாக நம்பினான்.

ஆனால், எதற்காக இப்படியொரு பொய்யை உரைத்திருக்க வேண்டும் என்ற கேள்வியோடே அவன் சொன்ன இடத்திற்குச் சென்றான்.

“எதுக்காக ரூபன் அப்படி சொன்னாங்க? உனக்கு எதிரிங்க யாராவது இருக்காங்களா?”

“லூசாடி நீ? நம்ம ரெண்டு பேருக்கும் கல்யாணம் ஆனது இங்கே யாருக்கும் தெரியாது. அப்படியிருக்கும் போது எனக்கு எதிரிங்கனு இருந்தா அவன் ஏன் உனக்கு கால் பண்ண போறான்?”

“அப்படினா எனக்கு எதிரிங்க இருக்காங்களா?” பதறியப்படி அவள் கேட்க,

“ஆமா, உன் மூஞ்சிக்கு எதிரிங்க ஒன்னு தான் குறைச்சல். அமைதியா வாடி...” என அதட்டவும்,

“பயமா இருக்கு ரூபன், நாம அங்கே போக வேணாம். இப்படியே திரும்பிடலாம்...” என்றவளை அதட்டிவிட்டு அந்த இடத்தை அடைந்தான்.

ஆள் நடமாட்டமே இல்லாத அந்த பகுதியைக் கண்டதும் பயத்தில் அவள் ரூபனை ஒன்றிக் கொள்ள ரூபனோ சுற்றிலும் பார்வையை செலுத்தி யாரையோத் தேடினான்.

நம்பர் பிளேட் கூட இல்லாத ஒரு பழைய பைக் ஒன்றைத் தவிர அங்கு வேறு ஒன்றும் இல்லை. ஆட்கள் இருப்பதற்கான எந்த அடையாளமும் இல்லை. அருகில் சிறிய வனப்பகுதியைக் கண்டதும் அதை நோக்கி நகர்ந்தவனை மதுவந்தி தடுத்தாள்.

“வேணாம் ரூபன் ப்ளீஸ். போன் பண்ணது யாரா வேணா இருந்துட்டு போகட்டும் அது நமக்கு தெரிய வேணாம். நாம இங்கிருந்து போயிடலாம்...”

“எதுக்குடி பயப்படுற? யாருனு தெரிஞ்சிக்கலனா திரும்ப வேற மாதிரி பிரச்சினை வரவும் வாய்ப்பு இருக்கு...”

“உனக்கு எதாவது ஆகிடும். நீ போகாத...”

“எதுவும் ஆகாதுடி. கொஞ்ச நேரம் இரு, வந்துடுறேன்...” என்றவன் மீண்டும் நகர,

நகராதவாறு அவனை இறுக்கிப் பிடித்துக் கொண்டவளைக் கண்டவன், ”நீ ஒன்னும் சின்னப்பொண்ணு கிடையாது மதி. இப்படி பயந்து சாகாத. எனக்கு எதுவும் ஆகாது, ரொம்ப தூரம் போகமாட்டேன் சரியா?” என்று தண்மையாக சொன்னவனிடம்,

“நீ எங்கயும் போக கூடாது இல்லனா மாமாவுக்கு உடனே போன் பண்ணுவேன்...” என போனை எடுக்கவும்,

அவளை முறைத்தவன் வேறு வழியின்றி அவளை அழைத்துக்கொண்டு அங்கிருந்து வெளியேறினான். இரு கண்கள் அவர்கள் இருவரையும் வஞ்சத்தோடு பார்த்துக் கொண்டிருந்ததை அவர்கள் அறியவில்லை.

நண்பனுக்கு அழைத்து விவரம் சொன்ன ரூபனை மது வீட்டிற்கு அழைக்க அவனும் அவள் மனநிலை உணர்ந்து வீட்டிற்கே சென்றான்.

வீட்டில் அவனை ஒட்டிக் கொண்டே சுற்றியவளைக் கண்டு புன்னகைத்தவன், “எதுக்கு இப்படி பயந்தே சாகிற? அப்படி என்ன ஆகிட போகுது?” என்றதும்,

அவளோ, “இனி நீ எங்கயும் தனியா போகாத...” என்றாள்.

“சரிங்க மேடம், உங்களையே துணைக்கு கூட்டிட்டு போறேன்...”

அவள் நிம்மதியோடு தலையசைக்க அவளை செல்லமாக முறைத்தவன் தன் சகோதரனை விரைவாக வீடு வர சொல்லியிருந்தான்.

மனைவிக்காக வெளியே சாதாரணமாக காட்டிக் கொண்டாலும் உள்ளுக்குள் குழப்பத்தோடே இருந்தான் அவன்.

அதிரதன் வந்ததும் அவனை மதுவிற்குத் துணையாக இருக்க சொல்லிவிட்டு வெளியேற முயன்றவனை உணர்ந்து மது தடுக்கவும்,

“கடைக்கு தான்டி போறேன். கொஞ்ச நேரத்துல வந்துடுறேன்...” என்றவன் வெளியேறிவிட,

அதிரதன் மதுவிடம் என்ன பிரச்சினை என்று கேட்க அவளும் நடந்ததைக் கூற அதிரதனும் குழப்பத்தில் ஆழ்ந்தான்.

ஆனால், அங்கு சென்ற ரூபனுக்கு எந்த விவரமும் கிடைக்கவில்லை. முன்பிருந்த பழைய பைக்கும் இப்பொழுது இல்லை. குழப்பத்தோடும் ஏமாற்றத்தோடுமே வீடு திரும்பினான்.

வேறு பிரச்சினை ஏதும் நேராததால் நாளடைவில் அதை மறந்தும் போனான்.

ஒரு நாள் விடுமுறை அன்று ரூபனை மது காஃபி ஷாப்பிற்கு அழைக்க, அவனும் மறுப்பு சொல்லாது அவளோடு சென்றான்.

ஆனால், அங்கே அனிதாவைக் கண்டதும் ஆத்திரமுற்றவன் மதுவை முறைத்து விட்டு வெளியேறிவிட மது அனிதாவை செய்வதறியாது பார்த்தாள்.

"சாரி அனிதா..."

"விடு மது, நீ என்ன பண்ணுவ? ரூபனுக்கு அப்படி என்மேல என்ன கோபமோ தெரியல?" என்றவள் சிறிது நேரம் பேசிவிட்டு செல்லவும் கணவனின் கோபத்திற்கு இன்று பலியாக நேருமோ என்று அஞ்சியப்படியே வீடு திரும்பினாள் மதுவந்தி.

அவளை ஆத்திரத்தோடு ஏறிட்டவன், "நீ என்னை கேவலப் படுத்தணும்ன்றதுக்காகவே இப்படி செய்வியா?" கோபத்தைக் கட்டுப்படுத்திக் கொண்டு கேட்க,

"இல்லை ரூபன்..." அவள் தடுமாற,

"பேசாத, வாயை திறந்த அப்புறம் நான் மனுஷனாவே இருக்க மாட்டேன்..." என்று சீறியவனைக் கண்டு நடுங்கினாள்.

"கல்யாணம் முடிஞ்ச அன்னைக்கு உன்கிட்ட சொன்னது எல்லாத்தையும் மறந்துட்டியா?"

'இல்லை' என அவள் தலையசைக்க,

"அப்படினா என்னை விட்டு போறதுல உனக்கு அவசரமா?" என்றவனின் வார்த்தையில் பதறிப் போனாள்.

"ஏன் ரூபன் அப்படிலாம் பேசுற?"

"வேற எப்படி பேச சொல்ற?"

"உனக்கு தான் என்னை பிடிக்கலல்ல. அப்புறம் ஏன் என்கூட நீ கஷ்டப்படணும்?"

"உன்கூட எனக்கு கல்யாணம் ஆகிடுச்சு. பிடிச்சாலும் பிடிக்கலனாலும் இந்த ஜென்மத்துல நீ மட்டும் தான் என் பொண்டாட்டி. இதுல எந்த மாற்றமும் இல்லை..." என்றவன்,

"இத நான் கல்யாணம் முடிஞ்ச அன்னைக்கே உன்கிட்ட சொல்லிட்டேன். இனி திரும்பத் திரும்ப சொல்லிட்டு இருக்கமாட்டேன். இன்னொருமுறை பைத்தியக்காரத்தனமா எதாவது பண்ணிட்டு இருந்த உன்னை கொல்லவும் தயங்கமாட்டேன்..." என்றவனிடம்,

"என்னை கொன்னுடு. அதுக்கப்புறமாது நீ வேற ஒருத்தியை கல்யாணம் பண்ணிட்டு சந்தோஷமா இருப்ப..." என்றவளை ஆவேசமாக இழுத்தவன்,

"அடியே குட்டச்சி! நான் சொல்றது உன் மண்டையில ஏறுதா இல்லையா? நீ இருந்தாலும் இல்ல செத்தாலும் இனி வேற ஒருத்திக்கு என் வாழ்க்கையில

இடம் இல்லை. இதை விட தெளிவா நான் என்ன சொல்லணும்னு எதிர்பார்க்கிற?" என்றவன்,

"நான் உன் புருஷன்றது உன் மனசுல ஆழமா பதியுற வரைக்கும் நீ இப்படிதான் எதாவது முட்டாள்தனமா பண்ணிட்டு இருப்ப. முதல்ல அதை பதிய வைக்கிறேன்..." என்றவன் அவளை சீண்டுவதற்காக நெருங்க,

அதை உணர்ந்து இரண்டடி பின்னால் நகர்ந்தவள், "புருஷன்னா பொண்டாட்டிய தொடுறது மட்டும் தானா?" என்றவளின் வார்த்தையில் அதிர்ந்தவன் பின் ஆத்திரத்தோடு அவளை பார்த்துவிட்டு வேகமாக வெளியேறினான்.

அவனின் பார்வையில், தான் பேசிய வார்த்தையின் அர்த்தத்தை உணர்ந்தவள் பதறிப் போனாள்.

தான் பேசிய வார்த்தைகள் அவனை எந்தளவு பாதித்திருக்கும் என்பதை அவள் அறிவாளே.

அவன் ஒரு நாளும் என்னை பலவந்தப்படுத்தியது இல்லையே. முதல் முறை கூட என் அனுமதியைப் பெற்று தானே என்னை நெருங்கினான்.

அதுமட்டுமல்லாது தெளிவாக அனைத்தையும் பேசிவிட்டு தானே இல்லற வாழ்க்கையையே தொடங்கினான்.

அப்படிப்பட்டவனை காயப்படுத்திவிட்டேனே என அவள் கலங்கி நிற்க, வெளியே சென்றவனோ முதலில் ஆத்திரத்தோடு சுற்றிக் கொண்டிருந்தவன் கோபம் குறைய குறைய தான் தன் தவறும் புரிந்து வருந்தி நின்றான்.

எனினும் மதுவை எதிர்க்கொள்ள முடியாது நேரம் கடந்தே வீட்டிற்கு வந்தவனை அவள் தவிப்போடு ஏறிட, அவளை பார்த்தவன் 'மன்னித்துவிடு' என்ற வார்த்தையை மட்டும் உதிர்த்துவிட்டு நகர்ந்து விடவும் அவள் தவித்துப் போனாள்.

திருமணம் முடிந்த நாளில் இருந்து அவனை அணைத்துக் கொண்டே உறங்கி பழகியவளுக்கு இன்று அவன் விலகி படுத்திருப்பதால் தூக்கம் கூட தூரப் போனது.

அவளாக அவனை நெருங்கவும் அஞ்சி அவனின் முதுகுப்புறத்தையே பார்த்தப்படி படுத்திருந்தாள்.

அன்றிலிருந்து முற்றிலுமாக அவளை விட்டு ஒதுங்கி போனான். அவன் மனதில் என்ன இருக்கிறது என்பதை கூட அவளால் புரிந்துக் கொள்ள முடியவில்லை.

வெளியே விறைப்போடு திரிந்தாலும் அறைக்குள் அவளை பூப்போல தாங்கியவன் இப்பொழுதெல்லாம் அறையிலும் யாரோ போல அவளை கடந்துவிடுவதைக் கண்டு அவளால் வேதனைக் கொள்ள மட்டுமே முடிந்தது.

நாட்கள் மாதங்களாக நகர்ந்தாலும் அவர்களுக்கு இடையே எந்த மாற்றமும் நிகழவில்லை.

அன்று மதுவந்தியிடம் வந்த மேனேஜர் சில ஃபைல்களைக் கொடுத்து, “இத இன்னைக்கே முடிச்சிட்டு போ மது. நாளைக்கு காலையிலே சப்மிட் பண்ண-ணும்...” என்றதும் அவளும் அந்த வேலையைத் தொடர்ந்தாள்.

ஆனால், அது முடிய தாமதமாகிக் கொண்டே செல்லவும் வேலை முடிந்து மற்றவர்கள் வீட்டிற்குச் செல்லத் தொடங்கினர்.

சந்தியா அன்று வராததால் துணைக்கு யாரும் இருக்க மாட்டார்களே என கவலைக்கொண்டவள் ரூபனைப் பார்த்தாள்.

அவனும் வேலை முடிந்து கிளம்புவதற்கு ஆயத்தமாகவும், அவனை அழைக்க தயங்கிக் கொண்டு குறுந்தகவல் அனுப்பினாள்.

அதை பார்த்தவன் நிர்மலிடம், “நீ போ மச்சி, எனக்கு கொஞ்சம் வேலை இருக்கு முடிச்சிட்டு வர்றேன்...” என்று அனுப்பி வைத்தான்.

அதிரதனுக்கு அழைப்பு விடுத்து இன்று தாமதமாக வருவதால் அவளை அழைப்பதற்கு அவன் வர வேண்டாம் என விவரம் தெரிவித்தாள்.

அனைவரும் கிளம்பிவிட மதுவந்தி அவசர அவசரமாக வேலையை முடிக்க முயன்றாள். ஆனால், நேரம் நீண்டு கொண்டே செல்ல அதில் கடுப்பானவன் அவளருகில் வந்து அதை வாங்கிப் பார்த்தான்.

பின் அவளை முறைத்தவன், “இந்த லட்சணத்துல வேலை பார்த்தா இன்-னைக்கு முடிக்கவே முடியாது, நகரு...” என்றவன் அவள் நகர்ந்ததும் அவள் இருக்கையில் அமர்ந்து அவள் வேலையைத் தொடர்ந்தான்.

“என்கிட்ட முன்ன மாதிரி பேச கூட மாட்டியா ரூபன்?” தயங்கிக் கொண்டே அவள் கேட்க,

அவனோ அவள் முகத்தைக் கூட பார்க்காது, “எஸ்.கே கம்பெனி ஃபைல், ஃபைல் ரூம்ல இருக்கும் அதை எடுத்துட்டு வா...” என கட்டளையிட,

“சாரி ரூபன், தெரியாம அப்படி பேசிட்டேன்...” என்றாள் கண்ணீரோடு.

“சொல்றத மட்டும் செய்...” என்று வேலையை நினைவுப்படுத்த, அவளும் அமைதியாகச் சென்றாள்.

சென்றவள் நேரம் ஆகியும் வராது போகவும் அவளைத் தேடி அங்கே சென்-றவன் அவளைக் கண்டதும் மற்றதை மறந்து சிரித்துவிட்டான்.

ஆனால், சத்தம் இல்லாமல் சிரித்தவன் அவளை நோக்கி நகர, அவளோ அவன் வந்ததைக் கூட உணராது எம்பி எம்பி குதித்து அந்த செல்ஃபில் இருந்த ஃபைலை எடுக்க முயன்று தோற்றுக் கொண்டிருந்தாள்.

அவளருகில் சென்றவனோ, “ஹே குட்டச்சி! உன் உயரத்துக்கு இந்த வேலை தேவையா?” அவளின் காதோரம் கிசுகிசுப்பான குரலில் கேட்கவும்,

அதில் பதறி திரும்பியவளின் கால்கள் தரையில் படாமல் மிதக்கவும் தான் அவன் தன்னைத் தூக்கியிருப்பதை உணர்ந்து நிம்மதியுற்றவள் திரும்பி அவன்

கேட்ட ஃபைலை எடுக்க,

அவளை தன்புறம் திருப்பியவன், “இனி உன் உயரத்துக்கு ஏத்த வேலையை மட்டும் செய்...” என்றபடியே அவளை கீழே இறக்கிவிட அவனையே பார்த்தி-ருந்தாள் அவள்.

அவளின் பார்வையை எதிர்க்கொள்ள முடியாதவன் அமைதியாக நகரவும் அவனை பிடித்து இழுத்தவள் சட்டென்று அவனை அணைத்துக்கொள்ள, அதில் அவன் திகைத்தாலும் அவளை விலக்க முயன்றான்.

அவள் பிடிவாதமாக அவனை ஒன்றிக்கொள்ள, “என்ன மதி இது? நாம ஆஃபிஸ்ல இருக்கோம்ன்றத மறந்துடாத, நகரு...” அவளை விலக்கியவன் அவள் முகம் வாடியிருக்கவும்,

அவள் முகத்தை கையில் ஏந்தி அவள் நெற்றியில் இதமாக இதழ் பதித்து, “எனக்கு உன் மேல எந்த கோபமும் இல்லடி. ஆனா, எனக்கு கொஞ்ச நாள் டைம் கொடு...” என்றதும் அவள் அவனையே பார்த்திருக்க,

“வா, சீக்கிரம் வேலையை முடிச்சிட்டு கிளம்பலாம்...” என அவளை அழைத்துக் கொண்டே வெளியே வந்தவன் அவ்வளவு நேரமும் அங்கே நடந்ததை இருவிழிகளும் அந்த இருவிழிகளுக்கு சொந்தமான மொபைல் கேமிராவும் படம்-பிடித்துக் கொண்டதை அறியவில்லை.

6

அன்று காலையில் இருந்தே சோர்ந்திருந்த மதுவந்தியைக் கண்ட அதிரதன், "என்ன மது உடம்பு சரியில்லையா?" என்று வினவ,

"ஆமா தம்பிப்பையா, என்னன்னு தெரியல ரொம்ப டயர்டா இருக்கு..." என்றாள் சோர்வாக.

"அப்புறம் எதுக்கு ஆஃபிஸ் போற? லீவ் போட்டு வீட்டுல ரெஸ்ட் எடு..."

"வேலை இருக்கே. இன்னைக்கே முடிக்க சொல்லியிருக்காங்க..."

"பரவாயில்ல மது, அவனை பார்த்துக்க சொல்லிக்கலாம்..."

"வேணாம் தம்பிப்பையா. ஏற்கனவே ரூபனுக்கு அதிக வேலை. இதுல நானும் அதிக சுமையை ஏத்த விரும்புல. நான் சீக்கிரம் முடிச்சிட்டு பர்மிஷன் கேட்டு வந்துடுறேன்..."

"நீயாது சொல்லேன்டா..." அங்கு வந்த அண்ணனின் உதவியை நாட,

அவன் மதுவைப் பார்க்கவும், "இல்லை நான் பார்த்துக்கிறேன்..." என்றவள் பிடிவாதமாக அதிரதனை அழைத்துக் கொண்டு வெளியேற,

அதிரதன் தமையனைப் பார்க்கவும் அவன் கண்களாலே அவளை தான் பார்த்துக் கொள்வதாக நம்பிக்கை அளிக்க இளையவன் கவலையின்றி சென்றான்.

என்னதான் சமாளித்துக் கொள்வதாகச் சொல்லிவிட்டு வந்தாலும் மதுவந்தி-யால் அங்கு வேலை செய்ய முடியவில்லை.

தொய்ந்து போய் அமர்ந்திருந்தவளைக் கண்ட சந்தியா அவள் பருகுவதற்கு தேநீரை வரவழைத்துக் கொடுக்க, அதை வாங்கி பருகிய மதுவந்தி தொடர்ந்து பருக முடியாமல் குமட்டிக் கொண்டு வரவும் ரெஸ்ட் ரூமை நோக்கி ஓட சந்தி-யாவும் பதறி தோழியின் பின்னே ஓடினாள்.

சிறிது நேரம் கழித்து வெளியே வர மற்றவர்கள் அவளையே பார்த்திருந்தனர்.

ரூபனும் நிர்மலும் அவளருகில் வரவும், "அவளுக்கு ரொம்ப முடியல, ஹாஸ்-பிடல் கூட்டிட்டு போகலாம் ரூபன்..." சந்தியா சொல்ல அவனும் சரி என்றான்.

"எதுக்கு ஹாஸ்பிடல் போகணும்?" என்ற நிர்மலை மற்றவர்கள் கேள்வியாய் பார்க்க,

அவனோ புன்னகையோடு, “ஏன் டார்லிங், உனக்கு இன்னுமா புரியல? டயர்டா இருக்கிறது, வாமிட் பண்றதுலாம் நல்ல விஷயத்துக்கான அறிகுறி தான?” என்றதும்,

சந்தியாவும் ‘அப்படியும் இருக்குமோ?’ என தோழியைப் பார்க்க அவளோ தவிப்போடு நின்றாள்.

“இதுலாம் எதுக்கு மதுகிட்ட கேட்கிற? தீபனுக்கு போன் பண்ணு அவரே வந்து அவளை லேடி டாக்டர்கிட்ட கூட்டிட்டு போய் கன்ஃபார்ம் பண்ணட்டும்...”

மகிழ்ச்சியோடு சொல்பவனிடம் தன்னிலையை விளக்க முடியாமல் மதுவந்தி பரிதவித்து நிற்க, ரூபனோ நண்பனை கொலைவெறியோடு பார்த்துக் கொண்டிருந்தான்.

“சீக்கிரம் மது, ஏன் அமைதியா இருக்க? தீபன் நம்பர் சொல்லு, நானே அவரை வர சொல்றேன்...” என்றவன் போனை எடுக்க,

“தெளிவா கேளு நிர்மல், இந்த விஷயத்த தீபன்கிட்ட சொல்லணுமா? இல்ல ரூபன்கிட்ட சொல்லணுமானு?” என்ற அனிதாவின் குரலில் நிர்மல் குழம்பிப் பார்க்க மது அதிர்ந்து பார்த்தாள் தங்களைப் பற்றி அவளுக்குத் தெரிந்து விட்டதோ என்று.

“என்ன உளர்ற?” அனிதாவின் குணமறிந்த சந்தியா ஆத்திரத்தோடு கேட்க,

“மது வயித்துல வளர்ற குழந்தை ரூபனுடையதா கூட இருக்கலாமே...” என்றதும் சந்தியா அவளை அடிக்க கை ஓங்க அவளை தடுத்த அனிதா,

“ஏன் இவ்ளோ கோபம் சந்தியா? நான் அனுப்புற வீடியோ பார்த்துட்டு நீயே முடிவு பண்ணு...” என்றவள்

தன் மொபைலை எடுத்து வீடியோவை அனுப்பியவள் அதை சந்தியாவிற்கு மட்டுமல்லாது மற்றவர்களுக்கும் சேர்த்தே அனுப்ப அனைவரும் அதைக் கண்டு அதிர்ந்து ரூபனையும் மதுவையும் பார்த்தனர்.

அலுவலக அறையில் மது ரூபனை அணைத்திருந்ததை தன் மொபைலில் படம்பிடித்திருந்தாள் அனிதா.

நேற்று எப்படியாவது ரூபனிடம் பேசி விட வேண்டும் என காத்திருந்த அனிதாவிற்கு, மதுவிற்கும் ரூபனுக்கும் இடையேயான நெருக்கம் குழப்பத்தை ஏற்படுத்தியிருந்தது.

இருவருக்கும் ஏதோ பிரச்சினை என்றெண்ணியிருந்தவள் ரூபனிடம் பேசுவதற்கு சரியான நேரத்திற்காக காத்திருந்தாள்.

ஆனால், அவளின் இருக்கை ஒரு மூலையில் இருந்ததால் அவள் அங்கு இருந்ததை இருவருமே கவனிக்கவில்லை.

ஃபைலை எடுப்பதற்காக மது அறைக்குள் செல்ல சிறிது நேரம் காத்திருந்த அனிதா அந்த தனிமையை பயன்படுத்தி ரூபனிடம் பேசுவதற்காக அவனை

நோக்கி நகரும் நேரம் ரூபனும் அறையை நோக்கிச் செல்ல அனிதாவும் அவனை பின்தொடர்ந்தாள்.

ஆனால், உள்ளே இருவரின் நிலையைக் கண்டு அதிர்ந்தவள் இருவருக்கும் இடையே தவறான உறவு இருப்பதாகத் தான் முடிவு செய்தாளே ஒழிய இருவரும் கணவன் மனைவியாக இருக்கக் கூடும் என்று நினைத்துக் கூட பார்க்கவில்லை.

மதுவின் மீதுள்ள மோகத்தால் தான் அவன் தன்னை திரும்பிக் கூட பார்க்கவில்லை என்றெண்ணி ரூபனின் மீது வன்மத்தை வளர்த்துக் கொண்டாள்.

இதை மற்றவர்களுக்கும் தெரியப்படுத்தி இருவரையும் கேவலப்படுத்த எண்ணியவளுக்கு அடுத்த நாளே அந்த வாய்ப்பு அமையும் என்று எதிர்பார்க்கவில்லை.

அவர்களின் வீடியோவைக் கண்டு அனைவரும் அதிர்ந்து நிற்க, “இப்ப சொல்லுங்க அந்த குழந்தை யாருடையதுனு?” என நக்கலாய் கேட்க மதுவந்தியோ தன்னிலையை எண்ணி கதறி அழுதாள்.

தானும் ரூபனும் கணவன் மனைவி என்ற உண்மையை தெரிந்து தான் அனிதா கோபமாக பேசுகிறாள் என்றெண்ணியிருந்தவள் அந்த வீடியோவைக் கண்டும், அவள் பேசிய வார்த்தையிலும் கூனிக் குறுகிப் போனாள்.

சந்தியாவிற்கு வீடியோவைக் கண்டு அதிர்ச்சியாக இருந்தாலும் அவள் அனிதாவைப் போல அவர்களை தவறாக எண்ணவில்லை.

ஏனெனில் தன் நண்பர்களைப் பற்றி நன்கு தெரிந்து வைத்திருப்பதால் மது சொன்ன ‘தீபன்’ ரூபனாகத் தான் இருக்கும் என்று உறுதியாக நம்பினாள்.

ஆனால், இருவருக்கும் தான் திருமணம் நடந்திருக்கிறது என்றால் அதை ஏன் தங்களிடம் மறைக்க வேண்டும் என குழம்பியவள் அதற்கான காரணத்தை ரூபனே சொல்வான் என்ற நம்பிக்கையில் மதுவைத் தேற்றத் தொடங்கினாள்.

சந்தியா அளவிற்கு நிர்மல் தெளிவாக எண்ணவில்லை என்றாலும் இருவரையும் தவறாகவும் எண்ணவில்லை.

மாறாக, தன் நண்பர்களைப் பற்றி தவறாக பேசும் அனிதாவிடம் கோபத்தைக் காட்ட, அவளோ அவனை ஏளனமாக பார்த்தாள்.

“உன் ஃப்ரெண்டே தப்ப ஒத்துக்கிட்டு அமைதியா இருக்கான். நீ ஏன் துள்ளுற?” என்றவளின் பேச்சில் அவளை முறைத்தவன்,

நண்பனிடம், “நீ ஏன் மச்சி அவ பேச்சை கேட்டுட்டு அமைதியா இருக்க? அவளை அடிச்சு துரத்துடா? பொண்ணா இவ?” என்றான் ஆத்திரத்தோடு.

ரூபன் எதுவும் பேசவில்லை.

அழுதுக்கொண்டிருக்கும் தன் மனைவியையே ஆத்திரத்தோடு பார்த்திருந்தான்.

அவனின் அமைதி அலுவலகத்தில் இருக்கும் ஒவ்வொருவரையும் ஒவ்வொரு விதமாக பேச வைக்க, அதில் பொறுமையிழந்தவன் வேகமாக மதுவை நெருங்கி அவள் கன்னத்திலே ஓங்கி அறைந்து, “இப்ப கூட நான் தான் உன் புருஷன்னு

உன்னால சொல்ல முடியலயா? எதுக்குடி உனக்கு இவ்ளோ பிடிவாதம்?'' என்றதும்,

அனைவரும் அதிர்ந்துப் பார்க்க, மதுவந்தியோ அவன் அடித்ததைக் கூட கண்டு கொள்ளாது அவனையே மகிழ்வோடு பார்த்திருந்தாள்.

அவள் பார்வையில் என்ன கண்டானோ கோபம் குறைந்து அவளை இழுத்து தன் கைவளைவில் நிற்க வைத்தவன் அனைவரையும் பார்த்து,

“ஆமா, நான் தான் அவ புருஷன் தீபன். தீபன் என்கிற அதிரூபன்...'' என்றான் அழுத்தமாக.

அனிதாவைப் பார்த்து, “நீ எல்லாருக்கும் வீடியோ அனுப்புன, இப்ப நான் அனுப்புறேன் அதையும் பாரு...'' என்றவன் தன் மொபைலை எடுத்து வீடியோவை அனைவருக்கும் பகிர்ந்தான்.

அதில், ஊரறிய மதுவந்தியின் கழுத்தில் மாங்கல்யத்தை அணிவித்து அவளை மனைவியாக்கிக் கொண்ட ரூபனைக் கண்டு அனைவரும் திகைத்தனர்.

“இனி யாருக்கும் எந்த விளக்கமும் தேவையில்லைனு நினைக்கிறேன்...'' என்றவன்,

தன் நண்பர்களிடம், “உங்ககிட்ட இத பத்தி அப்புறம் பேசுறேன்...'' என்றதும் அவர்களும் சரி என்றனர்.

அனைவரும் குழப்பத்திலும் அதிர்ச்சியிலும் நிற்க, மதுவந்தியோ மகிழ்ச்சியில் துள்ளி குதிக்காத குறையாக கணவனையே பார்த்தப்படி நின்றாள்.

இத்தனை நாட்களாக எதை எதிர்பார்த்து ஏங்கியிருந்தாளோ இன்று அது நடந்தேவிட்டது. அந்த மகிழ்ச்சியில் அனிதா பேசியது கூட மறந்து போயிருந்தது.

இதயத்தைஏதோஒன்றுஇழுக்குது
கொஞ்சம்நின்று
இதுவரைஇதுபோலேநானும்
இல்லையே
கடலலைபோலேவந்துகரைகளை
அள்ளும்ஒன்று
முழுகிடமனதும்பின்வாங்கவில்லையே
இருப்பதுஒருமனதுஇதுவரைஅது
எனது
என்னைவிட்டுமெதுவாய்அதுபோக
கண்டேனே

மகிழ்ச்சியில் அது அலுவலகம் என்பதையும் மறந்து மற்றவர்கள் சூழ நிற்கிறோம் என்பதையும் மறந்து கணவனை அணைத்துக் கொண்டவள் அவனுக்கு முத்தம் கொடுக்க முயல, அது முடியாமல் போகவும் அவனை ஏக்கத்தோடு பார்த்-

தாள்.

அவள் மனம் புரிந்து அவளை அவன் தூக்க, அவன் முகம் முழுவதும் முத்தமிட்டு மகிழவும் அவள் மகிழ்வைக் கண்டு தானும் மகிழ்ந்தவன்,

“இப்ப சந்தோஷமா? நீ எதிர்பார்த்த மாதிரி நடந்துக்கிட்டனா?” அவளுக்கு மட்டும் கேட்கும் குரலில் அவன் கேட்க, அவளும் மகிழ்வோடு தலையசைத்தாள்.

“ஆனா, நான் எதிர்பார்க்கிற மாதிரி நீ நடந்துக்கலையேடி...” என்றான் விரக்தியாக.

அவள் புரியாமல் பார்க்க, “எனக்கும் தெரியல உனக்கு எப்படி புரிய வைக்கிறதுனு?” என்றவனின் வருத்தத்தைக் கண்டு அவள் கலங்க,

“ஃபீல் பண்ணாத, அப்புறம் பார்த்துக்கலாம் நிறையவே டைம் இருக்கு...” என்றவனின் புன்னகையில் உயிர்ப்பு இல்லை என்பதை உணர்ந்து கலங்கினாள்.

அவர்கள் நிலையைக் கண்டு நிர்மல், “யம்மாடி மது! இது உன் வீடு இல்லை ஆஃபிஸ். கொஞ்சம் அவனை விட்டு விலகியே இரு. இல்லனா இதையும் வீடியோ எடுக்க சில பேர் காத்துட்டு இருப்பாங்க...” என்றவன் அனிதாவை ஆத்திரத்தோடு பார்க்க அவள் அவனை முறைத்துவிட்டு அங்கிருந்து நகர்ந்தாள்.

அதைக் கண்டு புன்னகைத்தவன் ரூபனிடம், “ஆனாலும் மச்சி நீ சொன்னது உண்மையாகிடுச்சுடா. மதுவ நீ இடுப்புல தூக்கி வச்சிக்கிட்டு தான் கொஞ்சணும் போல...” என்றான் கேலியாக.

ஒரு நாள் ரூபன் மதுவிடம், ‘உன்னை கட்டிக்கிறவன் இடுப்புல தூக்கி வச்சிக்கிட்டு தான் கொஞ்சணும்...’ என கேலி செய்திருந்தான்.

அதை நினைவு வைத்து சொன்ன நண்பனை ரூபன் முறைக்க, மது அசடு வழிந்தப்படி கணவனின் மார்பில் சாய்ந்துக் கொண்டாள்.

மற்றவர்கள் தங்கள் வேலையை கவனிக்கத் தொடங்க நிர்மலோ ரூபனிடம், “அப்புறம் மச்சி எப்ப டிரீட்டு?” என்றதும்,

“எதுக்கு?”

“எதுக்கா? கல்யாணத்துக்கு தான் கொடுக்கல, இப்ப அப்பாவாக போற அதுக்கும் கொடுக்காம ஏமாத்திடாதடா? ரெண்டுத்துக்கும் சேர்த்தே கொடுத்தாலும் எனக்கு நோ அப்ஜக்ஷன்...” என்றதும் மது அதிர்ந்துப் பார்க்க,

ரூபனோ, “போய் வேலைய பாருடா...” என்றவன்

மதுவின் உடல்நிலையைக் கருத்தில் கொண்டு சந்தியாவிடம், “நான் இவளை ஹாஸ்பிடல் கூட்டிட்டு போயிட்டு வந்துடுறேன்...” என்று மனைவியை அழைத்துக் கொண்டு வெளியேறினான்.

“ஏன் ரூபன், நிர்மல் சொல்ற மாதிரி எதாவது இருக்குமா?” பதற்றத்தோடு கேட்க,

அவளை முறைத்தவன், “அவன் தான் எதுவும் தெரியாம உளர்றான்னா நீயும் ஏன்டி இப்படி பண்ற? உடம்பு முடியலனாலும் வாமிட் வரும்...” என்றதும்,

அவள் அப்பொழுதும் நம்பாமல் பார்க்க, “அடியே என் அறிவு பொண்டாட்டி, நான் உன் பக்கத்துல வந்தே மூணு மாசத்துக்கு மேல ஆகுது அப்புறம் எப்படி?” என்றான் அவளுக்கு புரியும் விதத்தில்.

ஆனால், அவளோ எதையோ நினைத்து குழம்பியவளாய் அவனோடு மருத்துவமனை நோக்கிச் சென்றாள்.

இங்கே அலுவலகத்திலோ நிர்மல் சந்தியாவிடம் புலம்பியப்படி நின்றான்.

“ஏன் தியா அவன் நம்மகிட்ட கூட உண்மைய சொல்லுல?”

“எதாவது காரணம் இருக்கும் விடு, அதான் அவனே வந்து சொல்றேன்னு சொல்லியிருக்கான்ல...”

“என்னை எவ்வளவு பெரிய முட்டாளா ஆக்கிட்டான் பார்த்தியா?” என்றவனை அவள் புரியாமல் பார்க்க,

“அன்னைக்கு அவன் எனக்காக ப்ளான் பண்ணி உன்னை என்கூட அனுப்புனானு நினைச்சு எவ்வளவு சந்தோஷப்பட்டேன் தெரியுமா?

ஆனா, அந்த ஃப்ராடு அவன் பொண்டாட்டி கூட போறதுக்கு என்னை கழட்டி விட்டுருக்கான். வரட்டும் கவனிச்சிக்கிறேன்...” என்றவனை அவள் முறைக்க,

“என்ன டார்லிங் நீயும் என்னை முறைக்கிற? நான் உனக்காகவும் சேர்த்து தான் கோபப்படுறேன்...”

“எனக்கு அவன் மேல எந்த கோபமும் இல்லை...”

“எப்படி இருக்கும்? அவன்கிட்ட அடிக்கடி பல்பு வாங்குனது நான் தான. அவன் தான் மது புருஷன்னு தெரியாம அவன்கிட்டயே அவனை பத்தி கேட்டுருக்கனே.

இதுல அவன் பொண்டாட்டி சமைச்சத பத்தி அவன்கிட்டயே பெருமை பேசுனேன். அப்பலாம் என்னை நினைச்சு கேவலமா சிரிச்சிருப்பான்ல?” பரிதாபமாய் சொன்னவனைக் கண்டு சந்தியாவிற்குக் கூட பாவமாய் தோன்றியது.

“இதுக்குலாம் நான் அவனை பழிவாங்கியே தீருவேன்...”

“எப்படி?”

அவள் கரத்தைப் பற்றியவன், “அவன் எப்படி கல்யாணம் பண்ணிக்கிட்டு நம்மகிட்ட மறைச்சானோ அதே மாதிரி நாம ரெண்டு பேரும் கல்யாணம் பண்ணிக்கிட்டு அவன்கிட்ட மறைக்கணும்...” என்றதும் அவள் காலிலிருந்ததைக் கழட்டப் போக,

அதை கண்டவன், “அட என்ன டார்லிங் ஆஊன்னா அத கழட்ட போற? வேணும்னா சொல்லு நானே பிச்சிட்டு புதுசா வேற வாங்கி தர்றேன்...” என்றான்

கடுப்பாக.

“ஆனாலும் இந்த ரூபன், எப்பவும் மதுவ முறைச்சிக்கிட்டே இருந்தாலும் காரியத்துல கண்ணா இருந்திருக்கான் பாரேன்...” என கேலி செய்ய,

“ஏன்டா உனக்கு கொஞ்சம் கூட விவஸ்த்தையே இல்லையா? போய் வேலைய பாருடா...”

“ஆமா டார்லிங், மத்தவங்க பர்சனல் நமக்கு எதுக்கு? நீ வாயேன் நம்மல பத்தி பர்சனலா கொஞ்சம் டிஸ்கஸ் பண்ணுவோம்...” அசடுவழிய கேட்டவனின் முதுகிலே பலமாக அவள் அடிக்க, அவன் வலியில் முனகிக் கொண்டே அங்கிருந்து நகரவும் அவனை எண்ணி தனக்குள்ளே சிரித்தாள் அவள்.

மருத்துவமனைக்கு மனைவியை அழைத்து வந்த ரூபன் டோக்கனை வாங்கிவிட்டு காத்திருக்க மதுவந்தி குழப்பத்தோடே அமர்ந்திருந்தாள்.

“என்ன யோசிச்சிட்டு இருக்க?”

“ஒன்னுமில்ல...”

அவளை முறைத்தவன், “கண்டதை யோசிச்சு உன்னை நீயே குழப்பிக்காத. அமைதியா இரு...” என்றான்.

நர்ஸ் அவர்களை அழைக்கவும் மருத்துவரைப் பார்ப்பதற்காக உள்ளே சென்றவர்கள் மருத்துவரிடம் விவரம் தெரிவிக்க அவரோ முதலில் மதுவின் பல்ஸ் ரேட்டை கவனித்துவிட்டு பின்பு அவளை பரிசோதிப்பதற்காக உள்ளே அழைத்துச் சென்றார்.

சிறிது நேரம் கழித்து வெளியே வந்தவர் ரூபனிடம் வாழ்த்து தெரிவிக்க அவனோ குழப்பத்தோடு அவரை ஏறிட்டான்.

அதை தவறாக புரிந்து கொண்டவரோ, “என்ன மிஸ்டர் அதிரூபன், சந்தோஷப்படுறதுக்கு பதிலா ஷாக் ஆகுறிங்க? ஏன் பேபி இப்ப வேணாம்னு தள்ளி போட்டுருக்கிங்களா?

அப்படி எதாவது முடிவு எடுத்திருந்தா மாத்திக்கோங்க, குழந்தைங்க கடவுள் கொடுக்கிற வரம். அவரா கொடுக்கும் போது மறுக்கக் கூடாது...” என்று அறிவுரை வழங்கினார்.

ஆனால், அவனோ அவர் சொல்வதை காதில் வாங்காது உறைந்து நின்ற மனைவியைக் கண்டு தானும் உறைந்து போனான்.

அந்த மருத்துவர் மகப்பேறு மருத்துவர் ஒருவரை சிபாரிசு செய்து இனி அவரிடம் தவறாது பரிசோதித்துக் கொள்ளும் படி சொல்லவும் அவரிடம் தலையசைத்து விட்டு மனைவியோடு வெளியே வந்த ரூபன் அவளின் நிலையைக் காண முடியாமல் துடித்தான்.

அவளிடம் என்ன பேசுவது என்று கூட அவனுக்குத் தெரியவில்லை.

ஒருவேளை ரிப்போர்ட் பொய்யாக இருக்குமா? அல்லது மாறிவிட்டதா? என்றால் அதற்கும் வழியில்லை.

குழப்பத்தோடும் அதிர்ச்சியோடும் மனைவியை வீட்டிற்கு அழைத்து வந்தவன் மனைவியின் நிலையை சரி செய்யும் வழியறியாது தவித்தான்.

அதிர்ச்சியில் இருந்து வெகுநேரம் கழித்தே மீண்டவள் கணவனை தவிப்போடு ஏறிட்டாள்.

“ரூபன், டாக்டர் சொல்றது பொய் தானே? அப்படி எதுவும் இருக்காதுல்ல?” அவளின் தவிப்பு வார்த்தைகளாக வெளிவர பதில் சொல்ல முடியாது நின்றான்.

“சொல்லு ரூபன், வேணும்னா நாம இன்னொரு டாக்டரை பார்க்கலாமா?”

அப்பொழுதும் அவன் பேசாது நிற்க அவனின் அமைதியில் அதிர்ந்தவள், “நீ என்னை தப்பா...” என முழுதாக முடிக்கும் முன்னே அவளை அணைத்துக் கொண்டவன்,

“இல்லடி, அது என் குழந்தை தான்...” என்றதும் அவள் நம்ப முடியாமல் பார்த்தாள்.

மூன்று மாதமாக அவர்களுக்கு இடையே எதுவும் இல்லை எனும் போது பதினைந்து நாள் கரு எப்படி அவள் வயிற்றில் இருக்கும்? என்ற குழப்பத்தில் அவனை ஏறிட,

“நம்புடி, அது என் குழந்தை தான். நம்ம குழந்தை! போதுமா?” என்றான் உறுதியாக.

“எப்படி? ஆனா நாம தான்...” முடிக்க முடியாமல் திணற,

“அது வந்து...” என தயங்கியவன்,

“என்னை மன்னிச்சுடு மதி, போன மாசம் நீ உடம்பு முடியாம இருந்தப்ப நான் கொஞ்சம் என் கன்ட்ரோல இழந்துட்டேன்...” என்றவனை வேதனையோடு பார்த்தாள் அவள்.

கடந்த மாதம் சுயநினைவையே இழக்கும் அளவிற்கு அவள் உடல்நிலை மோசமாகியிருந்ததை அவளும் அறிவாள் தான்.

‘என் விருப்பமின்றி ஒரு நாளும் என்னை நெருங்காதவன், நான் சுயநினைவு இன்றி இருக்கும் போதா நெருங்கியிருப்பான்?’

இல்லை அதற்கு வாய்ப்பே இல்லை. அவன் எனக்காக அப்படி பேசுகிறான் என உறுதியாக நம்பியவள்,

அவனிடம், “போதும் ரூபன், எனக்காக நீ உன்னை தாழ்த்திக்காத...” என்றதும் துடித்தவன்,

“உண்மைய தான் மதி சொல்றேன். ஆனா, அந்த ஒரு நாள்லயே பேபி தங்கிடும்னு எதிர்பார்க்கல...” தவிப்போடு சொன்னவனை நம்பாமல் பார்த்தாள் அவள்.

அவள் ரூபன் மீது அவளுக்கு நம்பிக்கை இருக்கிறதே. தனக்காக இப்படி பேசுகிறானே என்ற குற்றவுணர்வில் அவள் தவிக்க, அவனோ மீண்டும் மீண்டும் சொன்னதையே சொல்லிக் கொண்டிருக்கவும் பொறுமையிழந்தவள்,

“அப்படினா அத்தை மேல சத்தியம் பண்ணு...” என்றதும் அதிர்ந்தான்.

அவன் தாயின் மீது எத்தகைய மதிப்பு வைத்திருக்கிறான் என்பதை அவள் அறிவாளே. அப்படியிருக்க அவர் மீது பொய் சத்தியம் செய்யமாட்டான் என்ற நம்பிக்கையில் அப்படி சொல்ல,

அவனோ தன் அன்னையின் மீதும் சத்தியம் செய்துவிட நொறுங்கிப் போனாள் அவள்.

அவளின் ரூபன் பொய்த்துப் போனானா?

அவளின் நம்பிக்கையை உடைத்துவிட்டானா?

என்னதான் அவனின் மனைவியாகவே இருந்தாலும் சுயநினைவின்றி இருந்தவளிடம் தன் ஆசையைத் தீர்த்துக் கொண்டானா? என்று நினைக்கையிலே அவள் கரம் அவன் கன்னத்தைப் பதம் பார்க்க அவன் உறைந்து நிற்பதைக் காண முடியாமல் அறைக்குள் ஓடி ஒளிந்தாள்.

செய்வதறியாது அப்படியே மண்டியிட்டு அமர்ந்த ரூபன் வாசலில் நின்ற அதிரதனைக் கண்டு அதிர்ந்தான்.

அவன் முகமே அவன் அனைத்தையும் கேட்டுவிட்டான் என்பதை உணர்த்த தம்பியின் முகத்தைக் கூட காண முடியாது தலைகுனிந்தவன் அருகில் வந்த அதிரதனோ தானும் தமையனின் முன்பு மண்டியிட்டவன் தமையனின் தலையை நிமிர்த்தினான்.

“என் அண்ணன் ஒரு நாளும் தலைகுனியுற மாதிரி எந்த காரியத்தையும் செய்யமாட்டான்...” என்றவனை அணைத்துக்கொண்டு கலங்கினான்.

“அம்மா மேல பொய் சத்தியம் பண்ணிட்டனே, என்னை மன்னிப்பாங்களா?” தவிப்போடு அவன் கேட்க,

“நிச்சயம் அவங்க உன்னை புரிஞ்சிப்பாங்கடா. காரணம் இல்லாம நீ எதையும் செய்யமாட்டனு அவங்களுக்கு தெரியும்...” என்றவன்,

தமையனை விலக்கி, “என்ன நடந்துச்சு? எதுக்காக இப்படி ஒரு பொய்யை மதுகிட்ட சொன்ன?” என்றதும்,

ரூபன் அமைதியாய் இருக்க, “சொல்லுடா, எதுக்காக மது முன்னாடி தப்பானவனா உன்னை காட்டிக்கிற?” என்றான் அழுத்தமாக.

ரூபன் பதில் சொல்லாது அங்கிருந்து நகரவும், “இப்ப சொல்றியா இல்லை மதுகிட்ட உண்மைய சொல்லட்டுமா?” என்றவனை வேதனையோடு பார்த்தவன்,

“சொல்லு. மது உயிரோட இருக்க கூடாதுனு நினைச்சினா தாராளமா சொல்லு...” என்றான் வலி நிறைந்த குரலில்.

அதிரதன் அதிர்ந்துப் பார்க்க அவனை அழைத்துக்கொண்டு வெளியே வந்த ரூபன், "உண்மை தெரிஞ்சா குழந்தைய மட்டுமல்ல அவளையும் சேர்த்தே அழிச்சிப்பா. நான் சொன்ன பொய்யை நம்பி என்னை கேவலமா நினைக்கிறாளேனு தான கவலைப்படுற? நினைச்சிட்டு போகட்டும்.

என்னதான் அவ என்னை தப்பா நினைச்சாலும் என் மேல கோபமாவே இருந்தாலும் அது என் குழந்தைனு நினைக்கிற வரைக்கும் தான் அவ சந்தோஷமா அதை சுமப்பா. அவளும் இருப்பா.

ஆனா, அவ வயித்துல இருக்கிறது என் குழந்தை இல்லைன்ற உண்மை தெரிஞ்சா அதுக்கப்புறம் அவளை அழிச்சிக்கவும் தயங்கமாட்டா.

எனக்கு என் மதி வேணும். அதுக்காக இந்த பொய்யை அவ உண்மைனே நினைச்சிட்டு இருக்கட்டும்..." என்றான் உறுதியாக.

மதுவந்தியின் மீது தன் தமையன் வைத்திருக்கும் அன்பைக் கண்டு நெகிழ்ந்த அதிரதன் அவனிடம், "நீ மதுவ காதலிக்கிறியா?" என்றான் சந்தேகமாக.

'ஆமாம்' என்று அவன் தலையசைக்க,

ஆச்சரியமாய் அவனைப் பார்த்தவன், "எப்ப இருந்து?" என்று வினவவும்.

"இப்ப தான் கொஞ்ச நேரத்துக்கு முன்னாடி..." என்றவனை புரியாமல் அதிரதன் பார்க்க,

அவனோ புன்னகையோடு, "எப்போ, உண்மை தெரிஞ்சா அவ உயிரோடவே இருக்கமாட்டாளேனு பயந்தேனோ? அப்ப தான் அவ இல்லனா என்னாலயும் இருக்க முடியாதுன்ற உண்மை எனக்கு புரிஞ்சுது. அவ மேல இருக்கிற காதலும் புரிஞ்சுது..." என்றவன்,

"ஆனா, இந்த மாதிரி ஒரு சூழல்ல என் காதலை உணருவேன்னு எதிர்பார்க்கல..." என்றான் விரக்தியோடு.

மனைவியின் மீதான காதலை உணர்ந்தும், அதை அவளிடம் சொல்ல முடியாத தன் தமையனின் நிலையை எண்ணி கலங்கிய அதிரதன், மதுவின் இந்த நிலைக்கு காரணம் யார் என்று குழம்பினான்.

அதை ரூபனிடமும் கேட்க, "தெரியலடா, இருபத்தினாலு மணி நேரமும் என் கண்ணு முன்னாடியே தான் இருக்கா. யாருக்குமே தெரியாம இப்படி நடந்துருக்குனா அது எப்படினு தான் தெரியல? யாரா இருக்கும்னும் தோணல.

இதுக்குலாம் காரணமானவன் மட்டும் கையில கிடைச்சான் அவனை என் கையாலே கொல்லுவேன்..." என்று ஆத்திரத்தில் சுவற்றில் ஓங்கி அடித்தவனோ, மதுவந்தி ஒரு நாள் மருத்துவமனையில் தனியாக இரண்டு மணி நேரம் இருந்ததை அதுவும் சுயநினைவின்றி இருந்ததை மறந்து போனான்.

"மதுவுக்கு அபார்ஷன் பண்ணிடலாமா?" அதிரதன் கேட்க,

"அந்த உயிர் என்னடா பாவம் பண்ணுச்சு?" என்றவன்,

“இந்த விஷயம் எப்பவும் மதிக்கு தெரிய கூடாது. அது எங்களோட குழந்தையாவே வளரட்டும்...” என்று எச்சரிக்கவும் அதிரதனும் தலையசைத்தான்.

ஆனால் நினைப்பதெல்லாம் நடப்பதில்லையே!

எனினும் இருவரின் மனமும் மதுவந்தியின் இந்த நிலைக்கு காரணம் யாரென்ற குழப்பத்தில் உழன்று கொண்டிருந்தது.

7

சிறு வயது முதல் எத்தனையோ முறை ரூபன் மதுவந்தியிடம் என்னோடு பேசாதே, என்னருகில் வராதே, என் முகத்தில் முழிக்காதே என கத்தியிருக்கிறான்.

அதில் அவள் வருந்தினாலும் மறுநிமிடமே புன்னகையுடன் அவனோடு பேசுவதற்கு வந்து நின்றுவிடுவாள்.

ஆனால், இன்று அவன் சொல்லாமலே அவனோடு பேசாது, அவனருகில் வராது, அவன் முகத்தில் முழிக்காது ஒதுங்கி நிற்பவளைக் கண்டு அவன் தான் துடித்தான்.

இது நாள் வரை அவள் அவனையே சுற்றிக் கொண்டிருந்ததால் எதையும் உணராதவன் இன்று அவளின் ஒதுக்கத்தில் தவித்து தான் போனான்.

சிறிது நேரம் மட்டுமே தனிமையில் இருந்தவள் பின் தன் வேலைகளை கவனிக்கத் தொடங்கினாள். ரூபன் என்ற ஒருவன் அந்த வீட்டில் இருப்பதை உணர்ந்ததைப் போலவே அவள் காட்டிக் கொள்ளவில்லை.

அவன் பேசுவதற்காக அவளருகில் வந்தாலும் ஒதுங்கிச் சென்றுவிடுகிறாள்.

அதிரதன் வந்துவிட்டதை அப்பொழுது தான் கவனித்தவள் அவசரமாக சமையலை முடித்து அவனை அழைத்து பரிமாறி அவனருகிலே அமர்ந்து அவனுக்கு வேண்டியதை கவனிக்க, அதை பார்த்துக் கொண்டிருந்த ரூபனுக்கு கடந்த கால நினைவுகள் தான் கண் முன் தோன்றியது.

வருடங்கள் மாறினாலும் மதுவந்தியின் அன்பும், அவளின் குணங்களும் மட்டும் இன்று வரையிலும் மாறவே இல்லை. அதிரதனுக்கு அவன் அன்னை இல்லாத குறையை இன்னமும் போக்கிக் கொண்டிருக்கிறாள்.

ஆனால், அது அதிரதனுக்கு மட்டும் தானா? இல்லையே அதிரூபனுக்கும் தான்.

அன்று இருவரும் தாயை இழந்து நிர்க்கதியாய் நிற்கையில் 'நான் இருக்கிறேன்' என்று இருவரையும் அரவணைத்தவளாயிற்றே அவள்.

அத்தோடு அவனுக்காக உயிரையும் விடத் துணிந்தவள் அவள்.

அப்படிப்பட்டவளுக்கு அவன் என்ன செய்தான்?

இதுவரை எதையும் செய்யவில்லை. மாறாக அவளை கஷ்டப்படுத்தினான். அத்தோடு அவளின் குடும்பத்தை விட்டு அவளை நிரந்தரமாக பிரித்தான்.

அவளின் குடும்பத்தை நினைக்கும் போதே சில விஷயங்களும் அவன் கண் முன் தோன்றி அவன் மனதில் ஆத்திரத்தை உண்டாக்கியது.

எதையும் நினைக்க விரும்பாது அவளருகில் சென்று அமரவும் அவனை கண்டவள் பட்டென்று முகத்தைத் திருப்பிக் கொள்ள, "பார்த்துடி! சுளுக்கிக்கப் போகுது..." என்றவனை அவள் கண்டுகொள்ளாதிருக்க,

"என்ன மது? அதிசயமா இன்னைக்கு நீ கோவமா இருக்கிற மாதிரி தெரியுது? அப்படி என்ன பண்ணான் அவன்?" அதிரதன் எதுவும் தெரியாதது போல கேட்க,

"அதலாம் உனக்கெதுக்கு? சாப்பிட்டு முடிச்சிட்டினா பாலை குடிச்சிட்டு அமைதியா போய் படு..." என்று அதட்டவும்,

"இன்னும் என்னை சின்னப்பிள்ளை மாதிரியே ட்ரீட் பண்ணு..." சலித்துக் கொண்டாலும் அவன் மனமோ அவள் அன்பில் நெகிழ்ந்து தான் இருந்தது.

கையை கழுவி விட்டு அங்கிருந்து நகர்ந்த அதிரதன் மதுவந்தியின் அழைப்பில் திரும்பிப் பார்க்க,

"நாளைக்கு ஹாஸ்பிடல் போகணும், கொஞ்சம் சீக்கிரமே கிளம்புறியா?" என்றதும்,

"ஒன்னும் வேணாம். நீ போடா, நான் அவளை கூட்டிட்டு போறேன். இனி ஆஃபிஸ்க்கும் நானே கூட்டிட்டு போறேன்..." ரூபன் சொல்ல,

அவனைக் கண்டு கொள்ளாத மதுவந்தியோ அதிரதனிடம், "உன்னால என்கூட வர முடியுமா? முடியாதா?" என்றாள்.

"வர்றேன். ஆனா எதுக்கு? உடம்பு இன்னும் சரியாகலையா?" தெரியாதது போலவே அவன் கேட்க,

மறுப்பாகத் தலையசைத்தவள், "நீ சித்தப்பாவாக போற..." சுரத்தையேயின்றி சொல்லிவிட்டு தன் அறையை நோக்கி நகரவும்,

இருவருக்கும் வாழ்த்துத் தெரிவித்தவன் அவளை பிடிவாதமாக அமர வைத்து சாப்பிட வைத்தப் பிறகே அங்கிருந்து நகர ரூபன் அமைதியாகவே பார்த்திருந்தான்.

இரண்டு மணி நேர ஒதுக்கத்தைக் கூட அவனால் தாங்கிக்கொள்ள முடியவில்லை.

அவளின் மௌனத்தை தாங்கிக்கொள்ள முடியாமல் அறைக்குள் சென்றவன் படுத்திருந்தவளின் அருகில் அமர்ந்து அவள் கரத்தைப் பற்றினான்.

"எதுக்குடி என்னை ஒரேயடியா அவாய்ட் பண்ற? ரொம்ப கஷ்டமா இருக்கு. என்கிட்ட பேசு..." வேதனையோடு கேட்க அவள் அப்பொழுதும் பேசவில்லை.

அவன் முகத்தைக் கூட பார்க்காமல் படுத்திருப்பவளைக் கண்டு கவலைக் கொண்டவன், "என் மேல இருக்கிற கோபத்தை இப்படி தான் காட்டணுமா மதி? பேசுடி. வேணும்னா இன்னும் ரெண்டு அடி அடிச்சிக்கோ..." மீண்டும் அமைதியே பதிலாக கிடைக்க,

"என்னை மன்னிக்கவே மாட்டியா? நான் உன் ரூபன்டி..." என்றவனை வலியோடு பார்த்தவள்,

"அத தான என்னால தாங்கிக்க முடியல..." என்றாள் விரக்தியோடு.

அவன் அமைதியாய் பார்க்க, "என் ரூபன் இப்படிப்பட்டவன் இல்லையே! இப்படியொரு கேவலமான காரியத்தை செய்திருக்கான்னு என்னால இன்னமும் நம்ப முடியலையே..." என்றாள் கண்ணீரை கட்டுப்படுத்த முடியாது.

அவன் வியப்போடு அவளை பார்க்க அதை கவனியாதவள், "நீ அத்தை மேல சத்தியம் பண்ணியும் என் மனசு அதை முழுசா ஏத்துக்க மறுக்குதுனா நான் எவ்வளவு பெரிய முட்டாளா இருக்கேன்?" என்றாள் வெற்றுக்குரலில்.

"நான் உன் மனைவி தான, நீ கேட்டு என்னைக்காது நான் மறுத்துறுக்கனா? அப்புறம் ஏன் அப்படி பண்ண? நீ நடந்துக்கிட்ட முறைக்கு என்ன அர்த்தம்னு உனக்கு தெரியுமா?" என்றாள் கண்ணீரோடு.

அவள் கண்ணீரைத் துடைத்தவன், "ப்ளீஸ்டி, அதை நினைச்சு உன்னை நீயே வருத்திக்காத..." என்றவனின் கரத்தைப் பட்டென்று விலக்கியவள்,

"உனக்கு தான் என்னை பத்தியோ, என் உணர்வுகள பத்தியோ எந்த கவலையும் இல்லையே. அப்புறம் எதுக்கு நடிக்கிற?" என்றவள்,

"ஒவ்வொரு பொண்ணும் அம்மாவாக போறத நினைச்சு சந்தோஷப்படுவா. ஆனா, அந்த சந்தோஷத்தையே என்கிட்ட இருந்து பறிச்சிட்ட.

குழந்தைய பத்தி நினைக்கும் போதுலாம் நீ பண்ணது தான நியாபகத்துக்கு வரும். ஆயுசுக்கும் மறக்க முடியாத மாதிரி பண்ணிட்டல்ல.

இந்த மாதிரி நடந்துக்க உனக்கு எப்படி மனசு வந்துச்சு? உன் மேல எவ்வளவு மரியாதை வச்சிருந்தேன்?

இன்னைக்கு எல்லார் முன்னாடியும் நீதான் என்னோட புருஷன்னு சொன்னப்ப எவ்ளோ சந்தோஷப்பட்டேன் தெரியுமா? உண்மைய சொல்லணும்னா அந்த நொடி தான் உன் மேல இருக்கிற காதலையே நான் உணர்ந்தேன்..." என்றவளை ஆச்சரியமாய் பார்த்தான்.

"ஆனா அந்த சந்தோஷத்தலாம் கொஞ்ச நேரம் கூட முழுசா அனுபவிக்க விடலையே!" தன் மனக்குமுறல்களை அவள் கொட்ட,

"ப்ளீஸ்டி! என்னை மன்னிக்கலனாலும் பரவாயில்லை. இதை மறக்க முயற்சி பண்ணு..."

அவன் முகத்தை நிமிர்ந்து பார்த்தவள், “முடியல ரூபன்...” என்றவள்,

“உனக்கு இது சாதாரணமா தெரியலாம். ஆனா எனக்கு? என் புருஷனே என்னை...”

முழுதாகச் சொல்ல முடியாமல் கதறி அழுதவளை இழுத்து அணைத்துக் கொண்டவன் அவளை தேற்ற முற்பட, அவனிடமிருந்து விலக முயன்றவள் தோற்று பின் அவனிடமே தஞ்சமடைந்தாள்.

‘உண்மை தெரியாத பொழுதே இப்படி துடிக்கிறாளே இதில் உண்மை தெரிந்தால் அவளின் நிலை?’

‘அவளை என்றும் கலங்க விட மாட்டேன்’ என அவனின் அன்னைக்கு அவன் பண்ணி கொடுத்த சத்தியம் இன்று அவனை எண்ணி நகையாடியது.

கடந்தகால நினைவுகளை அவன் மனம் அசைப்போடத் தொடங்கியது.

பள்ளி தொடங்கிய முதல் நாள். அன்று தான் அவளை முதன்முதலாக சந்தித்தான்.

ஆறாம் வகுப்பில், மாணவர்கள் இன்னும் ஆசிரியர் வராததால் வகுப்பினுள்ளே ஓடி விளையாடிக் கொண்டிருக்க மதுவந்தியோ தன்னருகில் அமர்ந்திருந்த அதிரதனிடம் மகிழ்ச்சியோடு எதையோ பேசிக் கொண்டிருந்தாள்.

அந்த நேரம் ஆசிரியர் உள்ளே வரவும் ஓடி ஆடி விளையாடியவர்கள் அமைதியாய் தங்கள் இடத்தில் வந்து நிற்க, மதுவும் அதிரதனும் கூட எழுந்து நின்றனர்.

வந்தவரோ அவர்களை செல்லமாக முறைத்து விட்டு அனைவரையும் அவரவர் இடத்தில் அமர சொன்னவர் மதுவந்தியும் அதிரதனும் ஒன்றாக அமர்ந்திருப்பதைக் கண்டு மதுவந்தியை அழைத்து சிறுமிகள் பிரிவில் அமரச் சொல்ல,

அவளோ, “நான் என் தம்பிப்பையா கூட தான் உட்காருவேன் மிஸ்...” என்று பயத்தோடு சொல்ல,

“அக்கா தம்பி பாசத்தை வீட்டோட வச்சிக்கோங்க, இங்கே பாய்ஸ் கேர்ல்ஸ் தனித்தனியா தான் உட்காரணும்...” என்றார் சிறு கண்டிப்போடு.

“இல்லையே! நானும் அவனும் எப்பவும் ஒன்னா தான உட்காருவோம்...” என்றவள்,

“ஆமா தான தம்பிப்பையா! நீயே மிஸ்கிட்ட சொல்லு. நம்ம கலா மிஸ் கூட ஒன்னும் சொல்லல தான?” என்றதும் அதிரதனும் ஆமோதிப்பாய்த் தலையசைக்க,

“இதுவரைக்கும் நீங்க ப்ரைமரி ஸ்கூல்ல படிச்சிட்டு இருந்திங்க. இனியும் அப்படியே இருக்க முடியாது. ஸ்கூல் ரூல்ஸ ஃபாலோ பண்ணணும், வந்து உட்காரு..." என்று அதட்டலாய்ச் சொல்ல,

அதிரதனை கவலையோடு பார்த்த மதுவந்தி மறுவார்த்தை பேச தைரியம் வராது பெண்கள் பிரிவில் வந்து உட்கார்ந்தவள் நொடிக்கொருமுறை அதிர-

தனையே திரும்பிப் பார்த்துக் கொண்டிருந்தாள்.

அதை கவனித்த ஆசிரியரோ, "உன் தம்பியை யாரும் தூக்கிட்டு போயிட மாட்டாங்க கிளாஸை கவனி..." என்று அதட்ட அவள் அமைதியாய் பார்க்கவும்,

"எழுந்து நில்லு..." ஆசிரியர் குரல் அதிகாரமாய் ஒலிக்க,

பயந்துக் கொண்டே எழுந்தவளிடம், "வாட் ஈஸ் யுவர் நேம்?" மதுவந்தியிடம் இருந்தே அறிமுகப்படலத்தை தொடங்கினார் அவர்.

"மை நேம் ஈஸ் மதுவந்தி..."

"உன் ஃபேமிலில யார் இருக்கா? எல்லார்கிட்டயும் சொல்லு..."

"நான், எங்க அப்பா, அம்மா..."

"அவங்க பேரும் சொல்லு..."

"மை ஃபாதர் நேம் ராஜசேகர், மை மதர் நேம் மகேஷ்வரி..." கைகளைக் கட்டிக் கொண்டு பவ்யமாய் அவள் சொல்ல,

புன்னகையோடு அவளை பார்த்தவர், "வேற யாரும் இல்லையா?" என்று வினவவும்,

அவளோ கண்களில் மகிழ்ச்சிப் பொங்க, "அப்பா சொன்னாரு, இன்னைக்கு எனக்கு தம்பி பாப்பா வர போறாங்களாம் மிஸ்..." என்றாள்.

வியப்போடு அவளை பார்த்தாலும் அவளின் மகிழ்ச்சி அவரையும் தொற்றிக் கொள்ள சிறு தலையசைப்போடு அவளை அமரச் சொன்னவர் மற்றவர்களையும் அறிமுகப்படுத்தச் சொல்ல அன்றைய வகுப்பு மாணவர்களுக்கு மகிழ்வோடே நகர்ந்தது.

மதிய இடைவேளையின் போது அதிரதனை அழைத்துக்கொண்டு பள்ளியை விட்டு மதுவந்தி வேகமாக வெளியேறியவும், அந்த நேரம் தன் நண்பர்களோடு வெளியே வந்த அதிரூபன் அவர்களைத் தடுத்தான்.

"டேய் அதிரதா! இந்த நேரத்துல ஸ்கூல் விட்டு எங்கே போற? சாப்பிட்டியா?" அக்கறையோடு விசாரிக்க,

"நானும் மதுவும் அவங்க வீட்டுக்கு போறோம்ண்ணா..."

"ஹே யார் நீ? இந்த நேரத்துல ஸ்கூல் விட்டு போகக் கூடாதுனு தெரியுமில்ல? எதுக்கு அவனை கூட்டிட்டு போற?"

அதிரதன் பதில் சொல்லுமுன் மதுவந்தி ரூபனிடம், "நீ ரூபன் அண்ணாதான? நான் உன்னை போட்டோல பார்த்திருக்கேன். அத்தை சொன்னாங்க. நான் மதுவந்தி..." புன்னகையோடு சொன்னவளை முறைத்தவன்,

"நான் என் தம்பிக்கு மட்டும் தான் அண்ணன். நீ அப்படி சொல்ல கூடாது..." கண்டிப்பாய் சொல்லவும்,

"சரி ரூபன்..." என்றவளை மேலும் முறைத்தான்.

“நான் உன்னை விட பெரியவன். என்னையே பேரை சொல்லி கூப்பிடுறியா? மரியாதையா பேசு...” பெரிய மனிதன் தோரணையில் அவன் சொல்ல, அவளோ குழப்பத்தோடு பார்த்தாள்.

பெரியவன் என்பதால் தானே அண்ணன் என அழைத்தாள். ஆனால், அதற்கும் அவன் தடைவிதித்தால் பிறகு எப்படி அழைப்பாள்?

அவளின் குழப்பத்தைக் கண்டு கொள்ளாதவன், “நீ எதுக்கு அவனை கூட்டிட்டு போற? கிளாஸ்க்கு போங்க...” என்று அதட்டவும்,

“இன்னைக்கு என்னோட தம்பி பாப்பா வருவாங்கனு அப்பா சொன்னாரு. நானும் தம்பிப்பையாவும் போய் பார்த்துட்டு வர்றோம்...” என்றவள் அதிரூபனின் பதிலை எதிர்பார்க்காது அதிரதனின் கரத்தைப் பற்றிக் கொண்டு நகர அவளை தடுத்தவன்,

“ஒருமுறை சொன்னா உனக்கு புரியாதா? மிஸ்கிட்ட மாட்டிவிட்டுடுவேன். கிளாஸ்க்கு போ...” என்றவன் அதிரதனை இழுத்துக் கொண்டு நகர,

அவளோ அழத் தொடங்கவும் திரும்பி அவளை முறைத்தவன், “இப்ப எதுக்கு அழற?” கடுப்போடு கேட்க,

“நாங்க வீட்டுக்கு போகணும். போய் பார்த்துட்டு பெல் அடிக்கிறதுக்குள்ள வந்துடுவோம்...” என்றாள்.

“ஆமாண்ணா, உடனே வந்துடுவோம். வேணும்னா நீயும் வாயேன். மது பாவம்...” அதிரதன் மதுவந்திக்காக பரிந்து பேச,

இருவரையும் முறைத்தவன் மறுப்புத் தெரிவிக்க, இருவரும் பிடிவாதமாக நிற்கவும் இறுதியில் அதிரூபன் தான் இறங்கி வர வேண்டியதாகியிருந்தது.

அவர்களை தனியே விட மனமில்லாமல் அவனும் அவர்களோடு செல்ல, பள்ளிக்கு சிறிது அருகிலே மதுவந்தியின் வீடு இருந்ததால் ஐந்து நிமிடத்தில் வீட்டை அடைந்தவர்கள் உள்ளே செல்லவும் ரூபன் மட்டும் வாசலிலே நின்று கொண்டான்.

“சீக்கிரம் பார்த்துட்டு வாங்க...”

இருவரும் தலையசைத்துவிட்டு உள்ளே செல்ல ராஜசேகர் மகளை இன்முகத்தோடு வரவேற்றார்.

“வாம்மா மது, வந்து தம்பி பாப்பாவ பாரு...” என்றவர் அதிரதனையும் அழைக்க,

அங்கே தொட்டிலில் இரு குழந்தைகளைக் கண்டவள் மகிழ்ச்சியில் கண்கள் விரிய, அதனருகில் சென்று அதன் பிஞ்சுக் கரத்தைப் பற்றிக் கொண்டு துள்ளிக் குதித்தாள்.

“ப்பா, தம்பி பாப்பா ரெண்டு பேரும் ரொம்ப அழகா இருக்காங்க...” என்றவள் அதிரதனையும் அருகே அழைத்துக் காட்ட, அவனும் ஆவலோடு அவர்களைப் பார்த்தான்.

குழந்தையைக் கண்ட மதுவந்தி குழந்தையாவே மாறி அதனோடு விளையாடத் தொடங்க, அந்த நேரம் சமையலறையை விட்டு வெளியே வந்த மகேஷ்வரி மதுவந்தியைக் கண்டு வேகமாக அவளருகே வந்தவர்,

“ஏய் சனியனே! என் குழந்தைங்களை விட்டு தள்ளி போ...” என்று அவளை இழுத்துத் தள்ள,

அந்த நேரம் அவர்கள் இன்னும் வரவில்லையே என உள்ளே வந்த ரூபனின் மீது அவள் மோதி கீழே விழவும், அவளைத் தூக்கியவன் அங்கிருந்தவர்களை புரியாது பார்த்தான்.

மகேஷ்வரியோ, “என் பிள்ளைங்க பக்கம் வந்தினா அப்புறம் நடக்குறதே வேற...” ஆக்ரோஷமாய் கத்த,

“தம்பி, பாப்பா கூட விளையாடுறேன்மா...” தாயின் கோபத்தைக் கண்டு அழுதுக்கொண்டே அவள் சொல்ல,

ராஜசேகரும், “என்ன மகேஷ்வரி இது? மது என்ன தப்பு பண்ணா?” மகளுக்காக பரிந்து பேச,

அவரை முறைத்தவர், “அவளோட நிழல் கூட என் பிள்ளைங்க மேல படக் கூடாது...” என்று கத்திவிட்டு குழந்தைகளைத் தூக்கிக் கொண்டு அறைக்குள் சென்றுவிட ராஜசேகர் அதிர்ந்து நின்றார்.

மதுவந்தி தேம்பித் தேம்பி அழவும், அவளையும் ராஜசேகரையும் மாறி மாறி பார்த்த ரூபன் என்ன நினைத்தானோ தெரியவில்லை, மதுவந்தியை அழைத்துக்கொண்டு வேகமாக அந்த வீட்டை விட்டு வெளியேறவும், அதிரதனும் அவர்களின் பின்னே ஓடி வந்தான்.

பள்ளி வந்தும் அழுகையை நிறுத்தாமல் இருந்தவளைக் கண்டு பரிதாபம் தோன்றியதோ தெரியவில்லை அவளருகே அமர்ந்தவன், “அவங்க உன்னோட சித்தியா?” என்றான்.

சித்திகள் தான் கொடுமைப்படுத்துவார்கள் என உண்மை அறியா சிறுவனாய் அவன் கேட்க, அவளோ மறுப்பாகத் தலையசைத்தாள்.

“இல்லை, அவங்க என்னோட அம்மா...” என்றதும் ரூபனுக்கு அதிர்ச்சியாகத் தான் இருந்தது.

பதிமூன்று வயது சிறுவனாய் இருந்த ரூபனுக்கு ஒன்றும் புரியவில்லை என்றாலும், அம்மா என்றால் கோபம் கொள்ளமாட்டார்கள் என்பது மட்டும் தெளிவாய்த் தெரிந்திருந்தது.

ஏனெனில் அவனின் அன்னையும் கோபம் கொள்ளமாட்டார்களே.

அப்படியிருக்க, மதுவந்தியின் அன்னை ஏன் கோபம் கொண்டார்? அதுவும் அவளின் தம்பி தங்கைகளைக் கூட நெருங்கவிடாமல் தடுக்கிறாரே.

காரணம் புரியாமல் குழம்பியவன் மதுவந்தியைப் பார்க்க, அவள் இன்னமும் அழுதுக்கொண்டே இருக்கவும்,

"மது, அழாத மது..." என்ற அதிரதனும் கண்ணைக் கசக்க,

அவனைப் பார்த்தவள், "நான் என் தம்பி பாப்பா கூட விளையாட முடியாதா தம்பிப்பையா?" என்றாள் வேதனையோடு.

அவனுக்கு மட்டும் என்ன தெரியும்? நடப்பது என்னவென்று கூட புரிந்துக்கொள்ள முடியவில்லை என்றாலும் அவள் அழுவதைத் தாங்கிக்கொள்ள முடியாமல், "நாம தினமும் விளையாடலாம் மது..." என்றான்.

இருவரையும் பார்த்திருந்த ரூபன், ஒருவழியாய் மதுவந்தியைத் தேற்றி அதிரதனோடு அவளின் வகுப்பிற்கு அனுப்பி வைத்தான்.

மாலையில் வீடு திரும்பிய ரூபன், நேரே சென்றது தன் அன்னையிடம் தான்.

இதுநாள் வரை தன் தாத்தா பாட்டி வீட்டில் வளர்ந்த ரூபன், நேற்று தான் தன் வீட்டிற்கே வந்திருந்தான். அதனால், மதுவந்தியை இன்று தான் பார்த்திருந்தான்.

ஆனால், பார்த்த அன்றே அவளின் அன்னையால் அவள் அழுவதைக் கண்டவனுக்கு மனதில் ஏனோ கவலையும் குழப்பமும் மட்டுமே நீடித்திருந்தது.

அதை தன் அன்னையிடம் தெளிவுப்படுத்திக் கொள்ள நேரே அவரைத் தேடிச் சென்றவன், சமையலறையில் இருந்தவரை ஹாலுக்கு அழைத்து வந்தான்.

மகனின் முகத்தில் இருந்த தீவிரத்தைக் கண்டு அவனோடு வந்தமர்ந்த காயத்ரி, "ஸ்கூல்ல எதுவும் பிரச்சினையில்லையே?" பதற்றத்தோடு வினவ,

மறுப்பாகத் தலையசைத்தவன் மதுவந்தியின் வீட்டில் நடந்ததை அவரிடம் விவரித்தான்.

"ஏன்மா மதுவோட அம்மா அவகிட்ட கோபப்பட்டாங்க?" என்றான் ஆதங்கமாய்.

அவர் அவனையே பார்க்க, "பாவம்மா மது, ஆசையா தம்பி பாப்பாவ பார்க்கிறேன்னு போனா..." என்றவனின் தலையை வாஞ்சையோடு வருடியவர்,

"அது உனக்கு இப்ப சொன்னா புரியாது ரூபன். நீ வளர்ந்ததும் சொல்றேன்..." என்றார்.

ஆனால் அவனோ, "அப்போ தினமும் மது அழுவாளா?" என்றான் கவலையோடு.

"இல்லடா கண்ணா, நாம அவளை பார்த்துக்கலாம்..."

"நாம ஏன் பார்த்துக்கணும்? அவளுக்கு தான் அப்பா அம்மா இருக்காங்களே..." புரியாது அவன் கேட்க,

'இருந்தும் இல்லாத மாதிரி தான்' என தனக்குள்ளே முணுமுணுத்தவர்,

"நீ பெரியவனானதும் உனக்கு விவரமா சொல்றேன்..." என்றவர்,

"உன்னால மதுவ பார்த்துக்க முடியுமா? முடியாதா?" என்றார்.

"நானும் சின்ன பையன் தான?"

"ஆனா, நீ அவளை விட பெரியவனாச்சே..." என்றதும்,

தாயின் வார்த்தையில் தன்னை பெரியவனாகவே கற்பனை செய்துக் கொண்டவன் சற்றும் யோசிக்காது மதுவின் பொறுப்பைத் தனதாக்கிக் கொண்டான்.

தாயிடம் புன்னகையோடு, "மதுவ நான் பார்த்துக்கிறேன்மா..." என்றவனை காயத்ரியும் அணைத்துக்கொண்டு மகிழ்ந்தார்.

என்னதான் மகனின் முன்பு சிரித்தாலும், அவரின் மனமோ மதுவந்தியை எண்ணி கவலைக் கொண்டது.

அந்த நேரம் 'அத்தை' என்றபடி மதுவந்தியும் ஓடி வந்து அவரைக் கட்டிக் கொள்ள, அவளையும் அணைத்துக் கொண்டவர் அதிரதனையும் அழைத்து மூவருக்கும் உணவு பரிமாற, மூவரும் சிரித்து பேசிக் கொண்டே உணவருந்தினர்.

"அத்தை, தம்பி பாப்பா பேர் தெரியுமா?"

"தெரியாதே மது, என்ன வச்சிருக்காங்க?"

"தம்பி பேரு ஆதவ், பாப்பா பேரு ஆதிரா. அம்மா தான் வச்சாங்களாம். அப்பா சொன்னாரு..."

"உனக்கு பிடிச்சிருக்கா?"

"ரொம்ப பிடிச்சிருக்கு. தம்பி பாப்பா ரொம்ப அழகா இருந்தாங்க..." என்றவளுக்குத் தன் அன்னையின் கோபம் நினைவு வந்ததோ தெரியவில்லை முகம் வாடியது.

விவரம் தெரிய தொடங்கிய நாளிலிருந்தே அவர்களின் பாசத்தை மட்டுமே அனுபவித்து வந்தவளுக்கு இன்று ஏன் கோபம் கொண்டார்கள் என்பது புரியவில்லை.

ஆனால், அந்த பிஞ்சு மனதிற்கு சில மாதங்களாகவே அவளை அவர் ஒதுக்கித் தான் வைத்திருக்கிறார் என்பது தெரியாமலே போனது.

அதற்கான காரணம் தெரியவரும் காலம் அதை அவள் எப்படி தாங்கிக் கொள்வாள் என்று தான் தெரியவில்லை.

8

குழந்தைகளை தத்தெடுப்பது எளிது. ஆனால், இறுதிவரை அந்த குழந்தையை தன் சொந்த பிள்ளையாகவே பாவிப்பது அரிது.

ஆசைக்காகவும், கௌரவத்திற்காகவும் குழந்தையைத் தத்தெடுத்து அதை ஆராதித்துவிட்டு, பின் தங்களுக்கென ஒரு குழந்தை பிறக்கும் போது அதுவரை தன் சொந்த குழந்தையாக ஆராதித்த குழந்தையை ஒதுக்கி வைக்கின்றனர்.

அத்தோடு ஒரு குழந்தையை தத்தெடுப்பதில் கணவன் மனைவியர் விருப்பம் மட்டும் அல்லாது அந்த குடும்பத்தினரின் ஒத்துழைப்பும் தேவைப்படுகிறது. ஏனெனில், வார்த்தையால் மட்டுமல்ல பார்வையாலும் அந்த குழந்தையின் மீது மற்றவர் பரிதாபத்தையும், விரோதத்தையும் காட்டிவிடக் கூடாது.

ஆனால், இது பற்றி எதையும் யோசியாது குழந்தைகளை தத்தெடுத்து துன்புறுத்தி... இதற்கு அந்த குழந்தை அனாதையாகவே வளர்ந்திருக்கலாம் என்ற நிலைக்குத் தள்ளிவிடுகின்றனர்.

பலரும் அந்த தவறை தான் செய்கின்றனர். அதில் மகேஷ்வரியும் அடக்கம்.

அதனால் தான் ஒரு குழந்தையைத் தத்தெடுக்கும் முன்பும் அல்லது தத்துக் கொடுக்கும் முன்பும் பல முறை யோசிக்க வேண்டும்.

எனினும், எத்தனையோ தம்பதிகள் தத்துக் குழந்தைகளை இறுதிவரை தங்கள் குழந்தையாகவே பாவித்து அன்பு செலுத்தி வளர்க்கின்றனர் என்பதும் மறுக்க முடியாத உண்மை.

ராஜசேகரும் மகேஷ்வரியும் திருமணம் முடிந்து, ஐந்து வருடங்களாக குழந்தைகள் இல்லாது தவித்து வந்தவர்களுக்கு எந்த சிகிச்சையும் பலனளிக்கவில்லை. கோவில் கோவிலாக அலைந்து திரிந்தவர்களுக்கு கடவுளும் வரம் தரவில்லை.

பின்பு, ஊராரின் அவச்சொற்களை எதிர்க்கொள்ள முடியாமலும், தங்களுக்கும் ஒரு குழந்தை வேண்டும் என்ற ஆவலிலும், குழந்தையைத் தத்தெடுக்கும் முடிவை ஒருமனதாய் எடுத்தனர்.

ஆனால், ஊர் மக்களுக்கு அது தாங்கள் பெற்றெடுத்த குழந்தையாகத் தான் இருக்க வேண்டும் என்று விரும்பிய மகேஷ்வரி, தன் கணவனை கட்டாயப்படுத்தி

டிரான்ஸ்ஃபர் வாங்க வைத்து, அந்த ஊரை விட்டே சென்றவர்கள், சில மாதங்கள் கழித்து மதுவந்தியைத் தத்தெடுத்தனர்.

அவளை தன் சொந்த மகளாகவே வளர்க்கத் தொடங்கியவர்கள் அவள் மீது அளவற்ற அன்பைப் பொழிந்தனர்.

தங்கள் ஊருக்குத் திரும்பி வந்தவர்கள் மதுவந்தியைத் தாங்கள் பெற்றெடுத்த மகளென்றே அனைவருக்கும் தெரியப்படுத்தி மகிழ்ந்தனர்.

நாட்களும் வருடங்களாக நகரத் தொடங்க, மதுவந்தியும் அவர்கள் அன்பில் மூழ்கித் திளைத்தாள்.

மகேஷ்வரியும் காயத்ரியும் தோழிகள் என்பதால் இந்த உண்மை காயத்ரிக்கு மட்டுமே தெரியும்.

தன் தோழியின் வாழ்க்கை இப்பொழுது தான் முழுமையடைந்துள்ளது என்பதால், அவரும் யாரிடமும் இதைப் பற்றி சொல்லவில்லை. தன் கணவரிடம் கூட தெரியப்படுத்தாது நட்பின் புனிதத்தைக் காத்து வந்தார்.

மதுவந்தியின் மீது அவரும் அன்பு செலுத்த, அவளும் அவர் அன்பில் மூழ்கி அவரை 'அத்தை' என்றே அழைக்கத் தொடங்கியிருந்தாள்.

சிறுவயதிலிருந்தே அதிரதனும் அவளின் ஆருயிர்த் தோழனாகிப் போனான். அதிரதன் அவளை விட பத்து நாட்கள் சிறியவன் என்று காயத்ரி சொல்லவும், அவனை பாசத்தோடு தம்பி என்றே அழைக்கத் தொடங்கியவள் நாளடைவில் தம்பிப்பையாவாக மாற்றிக் கொண்டாள்.

ஏனோ அவனை அப்படி அழைப்பதில் அவளுக்கு ஒரு மகிழ்ச்சி. அவனும் அதை தடுக்கவில்லை.

இப்படி மகிழ்ச்சியாக அவள் வளர்ந்துக் கொண்டிருந்த சமயம் தான் மகேஷ்வரி கருவுற்றது.

தன் உதிரத்தில் பிறக்கப் போகும் குழந்தையை எண்ணி மகிழ்ந்தவர், மதுவந்தியை இப்பொழுது தத்துப்பிள்ளையாகப் பார்க்கத் தொடங்கியது தான் பரிதாபம்.

மதுவந்தி மீது அளவில்லா அன்பை செலுத்திய மகேஷ்வரி, கருவுற்றதும் முதலில் ஒதுக்கத்தைக் காட்டியவர், இப்பொழுது நேரடியாகவே தன் வெறுப்பைக் காட்டத் தொடங்கினார்.

ராஜசேகருக்கு அதில் வருத்தம் இருந்தாலும் மனைவியை எதிர்த்து பேசும் தைரியம் இல்லாத கோழையாய் தனக்குள்ளே வேதனைக் கொண்டார்.

மதுவந்தி தன் சகோதரன், சகோதரி மீது அளவு கடந்த பாசம் வைத்திருக்க, மகேஷ்வரியோ அவளை அவர்களருகில் நெருங்கவே விடாது தவிர்த்து வந்தார்.

என்னதான் அவளிடம் வெறுப்பைக் காட்டினாலும் ஊர் மக்களின் முன்பு நல்ல தாய் போல நடிக்க பழகிக் கொண்டார்.

இல்லையெனில், தாங்கள் இத்தனை வருடம் சொன்ன பொய், மற்றவர்களுக்குத் தெரிந்து தலைகுனிய நேரிடுமே என்ற கவலையில் ஊர் மக்களுக்காகவே மதுவந்தியை மகளாக காட்டிக் கொண்டார்.

ஆனால், தோழியின் குணம் இப்படி மாறிப் போகும் என்பதை எதிர்பார்க்காத காயத்ரியோ மதுவந்திக்காகத் தோழியிடம் பேச முயல, மகேஷ்வரி அதை கேட்கும் நிலையில் இல்லை என்றதும், அவரோடு பேசுவதையே நிறுத்திக் கொண்டவர் தன்னால் முடிந்த மட்டும் மதுவந்தியை நன்றாக பார்த்துக் கொண்டார்.

ராஜசேகர் வீட்டின் இளவரசியாக வலம் வந்த மதுவந்தி, இப்பொழுது சம்பளமில்லா வேலைக்காரியாய் மாறிப் போனாள். அவள் மீது அன்பை பொழிந்த மகேஷ்வரி இப்பொழுது வெறுப்பை மட்டுமே உமிழ்ந்தார்.

வார்த்தைகளால் மதுவந்தியை வதைக்கத் தொடங்கினார்.

துன்பம் என்றால் என்னவென்றே தெரியாமல் வளர்ந்தவள், இப்பொழுது துன்பத்தை மட்டுமே அந்த வீட்டில் அனுபவிக்கிறாள்.

தன் அன்னையின் மாற்றத்திற்கான காரணம் என்னவென்று தெரிந்துக் கொள்ளும் வயதும் அவளுக்கு இல்லை.

தன் கஷ்டங்களை மற்றவரிடம் வெளிப்படுத்தும் முதிர்ச்சியும் அவளிடம் இல்லை. அவளுக்கு இருந்த ஒரே ஆறுதல் காயத்ரி குடும்பம் மட்டுமே.

இதுவரை அதிரதன் மட்டுமே அவளின் நட்பு வட்டத்தில் இருக்க இப்பொழுது அதிரூபனும் அவர்களோடு இணைந்துக் கொண்டான்.

வளர வளர அவர்களுக்கு இடையேயான பிணைப்பும் அதிகமாகியது. மூவரும் தனி உலகில் சஞ்சரித்துக் கொண்டிருந்தனர்.

ஆதிரா நடக்கப் பழகும் சமயம் மதுவந்தி, மகேஷ்வரி அறியாது ஆதிராவை தூக்கிக் கொஞ்சி விளையாடிக் கொண்டிருந்தவள், ஆதிராவை கீழே இறக்கிவிட்டு அவளுக்கு நடை பழக வைக்க,

அந்த நேரம் தவறுதலாக கீழே விழுந்த ஆதிரா, அடி படவில்லை என்றாலும் பயத்தில் அழுதுவிட, சத்தம் கேட்டு உள்ளே வந்த மகேஷ்வரி, மகள் கீழே விழுந்திருப்பதைக் கண்டு பதறி ஓடி வந்தார்.

ஒரு கையால் மகளைத் தூக்கிக் கொண்டு மறுகையால் மதுவந்தியை பிடித்து இழுத்து கன்னத்தில் அறைந்தவர், "என் மகளை கீழ தள்ளி சாகடிக்க பார்க்கிறியா? அனாதை கழுதை..." என்று கத்தவும்,

அவரின் கோபம் கண்டு மதுவந்தி அழவும் அதை கவனித்துக் கொண்டே அங்கு வந்த ராஜசேகர் மனைவியிடம், "என்ன வார்த்தை பேசுற?" என அதட்டலாய் கேட்க,

அவரை முறைத்த மகேஷ்வரி, "உண்மைய சொன்னா கசக்குதா? என் பிள்ளைய தொட கூடாதுனு சொன்னா ஏன் கேட்க மாட்டன்றா? இன்னைக்கு

இவளால என் குழந்தைக்கு எதாவது ஆகியிருந்துச்சுனா?'' மதுவந்தியை முறைத்-துக் கொண்டே கணவரை கடிய,

''பாப்பாவுக்கு தான் எதுவும் ஆகலையே. நடக்கும் போது கீழ விழறது சகஜம் தான?'' மகளுக்காக பரிந்து பேசவும்,

''எதுவும் ஆகலனு தான் கவலைப்படுறாளோ என்னவோ?'' என பிஞ்சு நெஞ்-சின் மனதை நஞ்சால் காயப்படுத்திவிட்டு நகரவும்,

மதுவந்தியோ, ''நான் பாப்பாவுக்கு நடக்க தான்பா கத்துக் கொடுத்தேன்...'' அழுதுக்கொண்டே சொன்னவள்,

''நான் அனாதையாப்பா? அனாதைனா அம்மா அப்பா இல்லாதவங்க தான?'' தவிப்போடு கேட்க,

''இல்லடா, அம்மா எதோ கோபத்துல கத்திட்டு போறா. நீ அழாத...'' என தேற்றவும்,

மனம் அமைதியடையாதவள் தேடிச் சென்றது என்னவோ காயத்ரி குடும்பத்தை தான்.

எந்த கஷ்டம் என்றாலும் காயத்ரியிடம் பகிர்ந்துக் கொண்ட மதுவந்தி, வளர வளர அது தவறு என புரிந்துக் கொண்டாள்.

தன் அன்னையைப் பற்றி தானே குறை கூறுகிறோமே என எண்ணியவள், அதன் பிறகு எந்த கஷ்டம் என்றாலும், அதை தனக்குள்ளே வைத்துக் கொள்ள பழகிக் கொண்டாள்.

எனினும், அவள் சொல்லாமலே அவள் படும் இன்னல்களை புரிந்துக் கொண்ட காயத்ரி, அவளிடம் அதைக் காட்டிக் கொள்ளாது எப்பொழுதும் போல அன்பை மட்டுமே பொழிய, அதுவே மதுவந்திக்கு ஆறுதலாக இருந்தது.

தன் வீட்டில் படும் கஷ்டத்தை விட, காயத்ரியின் வீட்டில் இன்பத்தை அதி-கமாக அனுபவித்ததால் மதுவந்தி மகிழ்ச்சியோடே வளர்ந்தாள்.

இன்பத்தையும் தாண்டி அங்கே அவளுக்கான உரிமைகள் அதிகமாகவே இருந்தது தான் அவள் மகிழ்ச்சிக்கு காரணமாக இருந்தது. அது அவள் வீடு என எண்ணுமளவுக்கு காயத்ரியும் அவரின் குடும்பமும் அவளிடம் நல்முறையில் நடந்-துக் கொண்டனர்.

மகேஷ்வரி தன் மகனையும் மகளையும் மதுவந்தியுடன் இணையவே விட-வில்லை. ராஜசேகரின் குணத்தைக் கொண்டு பிறந்த ஆதிராவோ மதுவந்தியின் மீது பாசம் வைக்க, மகேஷ்வரியின் குணத்தைக் கொண்டு பிறந்த ஆதவ் மதுவந்-தியின் மீது வெறுப்பை மட்டுமே வளர்த்திருந்தான்.

அதனால் மதுவந்தி வருந்தினாலும் இருவர் மீதுமே பாகுபாடின்றி அன்பை பொழிந்தாள். மகேஷ்வரி அறியாது ஆதிராவோடு பேசுவதை வாடிக்கையாக்கிக் கொண்டாள்.

நாட்களும் வருடங்களாக நகரத் தொடங்கியது.

பத்தாம் மற்றும் பனிரெண்டாம் வகுப்பிற்கான அரையாண்டு தேர்வு நடப்பதால், மதுவந்தி படிப்பதற்காக அதிரதன் வீட்டிற்குச் செல்லத் தயாரானாள்.

அறிவியல் தேர்வு என்பதால் படிப்பதற்கு கடினமாக இருக்குமே நண்பனோடு சேர்ந்து படித்தால் எளிதாக இருக்கும் என்றெண்ணி அவள் தயாராக, மகேஷ்வ-ரியோ அவளுக்கு வேலை கொடுத்து படிக்க விடாமல் தடுத்தாள்.

பத்தாம் வகுப்பிற்கான தேர்வறையில் பாதி மாணவர்களுக்கு இடம் போதாத காரணத்தால் பனிரெண்டாம் வகுப்பு மாணவர்களோடு அமர சொல்லவும், அவளின் நல்ல நேரமோ அல்லது அதிரூபனின் கெட்ட நேரமோ இருவரும் அரு-கருகே அமர நேர்ந்தது.

புன்னகையோடு ஒருவரையொருவர் பார்த்துக் கொண்டவர்கள் தங்களுக்கான வினாத்தாள்கள் வரவும், அதை வாங்கிக் கொண்டு அமர்ந்தனர்.

ரூபனோ நேரத்தை கணக்கிட்டு எழுதத் தொடங்க, மதுவந்தியோ வினாத்-தாளை பார்த்துவிட்டு சத்தமில்லாமல் அழத் தொடங்கினாள்.

முதலில் அதை கவனிக்காதவன் நேரம் கடந்து தான் அவள் அழுவதை கவனித்தான்.

அறையை சுற்றி ஆசிரியர் நடந்துக் கொண்டிருப்பதை கவனித்தவன் அவளி-டமிருந்த பென்சிலை எடுத்து பேப்பரில், “எதுக்கு அழற?” என்று எழுதி அவளி-டம் நகர்த்த,

அதைப் பார்த்தவள், “ஒன் மார்க் எதுவும் எனக்கு தெரியல, நான் படிச்சதே வரல...” பதில் எழுதி நகர்த்தவும்,

“அதுக்கு எதுக்கு அழற? மத்தத எழுது, நேரம் ஆகுது...” என்றான் எழுத்-தின் மூலமாகவே.

“அது எழுதலனா மார்க் கம்மியாகிடும். மிஸ்ஸு திட்டுவாங்க. எல்லாரும் எழுபதுக்கு மேல எடுக்கணும்னு சொல்லியிருக்காங்க...”

“பாஸ் மார்க் எடுத்தா போதும். இது பப்ளிக் எக்ஸாம் இல்லை. அழாம எழு-துடி...” கடுப்போடு அவன் எழுதி நகர்த்த,

“இல்லை திட்டுவாங்க...” மீண்டும் கண்ணை கசக்க,

“அப்படி பயப்படுறவ, படிக்காம என்னடி பண்ண?” அடிக்குரலில் சீற,

சத்தம் கேட்டு ஆசிரியர் திரும்பிப் பார்க்க, அவனோ எதுவும் தெரியாதது போல பேப்பரில் எழுதிக் கொண்டிருந்தான்.

ஆசிரியர் வேறுபுறம் திரும்பியதும், “இன்னைக்கு வெள்ளிக்கிழமை விரதம் இருக்காங்களாம். அதனால நேத்தே வீடுலாம் சுத்தம் பண்ண சொன்னாங்க. அதலாம் முடிச்சதும் கை கால்லாம் வலிச்சுதா, கொஞ்ச நேரம் படுத்து எழுந்து படிக்கலாம்னு நினைச்சேன், ஆனா தூங்கிட்டேன்...” எழுதி நகர்த்த,

“பரீட்சைக்கு முன்னாடி நாள் படிச்சா போதும்னு நினைச்சா இப்படி தான் ஆகும்...” என கோபம் கொண்டாலும்,

அவள் தினமும் செய்யும் வேலைகளால் அவள் படிப்பதற்கே சிறிது நேரம் தான் ஒதுக்க முடியும் என்பதை அவனும் அறிந்திருந்ததால்,

அவளிடம், “சரி அழாம மத்தத எழுது. கடைசியா ஒன் மார்க் கொஸ்டினுக்கு நான் ஆன்சர் சொல்றேன்...”

“உனக்கு எப்படி என் கொஸ்டினுக்கு ஆன்சர் தெரியும்?” புரியாது அவள் பார்க்க,

அவளை முறைத்தவன், “நான் என்ன ஸ்ட்ரைட்டா டுவல்த் படிக்க வந்துட்டேன்னு நினைச்சியா? நேரம் கடத்தாம அமைதியா எழுதுடி, இல்லனா உன்னால நானும் ஃபெயில் ஆகிடுவேன்...” என அதட்டவும்,

அமைதியானவள் திருதிருவென விழிக்க, அவள் இன்னும் எழுதத் தொடங்கவில்லை என்பதை ஓரப்பார்வையால் கவனித்தவன்,

“இன்னும் எதுக்கு எழுதாம இருக்க?” என்றான் மெல்லியக் குரலில்.

“நீ சொல்லி நான் எழுதுனா தப்பு தான?”

“அதுக்காக நானே எழுதித் தர முடியுமா?” அவன் சிடுசிடுக்க,

“இல்லை... மத்தவங்கள்ட்ட கேட்டு எழுதுறது மத்தவங்களை பார்த்து எழுதுறதுலாம் தப்புனு மிஸ்ஸு சொன்னாங்களே...” பயந்துக் கொண்டே அவள் எழுதி அனுப்ப,

அதைப் பார்த்தவன், “வேணாம், என்னை கடியேத்தாத! இல்லனா நானே உன்னை உங்க மிஸ்ஸுகிட்ட சொல்லிடுவேன்...” என்று மிரட்டவும்,

அவள் அமைதியாய் எழுதத் தொடங்க, அவனும் நேரம் ஆவதை உணர்ந்து வேகமாக எழுதினான்.

தன் தேர்வை முடித்துவிட்டு அவளது வினாத்தாளை வாங்கிப் பார்த்தவன், அதற்கான பதிலை அவளிடம் ஒவ்வொன்றாக சொல்ல, அவளும் பயந்துக் கொண்டே எழுதி முடித்தாள்.

நேரம் முடிந்ததும் ஆசிரியர் பேப்பரை வாங்கிக் கொள்ள, தன்னோடு வெளியே வந்தவளை தடுத்து நிறுத்தியவன், “அடுத்த எக்ஸாமுக்கு அதிரதன் கூட வந்து படிக்கிற!” என்று கட்டளையிடவும்,

அவள் தலையை மட்டும் அசைக்க, அவள் தலையிலே செல்லமாகக் கொட்டியவன், “அதான் நல்லபடியா எழுதி முடிச்சிட்டியே, இன்னும் எதுக்கு முகத்தை சோகமா வச்சிருக்க? கொஞ்சம் சிரியேன்...” என்றதும்,

அவளும் புன்னகைக்க, அவளின் புன்னகையில் மகிழ்ந்தவன், “சரி உன் ஃப்ரெண்ட்ஸ் வெயிட் பண்றாங்க, நீ போ...” என்று நகர,

அவனை தடுத்து நிறுத்தியவள், "எல்லா கொஸ்டினுக்கும் எப்படி ஆன்சர் சொன்ன? ஒருவேளை, நீ உன் புக் எடுத்து படிக்கிறதுக்கு பதிலா தம்பிப்பையா புக் எடுத்து படிச்சிட்டியோ?" சந்தேகமாக வினவ,

"அடிங்க! கண்ணை கசக்கிட்டு இருக்கியேனு பாவம் பார்த்து உனக்கு ஆன்சர் சொல்லி கொடுத்தா, நீ என்னையே கலாய்க்க வர்றியா?" கோபமாக சொன்னவன் அவளை அடிக்க கையை ஓங்க,

அவளோ பயந்து அங்கிருந்து ஓடி விடவும், அதில் லேசாக புன்னகைத்தவன் பின் தன் நண்பர்களோடு சென்றுவிட்டான்.

தேர்வுகளும் முடிந்து ஆசிரியர்கள் விடைத்தாள்களைத் திருத்தி முடித்து, வகுப்பிற்கு எடுத்து வர, மதுவந்தியோ பயத்தோடே அமர்ந்திருந்தாள்.

மதிப்பெண் குறைவாக இருந்தால் ஆசிரியர் மற்ற மாணவர்கள் முன்பு தன்னை கடிந்துக் கொள்வாரே என கவலையோடு அமர்ந்திருக்க, ஆசிரியரும் ஒவ்வொரு மாணவராய் அழைத்து விடைத்தாளை கொடுக்கத் தொடங்கினார்.

முதல் மதிப்பெண் வாங்கிய அதிரதனை அனைவரின் முன்பும் ஆசிரியர் பாராட்ட, அதைக் கண்டு மகிழ்ந்த மதுவந்தி, தன் மதிப்பெண்ணை எண்ணி கவலைக்கொண்டாள்.

தோல்வி அடைந்த மாணவர்களுக்கு அடியும், மதிப்பெண் குறைந்த மாணவர்களுக்கு வசவுகளும் கிடைக்க, மதுவந்தியோ கைகளை பிசைந்தப்படி பதற்றத்தோடு அமர்ந்திருந்தாள்.

அவள் பயந்தது போல் அவளையும் அவர் அழைக்க நடுங்கியப்படியே எழுந்து சென்றவளை அவரோ சந்தேகமாக பார்த்தார்.

ஏனெனில் முதல் மதிப்பெண் வாங்கிய அதிரதன் கூட ஒரு மதிப்பெண் வினாவில் முழு மதிப்பெண் வாங்காமல் இருக்க, மதுவந்தியோ முழு மதிப்பெண்ணையும் வாங்கியிருந்தாள்.

கடினமான வினாத்தாள் என்பதால், அதில் முழு மதிப்பெண்ணும் வாங்குவது கடினம் என்பதை அவரும் அறிவாரே. அப்படியிருக்க மதுவந்தி வாங்கியிருக்காளே என திகைத்தாலும் அவளை பாராட்ட நினைத்தவர், பின் அவளோடு விளையாட எண்ணி,

முகத்தை கோபமாக வைத்துக் கொண்டு, "யாரை பார்த்து காப்பி அடிச்ச?" என்றதும் அவரின் கோபத்தில் விதிர்த்து நின்றாள் அவள்.

"சொல்லு, யாரை பார்த்து காப்பி அடிச்ச? உன் தம்பியை பார்த்து எழுதுனியா?" என அதிரதனையும் சேர்த்து முறைக்க,

அதில் மிரண்டவளோ, "அய்யோ இல்லை மிஸ், தம்பிப்பையாவுக்கு எதுவும் தெரியாது. எனக்கு ரூபன் தான் சொல்லி கொடுத்தான்..." என உண்மையை உளறிவிட,

அதில் திகைத்தவரோ, “ரூபன்னா உன் அண்ணன் தான?” என அதிரதனை வினவ,

தன் அண்ணனை மாட்டிவிட்டாளே என அதிர்ந்து நின்றவன், ‘ஆமாம்’ என தலையசைக்கவும், ரூபனை அழைத்து வரச் சொல்லி கட்டளையிட, அவனும் தயங்கிக் கொண்டே சென்றான்.

அறிவியல் டீச்சர் கண்டிப்புக்கு பேர் போனவரே!

ஒருவேளை தன் அண்ணன் மீது கோபத்தை காட்டிவிட்டால்?

அதனால் தன் அண்ணன், மது மீது கோபத்தை காட்டிவிட்டால்?

பயந்துக் கொண்டே ரூபனை அழைத்து வந்தவன் வரும் வழியிலே ரூபனிடம் விவரம் தெரிவித்திருக்க, ரூபனோ மதுவந்தியை வறுத்தெடுத்தப்படியே அங்கே வந்து சேர்ந்தான்.

“ஃபெயில் ஆகிறவங்களை கூட மன்னிச்சு விட்டுடுவேன். ஆனா காப்பி அடிக்கிறவங்களையும் அதுக்கு துணை போறவங்களையும் ஒரு நாளும் மன்னிக்கமாட்டேன்...” என வசனம் பேசிக் கொண்டிருந்த ஆசிரியரோ ரூபனை கோபத்தோடு ஏறிட, மதுவந்தி மிரண்டு நின்றாள்.

“வாங்க சார், நீங்க தான் அந்த ரூபனா?” நக்கலாக கேட்க,

அவனும் ஆமாம் என தலையசைக்க,

“திரும்பவும் டென்த் படிக்க ஆசை இருந்தா சொல்ல வேண்டியது தான, மேனேஜ்மெண்ட்கிட்ட சொல்லி டென்த் கிளாசுக்கு டிபுரொமோட் பண்ண சொல்லியிருப்பனே...” கேலியாய் அவர் சொல்ல அவன் அமைதியாய் நின்றான்.

“உன் கிளாஸ் டீச்சர் யாரு?” என்றார் கோபமாக.

“பாலகிருஷ்ணன் சார்...”

“போய் அவரை கூட்டிட்டு வா...” அதிரதனுக்கு மீண்டும் ஆணையிட,

மதுவந்தியோ தன்னால் அதிரூபனுக்கு பிரச்சினையே என கவலைக் கொண்டவள், “மிஸ் வேணாம் மிஸ், ரூபன் மேல தப்பில்ல...” என கெஞ்சலில் இறங்க,

ரூபன் அவளை முறைத்துக் கொண்டு நின்றானே தவிர வாயைத் திறக்கவில்லை.

அவளை முறைத்த ஆசிரியரும் அதிரதனை அனுப்ப, அவனும் வேறுவழியின்றி பாலகிருஷ்ணனை அழைத்து வரவும்,

அவரிடம் விவரம் சொன்ன ஆசிரியர், “இவங்களுக்கு என்ன பனிஷ்மெண்ட் கொடுக்கலாம்னு நீங்களே சொல்லுங்க?” என பொறுப்பை அவரிடம் ஒப்படைத்தார்.

அவரோ கோபத்தில் அதிரூபனை அடிக்கவும், மதுவந்தி அழுதுக்கொண்டு நின்றாள்.

அவரின் ஒவ்வொரு அடியும் ரூபனுக்கு மதுவின் மீது ஆத்திரத்தை வரவழைத்தது.

பத்தாம் வகுப்பு மாணவர்களுக்கு முன்பு அடிவாங்குவது வேறு அவனுக்கு மிகுந்த அவமானமாகிவிட பல்லைக் கடித்துக் கொண்டு நின்றான்.

அவனை அடித்தவரோ, “இந்த எக்ஸாம்ல எல்லா சப்ஜெக்ட்லயும் உனக்கு ஃபெயில் தான். மத்த ஸ்டாஃப்கிட்டயும் சொல்லிடுறேன்…” என்றவர் ஆத்திரத்தோடு வெளியேற,

மதுவந்தியின் ஆசிரியரும், “உனக்கும் அதே தான்…” என மதுவந்தியிடம் சொல்லவும் அவளோ பயந்து நின்றாள்.

இருவரையும் வகுப்பை விட்டு வெளியேற சொல்லவும் தயங்கிக் கொண்டே மதுவந்தி வெளியேற, ஆத்திரத்தோடு வெளியே வந்த அதிரூபனோ வகுப்பை விட்டு சற்று தள்ளி வந்ததும்,

அவளை பிடித்து இழுத்து குனிய வைத்து முதுகிலே பல அடிகளை அள்ளி வழங்கியவன், “இனி என் முகத்திலே முழிக்காத, போடி…” என கத்திவிட்டு செல்ல மதுவந்தி செய்வறியாது நின்றாள்.

ஃபெயிலாவதை நினைத்து வருந்துவதா அல்லது ரூபன் அடிவாங்கியதை எண்ணி வருந்துவதா அல்லது ரூபனின் கோபத்திற்கு ஆளானதை எண்ணி வருந்துவதா என தெரியாது கலங்கி நின்றாள் அவள்.

இடைவேளையின் போது அவளை தேடி வந்த அதிரதன், “இன்னும் அழுதுட்டு தான் இருக்கியா? இது பப்ளிக் எக்ஸாம் இல்லை மது, விடு பார்த்துக்கலாம்…” ஆறுதல் சொல்ல,

“ரூபன் வேற என் மேல கோபமா இருக்கானே…” கலக்கத்தோடு சொன்னாள்.

“அவன் கோவம்லாம் கொஞ்ச நேரத்துக்கு தான் இருக்கும், அப்புறம் சரியாகிடுவான்…”

“நிஜமாவா?”

“ஆமா மது, கொஞ்ச நேரம் கழிச்சு அவனே வந்து பேசுவான் பாரு…”

அதில் நம்பிக்கை எழ, “வீட்டுல என்ன சொல்றது தம்பிப்பையா? ஃபெயிலானது தெரிஞ்சா திட்டுவாங்களே…”

“உங்கம்மாகிட்ட எதுவும் சொல்லாத மது, அப்பாகிட்ட மட்டும் சொல்லு. பப்ளிக் எக்ஸாம்ல நல்ல மார்க் வாங்கிடுறேன்னு சொல்லு. எதுவும் சொல்ல மாட்டாரு…”

“அம்மாவுக்கு எப்படியும் தெரிஞ்சிடுமே. ஏற்கனவே நான் ஃபர்ஸ்ட் ரேங்க் எடுக்கலனா படிக்கவே வைக்க கூடாதுனு திட்டிட்டு இருக்காங்க. இதுல நான்

ஃபெயிலும் ஆகிட்டேன்னு சொன்னா, இனி என்னை ஸ்கூலுக்கே அனுப்ப மாட்டாங்களே...'' தாயை எண்ணி கவலைக் கொண்டாள்.

“இத்தனை வருஷமா உங்கம்மா உன்னை படிக்க அனுப்ப கூடாதுனு தான் சொல்லிட்டு இருக்காங்க. அதையும் மீறி உங்கப்பா உன்னை படிக்க வச்சிட்டு தான இருக்காரு. அதனால நீ கவலைப்படாத இப்பவும் உங்கப்பாவே சமாளிச்சிப்பாரு...''

அங்கே வந்த அதிரூபனோ சகோதரனிடம், “உனக்கு அவகிட்ட என்னடா பேச்சு? கிளாசுக்கு போடா...'' என அதட்ட,

“அவ என்னோட ஃப்ரெண்டு...'' அதிரதன் அழுத்தமாய் சொல்ல,

“நான் உன்னோட அண்ணன்! நான் சொல்றேன், இனி நீ அவகிட்ட பேசக்கூடாது...''

“நீ சொன்னா நான் ஏன்டா கேட்கணும்? நான் பேசுவேன் தான்...''

“டேய்! என்னை அத்தனை பேரு முன்னாடி அடிவாங்க வச்சவடா அவ, அவளுக்கு சப்போர்ட் பண்றியா நீ?'' ஆத்திரத்தோடு கேட்க,

“தப்பை உன் மேல வச்சிக்கிட்டு அவளை எதுக்கு திட்டுற? உன்னை யார் அவளுக்கு எக்ஸாம்ல சொல்லி தர சொன்னது?''

“அழுதுட்டு இருந்தாளேனு சொல்லி கொடுத்தது தப்பா?''

“ஆமா தப்பு தான். அவ படிக்கலனா அடுத்த எக்ஸாமுக்கு படிச்சிட்டு வா'னு சொல்றத விட்டுட்டு, நீயே அவளுக்கு தப்பான வழியை காட்டியிருக்க. அது உன்னோட தப்பு தான?'' அண்ணனையே அவன் குற்றம் சாட்ட,

“ஆமா பெரிய தேசிய குற்றம் பண்ணிட்டேன், வந்து ஜெயில்ல போடு...'' என முணுமுணுத்தவன்.

“அடியே, குள்ள கத்தரிக்கா! இனி வீட்டுப் பக்கம் வாடி, உன் காலை உடைக்கிறேன்...'' என மதுவந்தியை மிரட்ட,

“நான் அம்மாகிட்ட சொல்லுவேன்...'' என அதிரதன் அதிரூபனை மிரட்ட,

இருவரையும் முறைத்துவிட்டு அவன் செல்லவும் மதுவந்தி பரிதாபமாய் நின்றாள்.

“நான் வேணும்னா ரூபனுக்காக அவங்க சார்கிட்ட பேசட்டா?''

“வேணாம் மது, அதுக்கும் சேர்த்து அவரு ரூபன் மேல தான் கோபப்படுவாரு...''

தன்னால் அவனும் பாதிக்கப்படுகிறானே என கவலைக் கொள்ள, அதிரதன் அவளை தேற்றி அழைத்துச் சென்றான். வீட்டிலும் அவள் தந்தை சமாளித்துக் கொண்டதால் எந்த பிரச்சினையும் இன்றி பள்ளி வந்து கொண்டிருந்தாள்.

9

அதிரூபன் கோபமாக இருக்கிறானே என அவன் வீட்டிற்குச் செல்வதை, தவிர்த்து வந்தவளை அதிரதனும் அழைத்துப் பார்த்து சோர்ந்து போனான்.

அன்று வீட்டில் அனைவரும் வெளியூர் சென்றிருக்க, மதுவந்தி மட்டும் தனித்திருந்தாள். அவள் தனியாக இருக்கிறாளே அவளையும் அழைத்துச் செல்லலாம் ராஜசேகர் சொல்ல, மகேஷ்வரி மறுத்தார்.

“நாளைக்கு எதோ எக்ஸாம் இருக்காம், அவ படிக்கட்டும்...”

“ஆமாம்பா, நான் படிக்கணும். நீங்க போய்ட்டு வாங்க...”

“இல்லம்மா தனியா எப்படி இருப்ப?”

“அவ ஏன் தனியா இருக்க போறா? காயத்ரி வீட்டுக்கு போயிடுவா. இப்ப அவளுக்கு அது தான வீடு...” என குத்தலாய் சொன்னாலும்,

அவள் அங்கே சென்று விடுவாள் என்ற நம்பிக்கையில் மகேஷ்வரி, கணவன் மற்றும் பிள்ளைகளோடு சென்றுவிட, மதுவந்தியோ அங்கே சென்றால் ரூபன் கோபம் கொள்வானே என தனியாகவே இருந்தாள்.

குளிப்பதற்காக ஆடைகளை எடுத்துக் கொண்டு வீட்டின் பின்பக்கம் இருக்கும் குளியலறைக்குச் சென்றாள்.

மேற்கூரை ஏதுமின்றி இருந்த அந்த குளியலறையில் அவள் நுழைவதைக் கவனித்துக் கொண்டிருந்த பக்கத்து வீட்டு கயவன் ஒருவன், மதுவந்தி தனியே இருப்பதை உணர்ந்து, பின்பக்கமாக சென்று குளியலறை சுவற்றின் வழியே எட்டிப் பார்த்தான்.

அந்த நேரம் நண்பர்களோடு அங்கிருந்த மைதானத்தில் விளையாடிக் கொண்டிருந்த அதிரூபன், தூரத்திலிருந்து எதேர்ச்சையாக இதை கவனித்தவன் முதலில் புரியாமல் நின்றான்.

பின்பு ஏதோ உறுத்த, யாரிடமும் எதுவும் சொல்லாது தனியே அங்கே வந்த ரூபன், அந்த கயவன் குளியலறையை எட்டிப் பார்ப்பதைக் கண்டு கோபம் கொண்டு வேகமாக அவனை நெருங்கினான்.

சுவற்றில் இருந்த ஆடையை வைத்தே, உள்ளே இருப்பது மதுவந்தி என்பதை ஊகித்தவன், ஆத்திரத்தோடு அந்த கயவனை நெருங்கிப் பிடித்து இழுத்தான்.

சத்தம் வெளியே கேட்கக் கூடாது என்று அருகிலிருந்த துணியை எடுத்து, அவன் வாயில் திணித்து அவனை சரமாரியாக தாக்கினான்.

போதையில் இருந்த அந்த தடியனால் ரூபனைத் திரும்ப அடிக்க முடியாமல் போகவும், அது ரூபனுக்கு மேலும் வசதியாக, தன் பலம் மொத்தத்தையும் திரட்டி அந்த கயவனை புரட்டி எடுத்தான்.

தன்னை விட பல வயது பெரியவன் என்றெல்லாம் ரூபன் பார்க்கவில்லை. மதுவந்தியை பார்த்துவிட்டானே என்ற ஆத்திரத்தில் அவனை வெளுத்து வாங்கி-னான்.

அடி வாங்கியவனோ முடியாமல் சுருண்டு விழவும், அவனை இழுத்துச் சென்று அவன் வீட்டின் பின்பக்கம் போட்டான்.

சிறிது நேரம் கழித்து வெளியே வந்த மதுவந்தியோ அங்கே ரூபனைக் கண்டு குழம்பியவள், "எப்ப வந்த ரூபன்?" என முழுதாக கேட்கும் முன்னே அவள் கன்னத்தில் ஓங்கி அறைந்தவன்,

"எதுக்குடி தனியா இருக்க?" என்றான் கோபமாக.

எதற்காக இந்த கோபம் என புரியாது தன் கன்னத்தைத் தாங்கி நின்றவள், "எல்லாரும் ஊருக்கு போயிருக்காங்க..." என திக்கித் திணற,

"ஊருக்கு போயிட்டாங்கனா தனியா இருக்கணுமா? ஏன் நம்ம வீட்டுக்கு வர கூடாதா?" கோபம் குறையாது கேட்க,

"நீதான வர கூடாதுனு..." என்றவள் அவன் பார்த்தப் பார்வையில் மீதி வார்த்தைகளை வாயிலே விழுங்கிக் கொள்ள,

"நான் சொல்ற எல்லாத்தையும் அப்படியே கேட்கிறவ மாதிரி பேசாத..." என சீறியவன்,

அவளிடம், "ஏன் வீட்டுக்குள்ள பாத்ரூம் இருக்கு தான? அப்புறம் எதுக்கு இங்கே வந்து குளிக்கிற?" என்றான் கோபத்தைக் குறைத்து.

அவள் வீட்டில் அவளுக்கு பல உரிமைகள் மறுக்கப் பட்டிருந்தன. அதில் வீட்டில் இருக்கும் குளியலறையும் அடக்கம்.

அதை அவள் சொல்லவும் கோபம் கொண்டு, "இனி நம்ம வீட்டுல தான் நீ இருக்கணும்..." என்றவன் கையோடு அவளை அழைத்துச் செல்ல ஆயத்தமாக,

"நான் இன்னும் குளிக்கல, குளிச்சிட்டு வர்றனே..." என்றதும்,

"அப்போ இவ்ளோ நேரம் என்ன பண்ண?"

"ட்ரெஸ் தான் வாஷ் பண்ணிட்டு இருந்தேன். தண்ணி எடுத்துட்டு வர்லாம்னு வந்தேன்..." என கையில் இருந்த குடத்தைக் காட்டவும் ஏனென்றே தெரியாமல் அவன் மனம் நிம்மதியுற்றது.

எனினும் அவளிடம் அதை காட்டாது, “ஒன்னும் வேணாம், அங்கே வந்து குளிச்சுக்கோ...” என்றவன், அவள் பதிலை எதிர்பாராது அவளை அழைத்துச் செல்ல அதன் பிறகு அவளும் மறுவார்த்தை பேசாது அவனோடு சென்றாள்.

தன் அன்னையிடம் விவரம் தெரிவித்தவன் அங்கு நடந்ததை மதுவந்திக்குத் தெரியாது பார்த்துக் கொண்டான்.

தெரிந்தால் அவள் வருத்தம் கொள்வாளே என அவன் சொல்லாமல் விடுக்க, காயத்ரிக்கோ மகனை எண்ணி பெருமையாக இருந்தது.

என்னதான் தன் மகன் பல விஷயங்களில் சிறு பிள்ளையாய் நடந்துக் கொண்டாலும் தேவையான நேரத்தில் பக்குவத்தோடு நடந்துக் கொள்கிறானே என மகிழ்ந்தார்.

மதுவந்தி அங்கே இல்லை என்பதை உறுதிப்படுத்திக் கொண்ட ரூபன் தாயிடம், “ஏன்மா, மது வீட்டுல அவளை இப்படி ஒதுக்கி வைக்கிறாங்க?” ஆதங்கத்தோடு கேட்க,

இந்த சமயத்தில் மகனிடம் அதைப் பற்றி சொல்வது சரியாக இருக்குமோ என ஒரு நொடி யோசித்தவர், பின் எதையும் மறைக்காது மகனிடம் பகிர்ந்தார்.

ராஜசேகரும் மகேஷ்வரியும் மதுவந்தியை பெற்றவர்கள் இல்லை என்பதை அறிந்ததும் அதிர்ந்தவன் மதுவந்தியை எண்ணி வேதனைக் கொண்டான்.

“மதுவுக்கு தெரியுமாம்மா?”

“தெரியாது, நீயும் இப்ப எதுவும் சொல்லிக்காத...” என்றதும் அவனும் தலையசைத்தான்.

‘ஏற்கனவே அவள் வீட்டில் அவளை கஷ்டப்படுத்துகிறார்கள் இதில் நானும் சேர்ந்து அவளை வருத்துகிறேனே’ என கவலைக் கொண்டவன் இனியாவது அவளிடம் கோபம் கொள்ளாமல் இருக்க வேண்டும் என தீர்மானித்தான்.

ஆனால், அதை அவன் மட்டும் தீர்மானித்தால் போதுமா?

ஒருநாள், அவசர அவசரமாக பள்ளிக்குத் தயாராகிக் கொண்டிருந்த அதிரூபன் நண்பர்கள் வெளியே இருந்து குரல் கொடுக்கவும் பாதியிலே ஓடினான்.

“ஏன்டா லேட்டு? இன்னைக்கு ஃபேர்வெல் டே மறந்துட்டியா?”

“தூங்கிட்டேன்டா, ஒரு அஞ்சு நிமிஷத்துல வந்துடுறேன்...” ரூபன் சொல்லிக் கொண்டிருக்கும் போதே அவனின் புத்தகப்பையை எடுத்து வந்த மதுவந்தி,

“நீ போ ரூபன், உனக்கு லஞ்ச் நான் எடுத்துட்டு வர்றேன்...” என்றாள்.

“இன்னைக்கு எனக்கு லஞ்ச் வேணாம் மது, ஸ்கூல்லயே சாப்பிட்டுகிறேன்...” என்றவன் நண்பர்களோடு சென்றான்.

“டேய் ரூபன், இன்னைக்கு கலர் ட்ரெஸ் வேற, உன் ஆள் எப்படி வருவாள்னு தெரியலையே...” நண்பன் ஒருவன் கேட்க,

“போய் பார்க்கலாம் நண்பா…” ரூபனும் ஆவலோடு சொல்ல,

“ஆமா, பார்க்க மட்டும் தான் செய்யற…” நக்கலாய் மற்றொருவன் சொல்ல,

“வேற என்ன பண்ணணும்னு நினைக்கிற?” ரூபன் கோபமாய் கேட்டான்.

“இன்னைக்கு லாஸ்ட் நாள் நண்பா, அவ கூட கொஞ்சம் பேச வேண்டியது தான. பேசுனா தான அப்படியே பிக்கப் ஆகும்…”

“நான் யாரையும் பிக்கப் பண்ண நினைக்கல. அவ அழகா இருக்கா பார்க்கிறேன். அது அவளுக்கும் தெரியும். ஆனா, அவளும் பெருசா கண்டுக்கல. இந்த ஸ்கூல விட்டு போனா அவ யாரோ நான் யாரோ…” என்றவன் பள்ளியை நெருங்கியிருக்க மற்ற நண்பர்களும் அவர்களோடு சேர்ந்துக் கொண்டனர்.

அவர்களுக்கு பள்ளி இறுதி நாள் என்பதால் விரைவாகவே பள்ளிக்கு வந்தவர்கள் குதூகலத்தோடு சுற்றிக் கொண்டிருந்தனர். ஒரு சிலரோ இனி பள்ளி வாழ்க்கை தங்களுக்கு கிடைக்காதே என தவித்தனர்.

பனிரெண்டாம் வகுப்பு மாணவர்கள் இன்று யூனிஃபார்மில் வர வேண்டாம் என நிர்வாகம் கூறியிருந்ததால், மாணவிகள் தங்களை அழகாக அலங்கரித்துக் கொண்டு வந்திருக்க, சில மாணவர்கள் அவர்களை ரசித்துக் கொண்டு இருந்தனர்.

அதில் ரூபனும் அடக்கம்.

தன் பட்டாளத்தோடு நின்றிருந்தவன் ஒரு பெண்ணை எதிர்பார்த்து காத்திருக்க, மரத்தடியில் அதிரதனோடு அமர்ந்து படித்துக் கொண்டிருந்த மதுவந்தி அவனை கவனித்தாள்.

“ஏன், ரூபன் கிளாசுக்கு போகாம இங்கே நின்னுட்டு இருக்கான்?”

“அவன் எதோ பண்ணிட்டு போறான், நீ படி மது. இன்னும் ரெண்டு நாள்ல எக்ஸாம் ஸ்டார்ட் ஆகுது…”

“அவன் ஆள்கிட்ட புரொப்போஸ் பண்ண போறானோ?” சந்தேகமாய் வினவியவள்,

“ஆனா, அவன் அதுக்குலாம் சரிபட்டு வரமாட்டானே! தள்ளி நின்னு வேடிக்கைப் பார்க்கிறதோட சரியாச்சே…” என்றதும்,

“என்ன பேச்சு இது? நீயே அவன் பண்றதுக்கு சப்போர்ட் பண்ணுவ போல…” கோபம் கொள்ள,

“அவன் என்ன தப்பு பண்ணான்?”

“பொண்ணுங்கள சைட் அடிக்கிறது தப்பு இல்லையா? படிக்கிற வயசுல என்ன பழக்கம் இது?”

“இந்த வயசுல இதலாம் பண்ணாம குச்சி ஊன்ற வயசுலையா பண்ணுவாங்க?”

அவன் முறைக்கவும், “இங்கே பாரு தம்பிப்பையா, ரூபன் மேல கோபப்படாத. அவன் எந்த தப்பும் பண்ணல. இந்த வயசுல எதிர்பாலினத்து மேல ஈர்ப்பு இருக்கிறது சகஜம். இருந்தாலும் அவன் எல்லை மீறி நடக்கமாட்டான்...”

“அதனால அவன் பண்றதுலாம் சரியா?”

“நம்மளோட செயல் மத்தவங்கள பாதிக்காத வரைக்கும் எதுவும் தப்பில்லை...” என்றவளை அதிரதன் வியப்போடு பார்த்தான்.

“நீயா மது இப்படிலாம் பேசுற?”

“ஏன் எனக்கும் வாய் இருக்கு தான? நானும் பேசுவேன்...” முறுக்கிக் கொள்ள,

“வாய் இருக்கு தான். ஆனா, இதலாம் யோசிக்க மூளை வேணுமே...” கேலி செய்ய,

அவனை முறைத்தவள் அவன் தோளிலே அடிக்க அவனும் சிரித்துக் கொண்டே வாங்கிக் கொண்டான்.

வேறொரு நண்பன் அதிரதனை அழைக்க, அவன் எழுந்து செல்லவும் மதுவந்தி ரூபனை கவனித்தாள்.

ரூபன் எதிர்பார்த்த பெண் அவர்களை கடந்து செல்லவும் அவன் நண்பர்கள், “டேய் உன் ஆள் செமயா வந்துருக்காடா, போய் பேசு...” என அவனை தூண்டிவிட,

“டேய் அவ உன்னை தான்டா பார்க்கிறா...” இன்னொருவன் ஆவலோடு சொல்ல,

“போடா. கிடைக்கிற வாய்ப்பை மிஸ் பண்ணாத...”

அவளையே பார்த்திருந்த ரூபனோ, “அதலாம் வேணாம்...” என மறுக்க,

“உன்னை என்ன ப்ரொப்போஸ் பண்ணவா சொல்றாங்க? போய் ஒரு ஆட்டோகிராஃபாது வாங்கிட்டு வாடா. இன்னைக்கு தான் கடைசி நாள், இனி பார்க்க முடியாது...”

வகுப்புத் தோழி என்ற முறையிலாவது அவளிடம் ஆட்டோகிராஃப் வாங்கலாமே என மற்ற நண்பர்கள் சொல்லவும் அது ரூபனுக்கும் சரியாகப்பட்டது.

எனினும் தயங்கி நின்றவனை நண்பர்கள் ஊக்குவித்து அனுப்பி வைக்கவும் அவனும் அந்த மாணவியை நோக்கி நகர்ந்தான்.

அவன் வருவதை உணர்ந்து அந்த மாணவியும் ஆவலோடு நிற்க, படபடப்பாய் உணர்ந்தது என்னவோ அதிரூபன் தான்.

தூரத்தில் இருந்து தான் பார்த்திருக்கிறான். இதுவரை மதுவந்தியை தவிர வேறெந்த பெண்ணிடமும் அவனுக்கு பேசி கூட பழக்கமில்லை.

அதனால் தயக்கத்தோடே அந்தப் பெண்ணை நோக்கிச் சென்றான். அவர்களுக்கு நேரெதிரே இருந்த மரத்தடியில் தான் மதுவந்தி அமர்ந்திருந்தாள்.

ரூபனைப் பார்த்தவள் அவனிடம் சைகையில் ஏதோ சொல்ல, எதேர்ச்சையாக அவளை கவனித்தவன், அவள் என்ன சொல்ல வருகிறாள் என புரியாது நின்று அவளிடம் என்னவென்று சைகையிலே கேட்க, அவளோ சைகையிலே மீண்டும் அவனுக்கு உணர்த்திட முயன்று தோற்று போனாள்.

அவள் என்ன சொல்ல வருகிறாள் என்பது புரியாதவனோ கோபமாக அவளை முறைக்கவும், மீண்டும் இரண்டு முறை அவனுக்கு புரிய வைக்க எண்ணியவள் அதில் தோற்று கடுப்பாகி,

தலையில் அடித்துக் கொண்டவள், “அடேய் மடையா! ஜிப்பை போடுடா…” என்று கத்திவிட,

அதில் அதிர்ந்தவன் பட்டென்று திரும்பி பேன்ட் ஜிப்பை போடவும் அந்த பக்கம் இருந்த மாணவிகள் அதைக் கண்டு சிரிக்க, அத்தோடு மற்றவர்களும் அவனை கேலி செய்து சிரிக்க ஆத்திரத்தோடு மதுவந்தியை ஏறிட்டான்.

அதிலும் அவன் எந்த பெண்ணிடம் பேசுவதற்காக நெருங்கினானோ அந்த பெண்ணும் தன் தோழிகளோடு சேர்ந்து சத்தமாக சிரிக்க, மிகவும் அவமானமாக உணர்ந்தவன் மதுவந்தியை பார்வையிலே எரித்தான்.

அவளுக்கும் அவன் நிலை புரிய, அங்கே இருந்தால் அடித்து விடுவானோ என அஞ்சி புத்தகத்தைக் கூட எடுக்காது எழுந்து ஓட, பள்ளி என்றும் பாராது அவளை துரத்தினான் அவன்.

வேறொரு நண்பனிடம் பேசிக் கொண்டிருந்த அதிரதன், தன் தமையன் மது-வந்தியைத் துரத்துவதைக் கண்டு, என்ன நேர்ந்ததோ என்று பதறி ஓடி வர, ஒரு கட்டத்தில் மதுவந்தி ரூபனிடம் மாட்டிக் கொண்டாள்.

அவள் காதைத் திருக, வலியில் துடித்தவள், “நான் உனக்கு ஹெல்ப் தான் பண்ணேன்…” என அழவும்,

“எதுடி ஹெல்பு? எல்லார் முன்னாடியும் என்னை அசிங்கப்படுத்துறதுக்கு பேரு ஹெல்ப்பா?” ஆத்திரத்தோடு அவன் கேட்க,

“இல்லை ரூபன் மத்தவங்களுக்கு தெரிஞ்சா அசிங்கமாகிடும்னு தான்…” என இழுக்க,

“அதான் நீயே அசிங்கப்படுத்திட்டியே…” அவளை அடிக்க,

“நான் சைகையில தான சொன்னேன், நீதான் புரிஞ்சிக்கல…” அவனை குற்-றம் சாட்ட,

“பண்றதுலாம் பண்ணிட்டு என்னையே தப்பு சொல்றியா?” மீண்டும் அவளை அடிக்கும் நேரம் அதிரதன் தடுத்தான்.

“எதுக்குடா அவளை அடிக்கிற?”

“அவ பண்ண வேலைக்கு அடிக்கிறதோட நிறுத்திட்டனேனு சந்தோஷப்-படு…”

“அவ என்ன பண்ணாலும், அவளை அடிக்க உனக்கு எந்த ரைட்ஸும் இல்லை...”

“நீ குறுக்க வராத, ஓடி போய்டு. இல்லனா உனக்கும் சேர்த்து தான் அடிவிழும்...” சகோதரனையும் மிரட்ட,

அவனோ அதற்கெல்லாம் அஞ்சாது மதுவிற்கு முன்பாக வந்து நிற்க, மதுவந்தி அவனை தடுத்தாள்.

“தப்பு என் மேல தான் தம்பிப்பையா. என்னால தான் எல்லாரும் ரூபனை பார்த்து சிரிச்சிட்டாங்க...”

“அப்படி என்ன பண்ண?” அதிரதன் தெரியாமல் கேட்க,

“ஏய் வேணாம், அமைதியா இரு...” அதிரூபன் அவளை தடுக்க முயல்வதை கண்டு கொள்ளாது,

“ரூபன், பேன்ட் ஜிப் போடாம வந்துட்டான். அதை எல்லார் முன்னாடியும் சொல்லிட்டனா, எல்லாரும் சிரிச்சிட்டாங்க...” படபடவென்று சொல்லி முடிக்க,

அதைக் கேட்டு அருகே இருந்த மற்ற மாணவர்களும் சிரிக்க, ரூபன் மேலும் அவமானமாக உணர்ந்தான்.

அதிரதனை வேகமாகத் தள்ளிவிட்டு மதுவந்தியின் தலையில் நங்கென்று கொட்டியவன்,

“இதுக்குலாம் சேர்த்து உன்னை பழிவாங்குறேன் இருடி...” என்று கத்திவிட்டு பள்ளியை விட்டே சென்றுவிட்டான்.

அதிரதனுக்கு தன் தமையனின் நிலை புரிந்தாலும், மதுவிற்கு எப்படி புரிய வைப்பது என தெரியாது குழம்பி நின்றான்.

அவளோ, “நல்லவேளை தம்பிப்பையா, இந்த கோபத்துல நான் அவனை ‘டா’ போட்டு பேசுனதை கவனிக்காம விட்டுட்டான். இல்லனா, அதுக்கும் சேர்த்து அடி விழுந்திருக்கும்...” என நிம்மதியடைய, அதிரதனோ அவளை முறைக்க முயன்று சிரித்துவிட்டான்.

“நீ ஏன் மது இப்படி இருக்க?”

“எப்படி இருக்கேன்?” புரியாது அவள் கேட்க,

‘சொன்னா மட்டும் உனக்கு புரியவா போகுது?’ என முணுமுணுத்தவன்,

“கொஞ்ச நேரத்துக்கு முன்னாடி தான் பரவாயில்லை நீ தேறிட்டனு நினைச்சேன்...”

“அதை விடு, ரூபனை எப்படி சமாதானப்படுத்துறதுனு சொல்லு...” கவலையோடு அவள் கேட்க,

“இந்த முறை கொஞ்சம் கஷ்டம் தான்...” என்றவன்,

அவள் கவலையோடு நிற்பதைக் கண்டு, “விடு பார்த்துக்கலாம். இது என்ன புதுசா? வழக்கமா உங்களுக்குள்ள நடக்குறது தான, அவனே சரியாகிடுவான்...” என்றான்.

அவளோ அதை ஏற்றுக்கொள்ள முடியாமல் பள்ளி முடிந்ததும் அதிரூபனைத் தேடிச் சென்று அவனிடம் மன்னிப்புக் கேட்க, அவன் அவளை திரும்பியும் பார்க்கவில்லை.

“அவ தான் சாரி கேட்கிறாளே, அப்புறமும் எதுக்குடா கோபப்படுற?” அதிரதன் பரிந்து பேச,

“அவளால என்னைக்காது நீ அசிங்கப்பட்டுருந்தா என் கஷ்டம் என்னன்னு உனக்கும் தெரிஞ்சிருக்கும்...” என்றதும்,

“சும்மா என்னையே குறை சொல்லாத ரூபன், தப்பு உன் மேல தான்...” என சிணுங்க,

அவன் முறைக்கவும், “பின்ன என்ன? ஜிப்பு போடாம வந்தது உன் தப்பு...”

“அதுலயும் சின்ன சட்டை போட்டு வந்தது பெரிய தப்பு...” என்றவளை அவன் முறைக்க,

அவளோ அதைக் கண்டு கொள்ளாது, “ஒருநாள் நான் ஷாலுக்கு சரியா பின் குத்துலனு என்னை எப்படி திட்டுன! இன்னைக்கு நீ என்ன பண்ணியிருக்க? ட்ரெஸ் பண்ணும் போது இதலாம் கவனிக்க வேணாமா? அப்படி என்ன அவசரம் உனக்கு?” அவனையே கேள்விக் கேட்க, ஆத்திரத்தில் பல்லைக் கடித்தவன்,

அவளை அடிப்பதற்கு எதையோ தேட அதை உணர்ந்த அதிரதன் அவனை தடுத்து மதுவந்தியை தன் அன்னையிடம் செல்லச் சொல்லவும்,

“போடி போ. எத்தனை நாளைக்கு என் அம்மா பின்னாடியே ஒளியுறனு பார்க்கிறேன்...” என எரிச்சலோடு கத்தியவன் சகோதரனை உதறிவிட்டு வெளியேறினான்.

“தம்பிப்பையா...” தவிப்போடு அவள் அழைக்க,

“என்னால முடியல மது, உங்களுக்கு நடுவுல நான் தான் மாட்டிக்கிட்டு முழிக்கிறேன்...” அவன் புலம்பவும் பரிதாபமாய் நின்றாள்.

கொஞ்ச நாளில் சரியாகிவிடுவான் என அதிரதன் அவளை தேற்றி வைக்க, அதிரூபனின் மனதில் இருந்த கோபமோ குறையவே இல்லை.

மற்றவர்கள் அவனைப் பார்த்து சிரித்தது, அவன் கண்முன் தோன்றி தோன்றியே அவனின் கோபத்தை அதிகரித்தது.

அனைத்திற்கும் மூலக் காரணம் தன் கவனக்குறைவு தான் என்பதை அவன் உணரவேயில்லை. மாறாக, மதுவந்தி தான் காரணம் என அவள் மீது கோபத்தை வளர்த்துக் கொண்டிருந்தான்.

அன்று மதுவந்தி அவன் வீட்டில் குளித்துக் கொண்டிருக்கவும், அந்த நேரம் வெளியே இருந்து வீட்டிற்கு வந்த ரூபன் வீட்டில் யாரும் இல்லை என்பதை உணர்ந்து, மதுவந்தியை பழிதீர்க்க எண்ணினான்.

என்ன செய்வது என யோசித்து பார்வையைச் சுழலவிட்டவன் தோட்டத்தில் சுற்றிக் கொண்டிருந்த எலியைக் கண்டதும் அவன் கண்கள் பிரகாசிக்க, ஒரு துணியை வைத்து அதை லாவகமாக பிடித்தவன் வன்மத்தோடு சிரித்தான்.

'பயந்தே சாகுடி, இனி என்னைக்கும் என் வழிக்கு வரக் கூடாது...' என முணுமுணுத்தவன் குளியலறை ஜன்னல் வழியே எலியை உள்ளே விட்டுவிட்டு தனக்குள்ளே சிரித்துக் கொண்டான்.

அவள் பயந்து நிற்கும் நிலையை தன்னால் பார்க்க முடியாதே என வருந்தி-னாலும், அவள் பயந்தாலே போதும் என எண்ணி அவன் சிரித்துக் கொண்டிருக்க,

அவளோ எலியைக் கண்ட பயத்தில் இருக்கும் நிலையை மறந்து அலறிக் கொண்டே வெளியே ஓடி வரவும், அதை எதிர்பார்க்காதவன் அதிர்ந்து நின்றான்.

அவன், உள்ளே விட்ட எலி, சுவற்றில் இருந்து அவள் மீது பாய்ந்திருந்ததால் அவள் பயத்தில் தன்னையே மறந்திருந்ததன் பலன் தான் அவன் முன் அந்த நிலையில் நிற்க வேண்டியதாகியது.

"ரூபன் எலி எலி..." என கத்தியவள்,

அவன் அதிர்ந்து நிற்கும் நிலையை கவனித்து என்ன ஆனது என யோசிக்கும் முன்னரே அதிர்ச்சியிலிருந்து மிண்ட ரூபன், நொடியும் தாமதிக்காது கொடியில் தொங்கிய தன் அன்னையின் புடவையை எடுத்து, அவள் மீது சுற்றிவிடவும் தான் அவளுக்கும் தன்னிலை புரியவும் உறைந்து போனாள்.

இப்படி வந்து நிற்கிறாளே என அவள் மீது கோபம் எழுந்தாலும், அதற்கு காரணம் தான் தானே என தன்னையே கடிந்துக் கொண்டான்.

'அந்த கயவனுக்கும் தனக்கும் வித்தியாசம் இல்லாது போய் விட்டதே' என வெட்கி நின்றவனுக்கு அவளிடம் மன்னிப்புக் கேட்கும் துணிச்சல் கூட வரவில்லை.

அவளோ தன்னை தவறாக எண்ணிவிடுவானோ என்று தான் வருந்தினாளே தவிர வேறெதைப் பற்றியும் யோசிக்கவில்லை.

அவள் அழவும் உடைந்து போனவன், "ஏய் மது, சாரிடி..." என முழுதாகச் சொல்லி முடிக்கும் முன்னே,

அவள், "சாரி ரூபன், எலி என் மேலயே விழுந்துடுச்சு..." என திணறலோடு சொல்லவும், திகைத்து நின்றவனுக்கு என்ன சொல்வதென்று தெரியவில்லை. அவன் மனதில் என்ன மாதிரியான உணர்வுத் தோன்றுகிறது என்பதையும் புரிந்துக் கொள்ள முடியவில்லை.

குளியலறைக்குள் சென்று எலியை விரட்டிவிட்டவன் அவளை உள்ளே செல்ல சொல்லவும் அவள் பயந்துக் கொண்டே நிற்க, “அது வராது. போய் குளிச்சிட்டு வா...” என்றான்.

அவளும் தயங்கினாலும் உள்ளே சென்றுவிட, ரூபனோ அவள் இதை யாரிடமாது சொல்லிவிட்டால் தவறாக எண்ணிவிடுவார்களே என தவித்தவன் அவள் குளித்து முடித்து வெளியே வரும் வரை அங்கேயே காத்திருந்தான்.

சிறிது நேரம் கழித்து அவள் வந்ததும் அவளிடம், “இப்ப நடந்ததை யார்கிட்டயும் சொல்லாத...” என்றதும்,

அவள் புரியாது பார்க்க அதில் கடுப்பானவன், “எல்லாத்தையும் எல்லார்கிட்டயும் சொல்லிட்டு இருக்கக் கூடாது மது. யார்யார்கிட்ட என்னென்ன பேசணும், பேசக் கூடாதுன்றத முதல்ல புரிஞ்சிக்கோ...” என்றதும் அவளுக்கு என்ன புரிந்ததோ தெரியவில்லை தலையை மட்டும் அசைத்தாள்.

‘என்னத்த புரிஞ்சுதோ’ என முனகியவன்,

“குறிப்பா இன்னைக்கு நடந்ததை யார்கிட்டயும் சொல்ல கூடாது...” என அழுத்தமாகச் சொல்லிவிட்டு அங்கிருந்து நகர்ந்துவிட, அவளும் அவன் சொன்னதற்கிணங்க அதை யாரிடமும் சொல்லவில்லை. அதை மறந்தும் போனாள்.

ஆனால், மதுவந்தியின் செயலால் அவன் மற்றவர்கள் முன்பு தலைகுனிந்து நிற்கும் நிலையோ அல்லது மற்றவர்களின் கோபத்திற்கு ஆளாகும் நிலையோ அடிக்கடி உண்டாக, அவள் மீது கோபத்தோடே வலம் வரத் தொடங்கினான் அவன்.

10

பள்ளி படிப்பை முடித்த அதிரூபன் தங்கள் கிராமத்திற்கு அருகிலிருந்த கல்லூரியிலே தன் பட்ட படிப்பைத் தொடர, அதிரதனும் மதுவந்தியும் அடுத்த இரண்டு வருடத்தில் வெற்றிகரமாக பள்ளி படிப்பை முடித்து விட்டு, அதிரூபன் படிக்கும் கல்லூரியிலே சேரவும் அவளை வறுத்தெடுத்தான் அதிரூபன்.

“ஏன்டி உனக்கு வேற காலேஜே கிடைக்கலையா? எதுக்கு நான் போற இடத்துக்கே வர?”

“ஏன், இங்கே நீ மட்டும் தான் படிக்கணும்னு எதாவது சட்டம் இருக்கா?” அதிரதன் கோபம் கொள்ள,

“ஆமா, அவளை ஒன்னு சொல்லிட கூடாது உடனே வந்துடுவியே? என்னைக்காது உன்னையும் அசிங்கப்படுத்துவா, அன்னைக்கு நீயே அவளை விட்டு ஓடுவ பாரு. அப்படி ஒரு நாளை தான் நானும் எதிர்பார்க்கிறேன்...” என்றதும்,

“ஒரு நாளும் அவளை விட்டு நான் போகமாட்டேன்...” என உறுதியாக சொன்னவன்,

“மது இங்கே தான் படிப்பா. உனக்கு பிடிக்கலனா நீ வேற காலேஜுக்கு ஓடு...” என்றான் கோபமாக.

‘இந்த தடியனுக்கு கொஞ்சமாது என் மேல பாசமோ இல்ல அண்ணன்ற மரியாதையோ இருக்கா பாரு! எந்த ஜென்மத்துல செஞ்ச பாவமோ, இவனுக்கு அண்ணனா வந்து பிறந்திருக்கேன்...’ என புலம்பியவன்,

“ஸ்கூல்ல நடந்துக்கிற மாதிரி இங்கேயும் எதாவது பண்ணி வச்ச, நடக்கிறதே வேற...” என மதுவந்தியை எச்சரித்தவன் இருவரையும் முறைத்து விட்டே நகர்ந்துக் கொள்ள,

மதுவந்தியோ அதிரதனைப் பார்க்கவும், “அவன் கிடக்கிறான் விடு மது. நீ கிளாஸுக்கு போ. ஃபர்ஸ்ட் ஃப்ளோர்ல செகண்ட் ரூம் தான் உன் டிப்பார்ட்மெண்ட். என்னோட டிப்பார்ட்மெண்ட் கீழ தான் இருக்கு. எதுனாலும் வந்து பாரு...” என அவளை அனுப்பி வைத்தவன் தன் வகுப்பறையை நோக்கிச் சென்றான்.

மதுவந்தியால் அதிரூபனுக்கு எந்த பிரச்சினையும் நேராததால் நாட்களும் சுமூ-கமாக தான் நகர்ந்துக் கொண்டிருந்தது.

ஒரு நாள் அதிரூபனின் வகுப்பு மாணவன் ஒருவன் மதுவந்தியை அழைத்து கடிதம் ஒன்றை அவளிடம் நீட்டி, "இதை ஃபர்ஸ்ட் இயர் மனிஷாகிட்ட கொடு..." என்றதும்,

"என்னண்ணா இது?" சந்தேகமாக வினவ,

"லவ் லெட்டர்..."

"அய்யோ! என்னால முடியாது. நீங்களே கொடுங்க..."

"சீனியர் சொன்னா கேட்க மாட்டியா?"

"இதலாம் கேட்க முடியாது. என்னை மிரட்டுனா ரூபன்கிட்ட தான் சொல்லு-வேன்..." மதுவந்தி மிரட்ட,

"இத கொடுக்க சொன்னதே ரூபன் தான்..." என்றதும் திகைத்தவள்,

"பொய் சொல்றீங்க..." நம்ப முடியாமல் மறுக்க,

"அட! உண்மையா தான் சொல்றேன். நீயே பாரு..." என லெட்டரை பிரித்து காட்டியவன்,

அதன் அடியிலிருந்த ரூபன் பெயரைக் காட்டி, "ரூபன் அந்த பொண்ணை காதலிக்கிறான். டைரக்டா சொல்ல வெட்கப்பட்டுட்டு லெட்டர் கொடுக்க சொன்-னான்..." என்றதும்,

"ரூபன் யாரையும் காதலிக்கல..." என்றாள் உறுதியாக.

"பார்ரா! அவன் மேல அவ்வளவு நம்பிக்கையா?"

"ஆமா, எனக்கு தெரியும். அவன் யாரையும் காதலிக்கல..."

"அப்படினா அவன்கிட்டயே கேளு..."

"எங்கே இருக்கான்?"

"அதோ, அங்கே தான் இருக்கான் பாரு..."

மைதானத்தில் விளையாடிக் கொண்டிருந்த ரூபனைக் கண்டவள், அவனை அழைக்கவும்,

திரும்பிப் பார்த்தவன் அங்கிருந்தபடியே என்னவென்று வினவ, "இது நீயா கொடுத்த?" என கையிலிருந்த காகிதத்தை காட்ட,

ஆமாம் என தலையசைத்தவன் விளையாட்டில் கவனம் செலுத்த, மதுவந்தி தான் திகைத்து நின்றாள்.

"இப்பவாது நம்புறியா?" எதிரே நின்றவன் கேட்க,

பதில் சொல்லாது தலையை மட்டும் அசைத்தவள் அங்கிருந்து நகர, அவனோ வன்மமாக சிரித்துக் கொண்டான்.

அவனருகில் இருந்தவன், “எதுக்குடா உனக்கு இந்த வேலை? ரூபன் தான் யாரையும் காதலிக்கலையே...” என்றதும்,

“இவளை நான் கலாய்ச்சிட்டன்றதுக்காக என்னை அவன் எப்படி அடிச்சான் தெரியுமா? அதான் இவளை வச்சே அவனை பழி வாங்குறேன்...” வஞ்சத்தோடு சொன்னவன்,

“இனி நடக்கிறத மட்டும் பாரு...” என்று சிரிக்க,

“அதுக்கு எதுக்குடா மனிஷாவ தேர்ந்தெடுத்த?”

“அந்த பொண்ணு கொஞ்சம் திமிரு பிடிச்சவ. யாரு என்னன்லாம் பார்க்கமாட்டா. அதான் இவனை அவ கூட கோர்த்து விடுறேன்...” என்றதும் அவனின் நண்பனும் நடப்பதை கவனிக்க ஆவலோடு காத்திருந்தான்.

மதுவந்தியோ ரூபனை எண்ணி குழப்பத்தோடே சென்றாள். ரூபன் மனிஷாவை பார்ப்பதை அவளும் அறிவாள். ஆனால், இந்த காதல்?

அவன் காதலிக்கிறான் என்பதை ஏனோ அவளால் நம்ப முடியவில்லை.

அவன் காதலித்திருந்தால் இதுவரை ஏன் தனக்கு தெரியவில்லை?

தன்னிடம் அவன் எதையும் மறைத்தது இல்லையே!

அவன் பார்ப்பதை மனிஷா விரும்பவில்லை என்றதுமே ரூபனும் நாகரீகமாக ஒதுங்கிக் கொண்டானே! பிறகு எப்படி?

அப்படியே அவளை காதலித்திருந்தாலும் அதை நேரடியாக சொல்லலாமே?

எதற்காக இந்த தூது?

மனதில் குழப்பம் இருந்தாலும் ரூபன் சொன்னதை செய்ய வேண்டுமே என்று அந்த கடிதத்தை மனிஷாவிடம் கொடுக்க, அதை வாங்கிப் பார்த்தவளோ ரூபன் எங்கே என கேட்கவும்,

மனதில் இருந்த குழப்பத்தால் அவள் முகத்தில் இருந்த மாறுதலை கவனிக்காத மதுவந்தியும் ரூபன் இருக்கும் இடத்தைச் சொல்ல மனிஷா அங்கே சென்றாள்.

மூன்றாம் வருட மாணவர்களுக்கும், இரண்டாம் வருட மாணவர்களுக்கும் கிரிக்கெட் போட்டி நடந்துக் கொண்டிருந்தது.

அந்த நேரம் பேட்டிங் செய்துக் கொண்டிருந்த அதிரூபனை நோக்கி சென்ற மனிஷாவோ, மற்றவர்கள் இருப்பதை பொருட்படுத்தாது அவன் கன்னத்தில் ஓங்கி அறையவும்,

அவள் செயலில் அதிர்ந்து நின்றவன் ஆத்திரம் கொண்டு அவளை அடிப்பதற்கு கையை ஓங்க,

அவனை தடுத்தவள், கையில் இருந்த கடிதத்தை சுக்கு நூறாக கிழித்து அவன் முகத்தில் எறிந்து, “இதுக்கு வேற ஆளை பாரு...” என சீறிவிட்டு அங்கிருந்து நகர அவனோ ஆத்திரம் குறையாது நின்றான்.

அங்கிருந்த மாணவர்கள் அனைவரும் அவனை பார்க்க, அவமானத்தால் தலைகுனிந்து நின்றவன் கையில் இருந்த மட்டையைத் தூக்கியெறிந்து விட்டு மைதானத்தை விட்டு வெளியேறினான்.

மனிஷாவின் இத்தகைய நடவடிக்கைக்கு காரணம் என்னவென்று அவனுக்கு சுத்தமாக புரியவில்லை.

அதை யோசிக்கவும் அவன் தயாராயில்லை.

தன்னை இத்தனை பேர் முன்னால் அவமானப்படுத்திவிட்டாளே என ஆத்திரம் மட்டுமே அவன் மனதில் இருந்தது.

வேகமாக மைதானத்தை விட்டு வெளியே வந்தவன், அங்கே தன்னையே அதிர்ந்து பார்த்தப்படி நின்ற மதுவந்தியைக் கண்டு ஒரு நொடி நின்று விட்டு பின் வேகமாக வெளியேறினான்.

ரூபன் பைக்கிலேறி சென்றுவிட மதுவந்தியோ ஆட்டோவைப் பிடித்து வேகமாக வீடு வந்து சேர்ந்தாள்.

மதுவந்தியைக் கண்ட காயத்ரி, “என்ன ஆச்சு மது? இன்னைக்கு வர லேட்டாகும்னு சொன்னவன் சீக்கிரமா வந்துருக்கான். கோபமா இருக்கிற மாதிரி தெரியுது. கேட்டா பதில் சொல்ல மாட்டன்றான். எதும் பிரச்சினை இல்லையே...” என்றதும்,

அவரிடம் சொன்னால் ரூபனின் மீது கோபம் கொள்வாரோ என தயங்கியவள், “நீங்க பயப்படுற மாதிரி எதுவும் இல்லை அத்தை. வழக்கம் போல ரூபனுக்கு என் மேல கோபம். நான் பார்த்துக்கிறேன்...” என்றவள்,

அவர் மறுவார்த்தைக் கேட்கும் முன் அவன் அறைக்குள் ஓடிவிட, காயத்ரியோ அதை நம்பவில்லை என்றாலும் மது பார்த்துக் கொள்வாள் என அங்கிருந்து நகர்ந்துவிட்டார்.

அவன் கட்டிலில் கவிழ்ந்தப்படி படுத்திருக்க அவனருகில் அமர்ந்தவள், ‘ரூபன்’ என அழைக்கவும்,

அவளை திரும்பிக் கூட பார்க்காது, “எதுக்குடி இங்கே வந்த? நீயும் என்னை கேவலப்படுத்தணுமா?” என்று சீற,

“இல்லை ரூபன். என்னை பாரு...”

அவனை வலுக்கட்டாயமாகத் திருப்பியவள் அவன் கண்கள் கலங்கியிருப்பதைக் கண்டதும் தானும் கலங்கினாள்.

தன்னைக் கண்டு அவள் பரிதாபம் கொள்ளக் கூடாது என்றெண்ணியவனோ அவளிடம் கோபத்தைக் காட்ட, அவளோ அதற்கெல்லாம் அசராது அவனருகிலே அமர்ந்தவள்,

“மனிஷா பண்ணது தப்பு தான். அதுக்காக, நீ பண்ணது சரியாகிடாதே?” என்றதும்,

“என்ன உளர்ற? நான் என்ன பண்ணேன்?” கோபமாய் அவன் கேட்க,

“விருப்பமில்லாத பொண்ணுக்கு லவ் லெட்டர் கொடுக்கிறது தப்பு தான?” என்றவளை ஆத்திரத்தோடு பார்த்தான் அவன்.

“சும்மா என்னை முறைக்காத ரூபன். நீ அவளை பார்க்கிறது கூட அவளுக்கு பிடிக்கலனு தெரிஞ்சதும், நீயும் விலகி தான போன. அப்புறம் எதுக்கு திரும்ப அவளை தொந்தரவு பண்ற?” என்றதும் ஆத்திரத்தில் அவள் கழுத்தை நெறித்தான்.

மனிஷா அறைந்ததை விட மதுவந்தி பேசியது தான் அவன் மனதில் பெரிய வலியை உண்டாக்கியது.

விருப்பமில்லா பெண்ணை தொல்லை செய்வதற்கு நான் என்ன கீழ்த்தரமானவனா?

தன்னை இவ்வளவு கேவலமாக நினைத்துவிட்டாளே என்ற வலி கோபமாக மாற, அவள் கழுத்தை நெறித்தவன், “உயிர் மேல ஆசை இருந்தா உடனே இங்கிருந்து போயிடு...” என உதறிவிட,

அவனின் செயலால் மூச்சு விட முடியாமல் திணறியிருந்தவள், ஒருவாறு தன்னை சமாளித்து நின்று அவனை பார்க்க, அவனோ அவள் முகத்தைக் கூட பார்க்க விரும்பாது திரும்பிக் கொள்ளவும், மது அங்கிருந்து நகராமலே நின்றாள்.

“இன்னும் எதுக்கு இங்கேயே நிக்கிற? போடி வெளியே...” என அவன் கத்த,

அவளோ பிடிவாதமாக அவனருகில் அமர்ந்தவள், “நீ சரியாகிற வரைக்கும் நான் எங்கேயும் போக மாட்டேன்...” என்றதும்,

கடுப்போடு அவளை பார்த்தவன் பின் ஏதோ தோன்ற, “நான் அவளுக்கு லெட்டர் கொடுத்தேன்னு உனக்கு யார் சொன்னா?” கோபமாய் வினவ,

“யார் சொல்லணும்? நீ சொல்லி, நான் தான கொடுத்தேன்...” என்றவளை குழப்பத்தோடு பார்த்தவன்,

“என்ன உளர்ற? நான் எப்ப சொன்னேன்?”

“நீ விளையாடிட்டு இருக்கும் போது நான் கேட்டப்ப நீதான சொன்ன?” என்றவளை புரியாது பார்த்தான்.

“தெளிவா சொல்லுடி...”

“ஈவினிங் உன்கிட்ட பேப்பரை காட்டி, இது நீயா கொடுத்தனு கேட்டனே நீயும் ஆமாம்னு தான சொன்ன?”

அவனுக்கு ஏதோ நினைவு வர, “அதை உனக்கு கொடுக்க சொல்லி தான என் ஃப்ரெண்டுகிட்ட சொல்லியிருந்தேன்...” என்றவனை திகைப்போடு பார்த்தவள்,

“என்னது எனக்கா! எனக்கு லவ் லெட்டர் கொடுத்தியா?”

“உனக்கு அந்த ஆசை வேற இருக்கா?” என சிடுசிடுத்தவன்,

‘இந்த மூஞ்சுக்கு லவ் லெட்டர் ஒன்னு தான் குறைச்சல்...’ என முணுமுணுக்க,

“ஏன் எனக்கு என்ன குறை?” அவளும் சிடுசிடுக்க,

அவளை முறைத்தவன், “ஹே லூசு, உனக்கு எக்ஸாம் வருதுனு எந்தெந்த புக்லாம் ரெஃப்ரென்ஸ்க்கு எடுக்கணும்னு கேட்டுருந்தியே, அதை தான்டி எழுதி கொடுத்தேன். எனக்கு மேட்ச் இருந்ததுனால ஜெகன்கிட்ட கொடுத்துவிட்டேன்...” என விவரம் சொல்ல,

“ஜெகனா? ஆனா எனக்கு உன் கிளாஸ்ல இருக்கிற முகேஷ் தான கொடுத்தான்...” என்றதும் அதிரூபனுக்கு அனைத்தும் புரிந்தது.

தன் மீதிருந்த கோபத்திற்கு பழிவாங்க எண்ணி அப்படி நடந்திருக்கிறான் என முகேஷ் மீது கோபம் எழுந்தாலும், அவனை பிறகு பார்த்துக் கொள்ளலாம் என முடிவு செய்தவன் மதுவந்தியை முறைத்தான்.

“யார் என்ன சொன்னாலும் நம்பிடுவியாடி? என்னை ஒரு வார்த்தை கேட்க மாட்டியா?”

“எப்பவும் என்னையே குறை சொல்லாத ரூபன். அவங்க சொன்னப்ப எனக்கு நம்பிக்கையே இல்லை. அதனால தான் உன்னை கூப்பிட்டு கேட்டேன். நீதான் கொடுத்ததா, நீயும் சொன்னதுனால தான் அதை மனிஷாகிட்ட கொடுத்தேன்...”

“ஆமா பண்றதுலாம் பண்ணிட்டு எதையாவது சொல்லி சமாளிக்கிறதே வேலையா வச்சிருக்க...” என அலுத்துக் கொண்டவன்,

“தயவுசெய்து என் வழியில வராதடி. உன்னால நான் பட்ட வரைக்கும் போதும், இனியும் என்னால தாங்க முடியாது...”

“ரூபன்...” என சிணுங்க,

“என்னடி?” அதட்டலாய் கேட்க,

“இனி எந்த பொண்ணையும் நீ பார்க்காத, அதனால தான் பிரச்சினை வருது...”

“எதாவது பேசி என்னை கடுப்பேத்தாம ஓடி போய்டு...”

“சொல்றத கேளு ரூபன்...”

“முடியாது...”

“ப்ளீஸ்...”

“உயிரை வாங்காம போ...”

“முடியாது...”

“அப்போ நீ இரு, நான் போறேன்...” என எழவும்,

அவனை தடுத்தவள், “ஏன் ரூபன் பிடிவாதம் பிடிக்கிற? இப்படியே இருந்தினா அத்தைகிட்ட சொல்லுவேன்...” என மிரட்டவும்,

“என்னை மோசமானவனா இமேஜ் பண்ணி வச்சிருக்கியா?” ஆத்திரத்தோடு அவன் கேட்க,

மறுப்பாகத் தலையசைத்தவள், “ஆனா, எல்லாரும் உன்னை புரிஞ்சிப்பாங்கனு எதிர்ப்பாக்காத. அப்புறம் பிரச்சினை உனக்கு தான்...” எச்சரிக்கவும்,

“இதுவரைக்கும் எதாவது பிரச்சினை வந்திருக்கா? இன்னைக்கு மனிஷா விஷயத்துல பிரச்சினை வந்ததுக்கு காரணம் நீதான்றத மறந்துடாத...” என சீறவும்,

அவள் அமைதியாய் பார்க்க, “என் லிமிட் என்னன்னு எனக்கும் தெரியும். யாரையும் கஷ்டப்படுத்துற மாதிரி நான் நடந்துக்க மாட்டேன்னு உனக்கும் தெரியும். அப்புறம் எதுக்கு என்னை கட்டாயப்படுத்துற?” என்றவன்,

அவள் கரத்தைப் பற்றியப்படி, “இதலாம், எனக்குனு ஒருத்தி என் வாழ்க்கையில வர வரைக்கும் தான். அதுக்கப்புறம் அவளை தவிர வேற ஒருத்தியை நிமிர்ந்து கூட பார்க்க மாட்டேன் போதுமா?” என்றதும்,

“ஆமா உன்னை கட்டிக்க தான் க்யூல நிக்கிறாங்க...” என கேலியாய் சொல்ல,

“என் ரேஞ்ச் தெரியாம பேசாதடி. என்னை எத்தனை பொண்ணுங்க பார்க்கிறாங்க தெரியுமா? நான் தான் அவங்களை ஒதுக்கி வச்சிருக்கேன்...” என்றதும்,

அவள் நக்கலாய் முகத்தை சுழிக்க,

“உன்னை யாரும் பார்க்கலையேனு உனக்கு பொறாமை...” அவனும் கேலியில் இறங்க,

“பேச்சை பாரு. என்னை எவனும் பார்க்க வேணாம்...” முறுக்கிக் கொண்டவள்,

“ஆனா, நான் நிறைய பேரை சைட் அடிச்சிருக்கேன்...” என கூடுதலாய் தகவல் சொல்ல,

அவளை முறைத்தவன், “படிக்கிற வயசுல என்னடி பழக்கம் இது?” என கோபம் கொண்டான்.

“ஏன், நீயும் தான படிக்கிற? நீ பண்ணா மட்டும் சரி, நான் பண்ணா தப்பா?”

“நான் என்ன பண்ணாலும் படிக்கிற விஷயத்துல கரெக்டா தான இருக்கேன்...” என்றவன்,

“இப்ப தான தெரியுது எக்ஸாம்ல ஏன் மார்க் குறைஞ்சுதுனு. இனி படிக்கிறத விட்டு உன் கவனம் வேற எதுலயாவது போகட்டும் அப்புறம் இருக்கு உனக்கு...” என அதட்டவும்,

அப்படி என்ன பெரிய தவறை செய்துவிட்டோம் என அவள் திருதிருவென விழிக்க, "இதுவரைக்கும் அவன் உங்கூட இருந்தான். இப்ப அவனும், வேற கிளாஸ் போய்ட்டான்ல. அதான் கேட்க ஆள் இல்லைன்ற தைரியத்துல எல்லாம் பண்ணிட்டு இருக்க?

அவன் வரட்டும் அவனை கவனிச்சிக்கிறேன். எதையும் கண்டுக்காம சுத்துறதுக்கு பேர் தான் ஃப்ரெண்டா? இன்னொருமுறை உனக்கு சப்போர்ட் பண்ணி அவன் பேசட்டும் அவன் வாய்லயே அடிக்கிறேன்..." என்றான் ஆத்திரம் குறையாது.

அந்த நேரம் உள்ளே வந்த அதிரதனோ, "என்னை எதுக்குடா இழுக்குற?" என புரியாது கேட்க,

"நியாயஸ்தர் வந்துட்டாரு..." என முனகியவன்,

"அவளையே கேளு..." என்று வெளியேறிவிட, அதிரதன் மதுவந்தியை பார்க்கவும் அவனிடம் நடந்ததை விவரித்தாள்.

"ரூபன் பாவம், இன்னைக்கு என்னால தான் அவனுக்கு கஷ்டம்..." என கவலைக்கொள்ள,

"நீ என்ன பண்ணுவ மது? இதுக்கு காரணம் அந்த முகேஷ் தான். அவனை ரூபனே கவனிச்சிப்பான். நீ ஃபீல் பண்ணாத..."

"இல்லை தம்பிப்பையா. அது ரூபனோட கையெழுத்து இல்லைனு கூட ஏன் எனக்கு யோசிக்க தோணாம போச்சு?"

தன்னை நினைத்தே கோபம் கொண்டவள் ரூபனை எண்ணி கவலைக்கொள்ள, வழக்கம்போல் அதிரதன் தான் அவளை தேற்ற வேண்டியதாகியது.

"நீ எதுக்கு மது, தனியா ஆட்டோ பிடிச்சு வந்த? என்கிட்ட சொல்லியிருக்க வேண்டியது தான?"

"உனக்கு எக்ஸாம் நடந்துட்டு இருந்துச்சே தம்பிப்பையா. நீ வரவரைக்கும் வெயிட் பண்ணா, ரொம்ப நேரம் ஆகும்னு தான் நான் சீக்கிரமே ரூபனை பார்க்க வந்துட்டேன்..." என்றாள்.

சிறிது நேரம் கழித்து தேநீர் எடுத்துக் கொண்டு தோட்டத்தில் அமர்ந்திருந்த ரூபனைத் தேடிச் சென்றவள் அவனிடம் தேநீரை நீட்ட, அதை வாங்கிக் கொண்டவன் அவளை அருகே அமரச் சொல்லவும் அவளும் அமர்ந்தாள்.

அவளிடம் எதையோ கேட்க எண்ணி தயங்கியவன் பின், "நீ யாரை சைட் அடிச்ச?" என்றான்.

"அதான் திட்டிட்டியே, அப்புறம் எதுக்கு கேட்கிற?" அவள் முறுக்கிக்கொள்ள,

"சும்மா சொல்லுடி. அந்த அப்பாடக்கரு யாருன்றத நானும் தெரிஞ்சிக்கிறேன்..." என்றதும்,

அவனை பார்த்தவள், “மோகன்...” என்றதும் அவன் முகம் இறுகியது.

“யாரு? காலேஜ் ஃபர்ஸ்ட் டே, உன் பின்னாடி ஒருத்தன் சுத்தி சுத்தி வந்தானே அவனா?”

அவள் மறுப்பாகத் தலையசைக்கவும், “வேற யாரு? என்கூட டுவல்த் படிச்சானே அவனா?” என்றதும்,

அதற்கும் மறுப்பாகத் தலையசைக்க, “வேற யாருடி? சொல்லித் தொலை...” என எரிந்து விழ,

“மௌன ராகம் படத்துல நடிச்ச மோகன்...” என்றவளை கொலைவெறியோடு பார்த்தான் அவன்.

“என்ன பார்க்கிற? அந்த படத்துல மோகன் எப்படி நடிச்சிருந்தாரு தெரியுமா? அதுல அவரை பார்த்ததும் அப்படியே ஃப்ளாட் ஆகிட்டேன்...” என்றவள் அத்தோடு நில்லாமல் ‘மன்றம் வந்த தென்றலுக்கு’ என்று பாடலையும் பாடத் தொடங்க,

அவள் தலையிலே நங்கென்று கொட்டியவன், “அந்த காலத்து ஹீரோவ இப்ப சைட் அடிக்கிறதே தப்பு. இதுல உனக்கு பெருமை வேறயா?” என்றதும்,

“அந்த படத்தை நான் இப்ப தான பார்த்தேன்...” என சிணுங்கியவள்,

“இப்படி கொட்டி கொட்டியே என்னை வளர விடாம பண்ற?” என முனகவும்,

“இல்லனா மட்டும் பனைமரத்துல பாதி உயரம் வளர்ந்துடுவ...” என சிடுசிடுத்தவன்,

“இன்னும் உன் லிஸ்ட்ல யார் யாரு இருக்கா? அதையும் சொல்லுடி குட்டச்சி!” என்றான் கடுப்பாக.

அவளோ ஒவ்வொரு படத்து ஹீரோ பெயரைச் சொல்லத் தொடங்கவும் அதில் மேலும் கடுப்பானவன், “நான் அடிக்கிறதுக்குள்ள ஓடி போய்டு...” என எச்சரிக்கை விடுக்க,

அவளும் பயந்து ஓடிவிட, ஏனென்று தெரியாமலே ரூபனுக்கு அவளை எண்ணி புன்னகை எழுந்தது.

மறுநாள் கல்லூரி சென்ற அதிரூபனோ நேரே சென்றது முகேஷை தேடி தான். ஒரு நாள் முகேஷ் மதுவந்தியை கேலி செய்து பேசியதால் தான் அதிரூபன் அவனை அடித்திருந்தான். ஆனால், அது மதுவந்திக்கு மட்டுமல்ல வேறு யாருக்கும் தெரியாது.

ரூபன் மேல் கோபமாக இருந்தவனோ அவனை அவமானப்படுத்த எண்ணி தக்க சமயத்தை எதிர்பார்த்து காத்திருக்க, நேற்று ரூபன் மதுவிடம் கொடுக்க சொல்லி தன் நண்பனிடம் புத்தகம் பற்றிய விவரத்தைக் கொடுக்க,

அதை எடுத்து சென்ற ஜெகனிடம் முகேஷ், "உன்னை சார் வர சொன்னாரு, நீ போ..." என்றதும் அவனும் அதை உண்மையென்று நம்பியவன்,

அந்த பேப்பரை அவனிடம் கொடுத்து, "இதை பி.காம் ஃபர்ஸ்ட் இயர் மதுவந்திகிட்ட கொடுடா. இன்னைக்கே இந்த புக்லாம் லைப்ரரில எடுக்க சொல்லு..." என்று சென்றுவிட, அவனோ பேப்பரை மாற்றி மதுவந்தியிடம் கொடுத்தான்.

ஆனால், அவள் நம்பாமல் நிற்கவும், ரூபனிடமே கேட்டுக்கொள்ள சொன்னவன் ரூபன் பார்க்கும் நேரம் தன்னை மறைத்துக் கொள்ள, ரூபனுக்கும் முகேஷின் திருவிளையாடல் தெரியாமலே போனது.

முகேஷின் செயலால் கோபம் கொண்டு அவனைத் தேடிச் சென்ற ரூபன் அவனை சரமாரியாக அடிக்க, மற்ற நண்பர்கள் தான் அவனை தடுக்க வேண்டியிருந்தது.

"இன்னொரு முறை என் விஷயத்துலயோ இல்லை என் மது விஷயத்துலயோ தலையிட்ட நடக்கிறதே வேற..." என்று சீற,

அவனோ அதை கண்டு கொள்ளாது சென்றுவிடவும் ஜெகன் தான் ரூபனை அமைதியுற செய்தான்.

"சில ஜென்மங்களை திருத்த முடியாது, விடுடா..."

"அவனை எப்படிடா விட சொல்ற? நேத்து நான் பட்ட அவமானத்த என்னால மறக்க முடியுமா?" என்றவனின் வேதனை அவன் நண்பனுக்கும் புரிந்தது.

அந்த நேரம் அங்கு வந்த மனிஷாவைக் கண்டு ரூபன் முறைக்க, ஜெகன் அவளிடம் என்னவென்று விசாரித்தான்.

"நேத்து நான் அவசரப்பட்டு அப்படி நடந்துருக்க கூடாது..." என மன்னிப்பை யாசிக்க,

ஜெகனோ கோபத்தோடு, "ஒருவேளை அது ரூபன் கொடுத்த லெட்டராவே இருந்தாலும் இப்படி தான் நடந்துப்பியா? உனக்கு பிடிக்கலனா முடியாதுனு சொல்லிட்டு போக வேண்டியது தான?"

தன் நண்பனை அத்தனை பேர் முன்பு அடித்து அவமானப்படுத்தி விட்டாளே என்ற ஆதங்கத்தில் அவன் சொல்ல,

"அது வெறும் லவ் லெட்டரா மட்டும் இருந்திருந்தா நானும் அமைதியா முடியாதுனு சொல்லியிருப்பேன். ஆனா, அதுல ரொம்ப கேவலமா..." என்றவளால் தொடர்ந்து சொல்ல முடியாமல் போகவும், அவளின் நிலை இருவருக்குமே புரிய அமைதியாய் நின்றனர்.

அங்கே வந்த மதுவந்தி, "என்னை மன்னிச்சிடு ரூபன். அந்த லெட்டரை நான் படிச்சிருந்தாலாவது, நிச்சயம் அதை நீ எழுதியிருக்க மாட்டேன்னு புரிஞ்சிருப்பேன்.

மத்தவங்க பர்சனல படிக்க கூடாதுனு நினைச்சு படிக்காமலே கொடுத்த என் மேல தான் தப்பு…” என மன்னிப்பை யாசிக்க,

அவளை முறைத்தவன், “உன்கிட்ட என்னோட பர்சனல்னு எதாவது மறைச்சு வச்சிருக்கனாடி?” என சிடுசிடுக்க,

“அதான் சாரி கேட்கிறனே…” கெஞ்சலாய் அவள் சொல்ல,

“இதுக்கு ஒன்னும் குறைச்சல் இல்லை. உன் ஃப்ரெண்டை கூட்டிட்டு போடி…” அதட்டலாய் அவன் கத்த,

“இன்னும் என் மேல கோபம் குறையலையா?” பாவமாய் அவள் நிற்கவும்,

“அப்பாவி மாதிரி முகத்தை வச்சு என்னை கடியேத்தாம, ஓடி போய்டு…” என துரத்தவும் அவளும் அவள் தோழியோடு வெளியேறினாள்.

ஜெகன் அவனிடம், “ஏன்டா, உன்னை அடிச்ச அந்த மனிஷாவையே மன்னிச்சிட்ட, அப்புறம் எதுக்கு மது மேல மட்டும் கோபமா இருக்கிற?” சந்தேகமாய்க் கேட்க,

அதில் புன்னகைத்தவன், “அது அப்படி தான்…” என்று நகர்ந்து விட ஜெகன் தான் நண்பனை புரிந்துக்கொள்ள முடியாது நின்றான்.

அதிரூபனுக்கே அவன் மனம் புரியாத போது, ஜெகனுக்கு மட்டும் எப்படி புரியும்?

மதுவந்தியின் தங்கை ஆதிரா. வளர வளர அவளுக்கு தங்களின் குடும்பச் சூழல் கொஞ்சம் கொஞ்சம் புரியத் தொடங்கியது. அன்னையை எதிர்த்து வாதிடும் துணிச்சல் இல்லை என்றாலும் அவருக்குத் தெரியாது தமக்கையோடு பழகத் தொடங்கியவளுக்கு அதிரூபன், அதிரதன் நட்பும் கிடைத்தது.

தங்களை விட பல வருடம் சிறியவள் என்றெல்லாம் யோசிக்காது அவளை தங்கள் நட்பு வட்டத்தில் இருவரும் இணைத்துக் கொண்டனர்.

அதிரதனை விட அதிரூபனை அவளுக்கு அதிகமாகவே பிடித்து விட, ‘அண்ணா அண்ணா’ என பாச மழையை அவன் மீது பொழியவும் அவனும் அவளுக்கு குறைவில்லா அன்பை அவள் மீது செலுத்தினான்.

ஆனால், அவளின் உடன்பிறந்த ஆதவ் மட்டும் யாரிடமும் ஒட்டாது தனியாகவே வளர்ந்து வந்தான். அது மதுவந்திக்கு வேதனையாக இருந்தாலும் வெளியே காட்டிக் கொள்ளவில்லை.

ஒரு நாள் மதுவந்தியை கல்லூரியில் இருந்தபடியே, ரூபன் எங்கோ அழைத்துச் செல்லவும் அவளும் ஏதும் கேட்காது அவனோடு சென்றாள்.

இரண்டு மணி நேர பயணத்திற்கு பிறகு, ஒரு ஆசிரமத்திற்கு அருகே பைக்கை நிறுத்தியவன் அவளோடு உள்ளே நுழைய, எதற்காக இங்கே வந்திருக்கிறோம் என தெரியாமலே மதுவந்தியும் உள்ளே சென்றாள்.

யாரோ ஒரு முதியவரிடம் ரூபன் ஏதோ விவரம் சொல்ல, அவர் மதுவந்தியை பார்த்து விட்டு இருவரையும் அழைத்துக் கொண்டு நகரவும், காரணம் புரியாமலே மதுவந்தியின் இதயம் பதற்றத்தில் வேகமாகத் துடிக்கத் தொடங்கியது.

படபடக்கும் இதயத்தைக் கட்டுப்படுத்தும் வழியறியாது ரூபனின் கரத்தை இறுகப் பற்றியவள், "எதுக்கு ரூபன் நாம இங்கே வந்திருக்கோம்?" தயக்கத்தோடு கேட்க,

அவளை பார்த்தவன் என்ன நினைத்தானோ தெரியவில்லை அவள் கரத்தை விடாமல் பற்றிக் கொண்டவன் பதில் சொல்லாது உள்ளே சென்றான்.

ஒரு அறையில் இருந்த படுக்கையில் ஒரு பெண்மணி மருத்துவ உபகரணங்களோடு படுத்திருக்க, அவரை யாரென்று தெரியாது ரூபனைப் பார்க்கவும்,

அவரருகில் அழைத்துச் சென்றவன், "இவங்க பேரு பார்வதி. இவங்க தான் உன்னோட அம்மா..." என்றவன்,

"உன்னை பெத்தவங்க..." என்றதும் புரியாமல் நின்றாள் அவள்.

தன் அன்னை மகேஷ்வரி தானே. பிறகு ஏன் இவரை தன் அன்னை என சொல்கிறான் என புரியாமல் நின்றாள்.

தன்னிடம் பொய்யுரைக்க வேண்டிய அவசியம் ரூபனுக்கு இல்லையே! என குழம்பி நிற்கும் போதே, அவளை 'அனாதை' என மகேஷ்வரி திட்டிய நிகழ்வு நினைவு வரவும், அத்தோடு அவரின் ஒதுக்கத்திற்கான காரணமும் புரிய, மதுவந்தி உறைந்து நின்றாள்.

11

மதுவந்தியிடம் ரூபன் ஒரு பெண்மணியை காட்டி 'இவர் தான் உன் அன்னை' என அறிமுகப்படுத்தவும், அதிர்ந்து நின்ற மதுவந்திக்கு அந்த உண்மையை ஏற்றுக்கொள்ளவே முடியவில்லை.

எனினும், மகேஷ்வரியின் பேச்சும் நடவடிக்கையும் ரூபன் சொல்வது உண்மை என்பதையே உணர்த்தவும் உறைந்து நின்றாள்.

ஆனால் ஏன்?

இவர் தான் எனது அன்னை என்றால் என்னை ஏன் தத்துக்கொடுக்க வேண்டும்?

பிள்ளையை பெற்றவருக்கு வளர்க்கத் தெரியவில்லையா? என்ற கோபம் மேலோங்க,

அதை உணர்ந்தவனோ பிடித்திருந்த அவள் கரத்தில் அழுத்தம் கொடுக்கவும், அவனை நிமிர்ந்து பார்த்தவள் அவன் பார்வைப் போகும் திசையில் தானும் பார்க்க, அங்கே காயத்ரி வரவும் ஓடிச் சென்று அவரை அணைத்துக் கொண்டவளுக்கு பேசுவதற்கு வார்த்தையே வரவில்லை.

அவளை அழைத்துச் சென்று ஓரிடத்தில் அமர்ந்தவர் அவள் தலையை ஆதரவாக வருடி, "இந்த உண்மைய நீ ஏத்துக்கிட்டு தான் ஆகணும் மது. பார்வதி தான் உன் அம்மா..." என்றதும்,

"நான் வேணாம்னு தத்துக் கொடுத்தவங்கள என் அம்மானு சொல்லாதிங்க..." மதுவந்தி கோபம் கொள்ள,

அதை கேட்டுக் கொண்டே அங்கே வந்த அதிரூபனோ அவள் தலையிலேக் கொட்டி, "உண்மை தெரியாம எதுவும் உளராத..." என அதட்டவும் அவள் கலங்க,

அவனை முறைத்த காயத்ரி மதுவிடம், "அவங்க மேல தப்பில்லம்மா. அவங்க சூழ்நிலை அப்படி..." என்றதும்,

'எந்த சூழ்நிலையாக இருந்தாலும் பெற்ற மகளை தத்துக் கொடுக்கலாமா?' என மதுவந்தி கோபம் கொண்டாலும் ரூபனுக்கு பயந்து அமைதியாய் பார்க்க,

“பார்வதி உன் மேல உயிரையே வச்சிருக்காங்க மது. உன்னை பிடிக்காம தத்துக் கொடுக்கல, உன்னை வளர்க்க முடியாம தான் தத்துக் கொடுத்தாங்க...”

மது புரியாமல் பார்க்க, “ஒரு ஆக்சிடண்ட்ல உன் அப்பா இறந்துட்டாரு. உன் அம்மாவுக்கு பார்வையும் போயிடுச்சு, காலும் செயலிழந்து போய்டுச்சு. அந்த மாதிரி சூழ்நிலையில அவங்களால எப்படி உன்னை வளர்க்க முடியும்? வசதியும் இல்லை, ஆதரவளிக்க சொந்தமும் இல்லை.

அந்த நேரத்துல மகேஷ்வரி குழந்தையை தத்தெடுக்கிற எண்ணத்துல, வேற ஊருக்கு போனா. அங்கே பார்வதி நிலைய தெரிஞ்சிக்கிட்ட ராஜசேகர் அவங்ககிட்ட உன்னை தத்தெடுக்க கேட்கவும், பார்வதியும் உன் எதிர்காலத்த மனசுல வச்சு உன்னை தத்து கொடுத்துட்டாங்க.

எந்த தாய்க்கும் தன் மகளை பிரியறது கஷ்டம் தான். ஆனா, உன் அம்மா இருந்த நிலையில அவங்களுக்கு இதை தவிர வேற வழி தெரியல. எங்கே இருந்தாலும் தன் பொண்ணு பாதுகாப்பா இருந்தா போதும்னு நினைச்சாங்க.

ராஜசேகர் அவங்கள ஆசிரமத்துல சேர்த்துட்டு உன்னை முறைப்படி தத்தெடுத்துட்டு வந்துட்டாரு.

எந்த நிலையிலும் உனக்கு இந்த உண்மை தெரியக் கூடாதுனு தான் நினைச்சாங்க. ஆனா, உன் அம்மாவோட நிலைமை இப்போ ரொம்ப மோசமா இருக்கு.

அதான் அவங்களோட கடைசி நிமிடங்கள உன்கூட செலவழிச்சா அவங்க ஆத்மா சாந்தியடையும்னு நினைச்சோம்...” காயத்ரி சொல்லவும் மதுவந்தி உடைந்து போனாள்.

தன் அன்னையைப் பற்றி தெரிந்தும் அதை எண்ணி மனதார மகிழக் கூட முடியாமல் அவரின் மரணத்திற்கான முன்னறிவுப்பு அவளை கலங்க செய்திருந்தது.

காயத்ரியை அணைத்துக் கொண்டு அமர்ந்திருந்தவளுக்கு கண்ணீர் மட்டும் நிற்காமல் வழிந்து கொண்டிருக்க அவளை தேற்றும் வழியறியாது காயத்ரியும் கலங்கிப் போனார்.

“மதுவ கூட்டிட்டு வாங்கம்மா...” ரூபன் அழைக்கவும்,

காயத்ரியும் அவளை அழைத்துக் கொண்டு உள்ளே செல்ல பார்வதியின் அழைப்பில் மதுவின் கால்கள் நிற்க முடியாமல் தொய்ந்து போக, அவளை அழைத்துச் சென்று படுக்கையின் ஓரம் அமர வைத்தார்.

பார்வதி மகளைத் தேடி கைகளால் துலாவவும் அதை உணர்ந்து அவரது கரத்தைப் பற்றியவள் ‘அம்மா’ என்றதும் பார்வதியின் கண்களில் நீர் கசிந்தது.

பெற்றெடுத்தால் மட்டும் அன்னையாகி விட முடியுமா?

தாலாட்டி சீராட்டி வளர்க்க வேண்டிய மகளை தாரைவார்த்து கொடுத்து விட்டேனே என தன் இயலாமையை எண்ணி அவர் கலங்க,

தாயின் மனம் புரிந்ததோ தெரியவில்லை, “என்னை நினைச்சு கவலைப்படாதிங்கம்மா. நான் சந்தோஷமா இருக்கேன். அம்மாவும் அப்பாவும் என்னை நல்லா பார்த்துக்கிறாங்க...” என்றதும்,

அவளின் முகத்தைத் தேடி நடுங்கும் கரத்தால் வருடியவரின் மனமோ தன் மகளை உணர்ந்து விட்ட பரவசத்தில் திளைக்க, தன் அன்னையின் நிலையைக் கண்டவளால் அதற்கு மேலும் அங்கிருக்க முடியாமல் வெளியே ஓடி வர காய்த்ரி அவளை நோக்கி நகரவும்,

“நீங்க இவங்கள பார்த்துக்கோங்கம்மா, நான் அவளை பார்க்கிறேன்...” என வெளியே வந்த ரூபன், அழுதுக் கொண்டிருந்தவளை அழைத்துக் கொண்டு நகர்ந்தான்.

அங்கிருந்த ஒரு பெஞ்சில் அவளோடு அமர்ந்தவன், “இது நீ அழறதுக்கான நேரம் இல்ல மது. நீயும் அழுது உங்கம்மாவ இன்னும் கஷ்டப்படுத்தாத...” என்றவனை பார்த்தவள்,

“நான் ராஜசேகர் பொண்ணு இல்லன்றது உனக்கும் முன்னவே தெரியுமா?” ஆதங்கத்தோடு கேட்க,

தலையை மட்டும் அசைத்தவனிடம், “நீயும் என்கிட்ட ஏன் சொல்லல? சொல்லியிருந்தா நான் அம்மாவ முன்னவே பார்க்க வந்திருப்பனே. அவங்களுக்கு டிரீட்மெண்ட் பண்ணியிருக்கலாமே...” என கலங்க,

“இவங்க தான் உன்னோட அம்மான்றது எங்களுக்கும் இப்ப தான் தெரியும் மது. நேத்து தான் உன் அப்பா (ராஜசேகர்) எங்கம்மாகிட்ட இவங்கள பத்தி சொல்லி உன்னை கூட்டிட்டு வர சொன்னாரு...”

மகளை பற்றிய கவலையிலே உடல் நலத்தைக் கெடுத்துக் கொண்ட பார்வதியோ தன் இறுதி நேரத்தை நெருங்கும் நேரம் மகளை காண வேண்டுமென ஆவல் கொண்டு ராஜசேகருக்கு கோரிக்கையை அனுப்ப, அவரும் மகேஷ்வரிக்குத் தெரியாது காயத்ரியிடம் பேசி மதுவந்தியை அழைத்துச் செல்ல வேண்டியிருந்தார்.

“கொஞ்ச நேரம் உன் அம்மா கூட இரு மது. இது நாள் வரைக்கும் அவங்க உன்னை பிரிஞ்சிருந்தது போதும். சாகும் போதாவது நிம்மதியா சாகட்டும்...” என்றதும்,

மறுப்பு சொல்லாது எழுந்து சென்றவள் தன் தாயின் இறுதி நேரத்தில் அவரோடே இருந்தாள்.

மனம் முழுவதும் வலியும் வேதனையும் சூழ்ந்திருந்தாலும் அதை வெளிக்காட்டிக் கொள்ளாது தாயின் அருகிலே இருந்து அவருக்கு வேண்டியதை கவனித்துக் கொண்ட மதுவந்தியைக் கண்டு ரூபனும் காயத்ரியும் கலங்கினர்.

மகளின் அரவணைப்பில் மகிழ்ந்திருந்த பார்வதி, மகளின் கரத்தை பற்றியப்படியே தன் இறுதி மூச்சை விட்டவர் நிம்மதியோடு இப்புவியுலக வாழ்வை துறந்தார்.

விஷயமறிந்த அதிரதனும் தன் தந்தையோடு அங்கே வந்திருந்தவன் பார்வதியின் இறுதி சடங்கை அதிரூபனோடு இணைந்து பார்த்துக் கொள்ள காயத்ரியோ மதுவந்தியின் நிலையுணர்ந்து அவளருகிலே இருந்தார்.

அன்றிரவு அவளை வீட்டில் இறக்கி விட்ட ரூபன், சோர்ந்திருந்தவளின் கரத்தை ஆறுதலாகப் பற்ற அவனையே பார்த்திருந்தவள் எதுவும் பேசாது வீட்டிற்குள் நுழைந்தாள்.

அவளை எதிர்க்கொண்ட ராஜசேகர், மனைவி அறியாது அவளை அழைத்துக் கொண்டு தோட்டத்திற்குச் சென்றார்.

அவளிடம் எப்படி பேசுவது என தயங்கி நின்றவர் அவள் கரத்தைப் பற்றிக் கொண்டு மன்னிப்புக் கேட்க, அவரை அணைத்துக் கொண்டவள், "நீங்க மன்னிப்பு கேட்க வேண்டிய அவசியமே இல்லையேப்பா..." என்றாள்.

அதில் மேலும் குன்றியவரோ, "மகேஷ்வரி இப்படி மாறுவாள்னு நான் எதிர்பார்க்கலம்மா. அவளை என்னால எதிர்த்து பேசவும் முடியல..." என்றவர் தொடர்ந்து பேச முடியாது தடுமாற,

"அம்மா மேல எந்த தப்பும் இல்லப்பா..." என்றவளின் வேதனை அவருக்கு மட்டும் புரியாமலா போகும்.

மகளை விட்டுக் கொடுக்க முடியாமல் மனைவியையும் எதிர்த்து பேச முடியாமல் தவித்தவர் மகளிடம், "உனக்கு உண்மை தெரிஞ்சிடுச்சுனு அம்மாவுக்கு தெரிய வேணாம் மது. தெரிஞ்சா உன்னை இன்னும் கஷ்டப்படுத்துவா..." என்றதும்,

விரக்தியோடு அவரை பார்த்தவள் சரி என தலையை மட்டும் அசைத்துவிட்டு தன் அறைக்குச் சென்றாள்.

வீட்டிற்கு வந்த ரூபனை அழைத்த காயத்ரி, "மதுவ எப்பவும் பத்திரமா பார்த்துப்ப, அவளுக்கு துணையா இருப்பனு எனக்கு சத்தியம் பண்ணி கொடு ரூபன்..." என்றதும்,

அவனும் தலையசைத்து சத்தியம் செய்யப் போகும் நேரம் அதை கேட்டுக் கொண்டே வந்த அதிரதன், "எப்பவும் அவளை திட்டிட்டே இருக்கவன்கிட்ட எதுக்கு பொறுப்பை ஒப்படைக்கிறிங்க? என் ஃப்ரெண்டு மதுவ நான் பார்த்துப்பேன்..." என முறுக்கிக்கொள்ள,

"நீ சின்ன பையன்டா..." காயத்ரி சொல்லவும்,

"நான் சின்ன பையன்னா அவனும் சின்ன பையன் தான். எனக்கு ரெண்டு வருஷம் முன்னாடி பிறந்துட்டா பெரியவனாகிடுவானா?" கோபமாய் கேட்கவும்,

அதிரூபன் அவனை முறைக்க,

“என்னை எதுக்குடா முறைக்கிற? எப்பவும் அவகிட்ட வம்பிழுத்து அவளை அடிக்கிறவன் தான நீ? உன்னை நம்பி அவளை ஒப்படைச்சா அவ கதி அவ்வ-ளவுதான்...” என மதுவை நினைத்து அதிரதன் கவலைக்கொள்ள,

‘அவ பண்றதுலாம் தெரியாது. என்னையே குறை சொல்ல வருவான்...’ என முணுமுணுக்க,

காயத்ரி, “பொறுப்பை யார்கிட்ட ஒப்படைக்கணும்னு எனக்கு தெரியும்...” என அதட்டவும்,

இருவரையும் முறைத்த அதிரதன் தன் தமையனிடம், “மதுவ எதாவது கஷ்-டப்படுத்து, அப்புறம் கவனிச்சிக்கிறேன் உன்னை...” என எச்சரிக்க,

அதில் கோபம் கொண்டவனோ, “அந்த குட்டச்சிய தினமும் அடிச்சு சித்தி-ரவதைப்படுத்துவேன், உன்னால முடிஞ்சத செஞ்சிக்கோ...” என அதிரதனுக்கு மட்டும் கேட்கும் குரலில் பேசியவன்,

தாயிடம், “மதுவ நான் பார்த்துக்கிறேன்மா...” என பவ்யமாய் சொல்லிவிட்டு நகர்ந்து விட அதிரதனோ தாயை பரிதாபமாய் பார்த்தான்.

“ம்மா அவனை நம்பாதிங்க...” தோழியை எண்ணி கவலைக் கொண்டு அவன் சொல்ல,

காயத்ரி, “நீ பயப்படுற மாதிரி எதுவும் நடக்காது. ரூபன் அவளை பார்த்துப்-பான். நீயும் அவ கூட தான இருக்க போற. உன்னை மீறி அவன் அவளை என்ன செஞ்சுடுவான்னு இப்படி பயப்படுற?” என்றவர் தன் வேலையை கவனிக்க சென்றுவிட,

‘அதான! நான் எப்பவும் மது கூட தான இருக்க போறேன். என்னை மீறி அவனால எதுவும் செய்ய முடியாதே...’ என்று மகிழ்ந்தவன் நிம்மதியாய் கண்-ணயர்ந்தான்.

தாயின் நினைவில் வாடிய மதுவந்தியை சகோதரர்கள் இருவரும் தேற்றி சகஜ நிலைக்கு கொண்டு வந்தனர்.

ரூபன் அவளிடம் வழக்கம் போல் வம்பிழுக்க, அதிரதன் அவனை முறைத்தா-லும் மது மாறிவிடுவாள் என்ற நம்பிக்கையில் எதுவும் பேசாது அமைதி காத்தான்.

ஒரு மாதம் கூட முழுதாக முடிந்திராத நிலையில் யாரும் எதிர்பார்க்கா வண்-ணம் ஒரு நாள் காயத்ரியின் உயிர் உறக்கத்திலே பிரிந்திருந்தது.

அந்த குடும்பத்தின் ஆணிவேரான காயத்ரியின் மரணம் அந்த குடும்பத்தை முற்றிலும் நிலைகுலைய செய்திருந்தது.

உடல்நிலை சரியில்லை என ஒரு நாளும் படுத்திராதவர் நீண்ட நேரமாக படுக்கையை விட்டு எழாமல் இருக்கவும், வீட்டிற்கு வந்த மதுவந்தி தான் அவரை எழுப்பியவள் அவர் நிலையைக் கண்டு வீடே அதிரும்படி அலறினாள்.

அவளின் அலறலில் அதிரூபனும் அதிரதனும் ஓடி வந்தவர்கள் காயத்ரியை கட்டிக்கொண்டு அழுத மதுவந்தியைக் கண்டு உண்மை உணர்ந்து ஸ்தம்பித்து நின்றனர்.

அன்று, வயல் வேலை காரணமாக கேசவமூர்த்தி அதிகாலையிலே சென்றிருந்ததால் அவருக்கு அக்கம்பக்கத்தினர் செய்தி அனுப்பவும் மனைவியின் இழப்பை நம்பக் கூட முடியாமல் உறைந்து நின்றார்.

அடுத்து நடக்க வேண்டிய அனைத்தையும் அக்கம்பக்கத்தினரும் உறவினர்களும் கவனித்துக் கொள்ள, கேசவமூர்த்தி மனைவியின் முகத்தையே பார்த்தப்படி அமர்ந்திருந்தார்.

அதிரூபனும் அதிரதனும் அழ கூட முடியாமல் காயத்ரியின் இருபுறமும் அமர்ந்து அவரின் கரத்தைப் பற்றியிருக்க, மதுவந்தி தான் ஆறுதல் சொல்லக் கூட ஆளின்றி அழுது கரைந்தாள்.

அவரின் பிள்ளைகளுக்கு இணையாக என்று சொல்வதை விட அவர்களை விட ஒரு படி அதிகமாகவே அவள் மீது அன்பு செலுத்தியவர் அவர்.

பெற்றவர்களிடம் பெற முடியாத அன்பையும் அரவணைப்பையும் அவரிடம் தானே பெற்றாள் அவள்.

அப்படிப்பட்டவரின் மரணம் மற்றவரை விட அவளை தான் அதிகம் பாதித்தது.

காயத்ரியின் மரணம் அவர் குடும்பத்தினரை மீளா துயரத்தில் ஆழ்த்தியிருந்தது.

காயத்ரியின் புகைப்படத்திற்கு அருகிலே அமர்ந்திருந்த மதுவந்தியின் அருகே வந்த ஆதிரா அவளை அழைக்க, அவளோ அதை உணரக் கூட முடியாமல் எதையோ வெறித்தப்படி அமர்ந்திருக்கவும்,

'அக்கா அக்கா' என அவளை உலுக்கினாள் ஆதிரா.

அதில் சுயஉணர்வுப் பெற்றவள் சகோதரியை பார்க்க, "ரூபன் அண்ணன் சாப்பிடவே இல்லை. கூப்பிட்டாலும் வர மாட்றாங்க..." அழுகையோடு ஆதிரா சொல்லவும் தான் மதுவந்திக்கு தன் தவறு புரிந்தது.

தனது கவலையில் அவர்களை நினைக்காமல் போனேனே என தன்னையே கடிந்துக் கொண்டவள் நொடியும் தாமதிக்காது எழுந்து சமையலறைக்குள் நுழைந்தாள்.

சிறிது நேரத்தில் சமையலை முடித்தவள் முதலில் கேசவமூர்த்தியை அழைத்து அவருக்கு உணவைப் பரிமாறி கட்டாயப்படுத்தி அவரை சாப்பிட வைத்துவிட்டு அதிரூபனுக்கும் அதிரதனுக்கும் எடுத்துச் சென்றாள்.

கட்டிலில் ஆளுக்கொரு திசையில் எங்கோ வெறித்தப்படி இருவரும் படுத்திருக்க அவர்களருகே சென்றவள் சாப்பாட்டை ஓரமாக வைத்துவிட்டு இருவரையும்

எழுப்ப அவளின் குரலுக்கு இருவரும் எழுந்து அமர்ந்தார்களே ஒழிய எதுவும் பேசவில்லை.

“இப்படியே ரெண்டு பேரும் இருந்தா அத்தையால அங்கே நிம்மதியா இருக்க முடியுமா?” கோபக் குரலில் அவள் கேட்க, இருவரும் அவளை வேதனையோடு பார்த்தனர்.

அதில் அவள் துடித்தாலும் வெளியே காட்டிக் கொள்ளாது அவர்கள் அருகில் அமர்ந்தவள், “அத்தையோட ஆத்மா நிம்மதியா இருக்கணும்னா நீங்க ரெண்டு பேரும் இப்படியே இருக்க கூடாது...” என்றாள்.

இருவரும் அப்பொழுதும் எதுவும் பேசவில்லை.

“தம்பிப்பையா! நீ கூட என் பேச்சை கேட்கமாட்டியா?” ஆற்றாமையோடு அவள் கேட்க,

“என்ன பண்ணனும் மது?” என்றான் அவன்.

“சாப்பிடு தம்பிப்பையா. நீங்க ஒரு வேளை சாப்பிடலனாலும் அத்தை எவ்வளவு வருத்தப்படுவாங்கனு உனக்கு தெரியும் தான?” என்றதும் தலையசைத்தவன் எழுந்து சென்று கரத்தை சுத்தம் செய்துவிட்டு வரவும் அவனுக்கான உணவை கொடுத்தாள்.

ரூபன் அப்படியே அமர்ந்திருக்கவும், “உனக்கு மட்டும் தனியா சொல்லணுமா? போய் கையை கழுவிட்டு வா...” அதட்டலாய் சொன்னவள் பதிலுக்கு அவனிடம் கோபத்தை எதிர்பார்க்க, அவனோ எதுவும் பேசாது எழுந்து செல்லவும் மதுவந்தி தவித்தாள்.

அன்றிலிருந்து இருவரையும் தன் பொறுப்பில் எடுத்துக் கொண்டவள் அவர்களுக்கு வேண்டியதை கவனிப்பதையே தன் தலையாயக் கடமையாக எண்ணி செயல்படவும் கேசவமூர்த்திக்குத் தன் மகன்களைப் பற்றிய கவலை தீர்ந்தது.

அதிரூபனை விட அதிரதனைத் தேற்றி பழையப்படி கொண்டு வருவது தான் மதுவந்திக்கு இயலாத காரியமாக இருந்தது. காயத்ரியின் அரவணைப்பிலே வளர்ந்தவனை அவரின் மறைவு வெகுவாக பாதித்திருக்க அவனுக்கு இன்னொரு தாயாக மாறி அரவணைக்கத் தொடங்கினாள்.

மதுவந்தியின் அன்பும் அரவணைப்பும் நாளடைவில் அதிரதனையும் இயல்பு நிலைக்கு கொண்டு வர ரூபனும் நிம்மதியுற்றான்.

அந்த வீட்டின் பொறுப்புகளை அவளாகவே முன் வந்து எடுத்துக் கொண்டாள். தன் வீட்டில் விரைவாக வேலையை முடித்து விட்டு ரூபனின் வீட்டிற்கு வருபவள் அங்கும் அவர்களுக்கு வேண்டியதை கவனிக்கவும் கேசவன் அவளை எண்ணி கவலைக் கொண்டார்.

“இதலாம் நீ செய்ய வேணாம் மது, நான் வேணும்னா வேலைக்கு ஒரு ஆள் வச்சுக்கிறேன்...”

“ஏன் அங்கிள் நான் இங்கே வர்றது பிடிக்கலையா?” கவலையாய் அவள் கேட்க,

“இல்லம்மா. உனக்கு கஷ்டமா இருக்குமே. காலேஜுக்கும் போகணும். எப்படி சமாளிப்ப?”

“பரவாயில்லை அங்கிள், நான் பார்த்துக்கிறேன்...” என பேச்சை முடித்துக் கொள்ள, கேசவமூர்த்தியும் அவளை வற்புறுத்தவில்லை.

மாறாக தன்னால் முடிந்தளவு சிறு சிறு உதவிகளை அவளுக்கு செய்யத் தொடங்கினார்.

தன் வீட்டில் வேலை சரியாக நடந்து விடுவதால் மகேஷ்வரியும் மதுவந்தியை தடுக்கவில்லை.

நாட்கள் நகரத் தொடங்க அதிரூபனும் படிப்பை முடித்துவிட்டு வேலைக்குச் செல்ல ஆயத்தமானான்.

“நாளைக்கே வர சொல்லியிருக்காங்கப்பா. நைட்டே கிளம்புனா தான் சரியா இருக்கும். ஃப்ரெண்டு ரூம் இருக்கு, அங்கே தங்கிக்கிறேன்...”

“சரிப்பா, பார்த்து பத்திரமா போய்ட்டு வா...” என்றவர் வேலையைப் பற்றி கேட்டுக் கொண்டிருக்கவும்,

ரூபனின் அறைக்குள் சென்ற மதுவந்தி அவனுக்குத் தேவையான உடைமைகளை எடுத்து ஒரு பேக்கில் அடுக்கி வைக்க, சிறிது நேரத்தில் ரூபனும் அங்கு வந்தான்.

“எதுக்குடி ஒரேடியா இவ்வளவு எடுத்து வச்சிருக்க? அஞ்சு செட் மட்டும் வை. அடுத்த வாரம் வரும் போது மீதி எடுத்துக்கிறேன்...”

“அப்படினா வாராவாரம் வருவியா?” ஆவலோடு அவள் கேட்க,

“எல்லா வாரமும் வர முடியாது...” என்றதும் அவள் முகம் வாடியது.

“மன்த்லி ரெண்டு சாட்டர்டே மட்டும் தான் லீவு இருக்கும்...” அலுவலக நிலையை அவன் விளக்க,

இருமனதோடு தலையசைத்தவள், “நேரத்துக்கு தூங்கு, நல்லா சாப்பிடு, தினமும் போன் பண்ணு, வெளியே எங்கேயும் சுத்தாத, நேரத்துக்கு வீட்டுக்கு வந்துடு, துணிலாம் நீ துவைக்க வேணாம், சேர்த்து வச்சு இங்கே எடுத்துட்டு வா...” பட்டியலை நீட்டிக் கொண்டே செல்லவும்,

அவளை செல்லமாக முறைத்தவன், “என்னையும் உன் தம்பிப்பையா மாதிரியே ட்ரீட் பண்ணாத, என்னை பார்த்துக்க எனக்கு தெரியும்...” என முறுக்கிக் கொள்ள,

அதை கேட்டுக் கொண்டே வந்த அதிரதன், “நீ எதுக்கு மது அவன்கிட்ட பேசி உன் நேரத்தை வீணாக்கிட்டு இருக்க? படிக்கலாம் வா...” என அழைக்க-

வும்,

இருவரையும் முறைத்துவிட்டு நகர்ந்தவனை அழைத்துக் கொண்டு பூஜையறை நோக்கிச் சென்றவள் விளக்கை ஏற்றி சாமியை வணங்கிவிட்டு காயத்ரியையும் வணங்கி விட்டு விபூதியை எடுத்து ரூபனின் நெற்றியில் வைக்கப் போனவளுக்கு அவன் நெற்றி எட்டவில்லை.

அவளின் செயலில் ஒரு நொடி அவளையே பார்த்திருந்தவன் அவளுக்கு எட்டவில்லை என்பதை உணர்ந்து, 'குட்டச்சி' என புன்னகைத்தப்படியே அவளுக்கு வாகாக குனிய,

அவன் நெற்றியில் விபூதியை சிறு கீற்றாக வைத்தவள், "பத்திரமா இரு ரூபன்..." என்றதும் அவனும் தலையசைத்தவன் பின் மற்றவர்களிடம் சொல்லிவிட்டு வெளியேறவும் மதுவின் கண்கள் அவளையும் அறியாது கலங்கியது.

கிட்டதட்ட எட்டு வருடங்களாக ஒன்றாக அவனோடு வளர்ந்தாளே. என்னதான் அவன் அவளை திட்டினாலும் அடித்தாலும் ஒருநாளும் அவனை பார்க்காமல் அவள் இருந்ததில்லையே.

சில நாட்களாக மதுவந்தியிடம் அவன் கோபம் கொள்ளாது இணக்கமாக வேறு நடந்துக் கொள்ளவும் இப்பிரிவு அவளை வேதனையில் ஆழ்த்தியது.

தன் வீட்டிற்குக் கூட செல்லாது அங்கேயே இருந்தவள் கேசவமூர்த்தியின் போனையும் வாங்கி தன்னோடே வைத்துக் கொண்டு ரூபன் அழைக்கும் வரை காத்திருந்தாள்.

எந்த நேரத்திற்குச் சென்றாலும் தனக்கு அழைத்து விவரம் தெரிவிக்க வேண்டுமென கேசவமூர்த்தி வலியுறுத்தியிருந்ததால் ரூபனும் தவறாது அழைத்தான்.

அவனது அழைப்பை முதல் ரிங்கிலே எடுத்தவள் அவன் பேசுவதற்கு முன்பாக, "ரூபன்! பத்திரமா போயிட்டியா?" என்று கேட்கவும்,

அவளை அந்த நேரத்தில் எதிர்பார்க்காததால் திகைத்தவன், "ஹே மது, நீ இன்னும் தூங்கலையா?" என்றவனின் மனதில் ஏதோவொரு இனம் புரியா உணர்வுத் தோன்றி மறைந்தது.

"தூக்கம் வர்ல ரூபன். நீ எப்ப போன? சேஃபா போனியா? ரூமை கண்டுபிடிச்சியா? உன் ஃப்ரெண்டு இருந்தாங்களா?" கேள்விகளை அடுக்க,

அவளின் அக்கறையில் நெகிழ்ந்தவன் ஒவ்வொரு கேள்விகளுக்கும் பொறுமையாக பதிலளித்தான்.

"இப்பலாம் நீ என்னை திட்டுறதே இல்லையே!" மனதில் இருந்த மகிழ்ச்சியை கேள்வியாய் அவனிடம் கேட்க,

"திட்டுற மாதிரி நீ நடந்துக்கலயே..." என்றான் புன்னகையோடு.

"சரி, அப்படினா இனி எப்பவும் உனக்கு பிடிச்ச மாதிரியே நடந்துக்கிறேன்..." என்றவளுக்கு விரைவிலே அவனின் கோபத்திற்கு ஆளாகப் போகிறோம் என்பது

தெரியவில்லை.

“பார்க்கலாம்...” என்றவன்,

“எக்ஸாம்லாம் நல்லபடியா எழுது. எப்பவும் அதிரதன் கூடவே காலேஜ் போய்ட்டு வா. தனியா எங்கேயும் போகாத. இப்ப நேரம் ஆகுது தூங்கு...” என அறிவுறுத்தவும்,

“அடுத்த வாரம் கண்டிப்பா வருவ தான?” ஆவலோடு கேட்க,

“கண்டிப்பா வருவேன்டி...”

“எத்தனை மணிக்கு வருவ? எந்த பஸ்ஸுனு சொல்லு. நான் தம்பிப்பையாவ வண்டி எடுத்துட்டு பஸ்டாண்டுக்கு வர சொல்றேன்...”

“அதலாம் அப்ப பார்த்துக்கலாம்...”

“சரி, உனக்கு ரூம் பிடிச்சிருக்கா? இல்லனா சொல்லு, நம்ம சுசிலா அக்கா தம்பி அங்கே தான் ரூம் எடுத்து தங்கியிருக்காங்களாம். நான் வேணும்னா அவங்ககிட்ட பேசறேன்...”

“நீ எவன்கிட்டயும் பேச வேணாம், இங்கே எனக்கு வசதியா தான் இருக்கு...” என்றவனின் கோபத்தை அவள் உணரவில்லை. அந்த கோபத்திற்கான காரணத்தை அவனும் புரிந்துக் கொள்ளவில்லை.

அடுத்து அவள் ஏதோ சொல்ல வரவும் இடையிட்டு அவளை தடுத்தவன், “பேசிட்டே இருந்தா நான் எப்ப தூங்குறது? நாளைக்கு ஆஃபிஸ்க்கு போகணுமா வேணாமா?” பொய் கோபத்தோடு கேட்க,

அதை உண்மை என்று நம்பியவளோ, “சரி சரி கோபப்படாத, நான் வைக்கிறேன். நீ தூங்கு...” என போனை வைத்துவிட்டு அவனிடம் பேசிவிட்ட நிம்மதியில் கண்ணயர்ந்துவிட அதிரூபனோ தூக்கத்தைத் தூர துரத்திவிட்டு ஏதோ சிந்தனையில் ஆழ்ந்திருந்தான்.

12

வேலையில் சேர்ந்த அதிரூபனுக்கு வேலையும் பிடித்துவிட நாட்களும் சுமூகமாக நகரத் தொடங்கியது. நிர்மல், சந்தியா, பாலுவின் நட்பும் அந்த நாட்களை மேலும் இனிமையாக்கியது.

மதுவந்தியை தவிர வேறு எந்த பெண்ணிடமும் அதிகம் பேசி பழகிராதவனோ ஆரம்பத்தில் அலுவலகத்திலும் அப்படியே இருக்க நிர்மல் மூலம் தான் சந்தியா அறிமுகமானாள்.

அவளின் குணம் பிடித்து போனதால் அதன் பிறகு அவளோடு நட்பு பாராட்ட அவனும் தயங்கவில்லை.

ஒரு நாள் அவளை அழைத்துக் கொண்டு கடைக்குச் சென்றவன், "எனக்கு நாலு சுடிதார் செலக்ட் பண்ணிக் கொடு சந்தியா..." என்றதும்,

"உனக்கா?" சந்தேகமாய் அவள் கேட்க,

"எனக்குனா எனக்கு இல்லை. எனக்கு தெரிஞ்ச பொண்ணுக்கு..." என முறைக்கவும்,

அதில் சிரித்தவள், "என்ன மாடல்ல எடுக்கணும்? எந்த ரேஞ்சுல எடுக்க-ணும்?" என்றாள்.

"விலையை பார்க்க வேணாம். காலேஜ்க்கு போட்டு போற மாதிரி டீசன்டா இருக்கணும். அப்புறம் ஃபங்ஷனுக்கு போட்டு போற மாதிரி ரெண்டு செட் எடுத்-துடு..."

"சரி, அளவு சொல்லு..." என்றவளிடம் அவனும் சொல்ல,

"யாரு மச்சி அந்த பொண்ணு? ட்ரெஸ் அளவுலாம் தெரிஞ்சி வச்சிருக்க! ரொம்ப க்ளோஸோ?" என கேட்டப்படி அங்கே வந்த நிர்மலை முறைத்தவன்,

"நீ எதுக்கு இங்கே வந்த?" என்றான் எரிச்சலாக.

"துணி கடைக்கு எதுக்கு வருவாங்க மச்சி? துணி எடுக்க தான் வந்தேன்..."

"ஏன் வேற கடையே இல்லையா?" கடுப்போடு அவன் கேட்க,

"என்னடா வம்பா இருக்கு? இந்த கடையில ட்ரெஸ் நல்லா இருக்குமேனு வந்தது ஒரு குத்தமா? முத மாசம் சம்பளம் வாங்கியிருக்கனே என் அம்மாவுக்கும்

அக்காவுக்கும் ட்ரெஸ் எடுக்கலாம்னு வந்தேன்...'' என்றவன்,

“ஆமா! நீ யாருக்கு சுடிதார் எடுக்கிற? உனக்கு தம்பி மட்டும் தான இருக்-கான்னு சொல்லியிருந்த?'' மீண்டும் சுடிதாரைப் பற்றியே நிர்மல் கேட்க,

அவனை முறைத்தவனோ பதிலை சொல்லாது சந்தியாவை அழைத்துக்-கொண்டு நகர நிர்மல் அவர்கள் பின்னே சென்றான்.

வேலைக்குச் சென்றதும் முதல் மாத சம்பளத்தில் தன் அன்னைக்கு ஆடை எடுத்துக் கொடுக்க வேண்டும் என்று தான் அதிரூபனும் பள்ளி வயதிலிருந்தே கனவு கண்டிருந்தான்.

ஆனால், காயத்ரியின் மறைவால் அது முடியாமல் போக ஏனோ தன் சம்-பளத்தில் மதுவந்திக்காக ஏதேனும் வாங்கி கொடுக்க விரும்பியவனுக்கு என்ன வாங்கி கொடுக்கலாம் என்ற குழப்பமே மேலோங்கியிருந்தது.

மதுவிற்கு வேண்டியதை காயத்ரியே வாங்கி கொடுத்து கொண்டிருந்ததால் இனி அவளுக்கு வேண்டியதை தானே வாங்கிக் கொடுக்க முடிவு செய்தவன் இதுவரை இது போன்று உடை எடுத்து பழக்கமில்லாததால் உதவிக்கு சந்தியாவை அழைத்து வந்திருந்தான்.

நிர்மலுக்குத் தெரிந்தால் அவன் மதுவை தன்னோடு இணைத்து பேசவோ அல்லது கற்பனை செய்யவோ வாய்ப்பிருக்கிறது என்பதால் அவனிடம் அவளைப் பற்றி சொல்லவில்லை.

ஏனெனில் வேலை செய்யும் இடத்திலும் அல்லது வெளியே செல்லும் இடங்-களிலும் தாங்கள் பார்க்கும் பெண்களை அல்லது தன்னை திரும்பிப் பார்க்கும் பெண்களை இணைத்து கேலி செய்வது வழக்கமாகியிருந்தது.

இருவருமே கல்லூரி முடிந்து, உடனே வேலை கிடைத்து வந்ததால் இன்னமும் கல்லூரி பருவ தாக்கத்தில் இருந்து விடுபடாமல் இருக்கின்றனர்.

அழகான பெண்களை சைட் அடிப்பதும் அவர்களுக்கு பிடித்தமான ஒன்றாகி-யிருந்தது.

இப்பொழுது மதுவிற்காக ஆடை வாங்குகிறோம் என தெரிந்தால் அவளை பற்றி அறியாத நிர்மல் தன்னை கேலி செய்வான்.

ஏனோ மதுவோடு இணைத்து அவ்வாறு கேலி செய்வதை அவன் விரும்ப-வில்லை. அத்தோடு அவளை பற்றி மற்றவர்களிடம் சொல்லவும் தோன்றவில்லை.

சந்தியாவின் உதவியோடு மதுவந்திக்குத் தேவையான ஆடைகளைத் தேர்வு செய்தான்.

“ஃபங்ஷனுக்கு எந்த மாதிரி எடுக்கணும் ரூபன்? புடவையா?'' என்றதும்,

‘அந்த குட்டச்சிக்கு புடவையா?' மதுவந்தியை புடவையில் கற்பனை செய்து பார்த்து தனக்குள்ளே சிரித்தவன்,

“ஹாஃப் சேரி எடு சந்தியா, அவளுக்கு அது தான் நல்லா இருக்கும்னு நினைக்கிறேன்...” என்றதும் சந்தியாவும் தேர்வு செய்தாள்.

“அந்த பொண்ணு யாருன்னு தான் சொல்லேன் மச்சி...” ஆர்வத்தோடு நிர்மல் கேட்க,

“உன் தங்கச்சி...” என்றான் கடுப்பாக.

“என் தங்கச்சியா? எனக்கு தங்கச்சி இல்லையே. அக்கா மட்டும் தான?” என குழம்பியவன்,

“ஹேய் மச்சி என் அக்காவுக்கு கல்யாணம் ஆகிடுச்சுடா, அவங்களுக்குலாம் நூல் விடாத, வேஸ்டு...” என்றவனை கடை என்றும் பாராது மொத்தி எடுத்த ரூபன் உடைகளை வாங்கிக் கொண்டு நகர,

அவனோடு நகர்ந்த சந்தியாவை தடுத்த நிர்மல், “அப்படியே எனக்கும் செலக்ட் பண்ணி கொடுத்துட்டு போனா என்னவாம்?” என்றதும்,

அவனை முறைத்தாலும், “என்ன மாதிரி வேணும்?” என்றாள்.

“ஃப்ராக்...” என்றவனை புரியாமல் பார்த்தவள்,

“ஃப்ராக் யாருக்கு? அக்காவுக்கு பொண்ணு இருக்கா? இப்ப தான் ப்ரெக்னட்டா இருக்காங்கனு சொன்ன...” என்றாள் சந்தேகமாக.

“இல்லை. ஃப்ராக் செக்ஷன்ல் இருக்கிற பொண்ணு ரொம்ப அழகா இருக்கு. அதான் அப்படியே ட்ரெஸ் எடுக்கிற மாதிரி அந்த பொண்ணு கூட கொஞ்ச நேரம் கடலை போடலாம்னு...” என அசடுவழிந்தவனை தன் பங்கிற்கு சந்தியாவும் மொத்தி எடுக்க,

வலி தாங்காமல் முனகியவனோ, “என் இமேஜை டேமேஜ் பண்ணாத சந்தியா, பொண்ணுங்களாம் பார்க்கிறாங்க...” என சட்டை காலரை சரி செய்துக் கொண்டவனை முறைத்தவள்,

“திருந்தவே மாட்டியாடா?” என்றபடி ரூபனைத் தேடி சென்றுவிட்டாள்.

மதுவந்திக்காக ஒரு போனையும் வாங்கிக் கொண்டான். யாருக்கேனும் அழைக்க வேண்டும் என்றால் அவள் அவனின் தந்தையையோ அல்லது அவனின் தம்பியையோ எதிர்பார்க்க வேண்டியிருந்தது.

வேலை முடிந்ததும் ரூபன் நண்பர்களிடம் சொல்லிவிட்டு அன்று மாலையே ஊருக்குச் சென்றான்.

இன்று வருகிறேன் என மதுவந்திக்கு அவன் தெரியப்படுத்தவில்லை. எதிர்பாரா நேரத்தில் சென்று அவள் முன் நின்று அவளிடம் இதை கொடுக்கும் பொழுது அவள் முகத்தில் தெரியும் மகிழ்ச்சியைக் காண அவன் மனம் ஆவல் கொண்டது.

பேருந்திலிருந்து இறங்கியவன் தன் வீட்டை நோக்கி செல்லும் பொழுது மதுவந்தியின் வீட்டை கடக்கும் நேரம் அவள் உள்ளே இருக்கிறாளா என நோட்டமிட அவளை காணாததும் தன் வீட்டில் தான் இருப்பாள் என்ற நம்பிக்கையில் வேகமாக நடந்தவனை வழியில் ஒரு குரல் தடுத்து நிறுத்தியது.

“வாப்பா ரூபா? எப்படி இருக்க?” என்ற குரலில் ரூபன் திரும்பிப் பார்க்க,

அங்கே ஒரு பெண்மணி புன்னகை முகத்தோடு நிற்கவும் அவரை கண்டு தானும் புன்னகைத்து தன் நலனை தெரியப்படுத்தியவன் அப்பொழுது தான் அந்த வீட்டின் முன்புறம் இருந்த அலங்காரங்களை கவனித்தான்.

அவன் பார்வையைக் கண்டவர், “நம்ம சுசிலாவுக்கு நாளைக்கு கல்யாணம். இப்ப தான் நிச்சயதார்த்தம் முடிஞ்சது...” என்றவர் அவன் கேட்காமலே மாப்பிள்ளை பற்றிய விவரத்தையும் சொல்லிவிட்டு அவனை சாப்பிட அழைக்க,

“நான் அப்புறம் வர்றேன் ஆன்ட்டி...” என மறுக்கவும்,

“அப்பாவும் இப்படி தான் சொல்லிட்டு போனாரு. இன்னும் வர்ல, வீட்டுக்கு போனா வீட்டுலயும் இல்லை. நீயாவது வந்து சாப்பிட்டு போ ரூபா...” என கட்டாயப்படுத்த, மறுக்க முடியாமல் அவரோடு சென்றான்.

வீட்டை ஒட்டியே பந்தல் போட்டு விருந்தினர்களுக்கு உணவு பரிமாறியிருந்தனர்.

“மது, இங்கே வந்து ரூபனுக்கு பரிமாறு...” என்ற குரலில் மதுவந்தி திரும்பிப் பார்க்க, ரூபனும் அப்பொழுது தான் அங்கே அவளைக் கண்டான்.

அவனைக் கண்டதும் புன்னகையோடு நெருங்க அருகிலிருந்த பெண்மணியோ, “தம்பிய கவனி மது...” என்றவர்,

ரூபனிடம், “உட்கார்ந்து சாப்பிடுப்பா, நான் போய் மத்தவங்கள கவனிக்கிறேன். எல்லாரும் சாப்பிடாமலே கிளம்புறாங்க...” என்றபடி அங்கிருந்து நகர்ந்தார்.

“நீ எப்ப ரூபன் வந்த? வருவேன்னு என்கிட்ட சொல்லவே இல்லை...”

“ஏன், உன்கிட்ட சொல்லிட்டு தான் வரணுமா?”

அதில் அவள் முகம் வாட, அவனோ, “இங்கே என்னடி பண்ணிட்டு இருக்க?” என்றான் கோபமாக.

“சுசிலா அக்காவுக்கு நிச்சயதார்த்தம்...” என இழுக்க,

“சுசிலா அக்காவுக்கு தான நிச்சயதார்த்தம், உனக்கு இல்லையே?” கோபமாய் கேட்டவனை பாவமாய் பார்த்தாள் அவள்.

அவன் அமைதியாய் அமரவும் அவனிடம் ஒரு இலையை எடுத்து வைக்க அவனோ, “நீயும் உட்கார்ந்து சாப்பிடு...” என்றான்.

“நான் அப்புறம் சாப்பிடுறேன்...” என்றதும்,

சுற்றிலும் பார்வையிட்டவன் சற்று தள்ளியிருந்த வரிசையில் சில பெரியவர்கள் உணவருந்திக் கொண்டிருப்பது கண்ணில்பட்டது.

அவர்களுக்கு பரிமாறுவதற்கு அங்கு யாரும் இல்லை என்ற போதே அதிரூபனுக்கு விளங்கிவிட்டது, மது மட்டும் தான் இங்கே அனைவருக்கும் பரிமாறிக் கொண்டிருக்கிறாள் என்று.

அவன் நினைப்பது சரி என்பது போலவே சாம்பார் வேண்டும் என ஒரு குரல் ஒலிக்க மதுவந்தி வேகமாக அவர்களை நோக்கிச் சென்றவள் அவர்களுக்கு வேண்டியதை கவனித்துவிட்டு அதே வேகத்தில் ரூபனிடம் வந்தாள்.

அவளின் சோர்ந்திருந்த தோற்றமே அவள் எந்தளவுக்கு இன்று இங்கு வேலை செய்திருக்கிறாள் என்பதை அவனுக்கு உணர்த்த, அது அவள் மீது பரிதாபத்தையும் தாண்டி கோபத்தைத் தான் வரவழைத்திருந்தது.

எங்கு சென்றாலும் மற்றவர்களின் வேலைகளை இழுத்துப் போட்டு செய்வதே அவளின் வேலையாகும். அது அவளின் குணம் என்றால் மற்றவர்களோ அதை தங்களுக்கு சாதகமாக பயன்படுத்திக் கொள்கின்றனர்.

“நீ மட்டும் ஏன் தனியா பரிமாறுற? வேற யாரும் இல்லையா?” என்றதும்,

“எல்லாரும் சாப்பிட்டு போயிட்டாங்க, இவங்க லேட்டா தான் வந்தாங்க...” எனும் போதே இன்னொரு குரல் ‘சட்னி வேணும்’ என ஒலிக்க மதுவந்தி மீண்டும் ஓடினாள்.

“ஏம்மா ஒரு இடத்துல இருந்து பரிமாற மாட்டியா? எவ்வளவு நேரம் காத்துட்டு இருக்கிறது?” எரிச்சலோடு ஒரு பெரியவர் கேட்கவும்,

“சாரிங்க...” என்றபடி அவருக்கு வேண்டியதை அவள் பரிமாறினாள்.

ஆளாளுக்கு இது வேண்டும் அது வேண்டும் என அவளை ஏவ, அவளும் அவர்களுக்கு வேண்டியதை பரிமாறினாள். சில நேரங்களில் தடுமாறும் போது அவர்களின் ஏச்சுக்களையும் கேட்க வேண்டியதாயிருந்தது.

இன்னும் சில உறவினர்கள் ஒவ்வொருவராக வர தொடங்க அவர்களுக்கு வேண்டியதையும் அவசர அவசரமாக கவனித்துவிட்டு ரூபனிடம் வந்தவள், “உனக்கு இட்லி வைக்கவா தோசை வைக்கவா?” என வினவ,

அவளை முறைத்தவன், “ஒரு மண்ணும் வேணாம், முதல்ல வீட்டுக்கு போடி...” என்றான்.

“ரூபன்...”

“சொல்றதை மட்டும் செய்...”

“அவங்க இன்னும் சாப்பிட்டு முடிக்கல...” என்றவளை பார்வையிலே எரித்தவன்,

“அதை நான் பார்த்துக்கிறேன். நீ போ...” என்றதும் அதன் பிறகு அவனிடம் பேச தைரியம் வராது அமைதியாக நகர்ந்தாள்.

சில நிமிடங்களில் அவர்கள் சாப்பிட்டு முடிக்கவும் ரூபனும் அங்கிருந்து சென்றவன் பாதி வழியில் மதுவந்தியைக் கண்டு அவளோடே நடக்க அவனிடம் பேச முயன்றவள் அவனது இறுகிய முகத்தைக் கண்டதும் அமைதியாய் அவனை பின்தொடர்ந்தாள்.

ரூபன் அங்கு சாப்பிடவில்லை என்பதை உணர்ந்தவள் வீட்டிற்குச் சென்றதும் துரிதமாக அவனுக்கு வேண்டிய உணவை சமைத்து அவன் முன்பு கொண்டு வந்து வைக்க,

மறுப்பு சொல்லாது அவளோடு சேர்ந்தே சாப்பிட்டவன் வெளியே அமர்ந்திருந்த தந்தையோடு பேசத் தொடங்க மதுவந்தியும் தன் வேலைகளை கவனித்தாள்.

ரூபன் கொண்டு வந்த பையைத் திறந்து பார்த்தவள் ரூபனிடம், "அழுக்கு துணி எதுவும் எடுத்துட்டு வர்லயா ரூபன்? வீட்டுக்கு வர்ற மாதிரி இருந்தா அங்கே எதுவும் துவைக்க வேணாம்னு தான சொல்லியிருக்கேன். அப்புறம் எதுக்கு அங்கே துவைச்ச?" கண்டிப்போடு கேட்டவள் அவன் பார்த்த பார்வையில் கப்பென்று வாயை மூடிக் கொண்டாள்.

ஆனால் அவன் மனமோ, 'அழுக்கு துணியை தேடுனவ அதுல இருந்த சுடிதாரை பார்க்காமலா இருந்துருப்பா? அது அவளுக்கு வாங்கியிருப்பேன்னு தெரியலனாலும் யாருக்குனாது ஒரு வார்த்தை கேட்கிறாளா பாரு' என கடிந்துக் கொண்டது.

சிறிது நேரத்தில் கேசவமூர்த்தியும் மாடிக்குச் சென்று படுத்துவிட அந்த நேரம் அங்கே வந்த ஆதிரா ரூபனைக் கண்டதும், "ரூபன் அண்ணா எப்ப வந்திங்க?" என கேட்டப்படி மகிழ்ச்சியோடு அவனருகில் வந்தாள்.

அவளைக் கண்டு புன்னகைத்தவன், "இப்ப தான் ஆதிரா வந்தேன், நீ என்ன இந்த நேரத்துல தனியா வந்துருக்க?" அக்கறையோடு கேட்கவும்,

"நாளைக்கு அம்மாவும் அப்பாவும் வேற கல்யாணத்துக்கு போறாங்களாம். அதனால சுசிலா அக்கா கல்யாணத்துக்கு அக்கா தான் போகணுமாம். அதான் சீக்கிரம் தூங்குனா தான் காலையில சீக்கிரம் எழுந்திருக்க முடியும்னு அப்பா அக்காவ கூட்டிட்டு வர சொன்னாரு..." ஆதிரா விவரம் சொல்ல,

"உன் அக்கா எந்த கல்யாணத்துக்கும் போக போறதில்லனு உன் அப்பாகிட்ட சொல்லு..." ஆத்திரத்தோடு கூறினான் அவன்.

"ஏன்?"

"அவ இனி எங்கேயும் போகக் கூடாது..." அழுத்தமாக அவன் சொல்ல,

"நீ எதுக்குடா அவளுக்கு ஆர்டர் போடுற?" என்றபடி அங்கே வந்த அதிரதனை கண்ட அதிரூபன்,

"வாடா நல்லவனே! அவளை நான் ஒரு வார்த்தை சொல்லிட கூடாது! உடனே வரிஞ்சி கட்டிட்டு வந்துடுவ. ஆனா, அங்கே வர்றவன் போறவன்லாம்

அவளை அதட்டி வேலை வாங்குறான் அப்பலாம் எதுவும் கண்டுக்கமாட்ட...” என்று கடுப்போடு சொல்ல, அதிரதனுக்கும் தமையனின் கோபம் புரிந்தது.

அதிரதனும் பலமுறை மதுவந்தியிடம் சொல்லி பார்த்துவிட்டான். ஆனால், அவள் கேட்டால் தானே.

“சொந்தக்காரங்க நல்லது கெட்டதுல ஒருத்தருக்கொருத்தர் உதவி பண்ணிக்கிறது தப்பா?” மதுவந்தி பாவமாய் கேட்க,

“ஒருத்தருக்கொருத்தர் உதவி பண்ணிக்கிறதுல தப்பில்ல தான். ஆனா, ஒருத்தர் மட்டுமே உதவி பண்ணிட்டு இருக்கக் கூடாது...” என சீற்றத்தோடு சொன்னவன்,

“உன்னாலயே முடியாதப்ப எதுக்குடி எல்லாத்தையும் இழுத்துப் போட்டு செய்யற? அங்கே வந்துருக்க சொந்தக்காரங்களாம் ஜாலியா கதை பேசிட்டு இருக்கும் போது நீ மட்டும் எல்லா வேலையும் செய்யணும்னு உனக்கென்ன தலையெழுத்தா?” என்றான்.

“எல்லா வேலையும் செய்யல...” அவள் தடுமாற,

அவளை ஏகத்துக்கும் முறைத்தவனோ, “என்கிட்டயே பொய் சொன்ன வாய்லையே போடுவேன்...” அதட்டலாய் சொன்னவனைக் கண்டு அவள் மிரண்டு நிற்க,

தன் தமக்கையைத் திட்டுகிறானே என கோபம் கொண்ட ஆதிராவோ, “எதுக்கு என் அக்காவ திட்டுறீங்க? அவங்க உங்க வீட்டுலயும் தான எல்லா வேலையும் செய்யறாங்க. அது மட்டும் சரியா?” என கோபமாய் கேட்டாள்.

அதில் அதிர்ந்த மதுவந்தியோ தங்கையை அடக்க முற்பட அதிரூபனோ மேலும் கோபம் கொண்டு, “இது அவளோட வீடு. இங்கே செய்யறது அவளோட உரிமை. இதுவும் அதுவும் ஒன்னா?” என்று எகிறியவன்,

ஆவேசமாக மதுவந்தியை நெருங்கி, “இதை உன் வீடா தான் நினைக்கிறனா இங்கே இரு, இல்லனா இந்த நிமிஷமே வெளியே போடி...” என்று உறுமிவிட்டு தன் அறைக்குள் சென்றுவிட,

அவனின் கத்தலில் மதுவந்தி மட்டுமல்லாது ஆதிராவும் நடுங்கி நிற்க, அதிரதனோ தமையனின் கோபத்தைக் கண்டு முதன் முறையாக எதுவும் பேசாது அமைதியாக நகர்ந்தான்.

தங்கை நடுங்குவதைக் கண்டவள் முதலில் அவளை வீட்டில் விட்டு வரலாம் என்றெண்ணி, “பாப்பா, வா வீட்டுக்கு போகலாம்...” என்றதும்,

அடுத்த நொடி ரூபனின் அறையிலிருந்து ஏதோ ஒரு பொருள் வேகமாக வெளியே வந்து விழுந்ததைக் கண்டவளுக்கு அவனின் கோபம் புரிய,

அதிரதனை அழைத்தவள் ஆதிராவை வீட்டில் விட்டு வர சொல்லவும் ஆதிராவோ தமக்கை இல்லாது எங்கும் செல்லமாட்டேன் என பிடிவாதம் கொள்ள,

“நான் அப்புறம் வர்றேன் பாப்பா. நீ போ...” என்றாள்.

“வேணாம்க்கா நீயும் வா. ரூபன் அண்ணன் ரொம்ப கோபமா இருக்கு. உன்னை அடிச்சிடும்...” தமக்கை மீதுள்ள அக்கறையில் சொல்ல,

“இல்லடா பாப்பா, ரூபன் கோபம் கொஞ்ச நேரத்துக்கு தான். என்னை அடிக்கமாட்டாங்க, நீ பயப்படாம போ...” சமாதானம் செய்ய முயல,

“அந்த அண்ணன் ரொம்ப கோபப்படுது. இதுக்கு முன்னாடி இப்படிலாம் பேசுனதே இல்லை. இனி இங்கே வர மாட்டேன். நீயும் இங்கே வராதக்கா வா போகலாம்...” என்றாள் சிறியவள்.

“நீ பேசுனது தப்பு தான? நீ ஏன் உங்க வீடுனு பிரிச்சு பேசுன? அது ரூபனுக்கு கஷ்டமா தான இருக்கும்?” ரூபனின் நிலையை சொல்ல,

“நீ அதிகமா வேலை செய்யறியே அது உனக்கு கஷ்டமா இருக்காதா?” சிறியவள் கவலையோடு கேட்டாள். மதுவந்தி இரண்டு வீட்டிலும் வேலை செய்வதை அவளும் கவனித்துக் கொண்டு தானே இருக்கிறாள்.

“இல்லடா பாப்பா, நம்ம வீட்டுல நாம தான் எல்லா வேலையும் செய்யணும்...”

“அப்புறம் ஏன் அம்மா எனக்கு வேலை வைக்காம உனக்கு மட்டும் வைக்கிறாங்க? அப்போ அது எனக்கு வீடு இல்லையா?” புரியாது கேட்க,

மகேஷ்வரி குணம் புரிந்தவளோ அதை ஆதிராவிடம் காட்டாது, “நீ சின்ன பொண்ணுமா. அதனால தான் அம்மா உனக்கு வேலை வைக்கல. நீ வளர்ந்ததும் நம்ம ரெண்டு பேரும் சேர்ந்தே வேலை செய்யலாம் சரியா?” என்றதும் அவளும் சரியென தலையாட்டினாள்.

தங்கையை அதிரதனோடு அனுப்பி வைத்தவள் அதிரூபனை பார்ப்பதற்கு அவன் அறைக்குள் சென்றாள். அவனோ கோபத்தில் படுக்கையில் கவிழ்ந்து படுத்திருக்க அவனருகில் சென்றமர்ந்தவள், ‘ரூபன்’ என அழைக்கவும்,

“எதுக்குடி வந்த? உன்னோட வீட்டுக்கே போக வேண்டியது தான...” என அவள் முகத்தைக் கூட பார்க்காது கத்தினான்.

“அவ தான் சின்ன பொண்ணு, தெரியாம பேசிட்டா. நீ எதுக்கு கோபப்படுற?” அவன் தலையை வருடியப்படி அவள் கேட்க,

அவள் கரத்தை பட்டென்று உதறி, “நான் எதுக்கு கோபப்படணும்? நீ யாரு எனக்கு?” என்றவனின் வார்த்தையில் கோபத்தையும் தாண்டி ஏதோ ஒரு வலி இருந்தது.

“ஏன் ரூபன் இப்படிலாம் பேசுற?”

“நான் எதுவும் பேச விரும்பல, நீ போகலாம்...”

“நான் போகமாட்டேன்...” அவள் பிடிவாதம் கொள்ள,

“நீ ஏதோ பண்ணு...” என்றவன் சிறிது நேரத்தில் உறங்கியும் போக,

அறைக்குள் வந்த அதிரதனோ பேந்த பேந்த விழித்தபடி அமர்ந்திருந்த மதுவந்தியைக் கண்டவன், “இன்னும் உங்க பஞ்சாயத்து முடியலையா?” என சலிப்போடு கேட்டான்.

“நீயாது ரூபன்கிட்ட சொல்லு தம்பிப்பையா. எதுக்கு இவ்ளோ கோபம் வருது?”

“நான் சொன்னா தான் நீ கேட்கமாட்டன்றியே. அவன் சொன்னாலாது கேட்கிறியானு பார்ப்போம்...” என்றவனை முறைத்தவள்,

“உனக்கும் என் மேல பாசமே இல்லாம போச்சு. நான் என்ன தப்பு பண்ணேன்னு ரெண்டு பேரும் என்னையே குறை சொல்றீங்க?” என்றாள் வருத்தத்தோடு.

“இங்கே பாரு மது, நீ இன்னும் சின்ன பொண்ணு கிடையாது. உன்கிட்ட பழகுறவங்க எல்லாரும் உன்னை யூஸ் பண்ணிக்கிறாங்கன்றத எப்ப தான் புரிஞ்சிக்க போற?”

“சுசிலா அக்கா என்மேல பாசமா இருப்பாங்க தம்பிப்பையா. அவங்களுக்காக தான் நான் அங்கே போனேன்...”

“அவங்களுக்காக போனது சரி, அதுக்காக கூட்டி பெருக்கிற வேலையில இருந்து எல்லாமே நீயே செய்யறது சரியா?” என்றதும் அவள் பார்க்க,

“என்ன பார்க்கிற? நானும் காலையில இருந்து உன்னை பார்த்துட்டு தான் இருக்கேன். அந்த வீட்டுல அத்தனை பேரு இருக்காங்க. ஆனா, நீ மட்டும் தான் எல்லாம் செஞ்சுட்டு இருக்க?

அப்பவே உன்னை இழுத்துட்டு வந்துருக்கணும். விசேஷ வீட்டுல எதுவும் பிரச்சினை வேணாம்னு அமைதியா விட்டுட்டேன். உனக்குலாம் அவன் தான் சரி. அவன் பேச்சுக்காது மதிப்பு கொடுக்கிறியானு பார்க்கிறேன்...” என்றவன்,

“நேரமாது மது. நீ போய் தூங்கு, காலையில பேசிக்கலாம்...” என்றான்.

“காலையில கல்யாணத்துக்கு போக முடியாதா?” கவலையோடு கேட்க,

“எனக்கு தெரியாது. நீயாச்சு அவனாச்சு...” என்றபடி அவனும் தமையனின் அருகே படுத்து உறங்கிவிட, சிறிது நேரம் நின்றவள் வெளியே வந்து காயத்ரியின் அறையிலே படுத்துக் கொண்டாள். ஆனால், தூக்கம் தான் வரவில்லை.

அதிரூபனின் கோபத்திற்கான காரணம் புரிந்தாலும் ஏனோ அவள் மனம் அவனின் கோபத்தை எண்ணி வேதனைக்கொள்ள தான் செய்கிறது.

அவள் மனமோ அவன் என்று தான் தன்னிடம் சகஜமாக பேசுவான்? அவனின் அன்பையும் அக்கறையையும் கோபம் கலக்காது காட்டுவான் என ஏங்கி தவித்தது.

13

இரவில் தாமதமாக தூங்கினாலும் காலையில் விரைவாகவே எழுந்து கொண்ட மதுவந்தி அதிரூபனின் வருகைக்காக ஹாலிலே காத்திருந்தாள். சிறிது நேரம் கழித்து அவன் எழுந்து வந்தாலும் அவளை கண்டு கொள்வதாகவேத் தெரியவில்லை.

“இன்னும் கோபம் குறையலையா ரூபன்…” அவன் பின்னே சென்றபடி அவள் கேட்க,

“எனக்கென்ன கோபம்?” சுரத்தையே இல்லாமல் கேட்டவன் தன் வேலையை கவனிக்க,

“வேணாம் ரூபன். இப்படியே இருக்காத. இனி நான் எங்கேயும் போகல, யாருக்கும் எந்த வேலையும் செய்யல போதுமா?” என்றவளை அவன் அப்பொழுதும் கண்டு கொள்ளவில்லை.

சமையலறைக்குள் சென்றவன் காபி போடுவதற்காக பாலை எடுக்க அதை உணர்ந்தவள், “நீ எதுக்கு இதலாம் செய்யற? நான் போடுறேன் நீ போ…” என்றதும்,

“நீ இங்கே எந்த வேலையும் செய்ய வேண்டிய அவசியம் இல்லை…” உணர்ச்சியற்று சொன்னவன் அடுப்பை பத்த வைக்க,

அவனிடம் இருந்து பால் பாத்திரத்தை வெடுக்கென்று பிடுங்கியவள், “இங்கே நான் எதுவும் செய்ய கூடாதுனு சொல்ல உனக்கு எந்த உரிமையும் இல்லை. இது என் வீடு…”

அதிகாரத்தோடு சொன்னவள் அவனைக் கண்டுகொள்ளாது வேலையை கவனிக்கவும், கோபம் கொள்ள வேண்டியவனோ அவளின் உரிமையான செயலில் புன்னகையோடு அங்கிருந்து வெளியேறினான்.

தமையனின் புன்னகையைக் கண்ட அதிரதனோ, ‘இவன் சிரிக்கிற விதமே சரியில்லையே’ என யோசித்தவன்,

“என்னடா சிரிச்சிக்கிட்டே வர்ற? மதுகிட்ட என்ன வம்பு பண்ணி அவளை அழ வச்ச?” கோபத்தோடு கேட்க,

‘இவன் ஒருத்தன். ஏன் அவ அழுதா மட்டும் தான் நான் சிரிப்பனா?’ என முனகியவன்,

“போய் அவகிட்டயே கேளு...” என நகர்ந்துவிட,

சமையலறையை எட்டிப் பார்த்த அதிரதன் அங்கே மதுவந்தி யோசனையோடு நிற்பதைக் கண்டு அவளிடம் சென்றான்.

“பால் பொங்கி வர்றது கூட தெரியாம அப்படி என்ன யோசனை மது?” அடுப்பை அணைத்துவிட்டு அவளிடம் கேட்க,

“நான் கல்யாணத்துக்கு போகலனா சுசிலா அக்கா ஃபீல் பண்ணுவாங்க. கல்யாணத்துக்கு போனா ரூபன் கோபப்படுவான். அதான் என்ன பண்றதுனே தெரியல தம்பிப்பையா...” கவலையோடு சொல்ல,

“நீ கல்யாணத்துக்கு போறதுல அவனுக்கு எந்த பிரச்சினையும் இல்லை மது. மத்தவங்க சொல்றதுலாம் மறுக்காம செய்யறியே அது தான் அவனோட கோபம்...” என்றான்.

“அப்போ கல்யாணத்துக்கு போகலாமா?” ஆவலோடு அவள் கேட்க,

‘போ’ என அதிரதன் தலையசைக்கவும் மகிழ்ந்தவள் பின்பு, “எதுக்கும் ரூபன்கிட்ட ஒரு வார்த்தை கேட்டுக்கிறேன்...” என்றபடி காபி கலந்து ஒரு கோப்பையை அதிரதனிடம் கொடுத்துவிட்டு மற்றொன்றை எடுத்துக் கொண்டு அதிரூபனைத் தேடிச் சென்றாள்.

“என்ன மது கல்யாணத்துக்கு போகாம இன்னும் என்ன பண்ணிட்டு இருக்க?” எதிரே வந்த கேசவமூர்த்தி கேட்கவும்,

“ரூபன்கிட்ட கேட்டுட்டு போறேன் அங்கிள்...” என்று நகரவும்,

அவரோ அதிரதனிடம், “இவ கல்யாணத்துக்கு போறதுக்கு எதுக்குடா அவன்கிட்ட கேட்கணும்னு சொல்றா?” புரியாமல் கேட்க,

“நைட்டு உங்க மகன் பண்ணி வச்ச அக்கப்போர் அப்படி. அதான் பயந்துட்டு அவன்கிட்ட கேட்க போறா...” என்றவன் இரவு நடந்ததைச் சொல்ல,

“அவளை குறை சொல்லி என்ன பண்றது? சின்ன வயசுல இருந்து அப்படியே வளர்ந்துட்டா...” என்றவர்,

“மது கல்யாணத்துக்கு போகும் போது நீயும் அவ கூடவே போய்ட்டு வந்துடு. நான் ஊருக்கு போய்ட்டு வர்றேன்...” என்றதும்,

“அவனை போக சொல்ல வேண்டியது தான. அவன் தான இந்த வீட்டுக்கு பெரியவன்...” என்றான் கடுப்புடன்.

“அங்கே வேலைக்கு போய் கஷ்டப்படுறது பத்தாதா இங்கேயும் அலைய வைக்கணுமா? நைட்டு தான் வீட்டுக்கே வந்தான், நல்லா ஓய்வு எடுக்கட்டும்...” பரிவோடு சொல்ல,

“ஆமா! அங்கே கல் உடைக்கிற வேலை தான பார்க்கிறான். ரொம்ப அசதியா தான் இருக்கும். நல்லா ரெஸ்ட் எடுக்கட்டும்...” என நக்கலாக முனக,

“என்னடா சொல்ற? எதுனாலும் சத்தமா பேசு...” என்றார் அதட்டலாக.

“மகன் மேல அம்புட்டு பாசம் இருந்தா அவன் வேலைக்கு பஸ்ல போய்ட்டு வர்றதுக்கு கஷ்டப்படுறானேனு பைக் வாங்கி கொடுக்கிறது. அதலாம் யோசிக்க-மாட்டிங்களே. தினமும் நேரத்துக்கு பஸ் பிடிச்சு ஆஃபிஸ் போய்ட்டு வர எவ்ளோ கஷ்டப்படுறான் தெரியுமா?” தமையன் மீதுள்ள அக்கறையில் அதிரதன் சொல்ல,

“ஏன்டா இதலாம் முன்னவே சொல்ல மாட்டிங்களா?” என கோபம் கொண்-டவர்,

“ஊருக்கு போகும் போது அண்ணன இந்த பைக்க எடுத்துட்டு போக சொல்லு...” என வாசலில் நின்ற பைக்கைக் காட்ட,

“எது? இந்த ஓட்ட பைக்கா? இதுக்கு அவன் நடந்தே போவான்...” என சிறியவன் சிடுசிடுக்க,

யோசனையோடு பார்த்தவர், “சரி நான் ஊருக்கு போய்ட்டு சீக்கிரம் வர்றேன். பேங்க் போய் பணம் எடுத்துட்டு வரலாம். நீ அண்ணன்கிட்ட பேசி என்ன பைக் வாங்குறதுனு முடிவு பண்ணு?” என்றார்.

“அதலாம் ஆன்லைன்லையே டிரான்ஸ்ஃபர் பண்ணிக்கலாம். உங்க நம்பரை மட்டும் சொல்லுங்க...”

“அப்படியா! சரி பீரோவுல என் பாஸ் புக் இருக்கும் எடுத்துக்கோ...” என்றவர் நகரவும்,

“அவனுக்குனதும் உடனே பைக் வாங்கி கொடுக்க முடிவு பண்ணியாச்சி. எனக்கு லேப்டாப் வேணும்னு ரொம்ப நாளா கேட்டுட்டு இருக்கேன். இன்னும் வாங்கி தரல. இதுலயே தெரியுது யாரு வீட்டுக்கு செல்ல பிள்ளைனு...” என சத்தமாகவே முணுமுணுக்க,

“கொஞ்சம் பொறுடா. அடுத்த மாசம் நெல்லு போட்டு வாங்கிக் கொடுத்துடு-றேன்...” என அவர் உறுதியளிக்க,

“அதுலாம் ஒன்னும் வேணாம், அவனே எனக்கு ஆர்டர் பண்ணிட்டான். இன்னும் ரெண்டு நாள்ல வந்துடும்...” என்றான்.

“என்கிட்ட ஏன் சொல்லவே இல்லை? காசு ஏது?”

“சொன்னா மட்டும் என்ன பண்ணுவிங்க? எதுக்குடா வெட்டியா செலவு பண்-றனு திட்டுவிங்க...” என அலுத்துக் கொண்டவன்,

“EMIல தான் வாங்கியிருக்கான். மாசாமாசம் கட்டிக்கிறானாம்...” என்றதும்,

“சரி செலவுக்கு பணம் இல்லனா என்கிட்ட சொல்ல சொல்லு...” என்றார்.

“எனக்கு கூட தான் செலவுக்கு பணம் வேணும். ஒரு ரெண்டாயிரம் கொடுக்கிறது...” என்றவனை முறைத்தவர்,

“படிக்கிற வயசுல உனக்கு என்னடா செலவு?” என அதட்டவும்,

“அதான! நான் கேட்டா கொடுக்க மாட்டிங்களே...” என நொடித்துக் கொண்டவன் தமையனைத் தேடிச் செல்ல கேசவமூர்த்தியோ மகனை எண்ணி சிரித்தப்படி வெளியேறினார்.

அறையில் மதுவந்தியோ அதிரூபன் முன்பு கையை பிசைந்தப்படி நிற்க அவனோ அவளை கண்டுகொள்ளாது மொபைலில் கவனம் செலுத்திக் கொண்டிருந்தான்.

“இதுங்க பிரச்சினை என்னைக்கு முடிவுக்கு வரும்னே தெரியலையே...” என நொந்தப்படி அவர்கள் அருகே சென்றவன்,

“இன்னும் என்ன பண்ணிட்டு இருக்க மது? சீக்கிரம் கிளம்பு கல்யாணத்துக்கு போய்ட்டு வரலாம்...” என்றதும்,

“ரூபன் பதிலே சொல்ல மாட்டன்றான் தம்பிப்பையா...” என்றாள் கவலையாக.

“டேய்! எதுக்குடா இப்ப சீன் காட்டிட்டு இருக்க? எனக்கு நேரமாகுதா இல்லையா?” அதட்டலோடு கேட்க,

“உன்னை என்ன பிடிச்சா வச்சிருக்கேன். நேரமாகுதுனா போக வேண்டியது தான...” கடுப்போடு மற்றவன் பதிலளிக்க,

“ரெண்டு பேரும் எதோ பண்ணுங்க. நான் போறேன்...” என நகரவும்,

“தம்பிப்பையா...” பரிதாபமாய் அவள் அழைக்க,

அவளை பாவமாய் பார்த்தவன், “உங்களோட மல்லுக்கட்ட என்னால முடியல மது...” என்றான்.

“ரூபன்! எதாவது பதில் சொல்லு. நான் போகட்டுமா வேணாமா?” மது பொறுமையிழந்து கேட்கவும்,

“ஏன் எதுனாலும் என்கிட்ட அனுமதி கேட்டு தான் செய்வியா?” என்றவனை அவள் செய்வதறியாது பார்க்க அதிரதனோ கொலைவெறியோடு பார்த்தான்.

“நான் வர்ல தம்பிப்பையா. நீ போய்ட்டு வா...” என்றவள் அறையை விட்டு வெளியேறிவிட, அதிரதனும் அங்கிருந்து நகரவும்,

அவனை தடுத்த ரூபன் தனது பேக்கில் இருந்த கவரை எடுத்து கொடுத்து, “இதை அவகிட்ட கொடுத்துடு. கல்யாணத்துக்கு இதுல இருக்க ட்ரெஸ்ஸ போட்டுக்க சொல்லு. பார்த்து கூட்டிட்டு போய்ட்டு வா...” என்றவன்,

அத்தோடு போனையும் எடுத்து நீட்டி, “இதையும் அவகிட்ட கொடுத்துடு. சிம்கார்ட் ஆக்டிவேட் பண்ணியாச்சு...” என்று சொல்லிவிட்டு வெளியேற,

“ஏன் இதை நீயே கொடுத்தா குறைஞ்சிடுவியா?” என்றவனை திரும்பி முறைத்தவன்,

“சொல்றதை மட்டும் செய்டா…” என்றான்.

மதுவந்தியைத் தேடிச் சென்ற அதிரதன், “மது, சீக்கிரம் கிளம்பு, கல்யாணத்துக்கு போகலாம்…” என்றதும்,

“நான் தான் வர்லனு சொன்னனே. நீ மட்டும் போய்ட்டு வா…” என்றவளை திருப்பியவன்,

“ரூபன் தான் உன்னை போக சொன்னான்…” என்றதும் நம்பாமல் அவனை பார்க்க,

“அட நம்பு மது, இங்கே பாரு உனக்காக இந்த ட்ரெஸ்ஸ வாங்கிட்டு வந்துருக்கான். இத போட்டுட்டு தான் நீ கல்யாணத்துக்கு வரணுமாம்…” என கவரிலிருந்து அவளுக்கான ஆடையை எடுத்துக்காட்ட ஆச்சரியத்தில் விழி விரிய பார்த்தாள்.

அடுத்ததாக போனையும் எடுத்து நீட்டியவன், “இதுவும் உனக்கு தான்…” என்றதும்,

அனைத்தையும் எடுத்துக் கொண்டு ரூபனைத் தேடி வந்தவள், “ஏன் எனக்கு மட்டும் வாங்கிட்டு வந்திருக்க? தம்பிப்பையாவுக்கு வாங்கலையா?” என குறைபட,

அவள் பின்னே வந்த அதிரதனோ, “எனக்கு சுடிதார் போடுற பழக்கம்லாம் இல்லையே மது…” என்றான் அப்பாவியாய்.

அவனை முறைத்தவள் ரூபனிடம், “இந்த போன் தம்பிப்பையா வச்சிக்கட்டும்…” என்றதும்,

“உனக்கு விருப்பம் இருந்தா நீ யூஸ் பண்ணு, இல்லனா தூக்கி குப்பையில போடு. என் தம்பிக்கு எப்ப என்ன வாங்கணும்னு எனக்கு தெரியும்…” என அவன் கத்திவிட்டு சென்றுவிட்டான்.

அவளுக்காக வாங்கி வந்ததை எண்ணி அவள் கொஞ்சமும் மகிழவில்லையே என்ற கோபம் அவனுக்கு. ஆனால் அவளோ, தான் மட்டும் மகிழக்கூடாது தன்னை சுற்றியிருப்பவர்களும் மகிழ்வோடு இருக்க வேண்டுமென எண்ணம் கொண்டிருந்தாள்.

“இப்ப நான் என்ன சொல்லிட்டேன்னு இப்படி கோபப்படுறான்?” என புலம்பியப்படி நின்றவளைக் கண்டு அதிரதன் சிரித்தான்.

“நீ எதுக்கு சிரிக்கிற? ஏன் இதை நான் உனக்கு கொடுக்க கூடாதா? ஏதோ நீ அவனுக்கு மட்டும் தான் தம்பின்ற மாதிரி பேசிட்டு போறான். முதல்ல நீ என்னோட ஃப்ரெண்டுன்றத அவனுக்கு நியாபகப்படுத்து…” என அதிரதனிடம் கோபம் கொள்ள,

“பாரேன்! என் ஃப்ரெண்டுக்கு கோபம்லாம் வருது...” அவன் பொய்யாக வியக்க,

அவனின் வயிற்றிலே குத்தியவளோ, “என்னை கேலி செய்யறதை விட்டுட்டு அவங்கிட்ட சொல்லு...” என்றதும்,

“என்ன சொல்லணும்?”

“எனக்கு வேணும்ங்கிறத வேணும்னா அவன் செய்யலாம். ஆனா, நீ என்னோட தம்பிப்பையா. உனக்கு என்ன வேணுமோ அதை நான் தான் செய்வேன்னு சொல்லு...”

“அப்புறம் எதுக்கு எனக்கு எதுவும் வாங்கிட்டு வர்லனு அவன்கிட்ட சண்டைக்கு போன?”

“அது... அவன் முத மாச சம்பளத்துல எனக்கு மட்டும் வாங்கிட்டு வந்திருக்கானே. உனக்கும் எதாவது வாங்கியிருந்தா சந்தோஷப்பட்டிருப்பேன்...”

“அந்த தடியன் கூட தான் எப்பவும் நான் சண்டை போட்டுட்டே இருக்கனே அப்புறம் எப்படி எனக்கு வாங்கிட்டு வருவான்?” என போலியாக அலுத்துக்கொள்ள,

அவன் வருந்துகிறானோ என்றெண்ணி, “அப்படிலாம் இருக்காது தம்பிப்பையா. ரூபனுக்கு சம்பளம் இப்போ கம்மி தான. அதனால எல்லாருக்கும் வாங்கியிருக்க முடியாது...” என ரூபனுக்காக பரிந்து பேசியவள்,

“உனக்கு என்ன வேணுமோ அதை நானே செய்யறேன்...” என்றதும்,

“உன்னை புரிஞ்சிக்கவே முடியலையே மது...” என்றவன்,

“ஆனா, நீ எப்படி செய்வ?” என்றான்.

“என்ன கேள்வி இது? வேலைக்கு போய் சம்பாதிச்சு தான் செய்வேன்...”

“அப்போ அதுவரைக்கும் எனக்கு எதாவது வேணும்னா?” சந்தேகமாய் அவன் கேட்க,

அவன் கேட்ட பிறகு தான் யோசனையில் ஆழ்ந்தவள், “வேணும்னா நான் இப்பவே பார்ட் டைமா வேலைக்கு போகட்டுமா?” என்றவளை வாஞ்சையோடு பார்த்தவன்,

“படிப்பை முடிச்சிட்டு இதை பத்தி யோசிக்கலாம். இப்ப நமக்கு எதாவது வேணும்னா செய்யறதுக்கு அப்பா இருக்காரு...” என்றான்.

“அப்புறம், ரூபன் எனக்கு எதுவும் வாங்கலையேனு நீ கவலைப்பட வேணாம். எனக்கு லேப்டாப் ஆர்டர் பண்ணியிருக்கான். சீக்கிரமே வந்துடும்...” என்றதும் அவள் மகிழ,

அவனோ, “இப்படியே பேசிட்டு இருந்தா கல்யாணத்துக்கு போக முடியாது வளையகாப்புக்கு தான் போக முடியும்...” என்றதும் மதுவந்திக்கும் நேரம் ஆவது

புரிய துரிதமாகத் தயாராகி வந்தவள் அதிரதனோடு திருமணத்திற்குச் சென்றாள்.

மாலை மூவரும் ஒன்றாக அமர்ந்து பேசிக் கொண்டிருக்கும் நேரம் அதிரதன் பைக் வாங்குவதைப் பற்றி பேச அதிரூபனோ அதை மறுத்தான்.

“நானே வாங்கிக்கிறேன். நீ எதுக்கு அப்பாகிட்ட இதை பத்தி பேசுன?” என கோபம்கொள்ள,

“நீ எப்ப வாங்குறது? தினமும் ஆஃபிஸ் போய்ட்டு வர கஷ்டப்படுற தான...” அக்கறையோடு சொல்ல,

மதுவந்தியோ, “எதுக்கு ரூபனுக்கு பைக்கு? அவன் பஸ்லயே போகட்டும்...” என்றதும் ரூபன் முறைக்க,

அதிரதனோ, “நேரத்துக்கு பஸ் பிடிச்சு ஆஃபிஸ் போறதுலாம் கஷ்டம் மது...” ரூபனின் நிலையை விளக்க முயல,

“கொஞ்சம் லேட்டா போறதுனால எதுவும் ஆகாது தம்பிப்பையா. நம்ம ஊருனா எதுவும் பிரச்சினை இல்லை. அங்கே அந்த கூட்டத்துல பைக் ஓட்டி ரூபனுக்கு எதாவது ஆச்சுனா...” என ரூபனை எண்ணி கவலைக்கொள்ள,

“எனக்கு பைக் ஓட்ட தெரியாதுனே முடிவு பண்ணிட்டியா?” என கோபம் கொண்டவன்,

“நான் இங்கே இருந்து ஊருக்கு போகும் போதே பைக்ல தான் போக போறேன். அப்பாகிட்ட சொல்லிடு, திங்கட்கிழமை பைக் புக் பண்ணிடலாம்...” என்றான் உறுதியாக.

மதுவந்தி கவலையோடு பார்க்க, “நீ பயப்படுற மாதிரிலாம் எதுவும் ஆகாது மது...” என அதிரதன் அவளை தேற்றினான்.

அந்த வாரமே ரூபன் சொன்னது போல புது பைக்கிலே சென்றுவிட, மதுவந்திக்கு தான் அவன் அங்கு சென்று சேரும் வரை பதைப்பதைப்பாகவே இருந்தது. அடிக்கடி போன் செய்து அவனிடம் திட்டு வாங்கியப் பிறகு தான் அமைதியானாள்.

அப்பொழுதும் ரூமிற்குச் சென்றடையும் நேரத்தை கணக்கிட்டு சரியாக அவனுக்கு அழைப்பு விடுக்க அவளது அழைப்பைக் கண்டு கடுப்பானாலும் மனதில் ஏனோ ஒரு வித நிம்மதி பரவுவதை உணர்ந்தவன் இன்முகத்தோடே அழைப்பை ஏற்றான்.

“அநியாயம் பண்ணாத மது, நான் என்ன புதுசாவா பைக் ஓட்டுறேன்?”

“இல்லை ரூபன், இவ்ளோ தூரம் நீ போனது இல்லைல. அதான் டென்ஷனா இருந்துச்சு. சரி நீ ரெஸ்ட் எடு. நான் அப்புறம் பேசுறேன்...” என்றவள்,

“ஆஃபிஸ் போகும் போதும் பொறுமையா கவனமா போ...” என அறிவுறுத்திவிட்டே போனை வைக்க அவளை எண்ணி சிரித்தவன் பின் தன் வேலையை கவனிக்கத் தொடங்கினான்.

அடுத்த நாள் மதுவந்தியிடம் பேசுவதற்காக அவளுக்குத் தொடர்பு கொள்ள அவனின் அழைப்பு முதல் ரிங்கிலே துண்டிக்கப்படவும் ஏதோ வேலையாக இருக்கிறாள் என்றெண்ணி சிறிது நேரம் கழித்து அழைத்தவன் அது எடுக்கப்படாமல் இருக்கவும் மீண்டும் மீண்டும் தொடர்பு கொண்டான்.

அப்பொழுதும் எடுக்கப்படாமலே இருக்க அதிரதனுக்கு அழைத்தவன் கோபமாக, "அவ எங்கடா இருக்கா? ஏன் போனை எடுக்க மாட்டன்றா?" என்றதும்,

"எதுக்குடா கத்துற? எப்பவும் போனை கையில வச்சிக்கிட்டேவா சுத்துவா? இங்கே தான் இருக்கா பேசு..." என்றவன் மதுவிடம் போனை கொடுக்க,

"சொல்லு ரூபன்..." என்றது தான் தாமதம்.

"எதுக்குடி போன் வச்சிருக்க? அவசரத்துக்கு பேச முடியுதா? கட் பண்ணா திரும்ப கூப்பிடணும்னு கூடவா தெரியாது?" என கத்தவும்,

"போன் வீட்டுல இருக்கு ரூபன், நான் எடுக்கலனதும் நீ தம்பிப்பையாவுக்கு கூப்பிட வேண்டியது தான..." என அவனையே குறை சொன்னவள்,

"சரி சொல்லு, எதுக்கு போன் பண்ண? என்ன அவசரம்? எதாவது பிரச்சினையா?" என கேட்கவும் தான், அவனுக்கே எதற்காக அழைத்தோம் என தெரியாமல் விழித்தான்.

அவளிடம் பேசலாம் என அழைத்தவன் அவள் எடுக்காமல் போகவும் தான் படபடப்போடு மீண்டும் மீண்டும் அழைக்கத் தொடங்கியிருந்தான். அதை அவளிடம் என்னவென்று சொல்வான்?'

"ஆமா இப்ப வந்து கேளு என்ன பிரச்சினைனு. போனை வைடி. இனிமே போனை எடுக்காம இருந்து பாரு..." என அவளிடம் கத்திவிட்டு வைத்துவிட,

"ஏன் தம்பிப்பையா, எதுவும் சொல்லாம வச்சிட்டான். என்ன பிரச்சினைனு தெரியலையே..." என அதிரதனிடம் அவள் கவலைக்கொள்ள,

"பிரச்சினைலாம் இருக்காது மது, போனை எடுக்கலனதும் டென்ஷன் ஆகியிருப்பான். விடு பார்த்துக்கலாம்..." என்றான்.

ஆனால், அந்த பிரச்சினை அன்றோடு முடியவில்லை. தொடர்ந்து வந்த நாட்களிலும் அதுவே தொடர கடுப்பாகிப் போன ரூபனோ பொறுமையிழந்து அவளை பார்க்க ஊருக்கே வந்துவிட்டான்.

மதுவந்தி அவள் வீட்டில் தான் இருக்கிறாள் என்பதை அதிரதன் மூலம் அறிந்துக் கொண்டவன் பேருந்தை விட்டு இறங்கியதும் நேரே மதுவந்தி வீட்டிற்குச் சென்றான்.

அவன் சென்ற நேரம் மகேஷ்வரியும் ராஜசேகரும் வெளியே சென்றிருக்க ஆதிரா வாசலில் அமர்ந்து வீட்டுப்பாடம் எழுதிக் கொண்டிருக்க மதுவந்தி உள்ளே வேலையாக இருந்தாள்.

“ரூபன் அண்ணா...” என்றபடி மகிழ்ச்சியில் துள்ளி குதித்து ஆதிரா அவனிடம் ஓடி வர,

அவளை கண்டு புன்னகைத்தவன், “உன் அக்கா எங்கே ஆதிரா?” என்றான்.

“உள்ளே தான் இருக்காங்கண்ணா, வாங்க...” என்றவள் ‘அக்கா’ என்று அழைத்தப்படி உள்ளே செல்ல,

அவள் பின்னே சென்றவனின் கால்களோ ஹாலில் அமர்ந்து மதுவந்தியின் மொபைலில் கேம் விளையாடிக் கொண்டிருந்த ஆதவினைக் கண்டதும் அப்படியே நின்றன.

ஆதிரா சொன்னதும் ரூபனைத் தேடி ஓடி வந்த மதுவந்தி அவன் பார்வைப் போகும் திசையைக் கண்டு அப்படியே நிற்க,

அவளை கண்டவன், “நான் போன் பண்ணும் போதுலாம் கட் பண்ணது யாரு?” என்றான் நடந்ததை அறிந்து கொண்டவனாய்.

“ரூபன், அதுவந்து...” என தயங்க,

“சொல்லுடி...” என கர்ஜித்தான்.

“நான் தான் அவன் விளையாடட்டுமேனு போன் கொடுத்தேன்...” என தடுமாற,

ஆதிரா அவனிடம், “இல்லண்ணா அக்கா பொய் சொல்றாங்க. அக்கா போனை எப்பவும் அவன் தான் வச்சிருக்கான். படிக்க கூப்பிட்டாலும் வர மாட்டன்றான். போன்ல விளையாடிட்டே இருக்கான்.

அக்காவும் சொல்லி பார்த்துடுச்சு அவன் கொடுக்கவே மாட்டன்றான். அம்மாகிட்ட சொன்னா அம்மாவும் அவனுக்கு தான் சப்போர்ட் பண்றாங்க. போனும் அவன்கிட்ட தான் இருக்கணுமாம்...” என வீட்டில் நடந்ததை குற்றபத்திரிக்கையாக வாசிக்க, ரூபனுக்கு அனைத்தும் விளங்கியது.

போனை பார்த்த முதல் நாளே அது தனக்கு வேண்டுமென ஆதவ் அடம்பிடிக்க மதுவந்தி எவ்வளவோ சொல்லி பார்த்தும் அவன் கேட்பதாயில்லை.

இதில் மகேஷ்வரியும் மகனுக்காக மதுவந்தியிடம் சண்டை பிடிக்க, ராஜசேகரும் சின்ன பையனுக்கு எதுக்கு போன் கொடுத்து பழக்கப்படுத்துற என மனைவியைக் கண்டிக்க முயற்சி செய்து தோற்றுப் போக, இறுதியில் மதுவந்தியிடம் இருந்த போன் ஆதவிடம் சென்றது.

அதிரூபன் அழைக்கும் நேரமெல்லாம் போன் ஆதவிடம் இருந்ததால் அந்த அழைப்பை ஏற்காமலும் அதைப் பற்றி மதுவந்தியிடம் சொல்லாமலும் அலைக்கழித்துக் கொண்டிருந்தான்.

மதுவந்தியாக அவனிடம் சென்று கேட்டாலும் சரியான பதில் இருக்காது. அதை ரூபனிடம் சொன்னால் கோபம் கொள்வானோ என அவனிடமும் சொல்ல முடியாமல் தவித்தாள்.

“இந்த வயசுலையே உனக்கு எதுக்குடா போன்?” என ஆதவை அதிரூபன் அதட்ட,

அதுவரை விளையாடுவதில் மூழ்கியிருந்தவனோ அதிரூபனின் குரலில் நிமிர்ந்து பார்த்தவன் பின் அசட்டையாக முகத்தைத் திருப்பிக் கொண்டு மீண்டும் விளையாட, அதில் கோபம் கொண்ட ரூபன் அவன் கையில் இருந்த போனை பிடுங்க முயல அதில் ஆத்திரம் கொண்ட ஆதவ் ரூபனை முறைத்தான்.

“முதல்ல போனை அவகிட்ட கொடுடா...” என்று ஆணையிடவும்,

“இது எனக்கு தான். அவளுக்கு கொடுக்க முடியாது...” என அதிகாரமாக சிறியவன் பேச,

தன்னை விட பல வயது பெரியவள் என்று கூட பாராது ஆதவ் மரியா-தையின்றி மதுவந்தியை பேசவும் கோபம் கொண்ட ரூபன் யோசியாது அவனை அடித்துவிட,

“ரூபன், பாவம் அவன்...” மதுவந்தி தம்பிக்காக பரிந்து பேசவும்,

ரூபன் அவளை முறைக்க, ஆதவோ ரூபனை எதிர்த்து பேசும் தைரியம் இல்-லாது மதுவந்தியிடம், “இருடி உன்னை அம்மாகிட்டயே சொல்றேன்...” என கண்ணை கசக்கவும் அதில் ரூபனின் கோபம் மேலும் அதிகரித்தது.

மீண்டும் அடிப்பதற்கு கையை ஓங்கவும் அவனை தடுத்த மது, “சின்னபையன் ரூபன்...” என தவிப்போடு சொல்ல,

“எல்லாம் நீ கொடுக்கிற இடம் தானா? சின்னபையன் மாதிரியா பேசுறான். முதல்ல மரியாதைனா என்னன்னு அவனுக்கு சொல்லி கொடு...” என சீறினான்.

“அவன் எப்பவுமே அக்காவ வாடி போடினு தான் பேசுவான் அண்ணா. இன்-னும் கெட்ட வார்த்தைலாம் பேசுறான். அதுலாம் தப்புனு சொன்னா கேட்க மாட்-டன்றான். அம்மாகிட்ட சொன்னா அம்மாவும் கண்டுக்க மாட்டன்றாங்க...” என ஆதிரா தன் உடன்பிறந்தவனைப் பற்றி புகார் அளிக்க அதை கேட்ட ரூபனோ மதுவந்தியை பார்வையிலே எரித்தான்.

“அவனை விட பெரியவ தான நீ? அவன் பேசுனா கேட்டுட்டு இருப்பியா? அப்படியே ஓங்கி அறைய வேண்டியது தான?” என்றதும்,

“என்னை அடிச்சா அவளை அம்மாகிட்ட தான் சொல்லுவேன். அப்புறம் அவளுக்கு அம்மா சூடு தான் வைப்பாங்க...” ஆதவ் திமிராக பேச,

“இன்னொருமுறை அவளை மரியாதை இல்லாம பேசுன...” என்றபடி அவனை அடிக்க கையை ஓங்க அவனோ கையிலிருந்த போனை தூக்கியெறிந்து விட்டு ஓடினான்.

ரூபனிடம், “அவனுக்கு நான் பொறுமையா சொல்லி புரிய வைக்கிறேன் ரூபன்...” என்றவளை உறுத்துவிழித்தவன்,

ஆதிராவிடம், "நீயாவது என்ன நடந்தாலும் என்கிட்ட சொல்லு ஆதிரா..." என்றவனின் பார்வை மதுவந்தியை குற்றம் சாட்டியது.

"சரிங்கண்ணா..." என அவள் தலையசைக்க,

அவள் தலையை வருடியவன் மதுவந்தியை திரும்பிக் கூட பாராது வெளியேறினான்.

இதுநாள் வரை அந்த வீட்டில் மகேஷ்வரி மட்டும் தான் மதுவந்தியை வேதனைப்படுத்துகிறார் என்றெண்ணியிருக்க, அந்த பொடி பையனும் அவளை வேதனைப்படுத்துகிறானே என கோபம் கொண்டவனுக்கு மதுவந்தி மீது தான் அதிக கோபம் மூண்டது.

இதை பற்றி தன்னிடம் ஒரு வார்த்தை கூட அவள் சொல்லவில்லையே என்ற கோபம்.

என்னதான் ரூபன் மதுவந்தியிடம் சிறு வயதில் இருந்து சண்டையிட்டு அவளை அழ வைத்து கொண்டிருந்தாலும் வேறு யாரையும் அவளை கேலி செய்யவோ, அவளிடம் வம்பிழுக்கவோ, மரியாதையின்றி நடத்தவோ அவன் அனுமதித்ததில்லை.

மீறி அவளிடம் வம்பு செய்தால் அவர்களுக்கான தண்டனையை அவள் அறியாது அவனே வழங்கியிருக்கிறான்.

ஆனால், இன்று ஆதவின் செயல் அதிரூபனுக்கு ஆத்திரத்தை வரவழைத்தாலும் இதைப் பற்றி தானும் தெரிந்துக் கொள்ளாமல் இருக்கிறோமே என தன் மீதே கோபம் கொண்டவனுக்கு அந்த கோபம் மதுவின் மீது திரும்பவும் அவளை மனதிலே வறுத்தெடுத்தான்.

ஆதிரா மட்டுமே வீட்டிற்கு வருவதாலும் அதிரூபனோடு பழகுவதாலும் ஆதவைப் பற்றி அவனுக்குத் தெரியாமலே போனது.

மகேஷ்வரியும் மகனை கண்டிக்காது அவனுக்கு ஆதரவாக இருந்திருக்கிறாரே என அவர் மீது கோபம் எழுந்தாலும் அவர் மதுவிற்கு ஆதரவாக இருந்தால் தான் ஆச்சரியம் என்பதை உணர்ந்ததால் அவனின் கோபம் ராஜசேகர் மீது திரும்பியது.

கோபத்தோடே வீட்டிற்கு நுழைந்தவனை எதிர்க்கொண்ட அதிரதன், "என்னடா இன்னைக்கு வந்துருக்க? ஆஃபிஸ் இல்லையா?" என விசாரிக்க,

அவன் பின்னே ஓடி வந்த மதுவந்தியோ, "நான் சொல்றத கேளு ரூபன்..." என அவனை சமாதானப்படுத்த முயல,

ரூபனோ இருவரையும் கண்டு கொள்ளாது அறைக்குள் சென்று கதவை சாற்றிக் கொண்டான்.

"ஊர்ல இருந்து வரும் போதே உங்க பிரச்சினை ஸ்டார்ட் ஆகிடுச்சா?" என அலுத்துக்கொண்ட அதிரதன்,

மதுவிடம், “அப்படி என்னதான்மா பண்ண?” என வினவவும் மதுவந்தியும் நடந்ததை விவரித்தாள்.

“இத்தனை நாளா இதை என்கிட்ட கூட சொல்லலையே?” என அதிரதனும் கோபம்கொள்ள,

“நீயாது என்னை புரிஞ்சிக்கோ தம்பிப்பையா...” என்றாள் கெஞ்சலாக.

“நீ ஏன் மது இப்படி இருக்க? உனக்கு செல்ஃப் ரெஸ்பெக்ட் இருக்கு தான? எதுக்காக எல்லாத்தையும் பொறுத்துக்கணும்? உண்மை தெரிஞ்ச அன்னைக்கே நீ அந்த வீட்டை விட்டு வந்துருந்தா அந்த சில்வண்டுலாம் உன்னை மரியாதைக் குறைவா பேசியிருக்குமா?” என கோபம் கொண்டான்.

“நீ அவன் கூட பிறந்தவ இல்லனு தெரியாதப்பவே மதிக்காதவன் நாளைக்கு உண்மை தெரிஞ்சா எப்படி நடந்துப்பானே சொல்ல முடியாது...” என்றதும்,

“இப்ப என்ன, என்னை வாடி போடினு பேசிட்டான். அது எல்லார் வீட்டுலயும் நடக்குறது தான. நீயும் ரூபனை வாடா போடானு பேசுற தான. இதுல தப்பில்லையே...” என்றவளை ஏகத்துக்கும் முறைத்தவன்,

“நீ புரிஞ்சு தான் பேசுறியா மது?” என்றான் எரிச்சலாக.

“தம்பிப்பையா...”

“என்கிட்ட எதுவும் சொல்லாத, இந்த விஷயத்துல ரூபனோட கோபம் நியாயம் தான். உன் தம்பியை மட்டும் அடிச்சதோட நிறுத்தியிருக்க கூடாது உனக்கும் ரெண்டு சேர்த்து கொடுத்திருக்கணும்...” என்றவனை அதிர்ச்சியோடு பார்த்தாள்.

ரூபன் தன்னை திட்டினாலே தனக்காக அவனிடம் சண்டைக்கு செல்பவன் இன்று தன்னை அடித்திருக்க வேண்டும் என்கிறானே என அதிர்ந்து நிற்க,

“எப்பவும் யாருக்காகவும் நம்மளோட செல்ஃப் ரெஸ்பெக்ட விட்டு கொடுக்க கூடாது மது. அதை எப்ப தான் நீ புரிஞ்சிக்க போற? அவனை இப்பவே நீ கண்டிக்கலனா பெரியவனானதும் உன்னை சுத்தமா மதிக்கமாட்டான்...” என்றான்.

“நான் அம்மாகிட்ட சொல்றேன்...” என்றவளை பரிதாபமாய் பார்த்தவன்,

“உன் அம்மா தான் அவனை கெடுக்கிறதே...” என்றான்.

“ஆரம்பத்துலே அவனை அவங்க கண்டிச்சிருந்தா அவனும் மாறியிருப்பான். பேசவிட்டு வேடிக்கை பார்க்கிறாங்க. அவங்க உன்னை கஷ்டப்படுத்துறத பார்த்து அவனும் தெரிஞ்சிக்கிட்டான்...”

அவள் அப்படியே நிற்க அவளருகில் வந்தவன், “அவங்க உன்னை வளர்த்ததுக்காக நீ நன்றிகடன் காட்ட நினைச்சா கடைசி வரைக்கும் உன் சுயமரியாதையை இழந்துட்டு தான் நிற்கணும்.

நீ மட்டும் அவங்க மேல பாசம் வச்சா போதுமா? அவங்களுக்கு உன் மேல ஒரு துளியாவது பாசம் இருக்கா?” என வினவியவன்,

“என்னைக்காது ஒரு நாள் கல்யாணம் பண்ணிட்டு அந்த வீட்டை விட்டு போக போறவ தான? அதுக்கு இப்பவே இங்கே வந்துடு...” என்றவனை அவள் பார்க்க,

“ஆமா மது, எதுக்காக நீ அங்கே கஷ்டப்படணும்? நிரந்தரமா இங்கேயே இரு. உனக்கு அப்பாவே நல்ல பையனா பார்த்து கல்யாணம் பண்ணி வைப்பாரு...” என்றான்.

“என்ன தம்பிப்பையா அதுக்குள்ள கல்யாணம் பத்திலாம் பேசுற?”

“இப்பவேவா உன்னை பண்ணிக்க சொல்றாங்க. அது நடக்குற வரைக்கும் இங்கேயே இருக்கலாம்னு தான் சொல்றேன்...”

“அப்போ அதுக்கப்புறம்?”

“உன் மாமியார் வீட்டுக்கு தான் போகணும். இல்லனா சொல்லு வீட்டோட மாப்பிள்ளையா பார்த்துடலாம்...” என சிரிக்க,

“இப்ப எதுக்கு தேவையில்லாத பேச்சு? முதல்ல எனக்கு ரூபனை சமாதானம் செய்ய வழி சொல்லு...” என்றாள்.

“சாரி மது, இதுல என்னால ஹெல்ப் பண்ண முடியாது. ஏன்னா எனக்கே உன் மேல கோபம் தான்...” என அங்கிருந்து நகர்ந்துவிட மதுவந்தி செய்வதறியாது நின்றாள்.

எப்பொழுதும் தனக்காக பரிந்து பேசும் அதிரதனே கோபத்தோடு ஒதுங்கி சென்றுவிட்டால் ரூபனிடம் எப்படி பேச முடியும்?

தயக்கத்தோடு அதிரூபனைப் பார்க்க உள்ளே செல்ல அவனோ இவளை கண்டதும் வெளியே சென்றவன் அன்றிரவே யாரிடமும் சொல்லாது ஊருக்கும் சென்றுவிட மதுவந்தி கலங்கிப் போனாள்.

அவளின் அழைப்பையும் ஏற்காமல் அவளை மேலும் கலங்க வைத்தவன் சில மாதம் கழித்தே வீட்டிற்கு வந்தான். அவளிடம் முன்பு போல வம்பிழுக்கவும் இல்லை, சகஜமாகவும் பேசவில்லை. அதே நேரம் அவளை முற்றிலும் ஒதுக்கவுமில்லை.

நீண்ட நாள் கழித்து வீட்டிற்கு வந்திருக்கிறானே என அவனுக்கு பிடித்ததை எல்லாம் மதுவந்தி சமைத்துக் கொண்டிருக்கும் நேரம் வெளியே ஆதவின் குரல் கேட்டது.

மது வெளியே வரவும், “என் துணிலாம் துவைக்காம இங்கே என்னடி பண்ணிட்டு இருக்க?” சத்தமாக கத்தவும்,

சத்தம் கேட்டு வெளியே வந்த அதிரூபன் ஆதவின் பேச்சைக் கேட்டு மதுவந்தியை அழுத்தமாக ஒரு பார்வை பார்த்துவிட்டு மீண்டும் உள்ளே சென்றுவிட அவனின் கோபம் புரிந்தாலும் எதுவும் செய்ய இயலாமல்,

தம்பியிடம், "நீ வீட்டுக்கு போ தம்பி, கொஞ்ச நேரத்துல வர்றேன்..." என்றாள் தண்மையாக.

ஆனால், அவனோ இப்பொழுதே வரணும் என பிடிவாதம் கொள்ள வேறுவழியின்றி அடுப்பை அணைத்தவள் அவனோடு சென்று அவன் சொன்ன வேலையை முடித்துவிட்டே வந்தாள்.

திரும்பி வந்த பொழுது அவள் பாதியிலே விட்டு சென்ற சமையல் வேலை முழுதாக முடிந்திருக்க அதை அதிரதன் செய்தானா அல்லது அதிரூபன் செய்தானா என தெரியாமல் குழம்பியவள் இருவரையும் சாப்பிட அழைக்க இருவரும் வந்தனர்.

ரூபன் அவள் முகத்தைக் கூட பார்க்காது அமரவும் அவளும் எதுவும் பேசாது இருவருக்கும் பரிமாற முதலில் சாப்பிட்ட அதிரதன், "சாம்பார்ல உப்பு இல்லை மது, கொஞ்சம் போடு..." என்றதும் அவள் உப்பை எடுக்க,

அதிரூபனோ, "உப்பு காரம் இல்லாமலே சாப்பிடு. இல்லனா மான ரோஷம் அதிகமா வந்துடும்..." என்றான் அவளை பார்த்துக் கொண்டே.

அவன் பேசிய விதமே அவன் தான் சமைத்திருக்கிறான் என்பதை உணர்த்தினாலும் எதுவும் பேசாது அமைதியாக நின்றாள்.

அண்ணனின் கோபத்தையும் தோழியின் அமைதியையும் கண்ட அதிரதனோ, 'இதுங்க கூட இருந்தா நாம நிம்மதியா சாப்பிடக் கூட முடியாது...' என தட்டை எடுத்துக் கொண்டு வெளியே சென்றுவிட, செல்லும் அவனையே கவலையோடு பார்த்தாள் மதுவந்தி.

ரூபன் விரைவாக சாப்பிட்டு முடித்துவிட்டு நகர அதிரதனை நோக்கி வெளியே வந்த மதுவந்தி அவனருகில் அமர்ந்தாள்.

"இன்னும் எத்தனை நாளைக்கு ரூபன் இப்படியே இருப்பான் தம்பிப்பையா?" ஆற்றாமையோடு அவள் கேட்க,

"நீ மாறுற வரைக்கும்..." என்றான் அவன் அழுத்தமாக.

அவள் இயலாமையோடு பார்க்க, "நீ மாறுற வரைக்கும் ரூபனும் உன்கிட்ட பேசமாட்டான். உன் தம்பியும் உனக்கு மரியாதை கொடுக்கமாட்டான்..." என்றதும்,

"சின்னபையனை அடிக்கவா முடியும்?" என்றாள்.

"உன்னை மத்தவங்க மதிக்கிறதும் மதிக்காததும் உன் கையில தான் இருக்கு மது..." என அந்த பேச்சை அத்தோடு முடித்துக் கொண்டவன்,

"ரூபன் பத்தின கவலையில படிக்காம இருக்காத எக்ஸாம் நெருங்குது..." தேர்வைப் பற்றியும் நினைவுப்படுத்திவிட்டு நகர்ந்துவிட மதுவந்தி யோசனையாக அமர்ந்திருந்தாள்.

அவள் தம்பி அவளை மதிக்காதது அவளுக்கும் வேதனையாகத் தான் இருக்கிறது. ஆனால், அவளால் என்ன செய்ய இயலும்? அவனை ஒரு வார்த்தை சொன்னால் மகேஷ்வரி காளி அவதாரம் எடுத்துவிடுவாரே.

ஆதவால் எத்தனை தீக்காயங்கள் அவள் உடலில் ஏற்பட்டிருக்கிறது என்பதை அவள் மட்டும் தானே அறிவாள். இது அதிரூபனுக்கோ அதிரதனுக்கோ தெரிந்தால் பிரச்சினை ஆகிவிடும் என்று தான் வலிகளை மற்றவர்கள் அறியாது அனுபவித்துக் கொண்டிருக்கிறாள்.

வேதனைகளை தாங்கிக் கொள்ள முடியாமல் அந்த வீட்டை விட்டு வெளியே வந்தால் ரூபனின் குடும்பம் அவளை பார்த்துக் கொள்வார்கள் தான். ஆனால், அது அவளை வளர்த்தவர்களுக்கு அவமானமாயிற்றே. அதனால் தான் தன் கஷ்டம் தன்னோடே போகட்டும் என அங்கேயே இருக்கிறாள்.

ஆதிரா தந்தையின் குணத்தைக் கொண்டு பிறந்ததாலோ என்னவோ மதுவந்தியின் மீது அன்பை பொழிகிறாள். ஆனால், ஆதவோ முழுக்க முழுக்க மகேஷ்வரியின் குணத்தை கொண்டு பிறந்திருந்தான்.

அத்தோடு மகேஷ்வரி கொடுக்கும் செல்லம் அவனை மற்றவர்களை மதிக்க விடாமல் செய்தது. தவறு செய்தால் தண்டிக்க வேண்டிய அன்னையே ஆதரிக்கும் போது மகனுக்கும் துணிச்சல் வரத் தானே செய்யும்.

மகனுக்கு கொடுக்கும் அதீத செல்லம் அவனை தவறான பாதையில் இட்டுச் செல்லும் என்பதை மகேஷ்வரி அறியாமல் போனது தான் பரிதாபம்.

ஆனால், அதன் விளைவை மதுவந்தி அனுபவிக்க நேர்ந்தது தான் கொடுமை.

14

அதிரதனும் மதுவந்தியும் தங்கள் கல்லூரி படிப்பை முடித்திருக்க, கேசவமூர்த்தி அவர்களிடம் அடுத்து என்ன செய்ய போகிறீர்கள் என கேட்கவும்,

அதிரதன் தொடர்ந்து படிக்கப் போவதாகச் சொல்ல, மதுவந்தியோ தங்கள் ஊரிலே எதாவது வேலை பார்க்கப் போவதாகச் சொல்லவும் அதிரதன் கோபம் கொண்டான்.

“நம்ம ஊர்ல என்ன வேலை பார்க்க முடியும் மது? என் கூட வா. நான் போற காலேஜ்ல நீயும் பிஜி பண்ணு...”

“வேணாம் தம்பிப்பையா. இதுக்கே அம்மா கோவப்பட்டாங்க. இன்னும் படிக்கணும்னு சொன்னா என்ன சொல்லுவாங்கனே தெரியாது...” அவள் அன்னையை எண்ணி மறுப்பு சொல்ல,

“அதுக்காக வெறும் பி.காம் மட்டும் படிச்சுட்டு அதுவும் இந்த ஊர்ல என்ன வேலை பார்ப்ப?” என கோபம் கொள்ள,

“கிடைக்கிற வேலையை பார்க்க வேண்டியது தான். இல்லைனா ஸ்கூல் பிள்ளைங்களுக்கு டியூஷனாது சொல்லி கொடுக்கிறேன்...” என்றவளை செய்வதறியாது பார்த்தவன் அருகே அமர்ந்திருந்த தமையனின் உதவியை நாடி அவனை பார்க்க,

விடுமுறைக்காக வீட்டிற்கு வந்திருந்த அதிரூபனோ தனக்கும் அதற்கும் சம்மந்தமே இல்லை என்பது போல டிவியை வெறித்துப் பார்த்துக் கொண்டிருந்தான்.

மதுவந்தியோ தன் அன்னையை மீறி எதுவும் செய்ய இயலாது என்பதால் மேற்கொண்டு எதுவும் பேசாது எழுந்து சென்று தன் வேலையை கவனிக்க கேசவமூர்த்தியும் மதுவந்தியை கட்டாயப்படுத்த இயலாது அவள் போக்கிலே விட்டு விட்டு தன் வேலையை கவனிக்கச் சென்றார்.

மௌனமாய் அமர்ந்திருந்த தமையன் மீது கட்டுக்கடங்கா கோபம் வரவும் அவன் கையில் இருந்த ரிமோட்டை பிடுங்கி டிவியை அணைக்க அதிரூபனோ அப்பொழுதும் எதுவும் பேசாது அருகே இருந்த மொபைலை எடுத்து அதில் எதையோ பார்க்கவும் அதிரதன் அதையும் பிடுங்கிக் கொண்டு அவனை முறைத்-

தான்.

“இப்ப என்னடா பிரச்சினை உனக்கு?” அதிரூபன் கோபம் கொள்ள,

“அதை நான் கேட்கணும். உனக்கு என்னடா பிரச்சினை? எதுவும் சொல்லாம எதுக்கு அமைதியா உட்கார்ந்திருக்க? ஸ்கூல் பிள்ளைங்களுக்கு டியூஷன் எடுக்குறதுக்கா அவ படிச்சா? ஃபியூச்சர் என்ன ஆகிறது?”

“டியூஷன் எடுக்கிறது ஒண்ணும் தப்பான வேலை இல்லையே...” அசட்டையாக அவன் பதில் சொல்ல,

அதில் கோபம் கொண்டவனோ, “மது மேல இருக்கிற கோபத்தை கொஞ்சம் ஓரம் கட்டி வச்சிட்டு அவ ஃபியூச்சர பத்தி யோசி...” என்றதும்,

“அவ ஃபியூச்சர பத்தி நான் என்னடா யோசிக்கணும்?” கடுப்போடு அவன் கேட்க,

“மதுவ பிஜி பண்ண சொல்லு...” என்றான்.

“ஏன் உன் ஃப்ரெண்டு தான? நீயே சொல்லு...”

“நான் சொல்றத தான் கேட்கமாட்டன்றாளே...”

‘நான் சொன்னா மட்டும் அடுத்த நிமிஷமே செஞ்சிட்டு தான் மறுவேலை பார்ப்பாளாக்கும்...’ என கடுப்போடு தனக்குள்ளே முணுமுணுத்தவன்,

“நீயாச்சு அவளாச்சு. என்னை தொந்தரவு பண்ணாத...” அங்கிருந்து நகர்ந்து விட அதிரதன் தான் கவலையோடு அமர்ந்திருந்தான்.

ரூபன் மதுவந்தியை மிரட்டியே பணிய வைத்துவிடுவான் என்று தான் அவனிடம் உதவி கேட்டது. ஆனால், அவனே கையை விரித்துவிட்டால் இனி என்ன செய்ய முடியும்?

தன்னால் மதுவந்தியிடம் கோபமாகக் கூட பேச முடியாதே என கவலைக் கொண்டான்.

“தம்பிப்பையா! ட்ரெஸ்லாம் அயர்ன் பண்ணிட்டேன். ரூபன் பேக்ல வச்சிடு...” என்றபடி அதிரதனிடம் அயர்ன் செய்த துணிகளை நீட்ட,

“ஏன் நீயே கொண்டு போய் வைக்க வேண்டியது தான?” என்றான் அவன் கடுப்பாக.

“எதுக்கு இப்ப முகத்தை தூக்கி வச்சிருக்க?”

“என்ன பண்றது? என்னால அவனை மாதிரி உன்கிட்ட இருந்து ஒரேடியா ஒதுங்கி இருக்க முடியல...” என்றதும் அவள் முகம் வாடியது.

“தம்பிப்பையா!”

“வேணாம் மது, என்கிட்ட எதுவும் பேசாத...”

“நீ சொன்னா நான் கேட்கணுமா? பேசுவேன் தான்...” பிடிவாதமாக சொன்னவளை விரக்தியோடு பார்த்தவன்,

“நான் சொன்னா தான் நீ கேட்கமாட்டனு தெரியுமே...” என்றான்.

“ஏன் தம்பிப்பையா இப்படிலாம் பேசுற? உன்கிட்ட பேசாம என்னால இருக்க முடியாதுனு தான் அப்படி சொன்னேன்...” தவிப்போடு தன்னிலையை விளக்க முயல,

அவனோ, “முடிவா கேட்கிறேன்! உன்னால பிஜி பண்ண முடியுமா? முடியாதா?” என்றான் அழுத்தமாக.

தன் அன்னையை எண்ணி அவள் அமைதியாய் இருக்க அதில் கோபம் கொண்டவனோ, “நீ ஏன் மது இப்படி இருக்க? உன்னை நினைக்கும் போதுலாம் கோபம் தான் வருது. எல்லாருக்குமே கனவு லட்சியம்னு எதாவது ஒன்னு இருக்கும். ஆனா, உனக்கு அப்படி எதுவுமே இருக்க மாட்டேங்குது. பிறந்துட்டமேனு கடமைக்கு வாழ்ந்துட்டு இருக்க. இதனால நீ சந்தோஷமா இருக்கியா?” என்றவனின் கேள்விக்கு பதில் சொல்ல முடியாது அவள் தலைகுனிந்து நிற்க,

அவள் தலையை நிமிர்த்தியவன், “சின்ன குழந்தைங்க கூட எனக்கு மிட்டாய் தான் வேணும்னு பிடிவாதம் பிடிச்சு அவங்களுக்கு வேணும்ன்றத வாங்கிக்கிறாங்க. ஆனா, உன்னால உனக்கு என்ன வேணும்ன்றத வாய் திறந்து கூட கேட்க முடியல...” என்றதும்,

அவள் தன்னை எண்ணி கண்ணீர் வடிக்க அவள் கண்ணீரைத் துடைத்தவன், “உனக்கு படிக்கணும்ன்ற ஆசை நிறையவே இருக்கு. அது எனக்கும் தெரியும். யார் என்ன சொன்னாலும் நாம சம்மந்தப்பட்ட முடிவ நாம தான் எடுக்கணும். உன் அம்மாவுக்கு பயந்து இப்படியே இருக்க போறியா? இல்லை தொடர்ந்து படிக்க போறியானு நீயே முடிவு பண்ணிக்கோ. இனி நான் தலையிடமாட்டேன்...” என எழுந்து சென்றுவிட மதுவந்தி கலங்கினாள்.

கடந்த மூன்று வருடமாகவே கல்லூரிக்கு பணம் கட்டுவதற்கு அவளையும் அவள் தந்தையையும் மகேஷ்வரி வார்த்தையாலே வதைத்து கொண்டிருந்தார்.

எனினும் மகளுக்கு படிப்பு அவசியம் என்று தான் ராஜசேகர் மனைவியின் பேச்சை பொறுத்துக் கொண்டு மகளை படிக்க வைத்தார். அதுவும் மகளை படிக்க வைக்கவில்லை என்றால் ஊரார் பேச்சுக்கு ஆளாக நேரிடும் என மலுப்பி மகேஷ்வரியை சம்மதிக்க வைத்திருந்தார். ஆனால், அது எல்லா நேரமும் செல்லுபடி ஆகாதே.

தொடர்ந்து படிக்க வேண்டும் என்றால் தன்னால் தந்தைக்கு தான் மனவேதனை அதிகரிக்கும் என்றெண்ணி படிக்க வேண்டும் என்ற ஆவலை தனக்குள்ளே புதைத்துக் கொண்டாள்.

அதிரூபனோ அவளிடம் பேசுவதையே குறைத்துக் கொண்டதால் படிப்பைப் பற்றி அவளிடம் எதுவும் கேட்கவில்லை.

அவனுக்கும் அவள் படிக்க வேண்டும் என்ற எண்ணம் இருந்தாலும் அவள் மறுப்பதற்கான காரணத்தை யூகித்திருந்ததால் அவள் மீது மேலும் கோபத்தை தான் வளர்த்துக் கொண்டான்.

படிக்கிறேன் என்று சொன்னால் அவளை படிக்க வைக்க அவனும் அவன் குடும்பமும் தயாராக இருக்கிறார்கள். ஆனால், அதை உணர்ந்தும் அவள் மறுப்பது அவனின் கோபத்தை அதிகரித்தது.

என்று தான் அவள் அவளுக்காக யோசிப்பாளோ? என்ற ஆதங்கம் இன்று வரை அவனுக்குள் இருந்து கொண்டே தான் இருக்கிறது.

அதிரதன், தன் மேற்படிப்பைத் தொடர்வதற்காகச் சென்றுவிட மதுவந்தி தனித்து விடப்பட்டாள்.

இதுநாள் வரை தன்னோடே திரிந்து கொண்டிருந்த அதிரதனும் இப்பொழுது இல்லாதது வெறுமையைத் தோற்றுவித்தது.

தனிமை அவளின் கவலைகளை பன்மடங்காக்கினாலும் எதையும் வெளிக்காட்டாது சிறுவர்களுக்கு டியூஷன் எடுத்துக் கொண்டிருந்தாள்.

இப்படியே நாட்கள் நகர மதுவந்தி, அவள் அன்னையின் நினைவு தினம் அன்று வேதனையோடு அமர்ந்திருந்தவளின் கவனத்தை கேசவமூர்த்தியின் குரல் களைத்தது.

“ரூபன் பேசுறான் மது...” என்றபடி போனை நீட்ட,

அவளோ வியப்போடு போனை வாங்கினாலும் அவன் அழைத்ததற்கான காரணத்தை யூகித்ததால் அமைதியாகவே அவனிடம் பேசினாள்.

என்ன பேசினான் ஏது பேசினான் என்று தெரியாது. ஆனால், அவனிடம் பேசிவிட்டு வைத்ததும் சகஜமாக இருந்தவளை பார்த்த கேசவமூர்த்திக்கு மனதில் நிம்மதி பரவியது.

உடனே ஒரு எண்ணம் தோன்றவும் அவளிடம், “நீ வேலைக்கு போறியா மது?” என்றார்.

“எங்கே?” புரியாது அவள் கேட்க,

“சென்னைக்கு தான்...” என்றதும் திகைப்போடு பார்த்தாள்.

“அவ்வளவு தூரம் நான் எப்படி அங்கிள் போக முடியும்?”

“தூரம்லாம் பெரிய விஷயமே இல்லம்மா. அது நல்ல வேலை, உனக்கு பாதுகாப்பான இடம், நீ படிச்சதுக்கும் பிரயோஜனமா இருக்குமே...” என்றார்.

ரூபனின் அலுவலகத்தை விரிவுப்படுத்துவதால் வேலைக்கு ஆட்கள் எடுத்து கொண்டிருக்கிறார்கள் என்பதை சில நாட்களுக்கு முன்பு அவன் தந்தையிடம் தெரிவித்திருந்தான்.

ஆனால், ரூபனின் அலுவலகம் என்றால் அவனுக்கு பயந்து மது அங்கே செல்ல மாட்டாளோ என்றெண்ணி அவர் ரூபனை பற்றி மறைக்க அவளும் தன்

அன்னை என்ன சொல்வாரோ என கலங்கியவள் அவரிடம் பேசிவிட்டே சொல்வதாகச் சொல்லவும் அவரும் சரி என்றார்.

ஒருவழியாக மகேஷ்வரியிடம் விஷயத்தைச் சொல்ல, வருமானம் வரும் என்பதால் மகேஷ்வரியும் பெரியதாக அலட்டிக் கொள்ளாது சம்மதித்து விட கேசவமூர்த்தி அதிரதனிடம் பேசினார்.

“மது மேல உங்களுக்கு அப்படி என்ன கொலைவெறி?”

“ஏன்டா அவ நல்லதுக்கு தான சொல்றேன்...” புரியாது அவர் கேட்க,

“எது நல்லது? அவன் ஆஃபிஸ்க்கு மதுவ போக சொல்றதா? வேற வினையே வேணாம்...”

“ஏன்டா?”

“சும்மாவே அவளை கண்டா குதிப்பான். இதுல அவன் ஆஃபிஸ்க்கே அவளை வேலைக்கு அனுப்புனா அப்புறம் அவ கதி?” என மிரண்டவன்,

“அதுவுமில்லாம மது கூட அவன் பேசுறதையே நிறுத்திட்டான்பா. இந்த சமயத்துல மதுவ அவன் இருக்க இடத்துக்கு அனுப்ப வேணாம்...” என்றான்.

தமையனின் கோபத்திற்கான காரணம் புரிந்தாலும் அந்த கோபத்தால் அவளை அவன் கஷ்டப்படுத்தி விடக் கூடாதே என்ற கவலை அதிரதனுக்கு.

மதுவிடம் தன் மகன் பேசுவதில்லை என்பது அவருக்கும் தெரியும் தான். எனினும் மது மீது அவனுக்கு இருக்கும் அக்கறையும் அவளுக்கு வேண்டியதை நிறைவேற்றும் அவனது பொறுப்புணர்வையும் உணர்ந்திருந்ததால் மதுவந்தியை மகன் வேலை செய்யும் அலுவலகத்திற்கு அனுப்ப முடிவு செய்திருந்தார்.

“நீ பயப்படுற மாதிரிலாம் எதுவும் ஆகாது. அவன் வேலை செய்யற ஆஃபிஸ்னா நாமலும் அவளை பத்தி எந்த கவலையும் இல்லாம நிம்மதியா இருக்கலாம். நாளைக்கு அவளை பஸ் ஸ்டாண்டுக்கு வந்து கூட்டிட்டு போய் ஆஃபிஸ்ல விடு. மீதிய அவன் பார்த்துப்பான்...” என்றார்.

“என்னத்த பார்ப்பானோ?” என அலுத்துக் கொண்டவன்,

“மது அங்கே வேலைக்கு போறதுக்கு அவன் எதுவும் சொல்லலையா? ஆச்சரியமா இருக்கே?” வியப்போடு கேட்க,

“அவனுக்கு தெரியாது...” என்றார் அவர்.

“என்னது தெரியாதா?” அதிர்ந்தவன்,

“என்ன விளையாடுறிங்களா? அவன் சம்மதத்த கேட்காம எதுக்கு நீங்களே இந்த முடிவு எடுக்குறீங்க?” கடுப்போடு கேட்க,

“எது அவன் சம்மதமா? அந்த ஆஃபிஸ் என்ன அவன் அப்பன் வீட்டு சொத்தா? மதுவோட குவாலிஃபிகேஷன பார்த்து அந்த கம்பெனி எம்.டி சம்மதிச்சா போதும்...” என்றார்.

“அவன் அப்பன் வீட்டு சொத்தா இருந்தா அவன் ஏன் மாச சம்பளத்துக்கு கஷ்டப்படுறான்?” என முணுமுணுக்க,

அது அவர் காதில் தெளிவாக விழவும், “உழைச்சு சம்பாதிங்கடா. அப்பன் சொத்துல உல்லாசமா இருக்க ஆசைப்படாதிங்க...” என்றார் குத்தலாக.

“ஆமா அப்படியே உல்லாசமா இருந்துட்டாலும்...” என அவன் முனகவும்,

“வெட்டியா பேசிட்டு இருக்காம காலையில மறக்காம மதுவ கூட்டிட்டு போ. அவகிட்டயும் ரூபன் வேலை செய்ற ஆஃபிஸ்னு சொல்லல...” என்றார்.

“அவகிட்டயாது சொல்ல வேண்டியது தான?”

“சொன்னா அவன் கோபம் குறையிற வரைக்கும் அங்கே போகவே பயப்படுவா...” என்றவர்,

“சொல்றத மட்டும் செய்டா...” என போனை வைத்துவிட்டார்.

“என்னத்த நினைச்சு இதலாம் பண்றாரோ தெரியல, அவனுக்கு தெரிஞ்சா என்னை தான் முறைப்பான்...” என தனக்குள்ளே புலம்பிக் கொண்டிருக்கும் நேரம் அதிரூபன் அறைக்குள் நுழைய அந்த நேரம் அவனை எதிர்பார்க்காத அதிரதன் திருதிருவென விழித்தான்.

“எதுக்குடா திருவிழாவுல தொலைஞ்சு போனவன் மாதிரியே முழிக்கிற?” என்றதும்,

அதற்கு பதில் சொல்லாதவன், “நீ எதுக்குடா என் ரூமுக்கு வந்த?” அதட்டலாய் கேட்க,

அவனை மார்க்கமாய் பார்த்தவனோ, “நாளைக்கு என் ஃப்ரெண்டு வீட்டு ஃபங்க்ஷனுக்கு போறேன், பைக்க உனக்கு கொடுக்கலாம்னு நினைச்சேன்...” என பைக் சாவியையும் அவனையும் மாறி மாறி பார்த்தவன்,

“வழக்கம் போல பஸ்லயே போ...” என்றபடி சாவியை தன் சட்டை பையில் போட்டு கொண்டு நகர,

‘அவசரப்பட்டுட்டனே’ என பதறிய அதிரதன் அவசரமாக எழுந்து வந்து தமையனை மறித்தான்.

“எனக்கு பைக் வேணும், சாவிய கொடு...”

“பரவாயில்லை பஸ்லயே போ...” என அவன் நகர,

“டேய் கோயம்பேடு வரைக்கும் போகணும்டா. பஸ்ல போறதுனா கஷ்டம்...” என கவலைக்கொள்ள,

“கோயம்பேட்டுல உனக்கு என்ன வேலை?” என்றதும்,

‘அச்சோ உளறிட்டனா’ என மானசீகமாய் தலையில் அடித்துக் கொண்டவன்,

தமையனிடம், “என் ஃப்ரெண்டு ஊர்ல இருந்து வர்றான், அவனை பிக் அப் பண்ணணும்...” என்று சமாளிக்க,

“எந்த ஃப்ரெண்டு?” என்றான் மற்றவன் விடாமல்.

“டேய் கேள்வி கேட்டு சாகடிக்காதடா...” என்று ரூபனின் சட்டை பையில் இருந்து சாவியை எடுத்துக் கொண்டு நகர்ந்தவன் ஏதோ தோன்ற,

“நாளைக்கு ஆஃபிஸ் இல்லையா?” என்றதும்,

“இருக்கு, நிர்மல் கூட தான் போறேன். ஃபங்க்ஷன் முடிஞ்சு அவன் கூடவே ஆஃபிஸ் போயிடுவேன்...” என்றவன் சொன்னது போலவே மறுநாள் காலை நிர்மலோடு சென்றுவிட அதுவரை காத்திருந்த அதிரதன் மதுவை அழைத்து வர பேருந்து நிலையத்திற்கு சென்றான்.

சரியாக அந்த நேரம் பேருந்தும் வர அதிலிருந்து இறங்கியவள் அதிரதனை கண்ட மகிழ்ச்சியில் துள்ளி குதித்து ஓடி வந்தாள்.

“தம்பிப்பையா!” ஆவலோடு அவனருகில் வர,

புன்னகையோடு அவளை எதிர்க்கொண்டவன் அவளை அழைத்துக் கொண்டு வீட்டிற்கு வந்தான்.

வீட்டில் ரூபன் இல்லாததைக் கண்டு எங்கே என விசாரிக்க அவளிடம் விவரம் சொன்ன அதிரதன்,

“சீக்கிரம் போய் ரெஃப்ரெஷ் ஆகு மது, உன்னை ஆஃபிஸ்ல விட்டுட்டு நானும் காலேஜுக்கு போகணும்...” என்றவன் ரூபனின் அறையை காண்பித்து விட்டு தனது அறைக்குள் நுழைய மதுவந்தியும் பத்து நிமிடத்தில் தயாராகி வந்தவள் நேரே சமையலறைக்குள் நுழைந்தாள்.

ஒரு பாத்திரத்தில் மாவு இருக்கவும் துரிதமாக சட்னியை தயாரித்து தனக்கும் அதிரதனுக்கும் சேர்த்து தோசை வார்த்துக் கொண்டு வந்தவள் அதிரதனை அழைக்க அவனும் தயாராகி வந்தவன் அவள் கையிலிருந்ததை பார்த்துவிட்டு,

“இந்த அவசரத்துலயும் உன் வேலையை ஆரம்பிச்சிட்டியா?” என கடிந்துக் கொண்டாலும் மறுக்காது சாப்பிட்டவன் நேரம் ஆவதை உணர்ந்து அவசர அவசரமாக அவளை அழைத்துக் கொண்டு ரூபனின் அலுவலகத்தை நோக்கிச் சென்றான்.

“ஆல் தி பெஸ்ட் மது. தைரியமா பண்ணு...” என்றதும்,

“நீ எப்ப வருவ தம்பிப்பையா?” என்றாள்.

“எதுக்கு?” புரியாமல் அவன் கேட்க,

“எதுக்கா? திரும்ப நான் எப்படி போறது? எனக்கு இங்கே எதுவும் தெரியாதே. பேசாம இன்னைக்கு நீ காலேஜுக்கு லீவு போட்டுடேன்...” என்றாள்.

“உள்ளே போ மது. இன்டர்வியூ முடிஞ்சதும் கால் பண்ணு...” என அங்கிருந்து சென்றுவிட, அவளோ பதற்றத்தோடே உள்ளே நுழைந்தாள்.

ரிசப்ஷனில் நால்வர் காத்திருக்க அவர்களும் நேர்முகத்தேர்விற்காக தான் வந்திருக்கிறார்கள் என தெரிந்துக் கொண்டு ரிசப்ஷினிஷ்டிடம் தன் பெயரைக்

கொடுத்து விட்டு காத்திருந்தாள்.

சிறிது நேரத்தில் வெற்றிகரமாக தன் நேர்முகத் தேர்வை முடித்து அதில் தேர்வும் ஆகி வெளியே வந்தவள் அங்கே அதிரூபனைக் கண்டு அதிர்ந்து நின்றாள்.

அவனை இங்கே எதிர்பாராததால் உண்டான அதிர்ச்சியையும் மீறி மனதில் ஒரு நிம்மதியும் பரவியது.

அவளை கண்ட ரூபன் கோபத்தில் கத்தினாலும் அவளுக்கு வேண்டியதை கவனிக்கத் தவறவில்லை.

நிர்மலின் பைக் சாவியை எடுத்துக் கொண்டு அவளை அழைத்துச் சென்று தேவையானவற்றை வாங்கிக் கொடுத்தவன் அவளிடம் போன் இல்லாததால் அதையும் வாங்கி கொடுக்க,

அவளுக்கு ஏற்கனவே அவன் வாங்கிக் கொடுத்த போன் நினைவு வரவும் தயக்கத்தோடே அவனிடமிருந்து போனை வாங்க, அதை கண்டு கொள்ளாதவன் அவளை அழைத்துச் சென்று மகளிர் விடுதியிலும் தங்க வைத்தான்.

அவள் தொடர்ந்து படிக்கவில்லையே என்ற கோபம் அவன் மனதில் இருந்தாலும் வேலைக்காகவாது அங்கிருந்து வந்திருக்கிறாளே என்ற நிம்மதியில் தன் அலுவலகம் நோக்கிச் சென்றான்.

மாலையில் வீட்டிற்கு வந்தவன் மதுவந்தி எப்படி வந்தாள் என விசாரிக்க அதிரதனும் விவரம் சொல்ல அதை கேட்ட ரூபன் எதுவும் சொல்லாது அமைதியாக செல்ல அதிரதனுக்கே தன் தமையனை எண்ணியும் அவனை சரியாக கணித்த தன் தந்தையை எண்ணியும் ஆச்சரியமாகத் தான் இருந்தது.

அடுத்த நாள் முதல் சந்தியாவோடு வேலைக்கு வந்தவளுக்கு வேலையில் முன் அனுபவம் இல்லாததால் வேலை பிடிபடாமல் போக முகம் சுழிக்காமல் வேலையும் கற்றுக் கொடுத்தான் அவன்.

அந்த வார இறுதியில் அவனின் வீட்டிற்கு வந்தவளைக் கண்டு கொள்ளாது அவன் அறைக்குள் முடங்கிக் கொள்ள அவளை அழைத்து வந்த அதிரதனோ தமையனின் பாராமுகத்தைக் கண்டு மதுவந்தியை பார்த்தவன்,

“ஆஃபிஸ்லயும் உன்னை முறைச்சிக்கிட்டு தான் திரியுறானா?” என்று வினவ,

அவள் மறுப்பாகத் தலையசைக்கவும், “அவன் உன்னை அடிச்சா கூட வெளிய சொல்ல மாட்ட...” என முனகியவன்,

அவளிடம், “அன்னைக்கு நீ வந்ததை வீட்டு ஓனரம்மா பார்த்துட்டு யாரு என்னன்னு விசாரிச்சாங்க, வா அவங்கள போய் பார்த்துட்டு வரலாம்...” என்றவன் கையோடு அவளை மேலே அழைத்துச் சென்றான்.

ஆனால், அவர் வெளியே சென்றிருப்பதாக அவரின் பேரன் சொல்ல, பிறகு பார்த்துக் கொள்ளலாம் என்று கீழே வந்ததும்,

மது அவனிடம், “உனக்கு எக்ஸாம் இருக்குனு சொன்னியே நீ போய் படி தம்பிப்பையா...” என அவனை அனுப்பி வைத்தவள் வழக்கம் போல் வீட்டு வேலைகளை கவனிக்க,

சத்தம் கேட்டு வெளியே வந்த அதிரூபன் அவள் வேலை செய்வதை கவனித்து, ‘இங்கே வந்தும் வேலையை ஆரம்பிச்சிட்டாளா?’ என முனகினாலும் அவளோடு சேர்ந்து தன்னால் முடிந்த உதவிகளை செய்ய அவனை பார்த்தவள் எதுவும் பேசாது அவனின் உதவியை ஏற்றுக் கொண்டாள்.

சமையலை முடித்து விட்டு அவனின் அறைக்குள் நுழைய அவள் பின்னே வந்தவனோ அவள் வந்ததன் நோக்கம் உணர்ந்து, “துணிலாம் சேர்த்து வைக்கிற-துல்ல, அப்பப்ப துவைச்சிடுவேன்...” என நகர,

“உன்னை யாரு துவைக்க சொன்னா? நான் இங்கே தான இருக்கேன்னு தெரியுமில்ல...” என்றவளை கண்டு கொள்ளாது அவன் செல்ல,

அவன் கரத்தைப் பற்றியவள், “எங்கிட்ட பேசவே மாட்டியா ரூபன்?” என்-றவளை திட்டுவதற்காக திரும்பியவனோ அவளின் கலங்கிய விழிகளைக் கண்டு தன்னை அமைதிப்படுத்தியவன் எதுவும் பேசி அவளை கஷ்டப்படுத்தி விடு-வோமோ என அஞ்சி அங்கிருந்து நகர,

மீண்டும் அவனை தடுத்தவள், “என்கிட்ட பேசாதவன் இனி எனக்காக எதுவும் செய்ய தேவையில்லை...” என ஆதங்கத்தில் வார்த்தையை விட,

அவள் பற்றியிருந்த கரத்தைத் திருப்பிப் பற்றி முறுக்கியபடி, “அதை சொல்ல உனக்கு எந்த உரிமையும் இல்லை...” என்றவன்,

“எங்கே பேசணுமோ அங்கே பேசமாட்டா...” என முனகிக் கொண்டே செல்ல அவனையே வெறித்துப் பார்த்தாள் அவள்.

வெளியே வந்த அதிரதன் கலங்கிய விழிகளோடு ஹாலில் அமர்ந்திருந்த மது-வந்தியைக் கண்டு அவளருகில் வந்தவன், “என்ன ஆச்சு மது? ரூபன் எதாவது சொன்னானா?” என்று வினவ,

“ரூபன என்கிட்ட பேச சொல்லு தம்பிப்பையா...” என்றாள் உடைந்த குரலில்.

இவள் மாறும் வரை அவன் பேசமாட்டானே என எண்ணியவனோ தோழியின் மனதை வருத்த விரும்பாது, “ஒரே ஆஃபிஸ்ல தான வேலை பார்க்கிறீங்க, எப்ப-டியும் உன்கிட்ட பேசி தான ஆகணும்...” என்றதும்,

“ஆமா அப்படியே பேசிட்டாலும், சந்தேகம்னு போய் நின்னா கூட அத மட்-டும் க்ளியர் பண்ணிட்டு நகர்ந்துக்கிறான்...” என கவலைக்கொள்ள,

“விடு மது கண்டிப்பா பேசுவான்...” என்றவன் பேச்சை மாற்ற,

அவளோ, “சரி, நீயாது உன் ட்ரெஸ்லாம் எடுத்துட்டு வா துவைச்சிடுறேன்...” என்றவளிடம்,

“நீ இங்கே வந்து இந்த வேலை தான் பார்ப்பேன்னு தெரிஞ்சதுனால தான் காலையிலே துவைச்சி போட்டுட்டு உன்னை கூப்பிட வந்தேன்...” என்றவனை அவள் முறைக்க,

“எதுக்கு முறைக்கிற மது, இதுவரைக்கும் நீ வேலை செஞ்சது போதும் இங்கே இருக்கும் போதாவது ஃப்ரீயா இரு...” என்றான்.

“அப்ப உங்களுக்காக நான் எதுவும் செய்ய கூடாதா?” கோபம் கொள்ள,

“நீ செய்யாம வேற யாரு செய்வா மது? எங்களுக்கு முடியலனா நீதான செய்யணும். அப்ப செஞ்சா போதும்...”

“ம்கூம் அண்ணனும் தம்பியும் ரொம்ப தான் பண்றீங்க...” என அலுத்துக் கொண்டாலும் அவர்கள் இருவரும் அவள் மீது வைத்திருக்கும் அன்பை எண்ணி நெகிழ்ந்து தான் போனாள்.

அங்கே வந்த ரூபன் அவளிடம் ஒரு பேப்பரை நீட்டி அதில் அவளை கையொப்பம் இட சொல்லவும் அவளும் கேள்விக் கேட்காது அவன் சொன்னதை செய்ய,

“படிச்சு பார்க்கிற பழக்கமே இல்லை...” என முனகவும்,

“ஆமா என் பேர்ல கோடி கணக்கான சொத்து இருக்கு, அது என்னை ஏமாத்தி வாங்கிட போற...” என அவளும் முனக,

அதை கேட்டு அவளை முறைத்தாலும் ‘அப்படி இருந்தாலும் அதை ஏமாற்றி வாங்க வேண்டிய அவசியமே இல்லையே, கேட்டாலே தூக்கி கொடுத்துடுவாளே’ என அவளை சரியாக கணித்தவன்,

அவளிடம், “எம்.காம் கரெஸ்ல அப்ளை பண்ணியிருக்கேன். அடுத்த வாரத்துல இருந்து வாரம் ஒரு நாள் மட்டும் காலேஜ் போற மாதிரி இருக்கும். தயாரா இரு...” என்றான்.

அவள் சம்மதமாகத் தலையை ஆட்டினாலும் மகேஷ்வரியை எண்ணி கவலைக்கொள்ள,

அவள் மனதை அறிந்தவனோ, “உன் வீட்டுல சொல்ல வேண்டிய அவசியமே இல்லை...” என்றதும் அதிர்ந்தாள்.

“அம்மாகிட்ட சொல்லாம எப்படி?” என அவள் தயங்க,

“சொல்றதை மட்டும் செய்டி...” என்றவன் அங்கிருந்து சென்றுவிட அவளோ கவலையோடு அதிரதனை பார்த்தாள்.

“அம்மாவுக்கு தெரிஞ்சா திட்டுவாங்க தம்பிப்பையா...” கவலையாய் அவள் சொல்ல,

“அவன் சொல்றதுல என்ன தப்பு இருக்கு மது? அவங்ககிட்ட சொன்னா கண்டிப்பா மறுப்பாங்க...”

“அதுக்காக தெரியாம எப்படி?”

“நீ ஒன்னும் தப்பு பண்ணலையே மது, படிக்க தான போற? வேணும்னா உங்கப்பாகிட்ட மட்டும் சொல்லு...” யோசனையோடு அவனை பார்த்தவள் அப்பொழுதே தன் தந்தையை அழைத்து விவரம் சொல்ல,

அவரும் மகிழ்வோடு அனுமதியளித்தவர், “என்னால தான் உன்னை படிக்க வைக்க முடியல மது. கிடைக்கிற வாய்ப்பை மிஸ் பண்ணாம படி. இப்பொழுதைக்கு உன் அம்மாவுக்கு தெரிய வேணாம். நானே நேரம் பார்த்து சொல்லிக்கிறேன். நீ அதை பத்தி யோசிக்காம படிப்புல கவனம் செலுத்துடா...” என்றார்.

மகளிடம் பேசிவிட்டு போனை வைத்தவர் அடுத்து ரூபனுக்கு அழைத்து மதுவந்தியின் கல்லூரி கட்டணத்தைப் பற்றி விவரம் கேட்க,

அவனோ, “அவளுக்கு வேணும்ன்றத என்னால செய்ய முடியும்...” என அழுத்தமாக சொன்னவன் அவரின் பதிலை எதிர்பார்க்காது வைத்துவிட, ராஜசேகரால் தன் இயலாமையை எண்ணி நொந்துக் கொள்ள மட்டுமே முடிந்தது.

ரூபனிடம் வந்த அதிரதன், “ஏன்டா நீ சொன்னா அவ கேட்பானு தான அன்னைக்கே உன்னை பேச சொன்னேன். அப்ப சீன் போட்டுட்டு இப்ப மட்டும் எதுக்கு பண்ற?” என்றதும்,

“நானும் உன்னை மாதிரி தான், அவ சம்மந்தப்பட்ட முடிவ அவளே எடுக்கணும்னு காத்திருந்தேன். ஆனா, அது இந்த ஜென்மத்துல நடக்காதுனு தெரிஞ்சிடுச்சு. அதான் நானே எடுத்துட்டேன்...” என்றான் விரக்தியான குரலில்.

ரூபனே வாரந்தோறும் மதுவந்தியை கல்லூரிக்கு அழைத்துச் சென்று வந்தான்.

நாட்கள் செல்ல செல்ல வேலையையும் பழகிக் கொண்டவள் தன்னோடு பணிபுரியும் சக ஊழியர்களோடும் நட்பு வைத்துக் கொண்டாள். அனைவரையும் அவள் எளிதில் நம்பி விட,

அவளையே கவனித்துக் கொண்டிருக்கும் அதிரூபனோ சிலரிடம் அவள் ஏற்படுத்திக் கொண்ட நட்பை முறித்துக் கொள்ள சொல்லவும் அவளும் ஏனென்று கூட கேட்காது முறித்துக் கொண்டாள்.

அதில் கோபம் கொண்டவனோ, “ஏன்டி யார் என்ன சொன்னாலும் ஏன் எதுக்குனு கேட்கவேமாட்டியா?” என கடிந்துக்கொள்ள,

“சொல்றது நீயா இருக்கும் போது நான் ஏன் மறுத்து கேள்வி கேட்கணும்?” என்றவளிடம்,

“ஆமா மத்தவங்கள்ட்ட மறுத்து பேசிட்டு தான் மறுவேலை பார்ப்ப...” என கோபம் கொண்டவன்,

“எல்லாத்துக்கும் தலையாட்டணும்னு அவசியம் இல்லை. உனக்கு பிடிக்கலனா முடியாதுனு நேரடியாவே சொல்லு. அது யாரா இருந்தாலும் சரி...” என்றான்.

அவளோ, “அது நீயா இருந்தாலுமா?” என கேலியாய் கேட்க,

சட்டென்று அவன் ‘ஆமாம்’ என சொல்லவும் அவள் மறுப்பாகத் தலையசைக்க,

அவள் தலையிலே கொட்டியவன், “உன்னை திருத்த முடியாது...” என நகர,

“திருத்த வேணாம்...” என அவள் முறுக்கிக்கொள்ள,

“என் முன்னால நிக்காத போடி...” என திட்டிவிட்டு சென்றவனை புன்னகையோடு பார்த்தாள் அவள்.

அவன் செய்யும் ஒவ்வொன்றும் அவளின் நலன் கருதி இருக்கும் போது அவள் ஏன் அவன் பேச்சை மறுக்க போகிறாள்?

இப்பொழுது கூட அவன் சொன்னது, அவளை மட்டுமல்லாது மற்ற பெண்களையும் தவறாக பார்க்கும் ஒரு சில ஜொள்ளு பார்ட்டிகளை தான்.

ஆனால், அவனோ அவளின் குணத்தை எண்ணி நொந்து தான் போனான். அவளை மாற்ற அவனுக்கும் வழி தெரியவில்லை.

எப்பொழுதுமே அவள் அவளை பற்றி யோசிக்காமல் தன் சுயத்தை இழந்து நிற்கிறாளே என்ற ஆதங்கம் தான் அவளின் மீது கோபமாக திரும்புகிறது. அவளை எப்படி மாற்றுவது என்று அவனுக்கும் தெரியவில்லை.

தான் மாற வேண்டுமென அவளும் நினைக்க வேண்டுமே. அவளாக மனம் வைக்காதவரை அவளை யாராலும் மாற்ற முடியாதே.

இதுநாள் வரை தனக்கு இது வேண்டுமென அவள் கேட்டதில்லை. கேட்கும் வாய்ப்பும் அவளுக்கு அமைந்ததில்லை.

பத்து வயது வரை அவள் மீது அன்பை மட்டுமே பொழிந்த மகேஷ்வரியும் மகளுக்கு என்ன வேண்டும் என்பதை உணர்ந்து அவள் வாய் திறந்து கேட்கும் முன்னே நிறைவேற்றியிருந்தாள்.

அதன் பிறகு, மகேஷ்வரியின் கோபமும் வெறுப்பும் மதுவந்தியை எதுவும் கேட்க விடாமல் தடுத்தது மட்டுமல்லாது தன் எண்ணங்களை தனக்குள்ளே வைத்துக் கொள்ளவும் பழக்கிவிட்டது.

அதை உணர்ந்த காயத்ரியோ மதுவின் தேவைகளை தானே பார்த்துக்கொள்ள, அவருக்கு பிறகு அதிரூபன் அவள் பொறுப்புகளை தனதாக்கிக் கொள்ள மதுவந்திக்கு யாரிடமும் எதையும் வாய் திறந்து கேட்கும் தேவையே இல்லாமல் போய்விட்டது.

ஒருவேளை தனக்கு வேண்டியதை தானே கேட்டு பெறும் பழக்கம் இருந்திருந்தாலாவது அவளுக்குள்ளும் சிறு சிறு பிடிவாத குணங்கள் முளைத்திருக்க வாய்ப்பிருக்கிறது.

மதுவந்தியின் இன்றைய நிலைக்கு அதுவும் ஒரு காரணம் என்பதை ரூபன் அறியாமல் போனது தான் பரிதாபம்.

15

ஒரு மாதம் கடந்திருக்க, அடுத்த நாள் தன் முதல் மாத சம்பளத்தை வாங்கப் போகும் மகிழ்ச்சியில் இருந்தாள் மதுவந்தி.

முதல் மாதச் சம்பளம் பலரின் ஏக்கங்களையும் கனவுகளையும் சுமந்திருக்கும். மதுவந்திக்கு மட்டும் அதில் விதி விலக்கா என்ன?

அந்த பணத்தை வைத்து ரூபனுக்கு என்ன வாங்க வேண்டும்? அதிரதனுக்கு என்ன வாங்க வேண்டும்? அத்தோடு அவர்களின் தந்தைக்கும் தன் குடும்பத்தினருக்கும் என்னென்ன வாங்கலாம் என அவள் திட்டமிட்டுக் கொண்டிருக்க அதை களைக்கும் விதமாக அவளின் அலைப்பேசி ஒலித்தது.

அழைத்தது வேறு யாருமில்லை மகேஷ்வரியே தான்.

சம்பள பணத்தில் ஒரு ரூபாய் கூட குறையாது தன் கைக்கு வர வேண்டும் என ஆணையிட்டவரிடம் மறுத்து பேச முடியாமல் போனை வைத்தவளின் கண்கள் கலங்கியது.

தனக்காக பார்த்து பார்த்து செய்பவர்களுக்கு தன்னால் ஒன்றும் செய்ய முடியவில்லையே என்ற கவலை எழுந்தது. இவளிடமிருந்து அவர்கள் எதையும் எதிர்பார்க்க போவதில்லை தான்.

எனினும் முதன் முதலாக அவர்களுக்காக செய்ய விரும்பியவள் இப்பொழுது தன் அன்னையை மீறி எதுவும் செய்ய முடியாமல் போகவும் வழக்கம் போல் தன் விருப்பத்தை மனதிலே புதைத்துக் கொண்டாள்.

அடுத்த நாள், சம்பள பணம் அவளின் அக்கவுண்டிற்கு ஏறவும் இரண்டு நாட்கள் விடுமுறை என்பதால் அன்று மாலையே அதிரதனோடு ஊருக்குச் சென்றவள் வீட்டிற்குள் நுழைந்ததுமே அவள் எப்படி இருக்கிறாள் என்று கூட விசாரிக்கும் எண்ணமின்றி பணத்தை வாங்குவதிலே குறியாக இருந்த மகேஷ்வரியிடம் பணத்தை கொடுக்க,

அதை வாங்கி எண்ணி பார்த்த மகேஷ்வரி மொத்தத்தையும் எடுத்து செல்லவும் அதுவரை அமைதியாக கவனித்துக் கொண்டிருந்த ராஜசேகரோ, “அவளுக்கு செலவுக்கு கூட கொடுக்காம எல்லாத்தையும் வச்சிக்கிறது சரியில்லை மகேஷ்-

வரி..." என்றவரை முறைத்தவர்,

"அப்படி என்ன அவளுக்கு செலவு இருக்கு?" என்றார் கோபமாக.

"ஆஃபிஸ்க்கு நடந்து போவாளா?" என கடுப்போடு சொல்லவும்,

கணவனை யோசனையோடு பார்த்தவர் ஆயிரம் ரூபாயை மதுவிடம் நீட்ட, "பஸ்க்கு மட்டும் போதுமா? ஹாஸ்டல் ஃபீஸ்..." என நினைவுப்படுத்தினார்.

அவரை முறைத்தவர் மதுவிடம், "ஹாஸ்டலுக்கு எவ்வளவுடி?" எரிச்சலாய் கேட்கவும்,

அவள், "நாலாயிரம்..." என்றதும் அதிர்ந்தார்.

"என்னது நாலாயிரமா? அப்படி என்ன ஹாஸ்டல் அது? ஏன் ஐநூறு ஆயிரம் ரூபா வாடகையில உன்னால தங்க முடியாதா?" என கத்தவும்,

"இல்லம்மா அந்த ஹாஸ்டல் சேஃப்டியா இருக்கும்னு ரூபன் தான் அங்கே சேர்த்துவிட்டான்..." என தயங்கிக் கொண்டே சொன்னவளை ஏகத்துக்கும் முறைத்தவர்,

"அப்படினா அவனையே பணம் கட்ட சொல்லு. ஏன் கம்மி வாடகையில இருந்தா போதாதாமா? அப்படி என்ன அந்த ஹாஸ்டல்ல மட்டும் பாதுகாப்பு கொடுக்கிறாங்க?

வாங்குற பத்தாயிரம் சம்பளம் உன் செலவுக்கே சரியா போய்டும் போல. இதுக்கு எதுக்கு வேலைக்கு போய்ட்டு? வீட்டுலையே இரு..." என்றதும் மதுவந்தி அதிர்ந்தாள்.

தன் தந்தையை பார்க்க அவரோ மனைவியிடம் ஏதோ சொல்ல போகவும் அவரை பார்த்த பார்வையில் ஏதும் பேசாது கப்பென்று வாயை மூடிக் கொண்டார்.

அதை கண்ட மதுவந்தியோ, "எனக்கு ஹாஸ்டல் ஃபீஸ் வேணாம்மா, நான் பார்த்துக்கிறேன்..." என்றதும்,

அவள் எப்படி சமாளிப்பாள் என்று கூட யோசியாது மகேஷ்வரி சென்று விட ராஜசேகர் மகளை இயலாமையோடு பார்த்தார்.

"மகேஷ்வரி இப்படி மாறுவாள்னு நான் கனவுல கூட நினைக்கலம்மா..." வேதனையோடு சொன்னவர்,

தன் பையில் இருந்து பணத்தை எடுத்து கொடுக்க அதை வாங்க மறுத்தவள், "அம்மாவுக்குத் தெரியாம எனக்கு எதுவும் செய்ய வேணாம்பா..." என்று அங்கிருந்து சென்றவளுக்கு அடுத்து என்ன செய்வது என்றே தெரியவில்லை.

ரூபனிடமே எவ்வளவு தான் எதிர்பார்க்க முடியும்?

ஏற்கனவே அவள் படிப்பதற்கு அவன் தான் உதவி செய்கிறான். அவ்வப்போது அவள் செலவுக்கும் அவள் கேட்காமலே பணம் கொடுக்கிறான். அத்தோடு அவன் குடும்பத்திற்காகவும் ஒதுக்க வேண்டும்.

நினைத்த போதெல்லாம் கொடுத்துக் கொண்டே இருக்க அவன் ஒன்றும் கோடீஸ்வரன் இல்லையே. நடுத்தர குடும்பத்தை சேர்ந்தவன் தான். வரவுக்கும் செலவுக்குமே சரியாக இருக்கும். இப்படியே இருந்தால் அவனின் எதிர்காலத்திற்கு எப்படி சேர்த்து வைக்க முடியும்?

தன்னால் அவனுக்கு பிரச்சினை வேண்டாம் என்று எண்ணியவளுக்கு இந்த பிரச்சினைக்கானத் தீர்வும் தெரியவில்லை.

அவளை மேலும் யோசிக்க விடாமல் அங்கே வந்து சேர்ந்தான் அவளின் தம்பி ஆதவ்.

அவள் கையில் இருந்த ஆயிரம் ரூபாயை வெடுக்கென்று பிடுங்கியவன், "எனக்கு செலவுக்கு வேணும்..." என்று நகர,

அவனிடம், "உனக்கு என்ன செலவு இருக்கு தம்பி?" தண்மையாகக் கேட்ட-வளைத் திரும்பி முறைத்தவன்,

"ஏன் எனக்குலாம் செலவு இருக்காதா?" என்றான் எரிச்சலாக.

"தம்பி!" அவள் ஏதோ சொல்ல போக,

"என்னடி?" என சீறியவன்,

"சும்மா கேள்வி கேட்டுட்டு இருக்காத, ஸ்கூல்ல டூர் போறாங்க. எனக்கு செலவுக்கு பணம் வேணாமா?" என்று கத்திவிட்டு சென்றவனை வெறித்துப் பார்த்-தாள் அவள்.

கையில் ஒரு ரூபாய் கூட இல்லாது எப்படி செல்ல முடியும்? பேசாமல் வேலைக்குச் செல்லாமல் வீட்டிலே இருந்து விடலாமா? என எண்ணியவள் வேலை மட்டும் என்றால் விட்டு விடலாம் படிப்பும் இருக்கிறதே என கவலையுற்-றாள்.

ரூபனுக்குத் தெரிந்தால் கோபம் கொள்வானே! என்ன செய்வதென தவித்தவள் இதுவரை ரூபன் கொடுத்த பணத்தில் செலவு போக சேமித்து வைத்தது எவ்வளவு இருக்கும் என கணக்கிட்டு பார்க்க கொஞ்சம் பணம் இருக்கவும்,

இதை வைத்து வாடகையை கொடுத்து விட்டால் ஒரு மாதத்தை எப்படியாது சமாளித்துக் கொள்ளலாம் என மனதைத் தேற்றியவளுக்கு வீட்டில் நடந்த அனைத்தையும் ஆதிரா ரூபனிடம் சொல்லிவிட்டாள் என்பது தெரியாமல் போனது.

ஞாயிறு இரவு அதிரதனோடு ஊருக்குச் சென்றவள் அடுத்த நாள் ஹாஸ்டல் நிர்வாகியிடம் சென்று வாடகை பணத்தைக் கொடுக்க,

அவரோ, 'உனக்கு பணம் கட்டியாச்சும்மா' என்று சொல்லவும் திகைத்தவள் அது ரூபனின் வேலையாகத் தான் இருக்கும் என்பது தெரிந்ததால் அவனிடம் அதை பற்றி கேட்க முடியாதே என அமைதியாக இருக்க, அலுவலகத்தில் அவளை கண்டவனும் அவளிடம் எதுவும் கேட்கவில்லை.

ஆனால், அவனின் கோப முகமே வீட்டில் நடந்ததைத் தெரிந்துக் கொண்டான் என்பதை உணர்த்தவும் அவனை பார்க்கும் தைரியமின்றி குனிந்துக் கொண்டவளை எரிச்சலோடு பார்த்தவன் எதுவும் பேசாது தன் வேலையை மட்டுமே கவனித்தான்.

அன்று மாலை வேலை முடிந்து சந்தியாவோடு சென்றவளைத் தடுத்தவன் சந்தியாவிடம், அவளை தான் அழைத்து செல்வதாகக் கூறவும் சந்தியாவும் சென்றுவிட,

அமைதியாக பைக்கில் ஏறி அமர்ந்தவளை அழைத்துக் கொண்டு நேரே கடைக்குச் சென்றவன் அவளுக்கு வேண்டிய சில அத்தியாவசியப் பொருட்களை வாங்க அவளோ தவிப்போடு நின்றாள்.

அவளிடம் பணம் இருந்தாலும் இல்லை என்றாலும் அவன் வாங்கிக் கொடுப்பது வழக்கமான ஒன்று தான். அவன் வேலைக்கு செல்லத் தொடங்கிய நாளிலிருந்தே அவளுக்கு வேண்டியதை அவன் தான் செய்துக் கொண்டிருக்கிறான்.

எனினும் ஏனோ இன்று அவன் வாங்கிக் கொடுப்பதை வாங்குவதற்கு அவள் மனம் தயங்கியது.

தயக்கத்தோடு அவனை பார்த்தவள் அவன் பார்த்த பார்வையில் அமைதியாக வாங்கிக் கொண்டாள்.

அடுத்து அவளை பார்க்கிற்கு அழைத்துச் சென்றவன் அங்கிருந்த இருக்கையில் அமர, அவனருகில் அமர்ந்தவள் அவனிடம் பேச தைரியம் இன்றி வேடிக்கை பார்த்தப்படி இருக்க,

சிறிது நேரம் பொறுத்து பார்த்தவனோ எரிச்சலோடு, “இன்னும் எத்தனை நாளைக்கு இப்படியே இருக்கலாம்னு நினைக்கிற?” என்றான்.

“இல்ல ரூபன், அம்மாவுக்கு...” என ஏதோ சொல்ல வந்தவள் சொல்ல முடியாமல் தடுமாற,

“போதும், நீ இப்படி இருக்கிறதுனால உனக்கு யாரும் நல்லவள் பட்டம் கொடுக்க போறதுல்ல...” என்றவன்,

“நல்லவளா இல்லனாலும் பிரச்சினை இல்லை ஏமாளியாவும் கோழையாவும் இருக்காத...” என்றான்.

“என்னை இவ்வளவு தூரம் வளர்த்து படிக்க வச்சிருக்காங்களே அவங்களுக்கு செய்யறது தப்பா?” என்றவளை வெட்டவா குத்தவா என்ற ரேஞ்சில் அவன் பார்க்கவும் வாயை மூடிக் கொண்டாள் அவள்.

“உன்னலாம் திருத்த முடியாதுனு தெரிஞ்சும் உன்கிட்ட பேசிட்டு இருக்கேன் பார்த்தியா என்னை விட முட்டாள் எவனும் இருக்க மாட்டான்...”

“என்னை என்ன தான் பண்ண சொல்ற?”

“ஒன்னும் பண்ண சொல்லல, அவங்க கொட்டிட்டே இருப்பாங்க நீ நல்லா குனிஞ்சு காட்டிட்டே இரு...” என்றவன் முகத்தை இறுக்கமாக வைத்துக் கொண்டு திரும்பிக்கொள்ள,

“ப்ளீஸ் ரூபன்! கோபப்படாத, என்னை வளர்த்தவங்களுக்கு செய்ய வேண்டியது என் கடமை தான...” என்றவளின் பேச்சை கை நீட்டி தடுத்தவன்,

“உனக்கான உரிமையை விட்டு கொடுத்துட்டு கடமையை பத்தி பேசாத...” என்றான்.

“ரூபன்...”

“உன்னை தத்தெடுத்துட்டு தான் வந்தாங்களே ஒழிய அடிமையா கூட்டிட்டு வரல. அதை நியாபகத்துல வச்சிக்கோ. அந்த பொடிபையன்லாம் உன்னை ஒவ்வொரு நாளும் மரியாதை குறைவா நடத்துறான். அதலாம் எதுக்காகடி நீ பொறுத்துக்கணும்?” என எரிந்து விழ,

“தம்பி சின்ன பையன் தான...” என அவள் இழுக்க,

“இன்னொரு முறை அவனை தம்பினு சொன்ன கொன்னுடுவேன். தம்பியாம் தம்பி. அவன் முதல்ல உன்னை அக்காவா பார்க்கிறானா?” என்றான் ஆத்திரத்தோடு.

“ப்ளீஸ் ரூபன்...”

“பேசாதடி, உன்கிட்ட இத பத்தி பேசி பேசி வெறுத்து போச்சு. ஒன்னு சுயபுத்தி இருக்கணும் இல்ல சொல் புத்தியாது இருக்கணும். ரெண்டுமே இல்லனா என்ன பண்ண முடியும்?

ஆனா, என் பொறுமைக்கும் ஒரு எல்லை உண்டு. எல்லா நேரமும் அமைதியா பார்த்துட்டு இருக்க மாட்டேன். என்னைக்காது என் பொறுமை குறையும் போது என் அம்மா தம்பினு குறுக்க வந்த முதல் டெட்பாடி நீதான்...” என்றவன் அடுத்து அவளிடம் பேச விருப்பம் இல்லாது அவளை அழைத்துச் சென்று ஹாஸ்டலில் இறக்கிவிட்டான்.

ஏதேனும் பேசுவான் என அவனையே அவள் பார்த்திருக்க அவனோ அவள் கைப்பையை வாங்கி அதிலிருந்த பர்சை எடுத்து அதில் சில நூறு ரூபாய் நோட்டுகளை வைத்தவன்,

எங்கோ பார்த்தப்படி, “உன்னால முடிஞ்சா என்கிட்டயாது நீ நீயா இரு...” என்றவன் அவள் முகத்தைக் கூட பார்க்காது சென்றுவிட அவன் உருவம் கண்ணில் இருந்து மறையும் வரை அவனையே பார்த்திருந்தாள்.

நாட்கள் வாரங்களாக, மாதங்களாக, வருடங்களாக கூட உருண்டோடினாலும் அதன் பிறகு அவளிடம் அவன் அதைப் பற்றி எதுவும் பேசவில்லை. அவள் மாறபோவதில்லை என தெரிந்தப் பிறகும் பேசி பயனில்லை என விட்டுவிட்டான்.

மற்றவர்களிடம் எப்பொழுதும் போல சகஜமாகவும் கலகலப்பாகவும் இருப்பவன் அவளிடம் மட்டும் ஒதுங்கியே இருந்தான். முன்பு போல கேலி செய்யவோ வம்பிழுக்கவோ கூட அவளிடம் பேசுவதில்லை. அதில் அவள் வேதனையுற்றாலும் வெளியேக் காட்டிக் கொள்ளவில்லை.

அதிரதன் தன் மேற்படிப்பை முடித்து விட்டு ரூபன் அலுவலகம் இருக்கும் ஏரியாவிலே ஒரு நிறுவனத்தில் ஹெச்.ஆர் ஆக பணிபுரிய மதுவந்தியும் தன் மேற்படிப்பை வெற்றிகரமாக முடித்திருந்தாள்.

எப்பொழுதும் ஊருக்குச் செல்வதென்றால் அதிரதனோடு சென்று வருபவள் அன்று அவன் வேலை விஷயமாக வெளியூர் சென்றிருந்ததால் தனியாகவே செல்ல எண்ணினாள்.

அந்நேரம் அவளை அழைத்த அதிரதன், “ஊருக்கு கிளம்பிட்டியா மது?” என்று வினவ,

“ரெடியாகிட்டு இருக்கேன் தம்பிப்பையா. நீ என்ன பண்ற சாப்டியா? உன் வேலை முடிஞ்சுதா?” என்றாள்.

“முடிஞ்சுது மது, இனிமே தான் சாப்பிடணும். நாளைக்கு நேரா ஊருக்கே வந்துடுறேன். நீ ரூபன் கூட போ...”

“ரூபன் கூடவா?” அவள் தயங்க,

“ஆமா, அப்புறம் தனியாவா போவ?”

“அவன் தான் என்கூட பேசுறதையே குறைச்சிக்கிட்டானே...” என கவலைக் கொள்ளவும்,

“அதுக்காக தனியா போவியா? தீபாவளி லீவுன்றதுனால கூட்டம் அதிகமா இருக்கும். இந்த டைம்ல நீ தனியா போறது சேஃப் இல்லை. வீட்டுக்கு போ அவனே உன்னை கூட்டிட்டு போவான்...” என்றவன்,

“வேணாம் இந்த நேரத்துல டிராஃபிக் அதிகமா இருக்கும். நீ பஸ் ஸ்டாண்டுக்கே போயிடு. அங்க இருந்து ரூபன் கூட போ. டாக்சி புக் பண்ணிடு. டாக்சி டெடெயில்ஸ எனக்கும் ரூபனுக்கும் அனுப்பிவிடு...” என்றான்.

“நான் தான் ஊருக்கு போன் எடுத்துட்டு போகமாட்டனே...”

“உன் தம்பி தான் புது போன் வாங்கிக்கிட்டான்ல. இன்னும் எதுக்கு உன் போன் எடுத்துட்டு போக பயப்படுற?”

“வேணாம் தம்பிப்பையா. ஒருமுறை ரூபன் கோபத்துக்கு ஆளானது போதும் திரும்பவும் அதே தப்ப செய்ய விரும்பல...”

“ஆமா இப்ப மட்டும் அவன் கோபப்படாம இருக்கானா?” என்றவன்,

“சரி நானே புக் பண்றேன். டாக்ஸி நம்பர் நான் சொன்னதுக்கு அப்புறம் கீழ இறங்கி போ. ரூபன்கிட்டயும் சொல்லிடுறேன்...” என போனை வைத்தவன் சிறிது

நேரத்தில் கார் புக் செய்து விட்டு அவளுக்கு விவரம் அனுப்ப அவளும் கீழே இறங்கி சென்றாள்.

டிராஃபிக் அதிகமாக இருந்ததால் தாமதமாகவே பேருந்து நிலையத்தை அடைந்தவள் ரூபனைத் தேடி செல்ல அவர்கள் ஊருக்குச் செல்லும் பேருந்து நிற்கும் இடத்திலே அவளுக்காக காத்திருந்தான் அவன்.

“போன் எதுக்கு பூஜை பண்றதுக்கா வச்சிருக்க? அவசரத்துக்கு கான்டக்ட் பண்ண முடியுதா?” என அவன் எரிந்து விழ,

அவள் அமைதியாய் நிற்கவும், “ஏன் எனக்கு போன் பண்ணா நான் வந்து உன்னை கூட்டிட்டு வந்திருக்க மாட்டனா? ஒவ்வொன்னுக்கும் நானே உன் பின்னாடி வரணுமோ?” அவள் அவனை அழைக்காததற்கும் கோபம் கொண்டான்.

அவள் பதில் சொல்ல முடியாது பேந்த பேந்த விழிக்க, “பண்றதுலாம் பண்ணிட்டு அம்மாஞ்சி மாதிரி பார்க்காதடி பத்திட்டு வருது...” என பல்லை கடித்தவன்,

அந்த நேரம், “தம்பி! நேரம் ஆச்சு, சீக்கிரம் ஏறுங்க...” கண்டக்டர் அழைக்கவும் அவளை முறைத்துவிட்டு அவளோடு பேருந்தில் ஏறினான்.

ஒரு இருக்கை மட்டுமே காலியாக இருக்க அவள் அவனை பார்க்கவும், “எதுக்கு என்னை பார்க்கிற? லேட்டா வந்ததுக்கு தண்டனையா நின்னுட்டே வா...” என்றதும்,

அவளும் தலையசைக்க அதற்கும் அவளை முறைத்தவன், “எரிச்சல கிளப்பாம உட்காருடி...” என்றான்.

மறுத்து பேசி அவனது கோபத்தை அதிகரிக்க விரும்பாமல் அமைதியாக அமர்ந்தவள் அவனது பேக்கை கேட்கவும், அவனோ, “மத்தவங்க பாரத்தை சுமக்கிறதுனா உனக்கு ரொம்ப பிடிக்கும் போல...” என்றவன்,

தன் பேக்கை இருக்கைக்கு மேலே இருந்த செல்ஃபில் வைத்துவிட்டு அவளுடையதையும் வாங்கி வைக்க அவள் அசடு வழிந்தாள்.

ஒரு மணி நேரம் கடந்திருக்க அவளருகில் இருந்த பெரியவர் இறங்கிக் கொள்ளவும் அவள் நகர்ந்து அமர அதிரூபன் அவளருகில் அமர்ந்தவன் அவளிடம் ஒரு வார்த்தைக் கூட பேசாது ஹெட்செட் அணிந்துக் கொண்டு பாடலைக் கேட்டு கொண்டு வரவும் அவள் பின்னால் சாய்ந்தபடி கண் மூடினாள்.

சில மணி நேர பயணத்தில் தங்கள் ஊர் வந்ததும் தூக்கத்தில் இருந்து கண் விழித்தவன் தன் தோள் வளைவில் சாய்ந்தபடி உறங்கிக் கொண்டிருந்தவளின் தலையை நிமிர்த்த அதில் கண் திறந்தவள் திருதிருவென விழித்தாள்.

“எதுக்கு முழிச்சிட்டு இருக்க? ஊர் வந்துடுச்சு இறங்கு...” என அதட்டவும் தன் பேக்கை எடுத்துக் கொண்டு அவனோடு சேர்ந்து இறங்கியவள்,

அங்கே அவளுக்காக காத்திருந்த ராஜசேகரோடு செல்ல, ரூபன் அவர்களை கண்டு கொள்ளாது தன் வீட்டை நோக்கி நடந்தான்.

வீட்டிற்குச் சென்றவள் அசதியில் உறங்கிவிட அதிகாலை நேரம் மகேஷ்வரியின் கத்தலில் அடித்து பிடித்து எழுந்தாள்.

என்ன ஆனதோ என பதறியபடி வெளியே வந்த மதுவந்தி அங்கே மகேஷ்வரியின் காளி அவதாரத்தைக் கண்டு மிரண்டு நிற்க, மனைவியின் சத்தத்தில் ராஜசேகரும் வெளியே வர தூங்கிக் கொண்டிருந்த ஆதவும் ஆதிராவும் கூட வெளியே வந்தனர்.

ஒரு கையில் சில சிடிக்களும் மறு கையில் ஏதோ ஒரு போட்டோவையும் வைத்திருந்தவர் அதை மதுவந்தியின் முகத்தில் தூக்கி எறிய அதை எடுத்து பார்த்தவள் அதிர்ந்தாள்.

அந்த சிடிக்கள் முழுவதும் ஆபாச படங்களாக இருக்க அத்தோடு ஆணுறைகளும் இருக்க, அந்த போட்டோவில் அதிரூபனின் மார்பில் சாய்ந்தப்படி உறங்கிக் கொண்டிருந்த மதுவந்தி இருந்தாள்.

போட்டோவை பார்த்தவளுக்கு இரவு ரூபனோடு வரும் பொழுது எடுத்தது என்பது புரியவும் அதை யார் எடுத்திருப்பார்கள் என குழம்பியவள் சிடிக்களையும் அதனோடு இருந்ததையும் கண்டு அருவறுப்பாக முகத்தை சுழித்தவள் கீழே எறிந்தாள்.

அவளை நெருங்கிய மகேஷ்வரி அவள் முடியை கொத்தாகப் பற்றி, “என்னடி இதுலாம்? வேலைக்கு போறியா? இல்லை...” என்றவள் தன் வளர்ப்பு மகள் என்று கூட பாராது வார்த்தைகளை விஷமாய் கொட்ட அதை கேட்ட மதுவந்தி துடித்துப் போனாள்.

“அம்மா...” என்று அவள் அலர,

“மகேஷ்வரி...” என ராஜசேகரும் அலர,

இருவரையும் பார்வையிலே எரித்தவர், “என்னடி அம்மா! உன்னை நம்பி வேலைக்கு அனுப்புனா நீ என்ன வேலை பார்த்துட்டு இருக்க? இதுக்கு தான் இருபத்து நாலு மணி நேரமும் அவன் வீடே கதினு இருக்கியா?” என்றதும் அவள் கதறி அழுதாள்.

“இப்படிலாம் பேசாதிங்கம்மா வலிக்குது...” என கதறியவள்,

“அதை பத்தி எனக்கு எதுவும் தெரியாதும்மா...” நடுங்கியக் குரலில் சொல்ல,

“உனக்கு தெரியாம எப்படிடி உன் பேக்ல இருக்கும்?” என்றார் ஆக்ரோஷமாக.

தன்னுடைய பேக்கில் இருந்ததா? என அதிர்ந்தவள், “சத்தியமா எனக்கு தெரியாதும்மா என்னை நம்புங்க...” என்று கதறினாள்.

“அவளுக்கு தான் தெரியாதுனு சொல்றாளே, விடு மகேஷ்வரி...” என ராஜசேகர் மகளுக்காக பரிந்து பேச,

“ஒரு வார்த்தை பேசுனாலும் நான் கொலைகாரியா மாறிடுவேன்...” என உறுமியவர்,

“ஒழுங்கா உண்மையை சொல்லுடி...” என மதுவந்தியின் கன்னத்திலே அறைய,

அக்காவின் அழுகையில் தானும் அழுத ஆதிராவோ மதுவந்தியின் பேக்கை பார்க்கவும் ஏதோ தோன்ற அதை திறந்துப் பார்த்தவள் அதிலிருந்த அதிரூபனின் உடைகளைக் கண்டு,

“அம்மா அக்காவ அடிக்காதிங்க, அது அக்காவோட பேக்கே இல்லை...” தன் தமக்கையை காப்பாற்றும் பொருட்டு கத்தவும், மகேஷ்வரி பேக்கை பார்க்க மதுவந்தியோ மேலும் அதிர்ந்தாள்.

ரூபன் தனக்காக பேக் வாங்கும் போது அவளுக்கும் சேர்த்தே அதே போலவே வாங்கியிருந்தான்.

இரண்டும் ஒன்று போலவே இருந்ததால் அவசரமாக இறங்கும் போது இருவரின் பைகளும் மாறியிருக்கிறது என்பது புரிய ஏற்கனவே அவனை தவறாக பேசுபவர் இப்பொழுது இன்னும் கீழ்த்தரமாக பேசிவிடுவாரோ என அஞ்சினாள்.

ஆனால், அது போன்ற சிடிக்களை ரூபன் பார்க்கமாட்டானே. ரூபனைப் பற்றி தெரிந்ததால் அந்த சிடிக்களும் அதோடு இருப்பவையும் அவனுடையது இல்லை என உறுதியாக நம்பியவள் என்ன செய்வதென தெரியாது தவித்தாள்.

அனைத்தையும் எடுத்துக் கொண்டவர் மதுவந்தியை இழுத்துக் கொண்டு அதிரூபனின் வீட்டை நோக்கிச் செல்ல வாசலில் கோலமிட்டுக் கொண்டிருந்த பெண்கள் என்ன பிரச்சினையோ என குழம்பியபடி அவர்கள் பின்னே செல்ல சற்று நேரத்தில் ஊர் மக்கள் அதிரூபனின் வீட்டை சூழ்ந்திருந்தனர்.

அவர்கள் வெளியே சென்றதுமே அவசர அவசரமாக அதிரூபனுக்கு அழைத்த ஆதிரா வீட்டில் நடந்த விவரத்தைச் சொல்ல, தூக்கத்தில் இருந்தவன் பிரச்சினையின் வீரியம் புரிந்து வேகமாக எழுந்து வெளியே வரும் நேரம் அங்கே மகேஷ்வரி மதுவந்தியை பிடித்து ஆவேசமாகத் தள்ளவும், தடுமாறி கீழே விழுந்தவளைத் தூக்கியவன் அவரை ஆத்திரத்தோடு ஏறிட,

“என்னடா முறைக்கிற? நீ பண்ணியிருக்க அசிங்கத்துக்கு தலைநிமிர்ந்து பார்க்கவே யோசிக்கணும்...” என்றவர் அனைத்தையும் அவன் முகத்தில் விட்டெறிய அதை எடுத்துப் பார்த்தவன் அதிர்ந்தான்.

அங்கே வந்த கேசவமூர்த்தியும் அதைப் பார்த்து திகைத்தாலும் மகனைப் பற்றி அறிந்திருந்ததால் மகேஷ்வரியைப் பார்க்க அவர் பேசுவதற்கு முன்பே கூடியிருந்த மக்களில் ஒருவர் ‘என்ன பிரச்சினை?’ என விசாரிக்கவும் மகேஷ்வரி கண்ணீர்

வடித்தப்படி புலம்ப ஆரம்பித்தார்.

அவரோ, "ஏன்மா அவங்க மேல அபாண்டமா பழி போடுற? சின்ன வயசுல இருந்தே ஒன்னா வளர்ந்துட்டு இருக்காங்க. அவங்களை தப்பா நினைக்க எங்களுக்கே மனசு வராது. உன்னால எப்படி இந்த மாதிரி பேச முடியுது?" கடிந்துக்கொள்ள,

"காயத்ரி என்னோட தோழின்றதுனால அவ குடும்பத்துல இருக்கிறவங்களை நம்பி என் மகளை அனுப்புனதுக்கு என்ன வேலை பார்த்து வச்சிருக்கான் பாருங்க..." என போட்டோவையும் சிடிக்களையும் அதோடு இருந்தவற்றையும் அவரிடம் காட்ட,

அதைப் பார்த்தவர் சட்டென்று எந்தவொரு தவறான முடிவையும் எடுக்க விரும்பாது ரூபனிடமே அதைப் பற்றி விசாரித்தார்.

மகேஷ்வரியின் செயலால் ஆத்திரத்தில் இருந்தவன் வாயைத் திறந்து ஒரு வார்த்தைக் கூட பேசவில்லை.

மதுவந்தி தான் அழுதுக்கொண்டே நடந்ததை விவரித்தவள் சிடியைப் பற்றி எதுவும் தெரியாது என்று சொல்ல,

"அது அவன் பேக்ல தான இருந்துச்சு அவனையே கேளுங்க..." என மகேஷ்வரி கத்திக் கொண்டிருக்க அப்பொழுதும் அவன் அமைதியாகவே நின்றான்.

"இல்லம்மா ரூபன் அந்த மாதிரி படம்லாம் பார்க்க மாட்டான்மா. ரூபன தப்பா பேசாதிங்க..." ரூபனுக்காக பரிந்து பேசிய மகளை ஓங்கி அறைந்தவர்,

"உன்னோட செலவலாம் எதுக்காகடி அவன் பார்த்துக்கிறான்? காரியம் ஆகாம எவனும் பணம் கொடுக்க மாட்டானே, சொல்லு அப்படி என்ன செஞ்ச அவனுக்காக?" என கேவலமாக கேட்க,

அதன் உள் அர்த்தம் புரிந்த ரூபன் மேலும் இறுகி போனானே தவிர வாயைத் திறந்து ஒரு வார்த்தை பேசவில்லை. கூடியிருந்த மக்களோ மகேஷ்வரியின் அநாகரீகமான பேச்சில் முகத்தை சுழித்தனர்.

பொறுமையிழந்த கேசவமூர்த்தியோ, "போதும் நிறுத்தும்மா..." என்று கத்தியவரை நக்கலோடு பார்த்த மகேஷ்வரி,

"நீதான என் மகளை அவன் ஆஃபிஸ்க்கே வேலைக்கு அனுப்புன, உன் பிள்ளைக்கு நீ அப்பன் தான? இல்லை..." என முடிக்காமல் இழுக்க,

அதில் ஆவேசம் கொண்ட ரூபன் மகேஷ்வரியை அடிப்பதற்கு நெருங்க கேசவமூர்த்தி அவனைத் தடுக்கவும், "பண்றதுலாம் பண்ணிட்டு உனக்கு கோபம் வேற வருதா? ஏன்டா உலகத்துல உனக்கு வேற பொண்ணே கிடைக்கலையா? எதுக்காக இவளை தேர்ந்தெடுத்த? இவ அப்பா அரசாங்க உத்யோகத்துல இருக்காரு இவளை வச்சே வேணும்ங்றத கரந்துடலாம்னு நினைச்சிட்டியா?" என்ற மகேஷ்-

வரி தகாத வார்த்தைகளால் அவனை திட்ட,

தாயின் பேச்சில் மனமுடைந்து போன மதுவந்தியோ தன்னால் தானே ரூபனுக்கு இந்த அவமானம் என்றெண்ணி வேகமாக ரூபனின் வீட்டிற்குள் ஓட, அவள் ஓடுவதற்கான காரணம் புரிந்து ரூபன் உள்ளே ஓடி அவளை நெருங்குவ-தற்குள் அவள் கிணற்றில் குதித்துவிட நொடியில் நடந்த நிகழ்வால் அனைவரும் உறைந்து நின்றனர்.

16

தாயின் செயலாலும் வார்த்தைகளாலும் ஏற்கனவே மனதளவில் நொறுங்கியிருந்த-வள் இப்பொழுது அவரின் செயல் அதிரூபனுக்கு தலைகுனிவை ஏற்படுத்தவும்,

இதற்கு மேலும் எந்த கஷ்டமும் ரூபனுக்கு வேண்டாம் அதற்கு தன் மரணம் ஒன்றே தீர்வு என்றெண்ணி அவன் வீட்டு கிணற்றிலே அவள் குதிக்கவும்,

அவள் செய்யப் போவதை உணர்ந்து தடுக்க வந்த அதிரூபன் அது முடியாமல் போக நொடியும் தாமதிக்காது கிணற்றில் குதித்திருந்தான்.

நீரில் மூழ்கிக் கொண்டிருந்தவளின் கூந்தலைப் பற்றி தன்னை நோக்கி இழுத்-தவன் தன் தந்தைக்கு குரல் கொடுக்க அதற்குள் ஒரு சிலர் கயிற்றை அவனிடம் தூக்கி எறிந்து இழுத்துப் பிடிக்கவும் அதைப் பற்றி கொண்டு மதுவந்தியைத் தூக்-கியப்படி மேலே வந்தான்.

ராஜசேகரும் கேசவமூர்த்தியும் மதுவந்தியின் நிலையைக் கண்டு உறைந்து நிற்க ஆதிராவோ தன் தமக்கையை நெருங்கி கதறி அழுதாள்.

மதுவந்தியை கீழே படுக்க வைத்தவன் அவள் வயிற்றை அழுத்த அவள் குடித்திருந்த தண்ணீர் மொத்தமும் வெளியே வந்துவிட சிறிது நேரத்தில் கண் திறந்துப் பார்த்தவளைக் கண்ட பிறகு தான் அனைவரும் நிம்மதியுற்றனர்.

இறுகிய முகத்தோடு அவளையே பார்த்திருந்தவன் அங்கிருந்து நகர்ந்து செல்ல ஊர் மக்களில் ஒருவர், “இவ்வளவு ஆனதுக்கப்புறம் ரூபனுக்கும் மதுவுக்-கும் கல்யாணம் பண்ணி வைக்கிறது தான் சரி...” என்று சொல்ல மற்றவர்களும் அதை ஆமோதிக்க ரூபன் அப்பொழுதும் எதுவும் பேசவில்லை.

தன் மகனையும் மதுவையும் பார்த்த கேசவமூர்த்தி, “இன்னைக்கே கல்யாணம் பண்ணி வைக்க எனக்கு சம்மதம்...” என்றதும்,

“அதெப்படி நாள் பார்க்க வேணாமா?” என ஒருவர் சொல்ல,

“அதுக்கு எந்த அவசியமும் இல்லை. எல்லா நாளும் நல்ல நாள் தான்...” என்றவர் ராஜசேகரிடம் கேட்க, அவரும் தலையை அசைத்தாரே தவிர எதுவும் பேசவில்லை.

“அப்புறம் என்ன, பிள்ளைங்கள பெத்தவங்களே சம்மதம் சொல்லும் போது இனியும் நேரம் கடத்த வேணாம். கோவில்ல சிம்பிளா முடிச்சிக்கலாம்...” என்ற பெரியவர்,

மகேஷ்வரியிடம் மதுவந்தியைத் தயார்ப்படுத்துமாறு கூறவும் அவரும் அவளி-டம் நகர, ரூபனையே பார்த்திருந்த மதுவந்தி அவனின் இறுகிய முகத்தைக் கண்டு அஞ்சி நின்றவளை மகேஷ்வரி பிடித்து இழுக்கவும்,

அவர் இழுப்புக்கு அவள் செல்ல அதுவரை எதுவும் பேசாதிருந்த ரூபன், “நில்லுடி...” என கர்ஜித்தான்.

அனைவரும் அவனைப் பார்க்க அவனோ மற்றவர்களைக் கண்டு கொள்ளா-மல், “எங்கே போற?” என அதட்டலாய் அவளிடம் கேட்கவும்,

அவள் பதில் சொல்லாது நடுங்கி நிற்க, “இனி அந்த வீட்டுல காலை வச்ச காலை வெட்டுவேன்...” என்று சீறியவனைக் கண்டு அவள் மேலும் நடுங்கி-னாள்.

“என்னப்பா பேசுற? அவங்க வீட்டுல இருந்து கோவிலுக்கு வர்றது தான முறை...” என்று பேசிய ஒருவர் அவனின் பார்வையில் கப்பென்று வாயை மூடிக்கொள்ள,

அவன் கோபத்தை புரிந்துக் கொண்ட ஒரு பெண்மணி மதுவந்தியை தன் வீட்-டிற்கு அழைத்துச் செல்வதாகக் கூறவும் மற்றவர்களும் சம்மதித்தனர்.

ஒரு பெரியவர் கவலையோடு நின்ற ராஜசேகரிடம் வந்து, “நீ உன் பொண்ணை நினைச்சு கவலைப்படாதப்பா. அவங்களை சந்தேகப்பட்டு நாங்க இந்த முடிவ சொல்லுல. அவங்களை பத்தி எங்களுக்கு நல்லாவே தெரியும்பா.

ஆனா, உன் பொண்டாட்டியே உன் மகளை அப்படி பேசுனதுக்கு அப்புறம் நாளைக்கு எவன் வந்து உன் பொண்ணை கட்டிப்பான்? மது, நாங்க பார்த்து வளர்ந்த பொண்ணு. எங்க எல்லாரையும் அவ சொந்தமா நினைச்சு தான் பழகிட்டு இருந்தா.

அப்படிப்பட்ட பொண்ணோட வாழ்க்கை கேள்விக் குறியாகுறத நாங்க விரும்பல. அதான் இந்த முடிவ சொன்னோம்.

ரூபனையும் அவனோட சின்ன வயசுல இருந்து பார்த்துட்டு தான இருக்கோம். எந்தவொரு கெட்ட சகவாசமும் அவனுக்கு இருந்ததில்லை. அதோட காயத்ரி-யோட வளர்ப்பு தப்பாகாது. அந்த நம்பிக்கையில தான் அவனுக்கே மதுவ கல்-யாணம் பண்ண சொல்லி சொன்னோம். எங்க முடிவுல தப்பு இருந்தா மன்னிச்சு-டுப்பா...” என்றதும்,

“என்னய்யா பெரிய வார்த்தைலாம் பேசுறீங்க? நீங்க எடுத்த முடிவுல எனக்கு முழு சம்மதம்...” என்றார்.

அதன் பிறகு வீட்டிற்குச் சென்ற ராஜசேகர் பீரோவில் இருந்து நகைகளை எடுக்க அவர் பின்னே வந்த மகேஷ்வரி அதை பிடுங்கிக் கொண்டு கணவனை முறைக்க, "மரியாதையா கொடுத்துடு..." என சீறவும்,

அவரின் கோபத்தில் மிரண்டவரின் கைகள் தானாக நகையைக் கொடுக்க அதை வாங்கியவரோ, "என் பொண்ணு நல்லபடியா இருக்கணும்னு தான் நீ பண்றதுலாம் பொறுத்துக்கிட்டேன். ஆனா, இன்னைக்கு அவ உயிருக்கே உலை வச்சிட்ட. உனக்கு இப்படி ஒரு கேவலமான முகம் இருக்கும்னு எனக்கு தெரியா-மலே போய்டுச்சு.

இப்பவும் நான் அமைதியா இருக்கிறதுக்கு காரணம் என்னோட இன்னொரு பொண்ணு அனாதையாகிட கூடாதுனு தான். இல்லனா உன்னை அந்த இடத்-திலே வெட்டி போட்டிருப்பேன்..." என உறுமவும், கணவனின் கோபத்தில் உறைந்து நின்றார்.

"இதுநாள் வரைக்கும் என் பொண்ணு உன்னை எதிர்த்து ஒரு வார்த்தை பேசியிருப்பாளா? நீ பண்ற கொடுமையலாம் தாங்கிட்டு தான இருந்தா. அவளை பத்தி வாய் கூசாம உன்னால எப்படி அந்த மாதிரி பேச முடிஞ்சுது? நம்ம ஊர் மக்களுக்கு அவ மேல இருக்கிற நம்பிக்கை கூட உனக்கு இல்லாம போய்-டுச்சே..." என்றவர்,

"ம்ஹூம் நம்பிக்கை இல்லாம அப்படி செய்யல. அவளை கேவலப்படுத்தி இந்த வீட்டை விட்டு அனுப்பணும்னு தான் இப்படி நடந்திருக்க..." என மனை-வியின் மனதை அறிந்தவராய் அவர் சொல்லவும் மகேஷ்வரி அதிர்ந்தார்.

"நான் தான் அவங்களை போட்டோ எடுத்தனா? இல்லை அந்த கன்றாவிய அவன் பேக்ல வச்சானா?" தன் அதிர்ச்சியை மறைத்து கோபமாக கத்த,

மறுப்பாகத் தலையசைத்தவர், "அது எப்படி வந்துச்சுனு எனக்கு தெரியாது. ஆனா, அதை உனக்கு சாதகமா பயன்படுத்திக்கிட்டனு மட்டும் நல்லா தெரி-யும்..." என உறுதியாக சொன்னவர்,

"நீ வெளியே போனு சொல்லியிருந்தா கூட மறுத்து பேசாம அவளே போயி-ருப்பா. அப்படிப்பட்டவளை ஊர் முன்னாடி அசிங்கப்படுத்தி அனுப்பிட்டியே..." என்றார் ஆதங்கத்தோடு.

"இப்ப கூட அவ நம்ம பொண்ணு இல்லைன்ற உண்மையை சொல்லி உன் குணத்தையும் ஊர் முன்னாடி வெளிப்படுத்த முடியும். ஆனா, நான் அப்படி செய்யமாட்டேன். ஏன்னா எப்பவும் அவளை என் பொண்ணா தான் நினைக்கி-றேன்..." என்றவர்,

"ஆனா, நினைச்சு என்ன பண்றது? தத்தெடுக்கிறேன்ற பேர்ல நானே அவ வாழ்க்கையை வீணாக்கிட்டேனே. வேற எங்கேயாது போயிருந்தா கூட நிம்மதியா

வாழ்ந்திருப்பாளே ...'' என தலையில் அடித்துக் கொண்டு அழுதார்.

“கெட்டதுலயும் ஒரு நல்லதா அவளை ரூபன் கல்யாணம் பண்ணிக்க போறான். அவன் அவளை நல்லபடியா பார்த்துப்பான். அந்த நம்பிக்கை எனக்கு இருக்கு...'' என்றவர் நகையை எடுத்துக் கொண்டு மதுவந்தியை தேடிச் சென்றார்.

பிரம்மை பிடித்தது போல அமர்ந்திருந்த மகளைக் கண்டு மனதுக்குள்ளே கண்ணீர் வடித்தவர் அங்கிருந்த பெண்ணிடம் நகையை கொடுத்து விட்டு வெளியேறிவிட மதுவந்தி அதைக் கூட உணராது எங்கேயோ வெறித்துப் பார்த்துக் கொண்டிருந்தாள்.

அவள் மனமோ ரூபனுடனான திருமணத்தை எண்ணி சஞ்சலம் கொண்டிருந்தது. தன்னால் அவனுக்கு எந்த பிரச்சினையும் வேண்டாம் என்று தான் சாகவே துணிந்தாள்.

ஆனால், அனைவரும் சேர்ந்து தன்னை அவன் தலையில் கட்டி அவன் வாழ்க்கையை வீணாக்க நினைக்கிறார்களே. அவனுக்கும் தனக்கும் எந்த விதத்திலும் பொருந்தாதே. அத்தோடு அவனுக்கு தன்னை பிடிக்காதே.

அவனைப் பற்றி யோசித்தாலும் யாரிடமும் இதைப் பற்றி பேச முடியாமல் உள்ளுக்குள்ளே வெதும்பியவள் எதையோ வெறித்துக் கொண்டிருக்க,

“மது எழுந்துரு புடவை கட்டணும்...'' என அவளை உலுக்கவும் அதில் நிமிர்ந்து அந்த பெண்மணியை பார்த்தவள் என்ன நினைத்தாளோ 'நானே கட்டிக்கிறேன்மா' என்று தனியாக சென்று கட்டிக் கொண்டு வரவும் அவளுக்கு தலைவாரி பூச்சூடினர்.

அந்த ஊர் அம்மன் கோவிலில் ஊர் மக்கள் அனைவரும் கூடியிருக்க, திருமணத்திற்குத் தேவையான ஏற்பாடுகள் அவசரகதியில் நடந்துக் கொண்டிருந்தது.

திருமணத்திற்காக வந்திருந்த மக்கள் தங்களுக்குள் ஏதோ பேசிக் கொண்டிருக்க, திருமண வீட்டார்கள் இருவேறு மனநிலையில் நின்றிருந்தனர்.

அந்த திருமணத்திற்கும் தனக்கும் எந்த சம்மந்தமும் இல்லை என்பது போல எதையோ வெறித்துப் பார்த்தப்படி நின்றிருந்தான் அதிரூபன்.

அவன் மனமோ எரியும் உலைக்கலனாய் கொதித்துக் கொண்டிருக்க எதையும் வெளிக்காட்டாத நிலையில் அமைதியாய் நின்றிருந்தவனின் தந்தை மகனின் மனநிலை புரிந்தும் எதுவும் செய்ய முடியாத நிலையில் நின்றார்.

அவனருகில் வந்தவர் மகனின் தோளை ஆதரவாகத் தொடவும் அவரின் ஸ்பரிசத்தில் திரும்பிப் பார்த்தவன் தந்தையின் கண்களில் தெரிந்த பரிதவிப்பில் தன் கோபத்தைக் குறைத்து மெல்லியதாக புன்னகைக்க முயன்றவன் அதில் தோற்றவனாய்,

“நான் பார்த்துக்கிறேன்பா...” என அவருக்கு நம்பிக்கை அளிக்க முயன்றான்.

தன்னை நினைத்து தன் தந்தை வருந்தக்கூடாது என்று அவருக்கு நம்பிக்கை அளிக்கும்படி பேச அவரோ தன் மகனை இந்த நிலைக்கு கொண்டு வந்த விதியை எண்ணி நொந்து போனார்.

மகனும் தந்தையும் தங்களின் மனதிலிருப்பதை மறைத்து மற்றவரைத் தேற்ற முயல அந்த நேரம் கூட்டத்திற்குள் சலசலப்பு அதிகமாகவும் இருவரும் திரும்பிப் பார்க்க அங்கே சந்நிதானத்திற்கு முன்னால் அழகுப்பதுமையாய் வந்து நின்றாள் மதுவந்தி.

அவளின் முகத்தில் எந்த உணர்ச்சியும் வெளிப்படுத்தாது நிற்க அவளருகே நின்ற அவளின் தந்தை ராஜசேகர் மகளை எண்ணி கவலையோடு மற்றவர்களை பார்த்தார்.

கூட்டத்தில் இருந்த ஒருத்தர், “அதான் பொண்ணே வந்தாச்சே இன்னும் ஏன் நின்னுட்டு இருக்கிங்க? சீக்கிரம் ஆக வேண்டியதை பாருங்க...” என்று குரல் கொடுக்கவும் ராஜசேகர் கேசவமூர்த்தியைப் பார்க்க, அவர் மகனை அழைத்து வந்தார்.

தன்னருகே வந்து நிற்பவனை நிமிர்ந்து பார்க்கும் தைரியம் கூட இல்லாது மதுவந்தி தவித்து நிற்க அவனோ அவள் ஒருத்தி அங்கே நிற்பதையே உணராதது போல இறுக்கத்தோடு நின்றான்.

கோவில் புரோகிதர் மாலைகளையும் தாலியையும் சாமி பாதத்தில் வைத்து பூஜித்தப்படி எடுத்து வந்தவர் மணமக்கள் கையில் ஆளுக்கொரு மாலையை கொடுக்க, ஊர் பெரியவர் ஒருவர் அவர்கள் முன் வந்து நின்று அவர்களை மாலை மாற்றி கொள்ளும்படி கட்டளை இடவும் இருவரும் ஒருவரையொருவர் பார்த்தப்படி நின்றனர்.

முதலில் மதுவந்தியை அதிரூபனுக்கு மாலையிடச் சொல்லவும் அவனை நிமிர்ந்துப் பார்க்கவேத் தயங்கியவள் மாலையை கையில் ஏந்தியபடி அவன் கழுத்தில் போட முயல அது முடியாமல் போனது.

அவனின் உயரத்திற்கு அவளால் எட்டியும் போட முடியாமல் போக தவிப்போடு அவனைப் பார்த்தாள்.

அவனோ எப்பொழுதும் அவளை கேலி செய்யும் ‘குட்டச்சி’ என்ற வார்த்தையை நினைத்துப் பார்த்தவனுக்கு இன்று அதை எண்ணி அந்த நேரத்திலும் மனதிற்குள் சிரிப்பு வர அதே நேரம் கோபமும் எழ, வேண்டுமென்றே சிறிது நேரம் அவளை அலைக்கழித்தவன் பின்பு சற்று குனிந்து அந்த மாலையை ஏற்றுக் கொண்டான்.

அவளுக்கு மாலை அணிவிக்கும் போது தான் அவளை முழுதாக கவனித்தவன் புரோகிதர் கொடுத்த தாலியை வாங்காமல் அவளை முறைத்தப்படி நிற்கவும் ஊர் பெரியவர் அவனை அதட்ட அவனோ அவரை முறைத்துவிட்டு எதிரே நின்றவளிடம்,

“உன் கழுத்துல கையில இருக்கிறதுலாம் கழட்டி உன் அப்பன்கிட்ட கொடுடி...” என்று அதிகாரம் செய்ய,

அவனின் கோபத்தில் நடுங்கியவள் அவன் சொன்னதை செய்யவும் ஊர் பெரியவர்கள் ஒவ்வொருவரும் ஒவ்வொரு விதமாக பேச அவன் யாரையும் லட்சியம் செய்யவில்லை.

ராஜசேகர் மகளுக்கென ஆசைஆசையாய் சேர்த்து வைத்த நகைகள் அனைத்தையும் மகள் கழட்டுவதை வேதனையோடு பார்க்க, அதுவரை அமைதியாய் நடப்பதை கவனித்துக் கொண்டிருந்த மகேஷ்வரி மதுவந்தி நகைகளைக் கழட்டவும் ஆர்வத்தோடு அதை வாங்கியவர் பத்திரமாக அதை ஒரு துணியில் முடிந்து வைக்கவும் ராஜசேகர் அவரை விரக்தியோடு பார்த்தார்.

மதுவந்தி காதில் அணிந்திருந்த சிறு காதணியையும் விட்டு வைக்கவில்லை. அனைத்தையும் கழட்ட சொல்லி அதிரூபன் உத்தரவிடவும் மதுவந்தியும் அப்படியே செய்ய ஊர் பெரியவர் அவனை கண்டித்தார்.

“இன்னும் கொஞ்ச நேரத்துல சுமங்கலியாக போற பொண்ணை இப்படி அலங்கோலப்படுத்துறியே. நீ எப்படி அவளை சந்தோஷமா வச்சிப்ப?” என்றதும் அவரை முறைத்தவன்,

மதுவந்தியின் கரத்தைப் பற்றி அவளை வெளியே இழுத்து வந்தவன் அங்கே எப்பொழுதும் இருக்கும் ஒரு சிறிய வளையல் கடையில் கண்ணாடி வளையலும் பாசிமணியும் காதணியும் வாங்கி அவளிடம் கொடுக்க அவளும் அதை மறுக்காது அணிந்துக் கொண்டாள்.

அவளை மீண்டும் அழைத்து வந்து சன்னிதானத்திற்கு முன் நிறுத்தியவன் தன் சட்டை பையில் இருந்த பணத்தை எடுத்து அங்கிருந்த ராஜசேகரிடம் கொடுத்து, “இது அவ கட்டியிருக்கிற புடவைக்காக...” என்றவன்,

நொடியும் தாமதிக்காது புரோகிதர் கையிலிருந்த தாலியை வாங்கி மதுவந்தியின் கழுத்தில் கட்டிவிட்டு யாரையும் எதிர்பார்க்காது அவளை இழுத்துக் கொண்டு வெளியே வந்தவன் அங்கே நின்ற அவனின் பைக்கில் அவளை அழைத்துக் கொண்டு வீடு சென்றான்.

ஊர் மக்களும் அவனின் கோபத்தை உணர்ந்ததால் எதுவும் பேசாது அங்கிருந்து நகர,

அங்கு கவலையோடு நின்று கொண்டிருந்த ஆதிராவை அழைத்த கேசவமூர்த்தி, “நீ வந்து கொஞ்ச நேரம் உன் அக்கா கூட இரும்மா...” என்றதும்

அவள் தன் அன்னை மகேஷ்வரியைப் பார்க்க,

அவரோ வேறேதோ எண்ணத்தில் மூழ்கியிருக்கவும் கேசவமூர்த்தியோடு புறப்பட்டாள்.

வீட்டிற்குச் சென்ற அதீருபனோ மதுவந்தியை வாசலிலே இறக்கிவிட்டு சென்றுவிட அவளோ வீட்டிற்குள் செல்ல முடியாமல் வெளியவே நின்றாள்.

அவள் உரிமையோடு பழகிய வீடு தான் என்றாலும் இன்று அவள் இருக்கும் நிலையில் யார் அனுமதியும் இல்லாமல் உள்ளே செல்ல மனம் அனுமதிக்கவில்லை என்பதால் வாசலிலே நின்றாள்.

சிறிது நேரத்தில் அங்கே வந்த கேசவமூர்த்தி மது வெளியே நிற்பதைக் கண்டு மகன் மீது கோபம் எழ,

"நீ ஏன்மா வெளியே நிக்கிற? உள்ளே வாம்மா..." என்றவர் ஏதோ நினைவு வரவும் ஆதிராவை மட்டும் உள்ளே அழைத்துச் சென்றவர் ஐந்து நிமிடத்தில் வெளியே வர ஆதிராவின் கையில் ஆரத்தி தட்டு இருந்தது.

மகன் இல்லாது மருமகளுக்கு மட்டும் எப்படி எடுப்பது என்றெல்லாம் அவர் யோசிக்கவில்லை. அவன் வரும் வரை அவள் வெளியேவா நிற்பாள் என்று ஆதிராவை ஆரத்தி எடுக்கச் சொல்லவும் அவளும் அவளுக்குத் தெரிந்த விதத்தில் ஆரத்தி எடுத்து அக்காவை அழைத்துக் கொண்டு உள்ளே சென்றாள்.

பூஜை அறைக்கு அழைத்துச் சென்றவர் அங்கே மதுவந்திவை விளக்கேற்ற சொல்ல மதுவந்தியும் அவர் சொன்னபடியே செய்து முடித்தவள் அங்கே இருந்த காயத்ரி புகைப்படத்திற்கு முன் விழுந்து வணங்கி எழுந்தவள் மூர்த்தியின் காலிலும் விழுந்து வணங்கவும் அவர் அவளை ஆசிர்வதித்தார்.

மதுவந்தியை அமரச் சொன்னவர் சமையலறைக்குள் செல்லவும் அவர் பின்னே சென்ற மதுவந்தி, "நான் பார்த்துக்கிறேன் அங்கிள் நீங்க உட்காருங்க..." என்றவளிடம்,

"ஒன்னும் பிரச்சினை இல்லம்மா. நான் பார்த்துக்கிறேன்..." என்றவர்,

"இன்னும் என்ன அங்கிள்னு சொல்லிட்டு மாமானே கூப்பிடு..." என்றதும்,

சரி என தலையசைத்தவள் அவரை பிடிவாதமாக வெளியே அனுப்பிவிட்டு சமையல் வேலையை கவனித்தாள்.

புடவை கட்டிக் கொண்டு வேலை செய்து பழக்கமில்லாதவளுக்கு அது இடைஞ்சலாக இருக்க, சிரமத்தோடே வீட்டில் இருப்பதை வைத்து சமைக்க ஆதிராவும் தனக்குத் தெரிந்த வகையில் தமக்கைக்கு உதவி புரிந்தாள்.

மதுவந்தி சமைத்து முடிக்கும் நேரம் அதிரூபன் வீடு வந்து சேர அவனை கோபத்தோடு எதிர்கொண்டவர் அவன் கையில் இருந்ததைக் கண்டதும் கோபம் குறைந்து,

அவனிடம் தண்மையாகவே, "ஏன்பா மதுவ வெளியவே விட்டுட்டு போன? உள்ளே கூட்டிட்டு வந்து விட்டுட்டு போனா என்னவாம்?" என குறைபட,

"ஏன் அவளுக்கு உள்ளே வர வழி தெரியாதா? இப்ப தான் புதுசா வீட்டுக்கு வர்றாளா?" என்றபடி அங்கு நின்றவளை முறைக்க,

"அப்பவும் இப்பவும் ஒன்னா?" என மகனை கேள்விக் கேட்டவர் மகனை சாப்பிட அழைக்க அவனோ வெளியவே சாப்பிட்டேன் என்றதும் அவனை நம்பாதவர்,

"எல்லாருக்கும் தட்டு எடுத்து வைம்மா. சாப்பிடலாம்..." என மதுவந்தியிடம் சொல்ல தந்தையிடம் மறுத்து பேச முடியாது அமைதியாக சாப்பிட அமர்ந்தவன் மதுவந்தியை ஏறிட்டும் பார்க்காது அவள் பரிமாறும் உணவை உண்ணத் தொடங்கினான்.

"நீங்களும் உட்காருங்கம்மா எல்லாரும் சேர்ந்தே சாப்பிடலாம்..." என்றவரின் பேச்சை மறுக்க முடியாது மதுவந்தியும் ஆதிராவும் சாப்பிட்டனர்.

சாப்பிட்டு முடித்து அனைத்தையும் எடுத்து வைத்துவிட்டு ஹாலுக்கு வந்த மதுவை அங்கிருந்த இருக்கையில் அமர சொல்ல அவளோ தயக்கத்தோடு கணவனைப் பார்த்துவிட்டு அமரவும் அவன் அவளிடம் எதுவும் பேசாது அவள் கையில் ஒரு பையைக் கொடுக்க அதை வாங்கிப் பார்த்தாள்.

அவளுக்காக புடவைகளும், சுடிதார்களும், இரவு உடைகளும் அதில் இருக்க, ஒரு சிறிய பெட்டியில் மெல்லிய செயினும், சிறு தோடும், இரு மெல்லிய வளையல்களும் இருந்தது.

அதைக் கண்டு அவள் அதிரூபனை வியப்போடு பார்க்க, அவனோ அவளை கண்டு கொள்ளாது தந்தையிடம் எதுவோ பேசிக் கொண்டிருந்தான்.

மதுவந்தியின் அருகில் அமர்ந்த ஆதிரா ஒவ்வொன்றையும் பார்த்தவள், "வாவ் மாமா, சூப்பரா செலக்ட் பண்ணியிருக்கிங்க..." என்றவளின் குரலில் திரும்பிப் பார்த்தவன் குழப்பத்தோடு அவளை ஏறிட்டு,

"இத்தனை நாளா அண்ணன்னு தான கூப்பிட்டுட்டு இருந்த, இன்னைக்கு என்ன மாமா?" என்றதும்,

"அக்கா புருஷனை மாமன்னு தான கூப்பிடணும்..." என்றவள்,

கேசவமூர்த்தியிடம், "நான் சொல்றது சரிதான மாமா?" என்றாள்.

அவரும் சரி தான் என்று சொல்ல 'எப்படி என் கண்டுபிடிப்பு?' என்பது போல அவள் அதிரூபனை மிதப்பாகப் பார்க்க அவள் பார்வையை உணர்ந்தவன்,

அவளை முறைத்து, "பெரிய கண்டுபிடிப்பு..." என முகத்தைத் திருப்ப,

"அது கூட உங்களுக்கு தெரியலயே மாமா..." என்றாள் சிறியவள் கேலியாக.

அவளை முறைத்தவன் ஒருத்தி பேசியே உயிரை வாங்குவா இன்னொருத்தி பேசாமலே உயிரை வாங்குவா என மனதிற்குள்ளே இருவரையும் முறைத்தவன்

எழுந்து அறைக்குள் சென்றுவிட மதுவின் அருகில் வந்தமர்ந்த மூர்த்தி,

“நடந்த எதையும் மனசுல வச்சுக்காம ரெண்டு பேரும் சந்தோஷமா வாழணும்மா. உனக்கு அவனை பத்தி சொல்ல வேண்டிய அவசியம் இல்லை. இப்போ அவன் கொஞ்சம் கோபத்துல இருக்கான். அவனையும் நீ புரிஞ்சிக்கணும்...” என மகனின் நிலையில் இருந்து சொன்னவர்,

“அவன்கிட்டயும் சொல்லியிருக்கேன். சீக்கிரமே பழையபடி மாறிடுவான்...” என்றார்.

அவள் என்ன பதில் சொல்வது என்று தெரியாது தலையை மட்டும் அசைத்து வைக்க, ஆதிராவிடம், “உனக்கு இப்போ லீவு தானம்மா. நீயும் இவங்க கூட சென்னைக்கு போகலாமே. கொஞ்ச நாள் அக்கா கூட இருந்துட்டு வாம்மா...” என்றதும்,

“அம்மாவ பத்தி தெரிஞ்சும் எப்படி அங்கிள் நான் அங்கே போவேன்? ஒன்னும் பிரச்சினை இல்லை. அக்கா தனியா சமாளிச்சிப்பா. எனக்கு ரூபன் அண்ணா மேலயும் நம்பிக்கை இருக்கு, அவரு பார்த்துப்பாரு...” என்றதும் மதுவந்தி மற்றவர்கள் அறியாது விரக்தியாய் புன்னகைத்தாள்.

அன்று மாலை வரை ஆதிரா அக்காவிற்குத் துணையாக அங்கேயே இருந்தவள் மகேஷ்வரி அழைக்கவும் வேறு வழியின்றி தமக்கையிடமும் மூர்த்தியிடமும் சொல்லிவிட்டு வெளியேறியவள் வெளியே நின்று போன் பேசிக் கொண்டிருந்த அதிரூபனிடம் செல்ல அவள் வருவதை உணர்ந்தவன் போனை அணைத்துவிட்டு அவளை பார்க்கவும்,

“நான் போய்ட்டு வர்றேன் மாமா...” என்றதும் அவன் தலையசைக்க ஒரு அடி நகர்ந்தவள் பின் என்ன நினைத்தாளோ அவனைப் பார்த்து,

“என் அக்கா மேல எந்த தப்பும் இல்ல ரூபன் அண்ணா. அது உங்களுக்கும் தெரியும்னு நம்புறேன். நீங்க ரொம்ப நல்லவர் தான். ஆனா, இப்ப உங்களுக்கு அம்மா மேல இருக்கிற கோபம் அக்கா மேல திரும்பிட கூடாதுனு தான் சொல்றேன். அவங்களுக்கும் இந்த பிரச்சினைக்கும் எந்த சம்மந்தமும் இல்லனு நீங்க புரிஞ்சிக்கணும்...” என்றவள் அவனை நம்பிக்கையோடு ஒரு பார்வை பார்த்துவிட்டு செல்ல, அவனோ அவளை திகைத்து பார்த்தபடி நின்றான்.

சிறிய பெண் என நினைத்திருந்தவள் எப்படி பேசிவிட்டு செல்கிறாள் என்று நினைக்கும் போதே அவளுக்கு அவள் அக்கா மேல் இருக்கும் அன்பும் புரிந்தது.

அதே நேரம் அவளின் அன்னையால் நடந்ததை எண்ணி கோபமும் எழ அதே கோபத்தோடு உள்ளே நுழைந்தவன் தன் தந்தையும் எதோ வேலையாக வெளியே சென்றதை கவனித்துவிட்டு அறைக்குள் செல்ல அங்கே மதுவந்தி இல்லாததைக் கண்டு மேலும் கோபம் கொண்டு அவளை தேடினான்.

அவளோ சமையலறையில் ஒரு மூலையில் சாய்ந்தபடி ஜன்னல் வழியே வெளியே வெறித்துப் பார்த்துக் கொண்டிருந்தாள். அவள் இருக்கும் நிலையைக் கண்டதும் என்ன நினைத்தானோ எதுவும் பேசாது தன் அறைக்கு வந்துவிட்டான்.

ஆதிராவின் மூலம் விஷயம் கேள்விப்பட்ட அதிரதனோ அவசர அவசரமாக வீடு வந்து சேர்ந்தான்.

அவனைக் கண்ட மதுவந்தி 'தம்பிப்பையா!' என ஓடிச்சென்று அவன் கரத்-தைப் பற்றிக் கொண்டு கதறி அழ அவளை தேற்றும் வழியறியாது தவித்தான் அவன்.

"அழாத மது..." என்றவன் அவளை அமர வைத்து அருகில் அமர்ந்து அவளை தேற்ற முயன்று தோற்றுப் போக,

அவளோ, "ரூபன் பாவம் தம்பிப்பையா. அவனை அம்மா தப்பு தப்பா பேசிட்-டாங்க..." என ரூபனை எண்ணியே கவலைக்கொண்டாள்.

"அதுக்காக நீ கிணத்துல குதிப்பியா? அறிவிருக்கா உனக்கு? உனக்கு எதா-வது ஆகியிருந்தா என்ன பண்றது? நீ யாரு, எப்படிப்பட்டவள்னு உனக்கு தெரிஞ்சா போதும். யாருக்கும் நிரூபிக்க வேண்டிய அவசியம் இல்லை..." அவளுக்கு ஏதாவது நேர்ந்திருந்தால் என்ன செய்வது என்ற ஆதங்கத்தில் அவன் கத்த,

"இதுவரைக்கும் என்னை கஷ்டப்படுத்துனாங்க பொறுத்துக்கிட்டேன் தம்பிப்-பையா. ஆனா, இன்னைக்கு ரூபன தப்பு தப்பா பேசி அவனையும் கஷ்டப்படுத்-திட்டாங்க. என்னால தான அவனுக்கு இந்த கஷ்டம். அதான்..." என அவள் தேம்பி அழ,

"அதனால நீ செத்துட்டா எல்லாம் சரியாகிடுமா? உன் அம்மா அப்படி பேசு-னாங்கனா, ஆமா நான் அப்படி தான்னு சொல்லிட்டு போக வேண்டியது தான. அதை விட்டு உன் அம்மா ஒரு ஆளுனு அவங்க பேசுனதுக்காக உயிரை விட துணிஞ்சிருக்க.

உங்க அம்மா பேசுனத விட நீ பண்ணது தான் அவனை இன்னும் கஷ்-டப்படுத்தியிருக்கும்..." என தமையனை அறிந்தவனாய் அவன் சொல்ல அவள் தவிப்போடு பார்த்தாள்.

கேசவமூர்த்தி வரவும் அவரை பார்த்தவன், "அந்த அம்மாவ சும்மாவா விட்-டிங்க?" என கோபம் கொள்ள,

"என்னையும் அவங்கள மாதிரி கீழ்த்தரமா நடந்துக்க சொல்றியா?" என்றவர்,

"இனி இது பத்தி பேச வேணாம். நடக்க வேண்டியத பாரு..." என்றார்.

தமையனைப் பார்க்க சென்றவனோ அவன் முகத்தைக் கண்டு எதுவும் பேசா-மல் வெளியே வந்தவன் மதுவந்தியோடு பேசிக் கொண்டிருந்தான்.

இரவு நெருங்கியதும், "எதுவும் யோசிக்காம போய் தூங்கு மது..." என ரூபனின் அறையைக் காட்ட,

"அது உங்க ரூம் தான, நீ போ தம்பிப்பையா. நான் அத்தை ரூம்ல படுத்துக்கிறேன்..." என்றவளை பாவமாய் பார்த்தான் அவன்.

"உங்களுக்கு கல்யாணம் ஆகிடுச்சு மது. நியாபகம் இருக்கா இல்லையா?"

"இருக்கு..." என தலையசைத்தவள்,

"ரூபன பார்க்கவே பயமா இருக்கு..." என்றாள் மெல்லியக் குரலில்.

"பயந்துட்டே இருந்தா என்னைக்கு தான் அவன்கிட்ட பேசுறது? நீ பண்ண வேலைக்கு அவன் அடிச்சாலும் வாங்கிக்கோ..." என்றதும் அவள் முகம் வாட,

"எதுவும் சொல்லமாட்டான் மது, போ..." என்றவன்,

"அப்படி எதாவது சொன்னா என்கிட்ட சொல்லு நான் அவனை பார்த்துக்கிறேன்..." என்று ஒருவழியாய் தேற்றி அவளை அறைக்குள் அனுப்பி வைத்தான் அவன், தன் தமையனின் மீதிருந்த நம்பிக்கையில்.

17

தயக்கத்தோடே அறைக்குள் நுழைந்தவளைக் கண்டுகொள்ளாது படுக்கையில் சாய்ந்து அமர்ந்தபடி ரூபன் இருக்க, அவளோ அவனின் இறுகிய முகத்தைக் கண்டு கவலைக்கொண்டாள்.

இன்று தன்னால் அவனது வாழ்க்கையையே கேள்வி குறியாக்கிக் கொண்டு அமர்ந்திருப்பவனை எண்ணி மனதில் கவலை எழுந்தது.

அவனருகில் செல்லவேத் தயங்கி அங்கிருந்த டேபிளை சுரண்டியபடி நின்று கொண்டிருக்க, அவள் வந்ததை உணர்ந்தாலும் அவளாகவே வருவாள் என அவன் அமைதியாக இருக்க, அவளோ அந்த இடத்தை விட்டு கொஞ்சமும் நகரவில்லை.

பொறுமை இழந்தவன், “விடியுற வரைக்கும் அங்கேயே இருக்கிறதா உத்தேசமா?” என பல்லைக் கடித்துக் கொண்டு கத்தவும் அதில் நடுங்கியபடி அவனருகே மெல்ல வர,

அவளின் நடுக்கம் அவனுக்கு மேலும் கோபத்தை அதிகரிக்க வேகமாக எழுந்து அவளை நெருங்கவும், அதில் அதிர்ந்து அவள் பின்னால் நகர, நொடியில் அவளை தன்னை நோக்கி இழுத்தவன் இறுக அணைத்துக் கொள்ளவும் அதிர்ந்து நின்றாள் அவள்.

அவனின் கோபத்தை எதிர்பார்த்து வந்தவளுக்கு இந்த அணைப்பு அதிர்ச்சியைக் கொடுக்க நிமிர்ந்து அவன் முகத்தைப் பார்க்க முயலவும்,

சில நிமிடங்களில் அவளை விட்டு விலகியவன் அவளை தள்ளி நிறுத்தியதில் ஒன்றும் புரியாது அவள் பேந்த பேந்த விழிக்கவும் அடுத்த நொடி அவளது கன்னத்திலே ஓங்கி அறைய சுருண்டு விழுந்தாள்.

அவனை புரிந்துக் கொள்ள முடியாமலும் அவன் அடித்ததால் உண்டான வலியிலும் கலங்கியபடி எழுந்தவளை இழுத்தவன் மீண்டும் அறைவதற்கு கையை ஓங்க,

அவளோ அவன் எவ்வளவு அடித்தாலும் வாங்கிக் கொள்ள தயார் என்பது போல அசையாமல் நிற்க அதில் எரிச்சலுற்றவன் அவளை உதறிவிட்டு படுக்கை-

யில் அமர்ந்தான்.

தான் செய்த செயல் அவனை எந்தளவு கஷ்டப்படுத்தியிருக்கிறது என்பதை புரிந்துக் கொண்டவள் தன் தயக்கத்தை விடுத்து அவனருகில் சென்றமர,

“ஏன்டி இப்படி பண்ண?” வலியோடு அவன் கேட்க,

“என்னை மன்னிச்சிடு ரூபன், உன்னை அவங்க தப்பா பேசுறதுக்கு காரணம் நான் தான...” என தன்னிலையை அவள் விளக்க முயல,

“அதுக்காக நீ செத்துட்டா அந்த அம்மா பேசுனது இல்லனு ஆகிடுமா?” என்றான் கோபமாக.

“எனக்கு வேற வழி தெரியலையே...” என்றவளை வேதனையோடு பார்த்தவன்,

“கடைசி வரைக்கும் நீ மாறவே மாட்டல்ல...” என்றான் இயலாமையோடு.

“என்ன பண்ணா மாறுவனு எனக்கும் தெரியல. உன்னை மாத்த முயற்சி பண்ணி எனக்கும் வெறுத்து போச்சு.

உன்னை அடிமை மாதிரி வேலை வாங்குனாங்க பொறுத்துக்கிட்ட. உனக்கான உரிமையை பறிச்சாங்க பொறுத்துக்கிட்ட. உன் தேவைகளை கூட தீர்த்து வைக்காம உன் சம்பளத்தையும் வாங்கிக்கிட்டாங்க பொறுத்துக்கிட்ட.

உன் தம்பிக்காரன் உன்னை மரியாதை இல்லாம கேவலமா பேசுறதையும் பொறுத்துக்கிட்ட. இன்னைக்கு அத்தனை பேரு முன்னாடி உன்னோட பெண்மையையும் அசிங்கப்படுத்துறாங்க அதையும் பொறுத்துக்கிற.

அப்போ என்ன பண்ணா நீ எதிர்த்து நிப்ப? இல்லை இதை விட கேவலமா அவங்க உன்னை நடத்துனாலும் நீ இப்படி தான் இருப்பியா?” என்றவன்,

“ஆனா, அம்மான்ற இடத்துல இருந்து இதை விட உன்னை கஷ்டப்படுத்தவோ கேவலப்படுத்தவோ வேற எதுவும் இல்லையே...” என்றவனை அவள் பார்க்க,

“பார்க்காதடி உன்னை பார்க்க பார்க்க கொல்லணும்ன்ற வெறி தான் இருக்கு. இந்த மாதிரி இருக்கிறதுக்கு நீ வாழவே தேவையில்லை செத்துடு...” என்றான் எரிச்சலாக.

“அப்புறம் ஏன் என்னை காப்பாத்துன? சாக போனவளை அப்படியே விட்டுருக்க வேண்டியது தான...”

“அடிங்க! அப்பவும் மாறிடுறேன்னு ஒரு வார்த்தை சொல்றியா? ஆனா, உன்கிட்ட திரும்ப திரும்ப அதை எதிர்பார்க்கிற நான் பைத்தியக்காரனே தான்...”

“ரூபன்...”

“மனுஷனா பிறந்த எல்லாருக்குமே சுயகௌரவம்னு ஒன்னு இருக்கும். ஆனா உனக்கு?” என்றவன் முடிக்காமல் அவளை பார்க்க அவள் கலங்கினாள்.

“ஆமா எதுக்கெடுத்தாலும் அழ கத்து வச்சிருக்க. ச்சே கண்ணை துடை...” என அதட்டவும் சட்டென்று துடைத்துக்கொள்ள,

“மத்தவங்க பேச்சுக்கு மறுப்பு சொல்லாம தலையாட்டி தான உனக்கு பழக்கம். இனி நான் என்ன சொல்றனோ அதுக்கும் தலையாட்டு...” என்றதும் அவள் தலையாட்ட,

அவள் தலையில் கொட்டியவன், “என் பேச்சுக்கு மட்டும் தலையாட்டு...” என அழுத்தமாகச் சொல்ல அவள் பாவமாய் பார்த்தாள்.

“நீ என்னதான் பாவமா முகத்தை வச்சிக்கிட்டாலும் என் முடிவுல இருந்து நான் மாற போறதில்லை. போய் தூங்கு...” என்றவன் திரும்பி படுத்து விட,

சிறிது நேரம் அவனையே பார்த்திருந்தவள் அவனருகில் படுத்துக் கொண்டு அவன் முதுகை சுரண்ட என்னவென்று வினவவும் பதில் சொல்லாது அமைதியாய் இருந்தாள்.

திரும்பிப் படுத்தவன், “சொல்லுடி என்ன வேணும்?” என்றான் பொறுமையாக.

தயக்கத்தோடு அவனை ஏறிட்டவள் ‘டிவோர்ஸ் வேணும்’ என சொல்லி முடிக்கும் முன்னே ஆத்திரத்தோடு அவளை தன்னை நோக்கி இழுத்தவன்,

“என்ன விளையாடுறியா? என்னை பார்த்தா எப்படி தெரியுது உனக்கு?” என்று சீற,

“ப்ளீஸ் ரூபன்! நான் சொல்றத பொறுமையா கேளு...”

“என்னடி கேட்கணும்? கல்யாணம் முடிஞ்ச அன்னைக்கே டிவோர்ஸ் வேணும்னு கேட்கிற. ஏன் என்னை விட பெட்டரான ஆளா பார்த்து கல்யாணம் பண்ணிக்க நினைக்கிறியா? இல்லை ஆல்ரெடி பார்த்து வச்சிருக்கியா?”

அவனின் வார்த்தையில் அவள் கண்ணீர் விட, “அழாத! அழுதழுதே என் உயிரை வாங்காத...” என்று கத்தினான்.

“இதுக்கு தான் சொல்றேன். உனக்கு நான் செட் ஆக மாட்டேன். உனக்கு பொறுத்தமான பொண்ணா பார்த்து கல்யாணம் பண்ணிக்கோ, அப்ப தான் நீ சந்தோஷமா இருப்ப...”

“அப்போ நீங்க?” நக்கலாய் அவன் கேட்க,

“நான்...” என யோசித்தவள் ‘தெரியல’ என உதட்டை பிதுக்கவும்,

அவன் அவளையே பார்த்திருக்க, “உனக்கு தான் என்னை பிடிக்காதுல்ல. அப்புறம் உனக்கும் உன் கல்யாணம் பத்தி கனவு இருந்திருக்கும், என்னால அதுலாம் வீணாக வேணாம் ரூபன்...” என்றாள்.

“உண்மை தான். எனக்கும் என் கல்யாணம் பத்தியும் எனக்கு வர போற மனைவி பத்தியும் கனவு இருந்துச்சு தான். அதுவும் நீ என் மனைவியா வருவேன்னு கனவுல கூட நினைச்சு பார்க்கல. ஆனா, என்ன பண்றது நடந்ததை

மாத்த முடியாதே…”

“ஆளும் சைசும் பாரு, குட்டச்சி! என் ஹைட் என்ன? உன் ஹைட் என்ன? எப்படிடி? உன்னலாம் என் பொண்டாட்டினு மத்தவங்ககிட்ட அறிமுகப்படுத்துவேன்? வெளிய சொல்லிடாத நீதான் என் பொண்டாட்டினு, எனக்கு தான் அசிங்கம்…” என்றான் அவளை பார்த்துக் கொண்டே.

அவனோ மற்றதை மறந்து அவள் தன்னிடம் உரிமையோடு சண்டையிட வேண்டுமென அவளை சீண்ட, அவளோ அவன் வாழ்க்கையை வீணாக்கிவிட்டோமே என்ற குற்றவுணர்வில் தவித்தாள்.

‘இவளிடம் சிறு சிறு உரிமை சண்டைகளை எதிர்பார்த்தது வீண்’ என தன்னையே நொந்துக் கொண்டவன் அவளை இழுத்து தன் மார்பில் சாய்த்துக் கொண்டு அவள் தலையை மென்மையாக வருடியவாறு,

“முடிஞ்சு போனத யோசிக்காத மதி. பிடிச்சிருக்கோ இல்லையோ, எந்த காரணத்தால நடந்திருந்தாலும் நமக்கு கல்யாணம் ஆனது உண்மை. என்னை பொறுத்தவரைக்கும் என் வாழ்க்கையில கல்யாணம் ஒரு முறை தான்.

அது இப்போ நடந்திடுச்சு. இந்த கல்யாணத்தை நான் ஏத்துக்கிட்டேன். நீயும் ஏத்துக்க முயற்சி பண்ணு.

இதுக்கு முன்னாடி நம்ம ரெண்டு பேருக்குமே கல்யாணம் பத்தி தனித்தனி கனவுகள் இருந்திருக்கலாம். இனி அதை பத்தி யோசிக்க வேணாம். இது தான் நம்ம வாழ்க்கை.

டைவர்ஸ் உனக்கு வேணும்னா மட்டும் கேளு, உன்னை கட்டாயப்படுத்திலாம் இருக்க வைக்க மாட்டேன். ஆனா, எனக்காக யோசிக்கிறேன்னு இனி இன்னொருமுறை இந்த பேச்சை எடுத்த அப்புறம் நடக்கிறதே வேற…” என்று சொன்னவனின் முகத்தை நிமிர்ந்துப் பார்த்தவளின் விழியில் என்ன கண்டானோ அதில் தன் முதல் அச்சாரத்தை பதிக்க அதில் அதிர்ந்தவள் அவனை விழி விரிய பார்க்கவும்,

“ஏன்டி, புருஷன் முத்தம் கொடுத்தா ஃபீல் பண்றத விட்டுட்டு ஷாக் ஆகுற?” என செல்லமாக கடிந்துக் கொண்டவன்,

“ஒரு ரொமான்டிக்கான லைஃப இவகூட எப்படி வாழ போறனோ? அடேய் அதிரூபா! உனக்கு நேர்ந்த கொடுமையை பார்த்தியா? நீ சைட் அடிச்ச பொண்ணுங்களாம் சேர்ந்து உனக்கு சாபம் கொடுத்துட்டாங்க போல. அதான் இவ உனக்கு பொண்டாட்டியா கிடைச்சிருக்கா…” என புலம்ப,

அவனையே பார்த்தவள், “இந்த கல்யாணத்த நினைச்சு உனக்கு கஷ்டமா இல்லையா ரூபன்?” என்றாள்.

“திரும்பவும் முதல்ல இருந்து ஆரம்பிக்காத மதி. உனக்கு என்னை பிடிக்குமா பிடிக்காதா?”

“பிடிக்கும்...” என்றவள்,

“ஆனா உனக்கு தான் என்னை பிடிக்காதே. அப்புறம் எப்படி என் கூட சந்தோஷமா வாழ முடியும்?”

“முடியலடி, மரியாதையா ஓடி போய்டு. இல்லனா நாளைக்கு நியூஸ்பேப்பர்ல ஹெட்லைனே நம்ம நியூஸா தான் இருக்கும். கணவனின் கொடூர செயல்! இரக்கமேயின்றி மனைவியின் கழுத்தை அறுத்து துடிக்கத் துடிக்க கொன்ற கணவன்...” என செய்தியை வாசிப்பது போல அவன் வாசிக்க,

“ரூபன்...” என சிணுங்கினாள் அவள்.

அவளை செல்லமாக முறைத்தவன், “போக போக சரியாகிடும் மதி, இதையே யோசிக்காம தூங்கு...” என்றதும்,

சரி என தலையசைத்தவள், “ஆமா ஏன் என்னை மதினு கூப்பிடுற?” என சந்தேகம் கேட்க,

“என் பொண்டாட்டி ஆகிட்டியே உன்னை மந்தினு கூப்பிட்டா எனக்கு தான் அசிங்கம், அதான் ஒரு எழுத்தை தூக்கிட்டேன்...” என கண்ணை சிமிட்டியவனுக்கும் உள்ளுக்குள் அதே கேள்வி தான் ஓடிக்கொண்டிருந்தது.

அவனே அறியாது தான் அவளை மதி என அழைத்திருந்தான்.

“நீதான் இப்பலாம் என்னை மந்தினே கூப்பிடுறதுல்லயே...” என மீண்டும் கேள்வி கேட்க,

‘கேட்க வேண்டிய இடத்துல எதுவும் கேட்கமாட்டா’ என சலித்துக் கொண்டவன்,

“தூக்கம் வருது தூங்குடி...” என அதட்டவும் கப்பென்று வாயை மூடிக் கொண்டவள் விலகிப் படுக்கவும் அவளை தடுத்தவன் தன் கைவளைவிலே வைத்துக் கொள்ள அவளும் அப்படியே கண்ணயர்ந்தாள்.

ஒரே நாளில் தங்கள் வாழ்க்கை இப்படி மாறி போகும் என அவன் நினைக்கவில்லை.

காலையில் நடந்த அனைத்திற்கும் மகேஷ்வரி மீது அவனுக்கு எந்தளவு கோபம் இருக்கிறதோ அதை விட அதிக கோபம் மதுவந்தியின் மீது இருக்கிறது. ஆனால், அதை முழுதாக அவளிடம் காட்ட அவன் மனம் விழையவில்லை.

அவள் அன்னையை எதிர்த்து சண்டையிட்டு இருந்தாலோ அல்லது ஆமாம் நாங்க அப்படி தான் என கோபத்தில் பழியை ஏற்றுக் கொண்டிருந்தாலோ கூட அவன் ஏற்றிருப்பான்.

ஆனால், கோழை போல அவள் மரணத்தைத் தேடிச் சென்றதைத் தான் அவனால் ஏற்றுக்கொள்ள முடியவில்லை.

ஏன் இவள் இப்படி இருக்கிறாள்? சிறுவயதிலே இவளை மாற்றியிருக்க வேண்டுமோ? என யோசித்தவனுக்கு பதில் தான் கிடைக்கவில்லை.

மதுவிடம் சொன்னது போலவே இந்த திருமணத்தை முழுமனதோடு ஏற்றுக்கொண்டான் தான். அவளையும் மனைவியாக ஏற்றுக் கொண்டான். ஆனால் அவள்?

அவளோ இதிலும் தன் விருப்பத்தை சொல்லாமல் அவன் விருப்பத்தைப் பற்றி மட்டும் யோசிக்கிறாளே என்ற ஆதங்கமும் கோபமும் அவனுக்குள் இருக்கிறது. அவளை எப்படி மாற்றுவான்? அவனுக்கே தெரியவில்லை.

மறுநாள் காலையில், உணவருந்திக் கொண்டிருக்கும் நேரம் ரூபன் தன் தந்தையிடம், "நாங்க இன்னைக்கே ஊருக்கு போறோம்பா..." என்றதும்,

"நாளைக்கு தீபாவளி..." என அவர் யோசிக்க,

"அதுக்குள்ள என்ன அவசரம்? இருடா தீபாவளியை கொண்டாடிட்டே போகலாம். உனக்கு தலை தீபாவளி வேற..." என அதிரதன் சொல்ல,

"நீயே கொண்டாடு, நாங்க போறோம்..."

"உங்க தலை தீபாவளிய நான் எப்படி கொண்டாட முடியும்?" என்றவன்,

"ஏன் இங்கே இருந்தா புது ட்ரெஸ் வாங்கி தர சொல்லி கேட்பேன்னு போறியா? முதல்ல உன் கல்யாணத்துக்கு ட்ரெஸ் எடுத்து கொடுடா..." என்று அதட்டவும்,

அதிரூபன் முறைக்க, 'ம்கூம் ரொம்பத்தான்' என முனகியவன்,

"உன் கல்யாணத்தை கூட என்னால பார்க்க முடியல மது..." என மதுவிடம் கவலைக் கொண்டான்.

அந்த நேரம் அங்கு வந்த ஆதிரா, "நான் தான் வீடியோ எடுத்து வச்சிருக்கனே..." குஷியோடு சொல்ல,

"எங்கே?"

"மாமா மொபைல்ல தான் இருக்கு..." என்றவள் ரூபனின் போனை எடுத்து வீடியோவை ஆன் செய்ய,

இதை எப்பொழுது எடுத்தாள் என ரூபன் யோசனையோடு பார்க்கவும்,

"மாமா தான் உங்க போன் எடுத்து கொடுத்து வீடியோ எடுக்க சொன்னாங்க..." என்றதும் தந்தையை பார்த்தவன் எதுவும் பேசாது சாப்பிடுவதில் கவனம் செலுத்த,

வீடியோவை பார்த்த அதிரதனோ, "ஏன்டா அந்த நேரத்துலயும் மதுவ வம்பிழுத்திருக்கியே உன்னை என்ன பண்ணலாம்?" மாலை போடும் நேரம் மதுவந்தியிடம் அவன் வீம்பு பிடித்ததை சொல்ல அதிரூபன் எதுவும் பேசவில்லை.

"எப்படிப்பட்ட மாப்பிள்ளை பார்த்து உன் கல்யாணத்தை எப்படி எல்லாமோ நடத்தணும்னு ஆசைப்பட்டேன் மது. உன் கிரகம் இவன்கிட்ட மாட்டிக்கிட்டியே..." என பொய்யாக புலம்ப,

மதுவந்தி கவலையோடு ரூபனைப் பார்க்க அவனோ, “எதுக்குடா இப்ப தேவையில்லாதத பேசி நேரத்த வீணாக்கிட்டு இருக்க? நாங்க ஊருக்கு போறது உறுதி. விருப்பப்பட்டா எங்க கூட கிளம்பி வா. இல்லனா அவளுக்கு பேக் பண்ண ஹெல்ப் பண்ணு...” என்றவன்,

மனைவியிடம், “சீக்கிரம் ரெடியாகு...” என்று எழுந்து சென்றுவிட்டான்.

“வா மது உனக்கு ஹெல்ப் பண்றேன்...”

“நீயும் எங்க கூடவே வா தம்பிப்பையா!”

“ஏன் அவன்கூட தனியா போக பயமா இருக்கா?” என்றதும் அவள் தலையசைக்க,

“இனியும் நீ பயப்பட வேண்டிய அவசியம் இல்லை மது. அவன் மனைவின்ற ரைட்ஸ் உன்கிட்ட இருக்கு. அவன் உன்னை மிரட்டுனா யோசிக்காம லெஃப்ட் அண்ட் ரைட் வாங்கிடு...”

“நானா?” அவள் பதற,

“நீயேதான்! நீதான அவன் மனைவி, உனக்கு இல்லாத உரிமையா? அவனை அடிக்கலாம், திட்டலாம், இவ்வளவு ஏன், ஏறி கூட மிதிக்கலாம். யாரும் உன்னை கேட்கமாட்டாங்க...” என்றதும் அவள் பதற்றத்தோடு கேசவமூர்த்தியை பார்க்க,

மகனை முறைத்தவர், “ஆமான்டா, நீங்களே பொண்ணுங்கள இப்படி ஏத்திவிடுவிங்க. அப்புறம் பொண்டாட்டிங்கனா கொடுமைப்படுத்துறவங்கனு ஊரெல்லாம் பொண்ணுங்க மேல பழி போட்டுட்டு சுத்துவிங்க...” என்றவர்,

மதுவிடம், “நீ எதுவும் யோசிக்காம ரூபன் கூட போ மது...” என அவளை அனுப்பி வைக்கவும் அதிரதனும் ரூபனைத் தேடிச் சென்றான்.

“நான் இல்லன்ற தைரியத்துல மதுகிட்ட உன் வேலையை காட்டாத...” என்றவனை முறைத்தவனோ ஏதும் பேசாது தன் வேலையை கவனிக்க,

தமையனின் தோளில் கை வைத்த அதிரதன், அவன் திரும்பியதும் அணைத்துக் கொண்டவனின் கண்கள் கலங்கியது.

“சின்ன வயசுல இருந்தே எனக்கு உன் மேல கோபம் இருந்துச்சுடா, எப்பவும் நீ மதுவ திட்டிட்டே இருக்கியேனு. சில நேரம் உன் கோபம் நியாயமா இருந்தாலும் மதுவ அழ வைக்கிறதுனால எனக்கு உன் மேல இருந்த கோபம் குறையாமலே இருந்துச்சு.

ஆனா, உன் உயிரை கூட பொருட்படுத்தாம அவ உயிரை காப்பாத்த கிணத்துல குதிச்சியே, அதை என்னால இன்னமும் நம்ப முடியல. இதுநாள் வரைக்கும் மதுவுக்காக நீ செஞ்சதுலாம் அம்மாவுக்கு நீ பண்ணி கொடுத்த சத்தியத்துக்காக தான் நினைச்சிட்டு இருந்தேன். ஆனா, அதையும் தாண்டி உனக்கு அவ மேல பாசம் இருக்குனு எனக்கு இப்ப தான் தெரிஞ்சுது.

ரூபன் அவனை ஆச்சரியமாக பார்க்க அவனோ அதை கவனியாது, “நீ நினைச்சிருந்தா இந்த கல்யாணமே நடந்திருக்காது. ஆனாலும் அவ கூட கடைசி வரைக்கும் நீ துணையா இருக்கணும்னு தான் இந்த கல்யாணத்தை பண்ணிக்கிட்டனு எனக்கு தெரியும்.

மது அப்பாவிடா. அவளை உன்னை தவிர யாராலயும் நல்லா பார்த்துக்க முடியாது. அவளும் உன் பேச்சுக்கு மட்டும் தான் கட்டுப்படுறா. இனி எதை பத்தியும் யோசிக்காம ரெண்டு பேரும் சந்தோஷமா வாழுங்க...” என்றதும் ரூபனும் தலையசைத்தான்.

“அந்த போட்டோ சீடிலாம் யாரோட வேலை?”

“எனக்கும் அது தான் தெரியல. நைட்டோட நைட்டா போட்டோ ப்ரிண்டு போட்டு அவங்க வீட்டுல வைக்கிற அளவுக்கு யாரு இந்த வேலை செஞ்சதுனு தான் தெரியல...”

“சரி விடு, ஒரு நாள் உண்மை வெளிய வராமலா போய்டும்...” என்றவன் தமையனோடு சிறிது நேரம் பேசிக் கொண்டிருந்தான்.

மகள் ஊருக்குச் செல்வதை அறிந்து ராஜசேகர் பேருந்து நிலையத்திற்கு வர அவர் பின்னே மகேஷ்வரியும் வந்தார்.

அவரைக் கண்ட மதுவந்தியும் ‘அப்பா’ என அவரை நோக்கி நகர அவள் கையைப் பற்றியவன், “இவங்க உறவ மொத்தமா உதறிட்டு என் பொண்டாட்டியா மட்டும் வர்றதுனா என்கூட வா...” என்றதும்,

அவள் பதில் சொல்ல முடியாது நிற்க ராஜசேகர் எதுவும் பேசாது வேதனையோடு நகரவும் மகேஷ்வரியோ, “அதெப்படி முடியும்? என்ன இருந்தாலும் அவ எங்க பொண்ணாச்சே...” என்றவரை அவன் வெறுப்போடு பார்க்க,

ராஜசேகர், “மகேஷ்வரி வா போகலாம்...” என்றார் அடக்கப்பட்ட ஆத்திரத்தோடு.

“அதெப்படிங்க அப்படியே விட்டுட்டு போக முடியும்? உறவே வேணாம்னா என்ன அர்த்தம்? நாளைக்கு நாம அவளுக்கு எதுவும் செய்யாம போய்டுவோமா? இல்ல அவ தான் அவ சம்பளத்தை நமக்கு கொடுக்காம போய்டுவாளா?” என காரியத்தில் கண்ணாய் அவர் கேட்க,

“ஏன் என் சம்பளத்தையும் சேர்த்தே கொடுக்கிறனே...” என்றான் எரிச்சலாக.

“உங்க பணம் எங்களுக்கு எதுக்கு தம்பி? எங்களுக்கு செய்ய வேண்டியது அவ கடமை, அதை தான் நான் கேட்கிறேன்...” என்றவர் மதுவை பார்க்க,

அவனோ மதுவிடம், “உன் சம்பளத்தை உன் அக்கவுண்ட்ல போடுவியோ இல்ல குப்பையில போடுவியோ எனக்கு தெரியாது. ஆனா, உனக்கும் இவங்களுக்கும் பணத்தை வச்சு கூட பேச்சு வார்த்தை இருக்க கூடாது...” என்றவன்

பேருந்து வந்ததும் அதிரதனிடம் சொல்லிவிட்டு அவளை அழைத்துச் செல்ல,

மகேஷ்வரியோ, "என்னமோ என் அருமை மகள்னு தூக்கி வச்சி கொண்டாடுனிங்களே இப்ப பாருங்க அவன் சொன்னதும் அப்பன் உறவே வேணாம்னு தூக்கி போட்டு போறா..." என்றவரை ராஜசேகர் முறைக்கவும் அமைதியாக வீடு நோக்கிச் சென்றார்.

ஆதிரா அழுதுக்கொண்டே நிற்கவும், "நீ எதுக்கு அழற ஆதிரா?" என்றான் அதிரதன்.

"அக்காவுக்கும் எங்களுக்கும் உறவே இருக்க கூடாதுனு மாமா சொல்லிட்டு போறாங்க. அப்படினா அக்கா என்கூட பேச மாட்டாங்களா?"

"அவனுக்கு உன் அம்மா அப்பா மேல தான் கோபம், உங்கிட்ட பேசறதுக்கு எதுவும் சொல்லமாட்டான். நீ அழாம வீட்டுக்கு போ..." என அவளை தேற்றி அனுப்பி வைத்தான்.

"அப்பா பாவம் ரூபன். உனக்கு அம்மா மேல தான கோபம். அப்பாகிட்டயும் ஏன் பேச கூடாதுனு சொல்ற?" தயங்கிக் கொண்டே மது கேட்க,

"எல்லாத்துக்கும் மூலக் காரணமே உன் அப்பன் தான்டி. அந்த ஆள் மட்டும் ஆரம்பத்திலே அந்தம்மாவ கண்டிச்சிருந்தா அவங்களும் பயந்துட்டு உன்கிட்ட ஒழுங்கா நடந்திருப்பாங்க..." என்றான்.

அவன் கோபத்தை உணர்ந்தவளோ ஏதும் பேசி அவனை இன்னும் கோபப்படுத்த வேண்டாம், அவன் கோபம் குறைந்ததும் இந்த பிரச்சினை சரியாகிவிடும் என மனதை தேற்றிக் கொண்டவளுக்கு அவனின் கோபம் நாளுக்கு நாள் அதிகரிக்கப் போகிறது என்பது தெரியாமலே போனது.

18

அதிரதன், வீட்டு ஓனரம்மாவிடம் அதிரூபனுக்கும் மதுவந்திக்கும் திருமணம் நடந்ததைப் பற்றி கூறியிருக்க அவர் இவர்களை ஆலம் கரைத்து வரவேற்றார்.

இடைப்பட்ட வருடங்களில் மதுவந்தியோடு அவருக்கு நல்ல பழக்கம் ஏற்பட்டிருந்ததால் மதுவந்தியை இன்முகத்தோடு வரவேற்றார்.

திடீரென திருமணம் நடந்திருக்கிறதே, ஏன் என்னவென்று அவர் தோண்டித் துருவவில்லை. அவர்களுக்காக அன்று மதியம் சிறு விருந்தை ஏற்பாடு செய்து உபசரிக்க அவர்களும் அதை ஏற்றுக் கொண்டனர்.

வீட்டிற்கு வந்தவள் புடவையை இழுத்து சொருகிக் கொண்டு வேலையைக் கவனிக்க அதிரூபனும் அவளுக்கு உதவி செய்துக் கொண்டிருந்தான். அவ்வப்போது அவனின் பார்வை அவளின் மீது படிவதைக் கூட உணராது வேலையில் மூழ்கியிருந்தாள் அவள்.

ஏனென்று தெரியாமலே இன்று ரூபனுக்கு மதுவின் மீதான பார்வை மாறத் தொடங்கியது. கணவன் என்ற உரிமை வேறு அவனில் புதிதாக முளைத்திருக்க ரசனையோடு அவளை பார்வையாலே வருடினான்.

அவனுக்கும் திருமணம் பற்றிய கனவுகளும் வருங்கால மனைவி பற்றிய கற்பனைகளும் இருந்திருக்க, இன்று மதுவந்தி அவன் மனைவியான பிறகு அதிலும் அவளை முழுமனதோடு மனைவியாக ஏற்றுக் கொண்டவனுக்குள் ஏதேதோ உணர்வுகள் தோன்றி இம்சிப்பதை கட்டுப்படுத்த முடியவில்லை.

அவனது இளமையும் அவள் மீதான அவனின் உரிமையும் அவளை நெருங்க சொல்ல, எப்படி நெருங்குவது என்ற யோசனையிலே வலம் வந்தவன்,

அன்றிரவு தன்னருகில் படுத்தவளை இழுத்து மார்பில் சாய்த்துக் கொண்டு, "என்னடி இன்னைக்கு ரொம்ப அழகா தெரியுற?" அவள் கன்னத்தை வருடியபடி வினவ,

"எப்பவும் போல தான இருக்கேன்..." புரியாமல் அவள் கேட்க,

அவள் நெற்றியில் முட்டியவன், "ஏன்டி, நான் உன்னை தொடுறேன் உனக்கு எந்த ஃபீலிங்சும் இல்லையா?" காதுமடலை தீண்டியபடி கேட்கவும்,

“நீ என்ன புதுசாவா தொடுற?” அப்பொழுதும் புரியாமல் கேட்க,

“ஏய் என்னடி சொல்ற?” அதிர்வோடு அவன் விழிக்க,

“நீ என்னை தொட்டு பேசுனதே இல்லையா? எத்தனை முறை அடிச்சிருக்க? எத்தனை முறை என் கையை பிடிச்சு முறுக்கியிருக்க?” என்றவளை பரிதாபமாய் பார்த்தவன், “அதுவும் இதுவும் ஒன்னா?” என தன்னையே நொந்துக் கொண்டான்.

தன் தொடுகையில் உருகி குழையும் மனைவியை அவன் எதிர்பார்க்க அவளோ இவ்வளவு தத்தியாக இருக்கவும் நொந்து போனவன்,

“உன்கிட்ட வெட்கத்த விட்டே கேட்கிறேன், என்கூட சேர்ந்து வாழ முடியுமா முடியாதா?” என்றான்.

“முடியாதுனா நான் ஏன் உன்கூட வர்றேன்?” அப்பாவியாய் அவள் கேட்க,

“உன்னால புரிஞ்சிக்க முடியலையா? இல்லை எனக்கு புரிய வைக்க தெரியலையா...” என புலம்பியவன்,

“உன்கிட்ட பேசி பிரயோஜனம் இல்லை ஒன்லி ஆக்ஷன் தான்...” என அவள் மீது சரிந்தவன் முதலில் அவளது இதழை சிறை செய்ய,

அதிர்ச்சியில் அவள் விழிகள் பெரியதாக விரியவும் அதை ரசனையோடு பார்த்துக்கொண்டே அவளுள் மூழ்கியவனின் கரங்கள் அவள் மேனியில் அத்து மீறத் தொடங்க, அதில் அவளின் பெண்மை விழித்துக் கொண்டதில் அவன் தொடுகைக்கு நெகிழத் தொடங்கியவள் அவன் கேட்டதற்கான அர்த்தத்தை புரிந்துக் கொண்டாள்.

அவளின் ஒத்துழைப்பில் வியந்தவன் விலகி அவளை பார்க்க அவளோ நாணம் கொண்டு அவனைப் பார்க்க முடியாமல் முகத்தைத் திருப்பிக் கொள்ளவும், “அடியே குட்டச்சி! உனக்கு வெட்கம்லாம் வருமா!” என புன்னகைத்தவன்,

“உனக்கு கஷ்டமில்லையே மதி, எனக்காக சம்மதிக்காத. பிடிக்கலனா சொல்லிடு...” என்று தவிப்போடு வினவ அவளும் சம்மதமாகத் தலையசைக்க நொடியும் தாமதிக்காது அவளை ஆக்கிரமித்தான்.

காதல் இருந்தால் மட்டுமே இல்லற வாழ்வில் ஈடுபட வேண்டும் என்றால் பாதி தம்பதிகள் திருமணம் முடிந்தும் பிரம்மச்சாரியாகவே இருப்பர்.

பெற்றோர்களால் நிச்சயிக்கப்படும் திருமணம் பெரும்பாலும் அவர்கள் இணைந்து வாழத் தொடங்கிய பிறகே அவர்களுக்கு இடையே புரிதல் ஏற்பட்டு அது காதலாக மாறுகிறது.

அதனால் தன் மனைவியோடு இணைவதில் தவறில்லை என்று ரூபன் எண்ணினாலும் அவளின் விருப்பமின்றி அவளை கட்டாயப்படுத்தக் கூடாது என்றே அவளின் விருப்பத்தைக் கேட்டு அவள் சம்மதம் கிடைக்கவும் அவளோடு இணைந்தான்.

மறுநாள் காலை மதுவந்திக்கு முன்பாகவே கண் விழித்தவன் தன்னருகில் படுத்திருந்தவளை ரசனையோடு பார்த்துக் கொண்டிருந்தான்.

இவ்வளவு விரைவாக இந்த திருமணத்தை அவன் மனம் ஏற்றுக் கொண்டதும் அல்லாமல் மதுவையும் முழுமனதோடு மனைவியாக ஏற்றுக் கொண்டது அவனுக்கே ஆச்சரியம் தான்.

ஆனால், மதுவந்தி என்பதால் தான் அந்த திருமணமே நடந்தது என்பதும் அந்த இடத்தில் வேறு எந்த பெண் இருந்திருந்தாலும் இப்படி ஒரு சூழலில் திருமணம் செய்திருக்க மாட்டான் என்பதும் அவனுக்கும் தெளிவாக புரிந்தது.

எனினும், அதற்கான காரணம் தான் அவனுக்கு புரியவில்லை. அதைப் பற்றி யோசிக்கவும் அவன் விரும்பவில்லை.

அவளையே பார்த்திருந்தவன் அவள் நெற்றியில் இதழ் பதித்துவிட்டு எழும் போது, அவள் போர்த்தியிருந்த போர்வை விலகியிருப்பதை உணர்ந்து அதை இழுத்து விடுவதற்காக குனிந்தவன் அதிர்ந்து நின்றான்.

அவசர அவசரமாக அவள் போர்வையை சற்று விலக்கி விட்டு பார்த்தவன் மேலும் அதிர்ந்தான். அவளின் இரண்டு கால்களிலும் ஆங்காங்கே தீக்காயத்தின் வடுக்கள் இருந்தன.

அது எப்படி வந்திருக்கும் என்பதை புரிந்துக்கொள்ள அவன் மெனக்கெட வேண்டியதில்லையே.

ஆத்திரத்தில் பல்லை கடித்தவன் 'மதீஈஈஈ' என்று கத்த அதில் பதறி எழுந்தவள் அவனின் கோப முகத்தைக் கண்டு குழப்பத்தோடு அவனைப் பார்த்தாள்.

'இரவு நன்றாகத் தானே இருந்தான், அதற்குள் என்ன நேர்ந்தது?' புரியாமல் அவள் பார்க்க,

அவனோ, "என்னடி இதலாம்?" என அவளது காலை சுட்டிக்காட்டவும் அதைப் பார்த்தவள் பதற்றத்தோடு அவனை ஏறிட்டாள்.

இது தெரிந்தால் கோபம் கொள்வான் என்று தானே இதுவரை மறைத்திருந்தேன். இப்பொழுது என்ன செய்வது?

"என்ன சொல்லி சமாளிக்கலாம்னு யோசிக்காம ஒழுங்கா உண்மைய சொல்லுடி..." அதட்டலோடு அவன் குரல் ஒலிக்க,

"அம்மா வச்சாங்க..."

"எதுக்கு?"

'-------'

"சொல்லுடி எதுக்கு வச்சாங்க?"

அவனிடம் இருந்து வரும் ஒவ்வொரு வார்த்தையும் அவன் கோபத்தின் அளவை பறைசாற்ற அவளோ பதில் சொல்ல முடியாமல் நின்றாள்.

காரணங்கள் ஒன்றா? ரெண்டா? எளிதாக சொல்லிவிடுவதற்கு. மகேஷ்வரியின் கோபத்திற்கு ஆளாக நேரிடும் போதெல்லாம் அவள் தீக்காயத்தை சுமக்க வேண்டியிருந்ததே.

இதில் ஆதவும் சேர்ந்து இல்லாததை எல்லாம் சொல்லி அவன் அன்னையின் கோபத்தை அதிகரித்து மதுவந்தியை வஞ்சித்தானே.

நினைவில் இருந்த காரணங்களை ஒவ்வொன்றாக அடுக்க அவனுக்கோ இதற்காகவெல்லாம் சூடு வைப்பார்களா என்று தான் தோன்றியது?

ஏனெனில் தண்ணீரை கொட்டியதற்கு, துணியில் கரை பட்டதற்கு, சாப்பாட்டை வீணாக்கியதற்கு என சிறு சிறு காரணங்களுக்கு அல்லவா சூடு வைத்திருக்கிறார்கள்.

“இங்கே மட்டும் தானா? இல்ல இன்னும் இருக்கா?” என்றவனை அவள் அதிர்வோடு பார்க்க,

அவள் பார்வையே அவனுக்கான பதிலைச் சொல்லவும் சட்டென்று அவள் மீதிருந்த போர்வையை முழுவதுமாக உருவியவன் மேலும் அதிர்ந்து தான் போனான்.

அவளின் தோள்பட்டையில், முதுகில், தொடைப்பகுதியில் என தீக்காயங்கள் அங்கும் தன் தடத்தை பதித்திருந்தன.

“இங்கே என்ன காரணம் சொல்ல போற?” அவன் வலியோடு வினவ,

தன் தோள்பட்டையைப் பார்த்தவள் போர்வையை எடுத்து தன் மீது சுற்றிக் கொண்டு, “உன் பர்த்டேவுக்காக கிஃப்ட் வாங்குனதுக்கு அம்மாவுக்கு கோபம் வந்து, காசை எதுக்கு வீணாக்குனனு சூடு வச்சிட்டாங்க...” என்றாள்.

“உன்னை நான் கிஃப்ட் கேட்டனாடி, அவங்கள பத்தி தெரிஞ்சும் எதுக்காக வாங்குன?” தவிப்போடு அவன் கேட்க,

“இல்லை ரூபன், நான் வேலைக்கு போனதுல இருந்தே உனக்கு தம்பிப்பையாவுக்குலாம் எதாவது வாங்கணும்னு நினைச்சிட்டே இருந்தேன். ஆனா, அம்மா தான் முழு சம்பளத்தையும் வாங்கிப்பாங்கல்ல, அதனால என்னால முடியாம போச்சு. பர்த்டேவுக்காது வாங்கிக் கொடுக்கலாம் அம்மாகிட்ட எப்படியாது சமாளிச்சிக்கலாம்னு நினைச்சேன். ஆனா அம்மா...” என்றவள் மேலும் சொல்ல முடியாமல்,

“ரொம்ப எரிஞ்சுது. அதான் அதுக்கப்புறம் தம்பிப்பையா பர்த்டே வந்தப்ப எதுவும் வாங்கல...” என்றாள் கண்ணீரோடு.

வெளியே தெரியக் கூடாது என்பதற்காகவே பார்த்து பார்த்து வைக்கப்பட்டிருக்கிறது என்பது அவனுக்கு நன்றாகவே புரிந்தது.

இந்தளவுக்கு இவள் மீது அப்படி என்ன வன்மம் அவருக்கு?

ஒவ்வொரு முறையும் அவள் எப்படி துடித்திருப்பாள் என நினைக்கும் போதே அவன் இதயம் வேகமாகத் துடிக்க அவளை இழுத்து அணைத்துக் கொண்டவன், “அந்தம்மா மனுஷ ஜென்மமா இல்ல மிருக ஜென்மமாடி?” என்றான் ஆற்றாமையோடு.

அவள் அவனைப் பார்க்க, “இதலாம் ஏன்டி என்கிட்ட சொல்லவே இல்லை? அந்தளவுக்கு நான் வெளி ஆளா போயிட்டனா?” ஆதங்கத்தோடு கேட்க,

“அப்படிலாம் நினைக்கல ரூபன், உனக்கு தெரிஞ்சா கோபப்படுவ. அம்மாகிட்ட சண்டைக்கே போனாலும் போவ. தேவையில்லாம கஷ்டம் எதுக்குனு தான் சொல்லல...” என்றவளை முறைத்தவன்,

“அவனுக்காது தெரியுமா? இல்ல அவன்கிட்டயும் மறைச்சிட்டியா?” என்றதும்,

“ஏற்கனவே அவன் என்னை அந்த வீட்டுல இருக்காத இங்கே வந்துடுனு சொல்லிட்டு இருந்தான். இதை மட்டும் சொல்லியிருந்தா அப்புறம் என்னை அங்கே இருக்கவே விட மாட்டான்.

அதுவுமில்லாம எனக்கு சின்னதா அடிப்பட்டா கூட அவனால தாங்கிக்க முடியாது, என்னை விட அதிகமா அவன் அழுவான். இதலாம் தெரிஞ்சா அவ்வளவு தான். அதான் யார்கிட்டயுமே சொல்லல...”

“ஆமா உங்களுக்கு அடிப்பட்டா அவன் தான் அழுவான் நாங்கலாம் சிரிச்சிட்டு இருப்போம்...” என கோபம் கொள்ள,

அதற்கான காரணத்தை புரிந்துக் கொள்ளாதவளோ, “உண்மை தான் ரூபன், சின்ன வயசுலலாம் ஒன்னா விளையாடும் போது எனக்கு எத்தனை முறை அடிப்பட்டிருக்கு தெரியுமா? அப்பலாம் அவனை பார்க்கணுமே. அவனுக்கு பயந்தே நான் அழமாட்டேன்...” என்றவளை,

“போதும்டி... இந்த கஷ்டத்தலாம் அனுபவிச்சிட்டு அந்த வீட்டுல இருக்கணும்னு உனக்கென்ன தலையெழுத்தா?” என்றதும் பேசாது நின்றாள்.

“தம்பி பாப்பா வர்ற வரைக்கும் என் மேல அம்மா ரொம்ப பாசமா இருந்தாங்க ரூபன், அதுக்கப்புறம் தான்...” என அவள் தயங்க,

“இன்னொருமுறை அவங்களை அம்மானு சொல்லு அப்புறம் இருக்கு...” என எச்சரிக்கவும் பாவமாய் பார்த்தாள்.

“அதான் காயம்லாம் சரியாகிடுச்சே, இப்ப எனக்கு எந்த வலியும் இல்லை ரூபன்...” என சமாதானம் சொல்ல,

“அதுக்காக நீ அனுபவிச்ச வலி இல்லனு ஆகிடுமா?” என்றதும் அவளாலும் பதில் சொல்ல முடியவில்லை. ஒவ்வொருமுறையும் அவள் அனுபவித்த வேதனையை அவள் மட்டும் தானே அறிவாள்.

இரவு முழுவதும் இருந்த மனநிலை முற்றிலும் மாறியிருக்க அவனோ தொய்ந்து போய் அமரவும் அவன் மனநிலையை உணர்ந்தவள் அவனருகில் அமர்ந்து, “முடிஞ்சு போனத யோசிக்க வேணாம்னு நீதான சொன்ன, இப்ப நீயே எதுக்கு யோசிச்சிட்டு இருக்க?” என்றதும்,

“நான் எதுக்கு சொன்னேன் நீ எதுக்கு சொல்ற?” என்றவன் அவளை தன் அணைப்பில் வைத்துக் கொண்டு,

“எந்த கஷ்டம்னாலும் என்கிட்ட சொல்லு மதி. எதுக்காக உனக்குள்ளே வச்சிக்கிட்டு இன்னும் கஷ்டப்படுத்திக்கிற?”

“இனி எனக்கென்ன கஷ்டம் வரப் போகுது? அதான் நீ என்கூட இருக்கியே...” என்றவளை விரக்தியோடு பார்த்தவன்,

“இத்தனை வருஷமாவும் நான் உன்கூட தான் இருந்தேன். என்னால என்ன பண்ண முடிஞ்சுது?” என்றான் ஆற்றாமையோடு.

“எதுக்கு ஃபீல் பண்ற ரூபன்? உனக்கு எதும் தெரியாதப்ப உன்னால என்ன பண்ண முடியும்?” அவன் வருந்துவதை தாங்காது அவள் சொல்ல,

“தெரிஞ்ச வரைக்கும் மட்டும் என்ன பண்ணிட்டேன்?” என தன்னையே கடிந்தவன்,

“தப்பு பண்ணிட்டேன்டி, அவங்க உன் அம்மா இல்லனு தெரிஞ்சதுமே உன்னை பிடிவாதமா இழுத்துட்டு வந்திருக்கணும்?”

“ப்ளீஸ் ரூபன், இதையே யோசிச்சிட்டு இருக்காத. எனக்கு தான் சரியாகிடுச்சுனு சொல்றேன்ல அப்புறமும் இப்படியே ஃபீல் பண்ணிட்டு இருந்தினா இனி உன்கிட்ட எதுவும் சொல்ல மாட்டேன்...” என்றதும் அவளை முறைக்க,

அதில் சிரித்தவள், “ம்ம் இப்படி முறைச்சா கூட உன் முகத்தை பார்க்க முடியுது. வருத்தப்படும் போது பார்க்க சகிக்கல...” என முகத்தை சுழிக்கவும்,

“அடிங்க! என் முகத்தை பார்க்க சகிக்கலையா உனக்கு?” என செல்லமாக கோபம் கொண்டவன்,

அவள் கன்னத்தை கடித்து வைத்தப்படி, “இனி காலம் முழுக்க இந்த முகத்தை மட்டும் தான்டி பார்க்க போற...” என அவளை சீண்ட, அதில் உருகியவள் அவனோடு ஒன்றிக்கொள்ள,

அவளை அணைத்துக் கொண்டவன் அவளின் தீக்காயங்களை இதமாக வருடி அன்றைய வலிக்கு இன்று மருந்திட்டு கொண்டிருக்க, அவளுக்கும் அது தேவையாக இருந்தது போல அவனோடு மேலும் ஒன்றி போனாள்.

அதிரதனும் அவர்களுக்கு தனிமை கொடுக்க எண்ணி இரண்டு நாட்கள் அங்கே வாராதிருக்கவும், அந்த தனிமை அதிரூபனுக்கு வசதியாக இருக்க, செல்லும் இடமெல்லாம் சிறு சிறு சில்மிஷங்களை செய்து மனைவியை இம்சித்துக்

கொண்டிருந்தான்.

எப்பொழுதும் தன்னை திட்டிக் கொண்டும் முறைத்துக் கொண்டும் திரியும் ரூபனை மட்டுமே பார்த்திருந்தவளுக்கு அவனின் இந்த சீண்டலும், மோகம் கலந்த பார்வையும் தொடுகையும் புதிதாகவும் அத்தோடு பிடித்தமாகவும் இருக்க அவனை மனதிற்குள்ளே ரசித்தாள்.

ஆனால், அனைத்தும் அந்த இரண்டு நாட்கள் மட்டுமே நீடித்தது தான் கொடுமை.

அனைத்தும் சரியாகிவிட்டது என ரூபன் நினைத்திருக்க அன்று அலுவலகத்திற்கு கிளம்பியவள் அவனை எதிர்பார்க்காது அவன் கிளம்பி வெளியே வருவதற்குள் அவனுக்கு ஒரு குறுந்தகவலை மட்டும் அனுப்பிவிட்டு பேருந்தில் ஏறி சென்றுவிட பழைய கோபம் மீண்டும் அவனிடம் குடிக் கொண்டது.

கோபத்தோடே அலுவலகம் வந்தடைந்தவன் மனைவியைத் தேட அவள் சந்தியாவோடு பேசிக் கொண்டிருந்தாள்.

ரூபனை பார்த்த சந்தியா, "ஏன் ரூபன், கல்யாண விஷயத்தை நீயாது எனக்கு சொல்லியிருக்கலாமே?" என கடிந்துக்கொள்ள,

"இல்ல சந்தியா அது திடீர்னு..." என முடிப்பதற்குள்,

"அவளுக்கு தான் அவசரத்துல சொல்ல முடியல, உனக்கு என்ன? ரெண்டு பேரும் ஒரே ஊர் தான? உனக்கு தெரியாமலா அவளுக்கு கல்யாணம் நடந்திருக்கும்? நீ ஒரு வார்த்தை சொல்லியிருந்தாலாவது மது கல்யாணத்தை பார்க்க ஓடி வந்திருப்பேன்ல..." என குறைபட, அவனோ குழப்பத்தோடு மனைவியை பார்த்தான்.

அவள் தலைகுனிந்து நிற்கவும், என்ன சொல்லியிருக்கிறாள் என புரியாது சந்தியாவைப் பார்க்க அவளோ, "மாப்பிள்ளை ஃபாரீன்ல வொர்க் பண்றாராமே. லீவு இல்லாததுனால உடனே போயிட்டாராம். அப்படி என்ன அவசரம்? இருந்து மதுவையும் கூட்டிட்டு போயிருக்கலாம்ல..." கவலையோடு சொன்னவளை பரிதாபமாய் பார்த்தவன் மனைவியை முறைக்கவும் தவறவில்லை.

"சரி, தீபன் போட்டோ கேட்டா இல்லனு சொல்றா? நீயாது வச்சிருக்கியா?" என்றதும்,

"தீபனா! எவன் அவன்?" தெரியாது கேட்க,

"மது ஹஸ்பண்ட் பேரு தான், அவ மேரேஜ்க்கு போன உனக்கு அவ ஹஸ்பண்ட் பேரு கூடவா தெரியாது? நீ மேரேஜ்க்கு போனியானே எனக்கு சந்தேகமா இருக்கே..."

"நான் போகாம எப்படி கல்யாணம் நடக்கும்? நான் தான பந்தி பரிமாறுறதுல இருந்து தேங்காய் பை போடுற வரைக்கும் எல்லா வேலையும் பார்த்தது..." என மனைவியை முறைத்துக் கொண்டே சொன்னவன் வேலை இருப்பதாகச் சொல்லி

சென்றுவிட மதுவந்தியோ அவனின் கோபத்தை எண்ணி கலங்கினாள்.

வீட்டிற்குச் செல்லும் பொழுது கூட அவனுக்காக காத்திராது ஓடியவளை மனதிலே வறுத்தெடுத்தவன் வீட்டிற்குள் நுழைந்ததுமே அவளை தேடி அறைக்குள் நுழைய, அறை வெறுமையாய் இருக்கவும் அடுத்து சமையலறை தேடி வந்தவன் அங்கே அதிரதனும் இருப்பதைக் கண்டு அமைதியாய் மனைவியைப் பார்த்தான்.

அதிரதனுக்கு தேநீர் கலந்துக் கொடுத்தவள் கணவனுக்கும் நீட்ட அவளை முறைத்துக் கொண்டே அவன் நிற்கவும்,

“எவ்வளவு நேரம் தான் நீட்டிட்டு இருப்பா? வாங்குடா...” என அதிரதன் அதட்டவும் அமைதியாய் ரூபன் வாங்கிக்கொள்ள,

“ஏன்டா வேலை அதிகமா இருந்தா சீக்கிரம் முடிச்சிட்டு மதுவையும் கூடவே கூட்டிட்டு வர வேண்டியது தான. அதை விட்டு அவளை எதுக்கு தனியா அனுப்புன?” என கோபம் கொண்டவனிடம் எதுவும் பேசாது நகர்ந்தவன் உடையை மாற்றிவிட்டு வெளியே சென்றான்.

“என்ன மது இன்னும் முறைச்சிக்கிட்டே தான் திரியுறானா?” என்று வினவ,

அவள் மறுப்பாகத் தலையசைக்க, “ம்ம் நீ சொல்றது உண்மையா இருந்தா சந்தோஷம் தான்...” என்றவன்,

“எனக்கு நைட்டுக்கு சாப்பாடு செய்யாத மது. என் ஃப்ரெண்ட பார்க்க போறேன், மார்னிங் தான் வருவேன்...” என்றவனும் வெளியேறிவிட, மதுவந்தியோ கணவனை எண்ணி கவலையோடு அமர்ந்திருந்தாள்.

நேரம் கடந்தே வீட்டிற்கு வந்த அதிரூபன் அவளிடம் ஒரு வார்த்தைக் கூட பேசாது அறைக்குள் சென்று முடங்கிவிட, கதவைத் தாழிட்டு விட்டு அறைக்குள் நுழைந்தவள் அவனருகில் அமர்ந்தாள்.

“யாருடி அந்த தீபன்?”

“ரூபன்...”

“பதிலை சொல்லுடி, உன் புருஷன்னு பொய்யா எவனோ ஒருத்தன் பேரை சொல்றளவுக்கு வந்துட்ட. ஏன் என் பேர சொல்ல அசிங்கமா இருக்கா? இல்லை என்னை உன் புருஷன்னு சொல்லிக்கவே அசிங்கமா இருக்கா?” என்றான் ஆத்திரத்தோடு.

“எனக்கு உன் பேரை சொல்லவோ உன் மனைவின்னு சொல்லிக்கவோ எந்த அசிங்கமும் இல்லை. நான் உன் பேரை தான் சொன்னேன்...”

“என் பேரா?” யோசனையோடு அவன் கேட்க,

“ஆமா, உன் பேருல இருந்து தான் தீபன்னு எடுத்தேன்...” என அவள் விளக்கம் கொடுக்க,

“ஓ! உங்க புருஷனுக்கு செல்ல பேரு வச்சிருக்கிங்க! சூப்பர்!” என போலியாக வியந்தவன்,

“ஆனா எதுக்காக மேடம் ஃபாரீன் வேலை அது இதுனு சந்தியாகிட்ட கதை விட்டிங்க?” என புருவம் உயர்த்த,

அவள் பதில் சொல்லாதிருக்கவும், “ஏன் உங்க புருஷன் இங்கே வேலை செய்யறது கௌரவ குறைச்சலா இருக்கா?” என்று கோபம் கொள்ள,

“ஏன் ரூபன் இப்படிலாம் பேசுற?” கண்ணை கசக்கவும்,

“நீ பண்ற வேலைக்கு என்னை எப்படிடி பேச சொல்ற?” என கத்தினான் அவன்.

“நீதான சொன்ன, என்னை உன் பொண்டாட்டினு சொல்லிக்கவே அசிங்கமா இருக்குனு...” என்றதும் அவன் எப்பொழுது என யோசிக்க,

திருமணம் முடிந்த அன்றிரவு அவளை சீண்டுவதற்காக அவன் பேசியது நினைவு வரவும்,

‘குட்டச்சி, அதை மட்டும் தான் நியாபகம் வச்சிருக்காளா? அதுக்கப்புறம் பேசுனது, ரெண்டு நாளா கணவன் மனைவியா வாழ்ந்ததுலாம் மறந்துட்டாளா? இனி சந்தோஷமா வாழலாம்னு நினைச்சா புது பிரச்சினைய கொண்டு வராளே’ என கோபம் கொண்டவன் அதன் பிறகு அவளிடம் எதுவும் பேசவில்லை.

அவளாகவே மற்றவர்களிடம் தன்னை அவளின் கணவன் என அறிமுகப்படுத்த வேண்டும் என அந்த நிமிடம் உறுதிக் கொண்டான்.

ஆனால் அவள், அவனாக தன்னை அவன் மனைவி என சொல்லும் வரை தானாக சொல்லக் கூடாது என ஏற்கனவே முடிவெடுத்திருந்ததை அவன் அறியாமல் போனான்.

அவனின் கோபத்தை உணர்ந்து அவள் அமைதியாய் படுத்திருக்க அவனுக்கோ அவள் மீதான கோபம் ஒருபுறம் இருக்க, இரண்டு நாட்களாக அவளோடு ஈருடல் ஓருயிராய் இணைந்திருந்ததின் தாக்கம் வேறு அவனை இம்சிக்க, அதே நேரம் கோபத்தை விடுத்து அவளை நெருங்க அவன் ஈகோ தடுக்கவும் தன் மீதே கோபம் கொண்டு படுத்திருந்தான்.

ஒரு கட்டத்தில் முடியாமல் போக அவளை நெருங்கி விட அவன் துடிக்க, அவன் மனமே அவனை காரித்துப்பியது.

‘இத்தனை வருஷம் பிரம்மச்சாரியா தான வாழ்ந்த? ரெண்டு நாள் அனுபவிச்ச சுகத்துக்காக உன் ஈகோவ விட்டுக் கொடுக்கணுமா?’ என கேவலமாக கேள்விக் கேட்கவும்,

‘அடியே குட்டச்சி! கத்தரிக்கா சைஸ்ல இருந்துட்டு என்னை எப்படிலாம் ஆட்டி வைக்கிற?’ என தனக்குள்ளே புலம்பியவன்,

'டேய் அதிரூபா! அவகிட்ட இறங்கி போகாத. உன் அருமை தெரிஞ்சு அவளே வரணும்...' என தன்னையே எச்சரித்தவன் கஷ்டப்பட்டு தன்னை கட்டுப்படுத்தி ஒரு வழியாக கண் அயர்ந்தான்.

மறுநாள் எழுந்தவனோ 'அதிரூபா யூ ஆர் கிரேட்'டா! அவளா உன்னை அவ புருஷன்னு சொல்லிக்கிற வரைக்கும் இப்படியே கெத்த மெயிண்டென் பண்ணு' என தன்னையே பாராட்டிக் கொண்டு தன் வேலையை கவனித்தவனோ அன்றிரவே அவன் மனைவியிடம் சரணடைந்தது தான் பரிதாபம்.

'ரெண்டு நாள்ல என்னை இப்படி மாத்தி வைப்பாள்னு தெரியாம போச்சே' என புலம்பியவன் அவள் புறம் திரும்பாமலே படுத்திருக்க,

ஒரு கட்டத்தில் 'பொண்டாட்டிக்கிட்ட என்னடா ஈகோ வேண்டி கிடக்கு' என்றபடி அவள் பக்கம் திரும்ப அவளும் அவனை தான் பார்த்துக் கொண்டிருந்தாள்.

அவளை ஏக்கத்தோடு பார்த்தவனோ நொடி கூட தாமதிக்க விரும்பாது அவளிடம் முழுதாக சரணடைந்தான்.

கணவனின் உணர்வுகளுக்கு மதிப்புக் கொடுத்தவளும் அவன் ஆசைக்கு இணங்க அதுவே தொடர்கதையாகி போனது.

அந்த நேரம் மனைவி மீதான கோபத்தை மறந்து அவளை நெருங்கினாலும் அவளின் செயல் அவன் மனதில் ஆறா வடுவாய் பதிந்திருந்தது என்னவோ உண்மை.

அவனே அவளை அவன் மனைவி என சொல்லாமல் இருந்திருந்தால் கூட அவள் உரிமையோடு சண்டையிட்டிருக்க வேண்டும். அதை விடுத்து அவளே சொல்லாமல் இருப்பது தான் அவனின் கோபத்தை அதிகரித்தது.

ரூபனே சொல்ல வேண்டும் என அவள் காத்திருக்க அவனோ அவளே சொல்லட்டும் என காத்திருக்க இருவருக்குள்ளும் மற்றவர் அறியாது ஒரு பனிப்போர் நடந்துக் கொண்டிருந்தது.

இதை அறியாத அதிரதனோ மதுவந்தி தனியே அலுவலகம் செல்வதைக் கண்டு ரூபன் மீது கோபம் கொண்டு ஒவ்வொரு நாளும் அவனை திட்டிக் கொண்டும் முறைத்துக் கொண்டும் மதுவந்தியை தானே அலுவலகத்தில் அழைத்துச் சென்று வர,

"இவன் வேற பிரச்சினை என்னன்னு தெரியாம நம்மகிட்ட பாய்வான்..." என நொந்தபடி கடந்துவிடுவதை ரூபனும் வழக்கமாக்கிக் கொண்டான்.

பொதுவாக பெண்களுக்கு மற்ற உறவுகளை விட கணவனிடத்தில் தான் உரிமை உணர்வு அதிகமாக இருக்கும். அவர்களுக்கு இடையே நெருக்கம் அதிகரிப்பதற்கும் சண்டை வருவதற்கும் கூட காரணமும் அந்த உரிமை உணர்வு அதிகமாவதால் தான்.

மதுவந்தியும் அது போன்று, உரிமையோடு அவனிடம் சண்டையிட வேண்டும் என அவன் எதிர்பார்த்து காத்திருக்க அவளோ தன் உரிமையையே விட்டு கொடுக்க துணிந்து அனிதாவிற்காக அவனிடமே தூது வரவும் மனமுடைந்து போனான்.

அவள் எப்படி உன்னை பார்க்கலாம்? நீ எப்படி அவளை பார்க்கலாம்? என அவனிடம் அவள் சண்டைக்கு வந்திருந்தால் அவனை விட மகிழ்பவர் வேறு யாரும் இருந்திருக்க மாட்டார்கள்.

ஆனால், அவளோ யாரோ ஒருத்திக்காகத் தன்னையே விட்டு கொடுக்க துணிந்து விட்டாளே என நொந்து போனவன் அவளிடம் ஆத்திரத்தில் கத்தினான்.

தன் மீது அவளுக்கு எந்த உணர்வுமே இல்லையா என வேதனைக் கொண்ட-வனுக்குத் தெரியவில்லை அவன் மீதிருந்த அதீத அன்பால் தான் அவள் அப்படி நடந்துக் கொண்டாள் என்று.

அனிதா அவளிடம் அவனை காதலிப்பதாகச் சொல்லும் பொழுது எந்தளவு வலியை அனுபவித்தாள் என்பதை அவள் மட்டும் தான் அறிவாள். அவன் மீதி-ருந்த காதலை அவள் அப்பொழுது உணரவில்லை என்றாலும் தன் கணவனை இன்னொரு பெண்ணிற்கு விட்டு கொடுக்குமளவு அவள் பரந்த மனதை கொண்-டவள் இல்லையே.

எனினும் அவன் அவளை மனைவியாக அறிமுகப்படுத்தாததால் அவனுக்குத் தன் மீது எந்த உணர்வும் இல்லையோ என்று கவலைக் கொண்டவள் தன்னால் அவன் வாழ்க்கையை வீணாக்கிக் கொள்ள வேண்டாம் என்று தான் அவனுக்கு பிடித்தமான அனிதாவையே அவனின் வாழ்க்கைத் துணையாக்க முடிவு செய்-தாள்.

ஆனால், அந்த முடிவை எடுப்பதற்குள் அவள் பட்ட வேதனையை வார்த்-தையால் வடிக்க முடியாது என்பதை அவன் அறிய வாய்ப்பில்லை.

அன்று அனிதாவின் செயலால் கோபம் கொண்டு மதுவந்தி தான் தன் மனைவி என அனைவரின் முன்பும் அவர்கள் உறவை அங்கீகரிக்கும் நேரம் அவன் மீதான காதலை முதன்முதலாக அவள் உணர,

அன்றே அவள் மீதான காதலை அவனும் உணர,

இன்பமயமாக மாற வேண்டிய அவர்களின் வாழ்க்கையில் மது வயிற்றில் உதித்திருக்கும் கரு பெரிய பிரச்சினையை உண்டு பண்ணியிருந்தது.

கடந்த கால நினைவில் இருந்து வெளிவந்தவன் தன் மடியில் படுத்துறங்கும் மனைவியின் தலையை மெல்ல வருடினான்.

அவளின் இந்த நிலைக்கு காரணம் யாரென்று தெரியாது குழப்பத்தோடும் ஆத்திரத்தோடும் இருந்தவனோ, தான் அவ்வளவு தூரம் சொல்லியும் அதை ஏற்-றுக்கொள்ள முடியாமல் தன் மீதிருக்கும் நம்பிக்கையில் தத்தளித்துக் கொண்டிருக்-

கும் மனைவியை எண்ணி மனம் நெகிழ்ந்து போனான்.

அதே நேரம் தன் மனைவியின் நம்பிக்கை உண்மையாகிப் போனால் அதன் அர்த்தம் உணர்ந்து அவள் மடிந்து விடுவாளே என வேதனையும் கொண்டான்.

தன்னை அவள் தவறாக எண்ணினாலும் பரவாயில்லை இந்த பழியை சுமக்க வேண்டும் என தீர்மானித்தவன் இந்த பிரச்சினைக்கு காரணமானவனைக் கண்டு-பிடிக்க வேண்டும் என்ற வெறியும் கொண்டான்.

யார் அவன்? எப்பொழுது நடந்தது? என எதுவுமே தெரியாது எப்படி கண்டு-பிடிப்பான்?

19

அன்று காலை விரைவாகவே கிளம்பிய மதுவந்தி அதிரதனோடு மருத்துவமனை செல்லத் தயாராகினாள். ரூபன் சத்தியமே செய்திருந்தாலும் அவள் மனம் அதை ஏற்றுக்கொள்ள முடியாமல் தவிக்கவும் வேறொரு மருத்துவரிடம் உறுதி செய்துக்கொள்ள எண்ணினாள்.

அதிரதன் பைக்கை ஸ்டார்ட் செய்யும் நேரம் அங்கே வந்த அதிரூபன் தம்பியிடம், ''லேட்டானாலும் பரவாயில்லை பொறுமையா கூட்டிட்டு போடா...'' எச்சரிக்கை விடுக்க,

அவனை முறைத்தவள், “ரொம்ப அக்கறை தான்...” என நொடித்துக் கொண்டு திரும்பவும்,

‘பிள்ளை பூச்சிக்கெல்லாம் கொடுக்கு முளைக்குதே...’ என அவனால் தனக்குள்ளே புலம்ப மட்டும் தான் முடிந்தது.

அலுவலகத்திற்குச் சென்றவனை நிர்மல் ஆவலோடு வரவேற்க அவனை மார்க்கமாக பார்த்தான் ரூபன்.

“என்னடா வரவேற்புலாம் பலமா இருக்கு? என்ன விசேஷம்?”

“என்ன மச்சி என்ன விசேஷம்னு என்னை கேட்கிற? நீதான் சொல்லணும். மதுவ ஹாஸ்பிடல் கூட்டிட்டு போனியே என்ன சொன்னாங்க?”

“அவளே வருவா, கேட்டுக்கோ...” என்றவன் தன் வேலையை கவனிக்க,

“ஏன், நீ சொன்னா குறைஞ்சிடுவியா?”

“ஆமா குறைஞ்சிடுவேன்...”

“இப்ப சொல்ல முடியுமா? முடியாதா?”

“முடியாது...”

“டேய் வேணாம் என்னை கடுப்பேத்தாத...”

“அத தான் நானும் சொல்றேன், என்னை கடுப்பேத்தாம போ...”

“என்னடா காலையிலே ரொம்ப சூடா இருக்க? மது அடிச்சிட்டாளா?” என்றவனை முறைத்தவன்,

“எல்லாம் என் நேரம்டா, அந்த குட்டச்சியால நீ பேசுறதுலாம் கேட்க வேண்டியிருக்கு...” என்றான்.

“என்ன பிரச்சினைனு சொன்னா தானடா தெரியும்...”

“என்கூட பைக்ல வர மாட்டேன்னு சொல்லிட்டா, போதுமா. போய் வேலைய பாரு...”

“ஏன் இத்தனை நாளா நீயா அவளை கூட்டிட்டு வந்த? இன்னைக்கு மட்டும் என்ன புதுசா அக்கறை?” என நிர்மலும் ரூபனின் கோபத்தை அதிகரிக்க,

ரூபன் முறைக்கவும், “சரி விடு...” என்றவன்,

“ஆமா, தினமும் மதுவ கூட்டிட்டு வர்றது உன் தம்பி அதிரதனா?” என்று வினவ,

‘ஆமா’ என அவன் தலையசைக்கவும்,

“அடப்பாவி! அன்னைக்கு கேட்டப்பவே அது உன் தம்பினு சொல்லியிருக்க வேண்டியது தானடா? நான் உன் தம்பிய இதுவரைக்கும் பார்த்தது இல்லன்றதுனால எப்படிலாம் என்னை ஏமாத்திருக்க?” என்று கோபம் கொள்ள,

“இப்ப இது ரொம்ப முக்கியமா?”

“முக்கியம் தான். நீ முதல்ல உன் கல்யாணத்த ஏன் மறைச்சன்னு சொல்லு?”

“ஆஃபிஸ்க்கு வரும் போது வேலை பார்க்கணும்ன்ற எண்ணத்தோட வாடா, தேவையில்லாத வெட்டி பேச்சு எதுக்கு?”

“அவ்ளோ நல்லவனாடா நீ!” என்றவனை அசட்டை செய்து விட்டு ரூபன் வேலையில் கவனம் செலுத்த,

சிறிது நேரத்தில் மதுவந்தி அலுவலகம் வரவும் அவளிடம் தன் விசாரணையைத் தொடர்ந்தான் நிர்மல்.

அவள் சொன்ன செய்தியில் மகிழ்ந்து அவளுக்கு வாழ்த்து தெரிவித்தவனை ரூபன் பார்க்கவும், “பார்க்காத! உனக்குலாம் வாழ்த்து சொல்ல மாட்டேன்...” என முறுக்கிக்கொள்ள,

“நீ வேற ஏன்டா அப்பப்ப காமெடி பண்ணிட்டு இருக்க?” என சிடுசிடுத்தவன்,

மதுவிடம், “டாக்டர் என்ன சொன்னாங்க?” என்று விசாரிக்கவும்,

“இன்னும் ரெண்டு வாரம் கழிச்சு வர சொன்னாங்க, ஸ்கேன் பண்ணி பேபியோட வளர்ச்சி எப்படி இருக்குனு பார்க்கணுமாம்...” என்றவளின் முகம் வாடியிருக்கவும்,

“சரி, அதுக்கு ஏன் சோகமா இருக்க? எதாவது பிரச்சினையா?”

“இனிமேல் ஹாஸ்பிடல் போகும் போது நீயே என்கூட வா...”

“ஏன், அவன் கூட தான் போவேன்னு நீதான பிடிவாதம் பிடிச்ச? இப்ப என்ன ஆச்சு?”

“உன்னால வர முடியுமா? முடியாதா?” அதட்டலோடு அவள் கேட்க,

“வர்றேன்டி! வராம எங்க போவேன்? நீ முதல்ல சொல்லு என்ன பிரச்சினை?” என்றதும்,

அவள் அமைதியாய் இருக்க நிர்மல் நாகரீகம் கருதி நகர்ந்துக் கொள்ளவும் ரூபனைப் பார்த்தவள், “இன்னைக்கு டாக்டர், தம்பிப்பையாவுக்கு வாழ்த்து சொல்-லிட்டாங்க அவன் தான் குழந்தைக்கு அப்பா'னு நினைச்சு. எனக்கு கஷ்டமா இருக்கு. இனி நீயே என்கூட வர்றியா?” என்றாள் கவலையாக.

அவளையே வேதனையோடு பார்த்தவன், “சரி விடு, சின்ன மிஸ் அண்டர்ஸ்-டேன்டிங். சித்தப்பாவும் அப்பாவுக்கு சமம் தான? அப்படி நினைச்சிக்கோ. இதுக்கு ஏன் ஃபீல் பண்ற?” என்றதும்,

“எப்படி அவங்க அந்த மாதிரி நினைக்கலாம்? யாரு என்னன்னு கேட்காம பேச கூடாதுல்ல?” கோபத்தோடும் கவலையோடும் சொன்னவளை வலியோடு பார்த்தான்.

“சரி, அவங்க நினைச்சது தப்பு தான். விடு, நீ அதையே நினைச்சிட்டு இருக்-காத...” என்றதும் அவள் அமைதியாகவே இருந்தாள்.

அவளை அப்படியே விட மனம் வராது வேலைகளை அதிகம் கொடுத்து அவளது கவனத்தை திசைத் திருப்பவும் அவளும் மற்றதை மறந்து வேலையில் மூழ்கினாள்.

மாலையில் அதிரதன் மதுவை அழைத்துச் செல்ல வர, மதுவும் அவனோடு செல்ல ஆயத்தமாகவும் அதிரூபன் அவளை கேள்வியோடு பார்த்தான்.

“ஹாஸ்பிடலுக்கு மட்டும் நீ வந்தா போதும். மத்தப்படி உன் மேல எனக்கு இருக்கிற கோபம் அப்படியே தான் இருக்கு...” என முறுக்கிக் கொண்டு சென்-றவளை எண்ணி புன்னகைத்தவனை அங்கே வந்த நிர்மல் வியப்பாக பார்த்தான்.

“எப்படி மச்சி இப்படி மாறுன?” வியப்புக் குறையாமல் கேட்க,

“எப்படி?”

“எப்பவும் மதுவ திட்டிக்கிட்டும் முறைச்சிக்கிட்டும் தான இருப்ப? திடீர்னு தலைகீழ மாறிட்ட? ஒருவேளை அந்த முறைப்புலாம் எங்க முன்னாடி தானோ?” சந்தேகமாய் அவன் வினவவும்,

அதற்கு ரூபனின் புன்னகை மட்டுமே பதிலாக கிடைக்க, “டேய்! கேள்வி கேட்டா பதிலை சொல்லுடா. அதை விட்டு சிரிச்சிட்டு இருக்க?” என காண்டா-னவன்,

“கல்யாணமான விஷயத்தை எதுக்காக எங்ககிட்ட இருந்து மறைச்ச? அதை-யாவது சொல்லு...” என்றான்.

நண்பனிடம் மறைக்க விரும்பாத அதிரூபனும் நடந்ததை மேலோட்டமாக சொல்ல அமைதியாக கேட்டுக் கொண்டிருந்த நிர்மலோ, "அந்த சிடி வச்சது யாருனு கண்டுபிடிக்காமலா இருக்க?" என்றான் கோபமாக.

"எப்படி கண்டுபிடிக்கிறதுனு தெரியல மச்சி? யாரை சந்தேகப்படுறதுனும் தெரியல..." என்றவனுக்கோ அதை விட இப்பொழுது இருக்கும் பிரச்சினையே பெரியதாகப்படவும் முதலில் இந்த கயவனை கண்டுபிடிக்க வேண்டும் என்று மனதிலே உறுதிக் கொண்டான்.

ஆனால் வழி தான் தெரியவில்லை.

அதிரூபன் வீட்டிற்குள் நுழையும் போது மதுவும் அதிரதனும் வீடு முழுக்க அதிரூபனின் போட்டோ பதித்த ஃப்ரேமை மாட்டி கொண்டிருப்பதைக் கண்டு குழப்பத்தோடு அவர்களை நெருங்கியவன்,

"என்னடி என் மேல அம்புட்டு பாசமா? வீடு முழுக்க என் போட்டோவா இருக்கு..." என்றவனை முறைத்தவள் எதுவும் பேசாது நிற்க,

அதிரதன் புன்னகையோடு, "இந்த மாதிரி நேரத்துல யார் முகத்தை அதிகம் பார்க்கிறாங்களோ அவங்கள மாதிரியே குழந்தை பிறக்கும்னு சொல்லுவாங்களாம். அதுக்காக தான் வீடு முழுக்க உன் போட்டோவா மாட்ட சொல்றா..." என்றவன்,

"போய் கிச்சனையும் உன் பெட்ரூமையும் பாரு..." என்றதும்,

அதிரூபனும் அங்கே சென்று பார்க்க அங்கே அவன் போட்டோவும் அவனின் அன்னையின் போட்டோவும் இருக்க மதுவந்தியைப் பார்க்கவும்,

"உருவத்துல மட்டும் உன்னை மாதிரி இருந்தா போதுமாம். குணத்துல அம்மா மாதிரி தான் இருக்கணுமாம்..." அதிரதனே பதில் சொல்லிவிட்டு போட்டோவை மாட்ட,

"என் குணமும் எங்கம்மா குணமும் ஒன்னு தான்னு உனக்கே தெரியுமேடி..." என அவள் காதோரம் முணுமுணுக்க,

அவளோ உதட்டை சுழிக்கவும் அதை ரசனையோடு பார்த்தவன் அதிரதன் அறியாது அவளை பார்த்து கண் சிமிட்டியவன் இதழ் குவித்து முத்தமிடுவது போல பாவனை செய்ய அதிர்ச்சியில் விழிவிரித்தவள் பட்டென்று திரும்பிக் கொண்டாள்.

அதில் சிரித்தவன் தன் தம்பியிடம், "அதுக்கு ஏன்டா கிச்சன்லயும் ரூம்லயும் மட்டும் அம்மா போட்டோ மாட்டியிருக்க?" புரியாது கேட்க,

"ஏன்னா அங்கே தான மது அதிக நேரம் இருக்கா..." என்று சிரிக்கவும்,

"இருந்தாலும் என் அக்காவுக்கு இவ்ளோ அறிவு இருக்க கூடாது..." என்ற குரலில் திகைத்து திரும்பிப் பார்த்தவள் அங்கே ஆதிராவைக் கண்டு பரவசமடைந்தாள்.

தங்கையை அணைத்துக் கொண்டவள், ''எப்படா பாப்பா வந்த? நீ வர்றதா சொல்லவே இல்லையே...'' பாசத்தோடு வினவ,

"போங்கக்கா, நான் உங்க மேல கோவமா இருக்கேன். என்கிட்ட சந்தோஷ-மான விஷயத்தை ஷேர் பண்ணிக்கணும்னு கூட உங்களுக்கு தோணுலல்ல. மாமா தான் எனக்கு விஷயம் சொல்லி என்னையும் கூட்டிட்டு வந்தாரு..." என்று கோபம் கொள்ள,

"இல்லடா பாப்பா, நானே உன்னை நேர்ல வந்து பார்க்கணும்னு தான் நினைச்சேன். இந்த சன்டே ஹாஸ்டலுக்கு வரலாம்னு முடிவு பண்ணியிருந்-தேன்..." என்றதும்,

"நம்பாத, பொய் சொல்றா..." ரூபன் போட்டு கொடுக்க,

அவனை அவள் முறைக்கவும், "எதுக்கு மாமாவ முறைக்கிறீங்க? நேர்ல வர்-றது இருக்கட்டும், அதுக்கு முன்னாடி ஒரு போன் பண்ணி சொல்லியிருக்க-லாமே..." என்று குறைபட,

"இப்ப சந்தோஷமா? எதுக்கு எனக்கும் என் தங்கச்சிக்கும் சண்டைய உண்டு பண்ணுற?" கணவனிடம் கோபம் கொண்டாள் அவள்.

"ஏய்! என்னை பார்த்தா எப்படி தெரியுது? உனக்கு தங்கச்சி மேல பாசம் இல்லை. இருந்திருந்தா நீயே முதல்ல சொல்லியிருப்ப?" என்றவன்,

"தப்பை அவ மேல வச்சிக்கிட்டு என்னை குறை சொல்றா பாரு ஆதிரா, நீயே என்னன்னு கேளு..." என்றவன் சாவகாசமாக இருக்கையில் அமர,

ஆதிராவும் தமக்கையிடம் கோபம் கொண்டு பேசமாட்டேன் என முகத்தைத் தூக்கி வைத்துக் கொள்ள மதுவந்தி சமாளிக்க முடியாமல் கலங்கினாள்.

"போதும் நிறுத்து ஆதிரா. வந்ததும் எதுக்கு மதுவ அழ வைக்கிற? யாரு சொன்னா என்ன? இப்ப தான் விஷயம் தெரிஞ்சிடுச்சுல்ல. அவ கூட சந்-தோஷமா பேசுறத விட்டு எதுக்கு அழ வச்சிட்டு இருக்க?" அதிரதன் கோபம் கொள்ள,

"பார்ரா! நாட்டாமை பொங்குறாரு..." என முனகியவள்,

"என் அக்காகிட்ட எப்படி பேசணும்னு எனக்கு தெரியும்..." உதட்டை சுழிக்-கவும்,

"தெரிஞ்சிட்டாலும்..." என முனகியவன் வெளியே சென்று விட ஆதிரா தன் தமக்கையோடு மகிழ்வுடன் பேசத் தொடங்கினாள்.

"அக்கா அப்பாவுக்கு தெரிஞ்சா ரொம்ப சந்தோஷப்படுவாருக்கா. நான் சொல்லட்டுமா?" என்றதும் அவள் அதிரூபனைப் பார்க்க அவன் பதில் சொல்-லாது எழுந்து சென்றுவிட்டான்.

அதில் அவள் முகம் வாடவும், “மாமாகிட்ட கேட்டேன்கா, உங்க விருப்பம்னு சொல்லிட்டாங்க. நீங்க என்ன சொல்றீங்க? அப்பாவுக்கு போன் பண்ணட்டுமா?” என்றாள் ஆவலோடு.

அவன் தனக்காகத் தான் அப்படி சொல்லியிருக்கிறான் என்பது தெரிந்ததால் தங்கையிடம் மறுப்பாகத் தலையசைத்தாள்.

ரூபனுக்கு பிடிக்காத விஷயத்தை செய்வதில் அவளுக்கு விருப்பம் இல்லை.

“நானே நேரம் வரும் போது சொல்றேன்...” என்ற தமக்கையை அதன் பிறகு ஆதிராவும் வற்புறுத்தவில்லை.

விடுமுறை தினங்களில் ஆதிரா வரும் பொழுது நால்வரும் சேர்ந்து டின்னருக்கு வெளியே செல்வதை வழக்கமாக கொண்டிருந்ததால்,

“இன்னைக்கு டின்னருக்கு எங்கே போகலாம்?” ஆவலோடு ஆதிரா கேட்க,

அதை கேட்டுக் கொண்டே அங்கே வந்த அதிரதன், “இனி எங்கேயும் போறதில்லை. மது, வீட்டுல சமைச்சது மட்டும் தான் சாப்பிடணும். வேணும்னா நீ மட்டும் போ...” என்றவனை ஆதிரா முறைக்க,

“பாப்பா ஆசையா கேட்கிறாளே தம்பிப்பையா...” தங்கைக்கு ஆதரவாக மது பேச,

“சொன்னா புரிஞ்சிக்கோ மது. இந்த மாதிரி சமயத்துல ஹோட்டல் சாப்பாடு சாப்பிட வேணாம். பேபியோட நல்லதுக்கு தான் சொல்றேன்...” என்றான் தண்மையாக.

அவளுக்கும் அது சரியாகப்படவும் ஆதிராவைப் பார்க்க, அங்கு வந்த ரூபன் அவளிடம், “நீ வா ஆதிரா நாம ரெண்டு பேரும் போய்ட்டு வரலாம்...” என்றதும்,

“வேணாம் மாமா, அக்கா இல்லாம நான் வர்ல. இன்னொருமுறை பார்த்துக்கலாம்...” என்றாள்.

மதுவந்தியோ தங்கையை ஏமாற்றி விட்டோமே என கவலைக் கொண்டவள் அன்றிரவு உணவிற்கு ஆதிராவுக்கு பிடித்ததை எல்லாம் சமைத்து அவளை மகிழ்வித்தாள்.

மாடியில் நின்றபடி எதையோ யோசித்துக் கொண்டிருந்த ஆதிரா, “என் மேல கோபமா?” என்ற குரலில் திரும்பிப் பார்த்தவள் அங்கே நின்ற அதிரதனைக் கண்டதும்,

“உங்க மேல எனக்கென்ன கோபம்?” என்றாள் புரியாது.

“டின்னர கேன்சல் பண்ணிட்டனே...”

“இதுல கோபப்பட என்ன இருக்கு? அக்காவுக்காக தான சொன்னிங்க...”

“அப்புறம் ஏன் இப்படி தனியா வந்து நிக்கிற?”

“அது வந்து...” தயக்கத்தோடு இழுத்தவள்,

“உங்ககிட்ட கேட்டா மட்டும் உண்மையான பதில் கிடைக்கவா போகுது?” என்று திரும்பிக் கொள்ள,

“அதை எப்படி நீயே முடிவு பண்ணலாம்?” என்றான் அவன்.

அவள் அமைதியாய் பார்க்கவும், “என்ன பிரச்சினை? எதுனாலும் கேளு...” என்றவனிடம்,

“அக்கா ஏன் சந்தோஷமா இல்லை?” என்றாள் பட்டென்று.

அதில் அவன் திகைத்தாலும், “அவ சந்தோஷமா இல்லைனு உனக்கு யார் சொன்னது?” என்றான்.

“என் அக்காவ பத்தி எனக்கு தெரியாதா? அவங்க எனக்காக தான் சிரிச்சு பேசுறாங்க. அவங்க மனசுல சந்தோசம் இல்லை...”

அவன் அமைதியாய் பார்க்கவும், “ஏன் அமைதியா இருக்கிங்க? சொல்லுங்க, அக்காவுக்கு என்ன பிரச்சினை? மாமா இன்னைக்கு விஷயம் சொல்லும் போது எவ்வளவு சந்தோஷப்பட்டேன் தெரியுமா? அவங்களுக்குள்ள எல்லாம் சரியாகிடுச்சுனு.

ஆனா அக்கா சந்தோஷமா இருக்கிற மாதிரி தெரியலையே. சந்தோஷமா இருக்க வேண்டிய சமயத்துல அவங்க மனசுல அப்படி என்ன வருத்திட்டு இருக்கு?”

“மாமா கோபமா இருந்தப்ப கூட அவங்க இப்படி இல்லையே. மாமா இப்ப பழையப்படி மாறிட்டாரே வேற என்ன கஷ்டம்?” என்றவளை ஆச்சரியமாய் பார்த்தான் அதிரதன்.

சிறிய பெண் என்றெண்ணியிருந்தானே. ஆனால், அவளோ மதுவின் மனதிலிருக்கும் வேதனையை அவள் சொல்லாமலே தெரிந்துக் கொண்டாளே.

“சொல்லுங்க மாமா, ஏன் பேச மாட்டன்றீங்க? அக்காவுக்கு எதாவது பிரச்சினையா?”

“அப்படிலாம் இல்லை ஆதிரா. கணவன் மனைவிக்குள்ள சின்ன சின்ன சண்டைகள் வர்றது சகஜம் தான. அது மாதிரி தான் இதுவும். போக போக சரியாகிடும்...” என்றவனை அவள் நம்பாமல் பார்க்க,

“வேணும்னா ரூபன்கிட்டையே கேளு...” என்றான் அவன்.

“மாமாவுக்கும் அக்காவுக்கும் எல்லாம் சரியாகிடுச்சு தான?”

புன்னகையோடு தலையசைத்தவன், “உன் மாமன் உன் அக்காவ காதலிக்க ஆரம்பிச்சிட்டான்...” என்றதும் ஆதிரா வியப்போடு பார்க்க,

“அட உண்மைதான்மா. சார் இப்ப செம லவ் மூட்ல தான் சுத்திட்டு இருக்காரு...” என்றான்.

“வாவ்! மாமா அக்காகிட்ட எப்ப புரப்போஸ் பண்ணாங்க?”

“ம்க்கும். அவனை பத்தி உனக்கு தெரியாதா? அவன் அதுக்குலாம் சரிப்பட்டு வர மாட்டான்…”

“என்ன கெத்து காட்டுறாரா?”

“ம்ஹூம் காதலை சொல்றதுக்கு தைரியம் இல்லை…” என்றவன்,

“சரி அதை விடு. உன் படிப்புலாம் எப்படி போகுது?” என்று விசாரிக்க,

“அதலாம் நல்லாவே போகுது…” என்றவளுக்கு மீண்டும் தமக்கையைப் பற்றி கவலை எழுந்தது.

“இந்த மாதிரி நேரத்துல எல்லா பொண்ணுங்களுக்கும் அவங்க அம்மா துணையா இருப்பாங்க. ஆனா என் அக்காவுக்கு அந்த பாக்கியம் கிடைக்கல…” என்று கலங்கவும்,

“நாம எல்லாரும் மது கூட தான இருக்கோம், நாம பார்த்துக்கலாம் ஆதிரா…” என அவளை தேற்றவும்,

“எதனால அம்மாவுக்கு அக்கா மேல இவ்வளவு கோபம் இருக்கு?” உண்மை தெரியாது அவள் கேட்க,

அவனோ அவளிடம் சொல்லலாமா வேணாமா என குழம்பினான். ஆதிராவிடம் அவனுக்கு அதிகம் பழக்கம் இல்லை என்றாலும் அவள் மது மீது வைத்திருக்கும் அன்பை அறிவான்.

எனினும் உண்மைத் தெரிந்தால் அது அவளை எந்த விதத்தில் பாதிக்கும் என தெரியாததால் சொல்ல தயங்க,

அவனின் தயக்கத்தை உணர்ந்தவள், “என்னையும் அம்மா மாதிரியே நினைச்சிட்டிங்களா?” என்றாள் ஆற்றாமையோடு.

மறுப்பாகத் தலையசைத்தவன் அவளிடம் மதுவைப் பற்றிய உண்மையை சொல்ல அதில் அதிர்ந்தவள் நொடியும் தாமதிக்காது ஓடிச் சென்று தமக்கையை அணைத்துக் கொண்டு கண்ணீர் வடித்தாள்.

அவளின் கண்ணீரைக் கண்டு பதறிய மதுவந்தி அவளை விலக்கி, “என்ன ஆச்சு பாப்பா ஏன் அழுற?” கவலையோடு வினவவும்,

பதில் சொல்ல முடியாது மீண்டும் அணைத்துக் கொண்டு அழுதவள் தன் அன்னையின் நடவடிக்கையை எண்ணி மேலும் கலங்கினாள்.

இதுவரை தமக்கையின் மீதான அன்னையின் கோபத்திற்கு காரணம் தெரியாமல் இருந்தவளுக்கு இப்பொழுது தெரியவும் அது தன் தமக்கையை எந்தளவு பாதித்திருக்கும் என்பது புரிய, துடித்தவள் தொடர்ந்து அழுதுக்கொண்டே இருக்கவும் அங்கே வந்த அதிரூபன் தான் அவளை தேற்றினான்.

மதுவந்தியோ என்னவென்று புரியாமல் பதறியப்படி தங்கையைப் பார்க்க, “தண்ணி எடுத்துட்டு வா மதி…” அவளை அனுப்பி வைத்தவன் ஆதிராவிடம் விவரம் கேட்டான்.

“நான் தான் அவகிட்ட மது பத்தின உண்மைய சொன்னேன். அதுக்கு தான் அழுதுட்டு இருக்கா…” என்று அதிரதன் சொல்லவும்,

“இதுக்கெதுக்கு அழுதுட்டு இருக்க? உன்கூட பிறந்தாலும் பிறக்கலனாலும் அவ உன்னோட அக்கா தான். அதுல எந்த மாற்றமும் இல்லை…” என்று சொல்ல,

“அக்கா பாவமல, அம்மா அவங்களை ரொம்ப கஷ்டப்படுத்திட்டாங்க…” என்று மீண்டும் அழுதவளை தேற்றுவதற்குள் ஒருவழியாகிவிட்டனர்.

மறுநாள் கல்லூரி செல்லும் வரை மதுவை விட்டு அவள் நகராமல் இருக்க மதுவின் மனம் அவளின் அன்பில் உருகியது.

தனிமையில் ரூபன் அருகில் வந்தமர்ந்த மதுவந்தி மீண்டும் உறுதிப்படுத்திக் கொள்வதற்காக அவனிடம், “நீ என்கிட்ட அப்படிலாம் நடந்துக்கல தான ரூபன்?” தயக்கத்தோடு கேட்க,

அவளின் தவிப்பை உணர்ந்தவனோ உண்மையை சொல்ல முடியாது, “நீ எத்தனை முறை கேட்டாலும் என்னோட பதில் மாறாது மதி, நான் சொன்னது உண்மை தான்…” என்று எழுந்து சென்றுவிட மதுவந்தி கலங்கினாள்.

அவள் மனம் ஒரு நிலையில் இல்லாமல் தவித்தது.

அவள் நம்பிக்கை உண்மையானால் அவள் பெண்மை கலங்கப்படும் என்பது அவளுக்கும் தெரியும். எனினும் ரூபன் அப்படி செய்திருக்கமாட்டானே என அவள் மனம் அடித்துச் சொல்வதை ஏற்றுக்கொள்ளவும் முடியாமல், உண்மையை அறியும் வழியும் தெரியாமல் தவித்தாள்.

அன்றைய நாளை நினைவுப்படுத்திப் பார்த்தவளுக்கு எந்த நினைவும் வரவில்லை. ரூபன் சொல்வது உண்மை என்றாலும் தனக்கு கொஞ்சம் கூடவா நினைவில் இருந்திருக்காது என தன்னையே கேள்விக்கேட்டுக் கொண்டவளுக்கு எந்த பதிலும் கிடைக்காமல் போய்விட பைத்தியம் பிடிக்கும் நிலையில் அமர்ந்திருந்தாள்.

அவள் மனநிலையை உணர்ந்த அதிரூபன் அவளை தனியே விடாது எப்பொழுதும் அவளோடு ஒருவர் இருக்கும் படி பார்த்துக் கொண்டான்.

தன் தந்தையையும் ஊரிலிருந்து வரவழைத்திருந்தவன் அவளது ஆரோக்கியத்திலும் கவனம் எடுத்துக் கொண்டான்.

நாட்கள் நகர அவளுக்குள்ளும் மாற்றங்கள் நிகழ தன் மனதில் இருக்கும் சஞ்சலத்தை ஓரம் கட்டி வைத்து குழந்தையைப் பற்றிய கற்பனையில் மூழ்கத் தொடங்கினாள்.

குழந்தையை நினைக்கும் போதே அவள் மனதில் ஒருவித பரவசம் உண்டாக ரூபனிடமும் தன் கோபத்தை குறைத்து பழையப்படி பேசத் தொடங்கினாள்.

அவளின் இந்த மாற்றம் அவனுக்கும் பிடித்திருக்க அவளை பற்றிய கவலை நீங்கவும் அந்த கயவனைப் பற்றி தீவிரமாக யோசிக்கத் தொடங்கினான்.

ஆனால், அந்த கயவனை எங்கே எப்படி கண்டுபிடிப்பது என்று அவனுக்கு சுத்தமாகத் தெரியவில்லை.

சந்தேகம்படும்படியாக யாரேனும் இருந்தாலாவது தன் தேடலைத் தொடங்கு-வான்? ஆனால், அப்படி யாரும் இல்லையே?

ஒரு நாள் தீபனுக்கு விபத்து ஏற்பட்டதாக மதுவந்திக்கு வந்த அழைப்பு நினைவு வரவும் அது யாராக இருக்கும் என்ற யோசனையில் ஆழ்ந்தான்.

தீபன் என்ற பெயர் அலுவலகத்தில் இருப்பவர்களைத் தவிர வேறு யாருக்கும் தெரியாதே. எப்படி யோசித்தாலும் பதில் தான் கிடைக்கவில்லை.

அலுவலகத்தில் இருக்கும் ஒவ்வொருவரையும் சந்தேகக் கண்ணோடு நோட்ட-மிட்டான். பலன் தான் இல்லை.

“இன்னும் ஏன்டா கண்டுபிடிக்காம இருக்க?” அதிரதன் ஒரு நாள் ரூபனிடம் கோபம் கொள்ள,

“எப்படி கண்டுபிடிக்க சொல்ற? இவனா இருக்குமோனு யாரையும் சந்தேகப்பட கூட வழியில்லை...” என கவலைக் கொண்டவன்,

“என்னை விட்டு அவ எங்கேயும் தனியா கூட போனதில்லை. இருபத்தினாலு மணி நேரமும் என் கண்ணு முன்னாடியே தான் இருக்கிறா. அப்புறம் எப்படி?” என்று யோசித்தவனுக்கு தலைவலி தான் மிஞ்சியது.

அந்த நேரம் அவன் போன் அலறவும் கடுப்பில் அதை கட் செய்தவன் யோசனையில் மூழ்க, அவனை யோசிக்க விடாமல் மீண்டும் போன் ஒலித்ததும் எரிச்சலடைந்தவன், அதில் ப்ரைவேட் நம்பர் என ஒளிரவும் யோசனையோடு போனை எடுத்தான்.

“என்ன மிஸ்டர் அதிரூபன்? அப்பாவாக போறீங்க, ஆனா அதுக்கான சந்-தோஷம் கொஞ்சம் கூட உங்க முகத்துல இல்லையே?” என்ற குரலில் அதிரூபன் அதிர,

“சந்தோஷம் எப்படி இருக்கும்? மூணு மாசமா பொண்டாட்டிய நெருங்கவே இல்லையே அப்புறம் குழந்தை எப்படி வந்திருக்கும்ன்ற யோசனை தான இருக்-கும்...” என்றான் நக்கலாக.

அதிரூபனோ ஆத்திரத்தோடு, “டேய் யார்டா நீ?” என்று கத்த, அதிரதன் யோசனையோடு தமையனைப் பார்த்தான்.

மறுமுனையில் இருந்தவனோ கொஞ்சமும் பதறாது நிதானமாக, “நான் யாருன்னு தெரியணுமா? இல்லை உன் குழந்தைக்கு அப்பன் யாருனு தெரிய-

ணுமா?'' என்றதும் அதிரூபனுக்கு ஆத்திரம் எல்லையைக் கடந்தது.

''உன்னை கொல்லாம விட மாட்டன்டா...'' என்று சீறியவனை அவன் சிறிதும் பொருட்படுத்தாது,

''எனக்கு ஒரு சந்தேகம். அது உன் குழந்தை இல்லனதும் உன் பொண்டாட்டிய அடிச்சு வெளிய துரத்தாம இன்னும் கொஞ்சிக்கிட்டு இருக்கியே அது ஏன்? ஒருவேளை உனக்கு...'' என்றவன் ஏதோ சொல்ல வர அதற்குள் மது அங்கே வரவும் அவசர அவசரமாக போனை வைத்தான் அதிரூபன்.

தன் கோபத்தை தனக்குள்ளே மறைத்துக் கொண்டு சாதாரணமாக இருக்க முயல அவனை கண்டவளோ, ''என்ன ஆச்சு ரூபன்? ஏன் ஒரு மாதிரி இருக்க?'' என்றாள்.

''ஒண்ணுமில்லை. நீ எதுக்கு வந்த சொல்லு...''

''வளைகாப்பு வைக்கிறத பத்தி மாமா உன்கிட்ட பேசணும்னு சொல்றாங்க. ஊர்லயே வைக்க ஆசைப்படுறாங்க. உனக்கு என்ன தோணுது? மாமாகிட்ட வந்து பேசு...''

''அதுக்கு இப்ப என்ன அவசரம்? அப்புறம் பார்த்துக்கலாம் போ...'' கோபத்தை மறைத்து பொறுமையாக சொல்ல முயல,

அவளோ விடாது, ''இல்லை ரூபன் ஏழாவது மாசமே வச்சிக்கலாம்னு மாமா சொல்றாங்க, அப்ப தான் கொஞ்சம் பயம் இல்லாம டிராவல் பண்ணலாமாம்...'' என்று சொல்லவும்,

கோபம் கொண்டவன், ''அதுக்கு இன்னும் ஒரு மாசம் இருக்குல்ல அதுக்குள்ள என்னடி அவசரம்?'' என்று அவளிடம் கத்தவும் அவள் கண்கள் கலங்கியது.

தமையனின் நிலையை உணர்ந்த அதிரதனோ மதுவந்தியை பார்க்க, ''எதுக்கு தம்பிப்பையா என்கிட்ட கோபப்படுறான்? ஊர்ல வளைகாப்பு வச்சாலும் நான் எங்க அம்மா அப்பாவ கூப்பிட மாட்டேன்னு சொல்லிடு. அப்பவும் என் மேல நம்பிக்கை இல்லனா எனக்கு வளைகாப்பே வேணாம்...'' என்று நகர்ந்தவளை தடுத்த அதிரதன் தமையனைப் பார்க்க,

தன்னை நிலைப்படுத்திய அதிரூபனோ மனைவியை அழைத்துச் சென்று அவளை தேற்ற முயன்றான்.

''ஏதோ டென்ஷன்ல இருந்தேன் மதி, அதான் உன்கிட்ட கத்திட்டேன். மன்னிச்சிடு...'' என மன்னிப்பை யாசிக்க,

''உன் மன்னிப்பு ஒன்னும் எனக்கு வேணாம்...'' என முறுக்கிக் கொண்டவளைக் கண்டு புன்னகைத்தவன்,

''வேற என்ன வேணும்?'' என்றான் அவளை தன் தோளில் சாய்த்தப்படி.

“உனக்கு என்ன ஆச்சு ரூபன்? எப்பவும் என்கூட எதாவது வம்பிழுத்துட்டு இருப்ப, இப்பலாம் கண்டுக்கவே மாட்டன்ற? என் மேல என்ன கோபம்?”

“உன் மேல எனக்கென்னடி கோபம்?” அவன் சமாளிப்பாய் கேட்க,

“பொய் சொல்லாத, எதையோ என்கிட்ட மறைக்கிற? எனக்கு எப்படி சொல்றதுனு தெரியல. ஆனா, எதோ ஒன்னு உன்னை கஷ்டப்படுத்துதோனு தோணுது. அப்படி எதாவது இருந்தா என்கிட்ட சொல்லு...”

“ஒருவேளை அன்னைக்கு நடந்ததுக்கு நீ கில்டியா ஃபீல் பண்ணிட்டு இருக்கியா? அப்படிலாம் நீ ஃபீல் பண்ண வேண்டிய அவசியம் இல்ல ரூபன். நான் உன் மனைவி தான உனக்கில்லாத உரிமையா?” என அவனை சமாதானம் செய்ய முயலவும்,

தனக்காகத் தான் இப்படி பேசுகிறாள் என்பது புரியாதவனா அவன்?

அவளை அணைத்துக் கொண்டு, “நீயே எதாவது யோசிச்சிட்டு இருக்காம சந்தோஷமா இரு. அது தான் நம்ம குழந்தைக்கும் நல்லது...” என கண்டிப்போடும் அக்கறையோடும் கூறியவனின் மனதிலிருப்பதை அறிந்துக்கொள்ள முடியாமல் அவனின் முகத்தையே பார்த்துக் கொண்டிருந்தாள்.

ரூபன் மனதில் அப்படி என்ன கவலை இருக்கிறது? என்ற தவிப்போடு மதுவந்தி யோசிக்க, அவனோ தனக்கு போன் செய்த அந்த கயவன் தங்களைப் பற்றி முழுதும் தெரிந்து வைப்பது போல பேசுகிறானே அது எப்படி? அவன் யார்? என யோசித்துக் கொண்டிருந்தான்.

20

அதிரூபனுக்கு அழைப்பு விடுத்த அந்த மர்ம நபர் யாரென்று கண்டுபிடிக்க முடியாமல் அதிரூபனும் அதிரதனும் தவித்துக் கொண்டிருந்தனர். அதன் பிறகு அவனிடமிருந்து எந்த அழைப்பும் வாராதிருக்க அது யாராக இருக்கும் என யூகிக்கவும் முடியவில்லை.

அதே நேரம் தனக்கு அழைத்தவன் மதுவந்திக்கும் அழைத்து விடுவானோ என்றெண்ணி அவளின் அலைபேசியில் புதிய எண்ணில் இருந்து வரும் அழைப்புகளை தடை செய்திருந்தான்.

தங்களுக்குள் நடப்பது அவனுக்கு எப்படி தெரிந்தது என குழம்பியவன் ஏதோ தோன்ற கோபத்தோடு தன் அறைக்குள் நுழைந்து அனைத்தையும் களைத்து எதையோ தேட அவன் தேடியது கிடைக்கவே இல்லை.

அதில் எரிச்சலுற்று படுக்கையில் அமர்ந்தவன் ஆவேசமாக தலையணையைத் தூக்கியெறிய அங்கே வந்த மதுவந்தியின் மீது அது விழவும் அதிர்ந்தவன் வேகமாக அவளை நோக்கி வந்தான்.

“சாரி மதி, டென்ஷன்ல தூக்கி போட்டேன், அடிப்பட்டுடுச்சா?” என பதற, அவளோ அவனை யோசனையோடு பார்த்துக் கொண்டிருந்தாள்.

அதை கவனியாதவன், “அடி எதுவும் படல தான? பார்த்து வர கூடாதா? எதாவது ஆகியிருந்தா என்ன பண்றது?” என்றபடி அவளை அழைத்து வந்து படுக்கையில் அமர வைக்க,

“எதுக்கு இப்போ டென்ஷனாகுற ரூபன்? அது பில்லோ தான? அதனால எனக்கு என்ன ஆகிட போகுது?” என்றவள் அறையை சுற்றி நோட்டமிட அவள் பார்வையை கவனித்தவன் அடுத்து அவள் கேட்கப் போகும் கேள்விக்கு என்ன பதில் சொல்வதென தெரியாது திருதிருவென்று விழிக்க,

அலங்கோலமாய் இருந்த அறையை கவனித்தவள், “அப்படி என்ன தேடுன? எதுனாலும் என்கிட்ட சொன்னா நான் எடுத்து தரமாட்டனா? எதுக்கு இப்படி டென்ஷன் ஆகிட்டு உட்கார்ந்திருக்க?” என்றதும்,

“என் பர்ஸ காணும்?” வாய்க்கு வந்ததை உளர,

“பர்ஸா?” என்றவள்,

அங்கே ஹேங்கரில் தொங்கிக் கொண்டிருந்த அவனது பேண்ட் பாக்கெட்டை கவனிக்க அதில் லேசாக எட்டிப்பார்த்துக் கொண்டிருந்த அவனது கறுப்பு நிற பர்ஸைக் கண்டு அவனை முறைக்கவும்,

அவளையே கவனித்துக் கொண்டிருந்தவன் சமாளிக்க முடியாமல் அசடு வழிய அவளோ, “உனக்கு என்ன ஆச்சுனே தெரியல, உன் கவனமும் வேற எங்கேயோ இருக்கு...” என்றவளுக்கு ரூபனை எண்ணி கவலை எழத் தான் செய்தது.

முன்பு போல் இல்லாமல் எதைப் பற்றிய சிந்தனையிலோ மூழ்கியிருப்பவனுக்கு அப்படி என்ன பிரச்சினை என்பதை அவளால் அறிந்துக் கொள்ளவே முடியவில்லை.

அவனிடம் கேட்டாலும் சரியான பதில் கிடைக்காது என்பது தெரிந்ததால் தன் கவலையைத் தனக்குள்ளே மறைத்துக் கொண்டு கலங்கியவளின் கரத்தை அழுந்தப் பற்றியவன், “நீ என்னை பத்தி யோசிச்சு யோசிச்சு உன்னை நீயே கஷ்டப்படுத்திக்காத மதி. இந்த மாதிரி நேரத்துல சந்தோஷமா இருக்கணும்...” என்றவனை வேதனையோடு பார்த்தாள்.

அவளின் சந்தோஷமே அவன் தான் எனும் போது அவன் இப்படியிருக்க அவளால் மட்டும் எப்படி சந்தோஷமாக இருக்க முடியும்?

பொதுவாகவே பெண்களின் மனம் தங்கள் கர்ப்ப காலத்தில் கணவனை தான் அதிகம் நாடும். அப்படியிருக்க மதுவந்தி மட்டும் அதற்கு விதிவிலக்கா என்ன?

குழந்தையைப் பற்றிய கனவுகளிலே மூழ்கியிருப்பவளுக்கு அவனிடமும் அதை பகிர்ந்துக்கொள்ள மனம் ஏங்கியது தான். ஆனால், அதற்கு தான் வழியே இல்லாதது போல் முப்பொழுதும் ஏதோ சிந்தனையிலே மூழ்கியிருக்கிறானே.

என்னதான் அவன் அவளை அவளருகிலே இருந்து கவனித்துக் கொண்டாலும் அவளிடம் மனம் விட்டு பேசுவதையே தவிர்த்திருந்ததால் அவள் மனதில் வெறுமை சூழ்வதை அவளாலும் தவிர்க்க முடியவில்லை.

சிறுவயதிலிருந்து சண்டையிட்டு கொண்டிருந்தாலும் அவளிடம் அவன் எதையும் மறைத்ததில்லை. அவனை பற்றிய சிறு சிறு விஷயங்கள் கூட அவளுக்கு அத்துப்படி.

அப்படியிருக்க அவன் மனைவியாய் முழு உரிமையோடு அவனருகில் இருக்கும் நேரம் அவன் மனதிலிருப்பதை சொல்லாமல் மறைக்கிறானே. தனக்குத் தெரியக் கூடாதென நினைக்குமளவிற்கு அப்படியென்ன பிரச்சினை?

சோகம்படிந்த அவளின் முகத்தையே கவனித்திருந்தவன் அவள் நெற்றியில் செல்லமாக முட்டி, “இப்படி நீ சோகப்பதுமையா சுத்திட்டு இருந்தா நம்ம பாப்பாவும் ஃபியூச்சர்ல உன்னை மாதிரியே அழுது வடியும்...” என சலித்துக்கொள்ள,

“பாப்பாவா?” என திகைத்தவள்,

“எனக்கு பாப்பா வேணாம், தம்பி தான் வேணும்...” என பிடிவாதம் கொள்ள,

“ஏன்டி, பாப்பாக்கு என்ன குறை? எனக்கு பாப்பா தான் வேணும் அதுவும் உன்னை மாதிரியே...” என அவள் மூக்கைப் பிடித்து செல்லமாக ஆட்ட,

‘அதனால் தான் வேண்டாம் என்கிறேன்’ என்றவளை புரியாமல் பார்த்தான் அவன்.

“என்னை மாதிரி பாப்பா வேணாம் ரூபன். என்னை மாதிரி ஒருத்தி யாருக்கும் மகளா பிறக்க வேண்டாம்...” என்றதும் அவள் எதற்காக அப்படி சொல்கிறாள் என்பது புரியவும் அவளை முறைக்க,

அவளோ அதை கவனியாது, “என் குழந்தை அவன் அப்பா மாதிரி தான் இருக்கணும். அன்பான மகனா, பொறுப்பான அண்ணனா, மனைவிய கண்ணுக்குள்ள பொத்தி வச்சி பாதுகாக்கிற காதல் கணவனா இருக்கிற என் ரூபன் மாதிரி ஒரு மகன் தான் எனக்கு வேணும்...” என்றாள் உறுதியாக.

“அன்பான மகன், பொறுப்பான அண்ணன் கூட ஓகே. ஆனா, அந்த காதல் கணவன்? நான் உன்னை காதலிக்கிறேனு உனக்கு யார் சொன்னது?” என்று பொய்யாக முறைக்கவும்,

“யாரு சொல்லணும்? உன் மனசுல இருக்கிற காதலை புரிஞ்சிக்க முடியாதளவுக்கு நான் மக்கு இல்லை...” என முறுக்கிக் கொண்டவளைக் கண்டு புன்னகைத்தவன்,

“அப்படினா என் மதிக்கும் கொஞ்சம் மதி இருக்குன்றத ஒத்துக்கிறேன்...” கேலி போல சொல்லியவன் அவளை காதலோடு அணைத்துக் கொண்டு அவள் உச்சந்தலையில் இதழ் பதித்தான்.

தான் சொல்லாமலே தன் மனதிலிருக்கும் காதலை புரிந்துக் கொண்டவளை எண்ணி வியந்தவன் அவள் முகத்தை நிமிர்த்தி, “நான் இதுவரைக்கும் என் காதலை உன்கிட்ட சொன்னதே இல்லையே உனக்கு வருத்தமா இல்லையா மதி?” என்றதும்,

மறுப்பாகத் தலையசைத்தவள், “வெறும் வாய் வார்த்தையா சொல்லிட்டு இருக்காம செயல் மூலமா உன் காதலை ஒவ்வொரு நொடியும் எனக்கு உணர்த்திட்டு இருக்கியே அது போதும் ரூபன்...” என்றாள் நிறைவான மனதோடு.

சில நொடி அவளையே பார்த்திருந்தவன், “எனக்கு உன்கிட்ட பிடிக்காத விஷயங்கள் சிலது இருக்கு தான் மதி. அதுக்காக உன்னை மாதிரி ஒரு குழந்தை வேணாம்னு நினைக்கிறது முட்டாள்தனம்.

எனக்கு பொண்ணு தான் வேணும். ஒரு பொண்ணு எப்படி இருக்கணும்னு நான் ஆசைப்படுறனோ அதே மாதிரி அவளை நாம வளர்க்கணும். வேணும்னா அடுத்ததா ஒரு பையனை பெத்துக்கலாம்...” என அவன் கண்ணை சிமிட்ட

அதில் முகம் சிவந்தவள் அவன் மார்பில் சாய்ந்துக் கொண்டாள்.

மனைவிக்காக வெளியே சிரித்து பேசினாலும் அவன் மனமோ வலியில் துடித்-துக் கொண்டிருந்தது.

என்னதான் அந்த குழந்தையை அவன் குழந்தையாக ஏற்றுக்கொண்டாலும் மதுவந்தி குழந்தையைப் பற்றி ஆவலோடு பேசும் பொழுதெல்லாம் அவனையும் மீறி அவன் மனதில் வலி எழத் தான் செய்கிறது அந்த கயவனை இன்னும் கண்-டுபிடிக்காமல் இருக்கிறோமே என்று.

எவ்வளவு அழகாக நகர வேண்டிய தருணங்கள் அனைத்தும் அந்த கயவனால் நரகமாகிப் போனதே என தனக்குள்ளே துடித்தான்.

அனைத்திற்கும் மேலாக இந்த உண்மை ஒரு பொழுதும் தன் மதிக்கு தெரிந்து விடக் கூடாதே என பரிதவித்தான்.

அவளுக்காக எதையும் செய்யத் தயாராக இருப்பவன் எதற்காகவும் அவளை இழக்கத் தயாராயில்லை.

சிறிது நேரம் அவனோடு ஒன்றியிருந்தவள் அறையை ஒதுங்க வைப்பதற்காக எழவும் அவளை தடுத்தவன், “நீ இரு, நானே க்ளீன் பண்றேன்...” என்றதும்,

“வேணாம் ரூபன், நான் பார்த்துக்கிறேன்...” என்றவளை பிடிவாதமாக தடுத்து,

“மிக்சி சத்தம் கேட்குது, அப்பா உனக்கு தான் ஜூஸ் போட்டுட்டு இருக்-காருன்னு நினைக்கிறேன். போய் குடி...” வலுக்கட்டாயமாக அவளை அனுப்பி வைத்துவிட்டு கதவை சாத்தியதும் அறை முழுவதும் பார்வையை செலுத்தியவன் ஏமாற்றத்தோடும் எரிச்சலோடும் படுக்கையில் விழுந்தான்.

அவன் தேடியது கிடைக்காமல் போன எரிச்சல் ஒருபுறம் இருக்க அது இல்லை என்றால் வேறெப்படி தங்களைப் பற்றி தெரிந்துக் கொண்டான் என்ற குழப்பம் ஒருபுறம் அவன் பொறுமையை சோதித்தது.

நாட்கள் தான் நகர்ந்ததே தவிர அந்த கயவனிடம் இருந்து எந்த அழைப்பும் வரவில்லை. அவனையும் யாரென்று கண்டுபிடிக்க முடியவில்லை. நிம்மதியின்றி திரிந்துக் கொண்டிருந்தான் அதிரூபன். அதிலும் அதை மனைவியிடம் மறைப்ப-தற்கு பெரும்பாடுபட்டான்.

ஏழாம் மாதம் ஒரு நன்னாளில் மதுவந்திக்கு வளைகாப்பு செய்வதற்கு நாள் குறித்திருந்தனர். ஆதிராவை அழைத்து மதுவந்திக்கு துணையாக இருக்க சொன்ன கேசவமூர்த்தி அதிரதனை அழைத்துக் கொண்டு இரண்டு நாட்களுக்கு முன்பே ஊருக்குச் சென்றுவிட்டார்.

“அப்பாவ வளைகாப்புக்கு கூப்பிடுவிங்களாக்கா?” தயக்கத்தோடு ஆதிரா கேட்க,

அவளோ கணவனை எண்ணி மறுப்பாகத் தலையசைத்தவள் கலங்கிய கண்களை தங்கையிடம் இருந்து மறைப்பதற்காக அங்கிருந்து நகர்ந்துவிட ஆதிரா கவலைக்கொண்டாள்.

ஆதிரா தங்கள் அன்னையை அழைக்காததற்கு கூட பெரிதும் கவலைக் கொள்ளவில்லை. ஏனெனில் அவரால் தன் தமக்கை அனுபவித்திருக்கும் துன்பங்களை அவள் அறிவாளே.

ஆனால், அவள் தந்தையை அழைக்காதது தான் அவளை அதிகம் வருத்தியது.

அவர் மதுவந்தியின் மீது எவ்வளவு அன்பு வைத்திருக்கிறார் என்பது அவளுக்கும் தெரியும். இதுபோன்ற நேரத்தில் அவரை ஒதுக்கி வைப்பது அவரை எந்தளவு வேதனைப்படுத்தும் என எண்ணும் போதே அவள் கண்கள் கலங்கியது.

அந்த நேரம் அங்கே வந்த அதிரூபன் அவளின் கலங்கிய விழிகளைக் கண்டு அவளருகே வந்தமர்ந்தவன் என்னவென்று விசாரிக்க அவளோ கோபமாக முகத்தைத் திருப்பிக்கொள்ள,

அதைக் கண்டு சிரித்தவன், “ஆதிராகுட்டிக்கு என் மேல அப்படி என்ன கோபம்?” என அவள் முகத்தைத் தன் பக்கம் திருப்ப,

“என்கிட்ட பேசாதிங்க மாமா...” என முறுக்கிக் கொண்டாள் அவள்.

“ஏன்? நான் என்ன பண்ணேன்?” புரியாது அவன் கேட்க,

“நீங்க ஏன் அக்காவோட வளைகாப்புக்கு அப்பாவ கூப்பிடல?”

ஒரு நொடி அவன் முகம் இறுகினாலும் அதை அவளிடம் காட்டாது மறைத்தவன், “உங்கப்பாவ கூப்பிட கூடாதுனு நான் சொல்லலையே...” என்றான்.

“நீங்க கூப்பிடவும் சொல்லலையே...” என்றவளை அவன் பார்க்க,

“உங்களுக்கு பிடிக்காதுனு தான் அக்கா கூப்பிடல, இல்லனா அக்கா கூப்பிடுவாங்க. அப்பா இருந்தா அக்காவுக்கும் சந்தோஷமா இருக்குமே...” என்றாள்.

அவளிடம் எதுவும் சொல்ல விரும்பாதவன், “உன் அக்கா ஆசைப்பட்டா உன் அப்பாவ வர சொல்லட்டும் நான் தடுக்கமாட்டேன்...” என்று எழுந்து சென்றுவிட ஆதிராவோ கவலையோடே அமர்ந்திருந்தாள்.

அதிரூபனின் விருப்பத்தை மீறி மதுவந்தி எதுவும் செய்யமாட்டாள் என்பதை அறிந்திருந்தவளுக்கு இனி தன்னால் எதுவும் செய்ய முடியாது என்பது தோன்றவும் தன் கவலையை மறைத்துக் கொண்டு தமக்கையை கவனிக்கத் தொடங்கினாள்.

மதுவந்திக்கு தங்கையின் வருத்தம் புரியாமலில்லை. அதிரூபனின் கோபம் நியாயமானது என்றாலும் அதற்காகத் தன் தந்தையை ஒதுக்கி வைக்க அவளாலும் முடியவில்லை தான்.

எனினும் கணவனுக்குப் பிடிக்காததை செய்து அவனை வருத்த அவள் மனம் விழையாததால் தன் விருப்பத்தைத் தனக்குள்ளே புதைத்துக் கொண்டாள்.

அதிரூபனோ அந்த விஷயத்தில் தலையிடாது தன் வேலையை கவனித்துக் கொண்டிருந்தவன் மனைவியையும் ஆதிராவையும் அழைத்துக் கொண்டு ஊருக்குச் சென்றான்.

அவர்கள் சென்ற கார் மதுவந்தியின் வீட்டை கடக்கும் நேரம் அவளின் கண்கள் அனிச்சையாக வீட்டைப் பார்க்க அதிரூபன் அதை உணர்ந்தாலும் அவளை கண்டுகொள்ளவில்லை.

ஆதிரா தங்கள் வீட்டிலே இறங்கிக் கொள்வதாகக் கூறவும் அவளை அங்கே இறக்கிவிட்டு மனைவியோடு தன் வீட்டிற்குச் சென்றவனை உறவினர்கள் மகிழ்வோடு வரவேற்றனர்.

சிறிது நேரம் அவர்களோடு பேசிக் கொண்டிருந்தவன் மனைவியை அழைத்துக் கொண்டு தங்கள் அறைக்குள் வந்து அவளை ஓய்வெடுக்கும்படி சொல்ல அவளும் உடையை மாற்றிக் கொண்டு கட்டிலில் படுக்கும் நேரம்,

'மாமாஆஆ' என அங்கே ஓடி வந்த ஆதிரா ரூபனைக் கட்டிக் கொண்டு அழவும் அவள் கண்ணீரைக் கண்டு பதறிய மதுவந்தி முதலில் தங்கள் அறைக்கதவை மூடினாள்.

இப்பொழுது தானே அவர்கள் வீட்டிற்குச் சென்றாள். அதற்குள் என்ன நேர்ந்தது? என குழம்பிய அதிரூபனோ அவளை தேற்ற முயன்றான்.

"என்ன ஆச்சு ஆதிரா? எதுக்கு அழற?"

பதில் சொல்லாது அழுதுக் கொண்டிருந்தவளை ஒருவழியாகத் தேற்றி, "சொல்லும்மா, என்ன நடந்துச்சு? உங்கம்மா எதாவது திட்டுனாங்களா?" என்றதும்,

"அம்மாவும் அப்பாவும் வீட்டுல இல்லை ஆதவ் மட்டும் தான் இருந்தான்..." என்றாள்.

"அவன் உன்கிட்ட சண்டை போட்டானா?" கோபமாக கேட்க,

"இல்லை மாமா, அவன் நான் வந்தது கூட தெரியாம போன் பார்த்துட்டு இருந்தான். நான் அவனை பயமுறுத்தலாம்னு பொறுமையா அவன் பக்கத்துல போனப்ப தான் தெரிஞ்சுது..." என தயங்கியவள் பின் ஒருவழியாக, "அவன் தப்பான வீடியோ பார்த்துட்டு இருந்தான் மாமா..." என்றாள்.

அதைக் கேட்டு மதுவந்தி அதிர்ந்து நிற்க, அதிரூபனோ ஆதவின் வயதுக் கோளாறாக இருக்கும் என்று எண்ணியவன் ஆதிராவிடம் பேச முற்பட,

அதற்குள் அவளோ, "அந்த நேரம் அவன் ஃப்ரெண்டு கூப்பிட்டானு போனதும் அவனுக்கு தெரியாம அவன் போனை எடுத்து பார்த்தேன். அதுல எல்லாமே அந்த மாதிரி வீடியோ தான் இருக்கு..." என்றவளின் உடல் நடுங்கியது.

“அவன் சரியில்லை மாமா. எப்பவும் செல்லுல தான் மூழ்கியிருப்பான். நானும் அப்பாவும் திட்டுவோம் அவன் அம்மாவ சப்போர்ட்டுக்கு கூட்டிட்டு வந்துடுவான். அவங்களும் எங்களை தான் திட்டுவாங்க...”

ஆதவினை எண்ணி அதிரூபனுக்கு கோபம் எழுந்தாலும் முதலில் ஆதிரா-வைத் தேற்ற வேண்டுமென்று, “இது டீனேஜ் பிராப்ளம் ஆதிரா, போக போக சரியாகிடுவான். நீ பயப்பட வேண்டிய அவசியமில்லை...” என பொறுமையாக அவளுக்கு எடுத்துரைக்க,

அவளோ, “இல்லை மாமா நான் லீவுக்கு வரும் போதுலாம் வீட்டுல குளிக்-கிறப்ப, ட்ரெஸ் மாத்துறப்ப என்னை யாரோ பார்க்கிற மாதிரி தோணும். அப்ப அது என்னோட கற்பனையோனு நினைச்சி யார்கிட்டயும் சொல்லாம விட்டுட்-டேன். ஆனா இப்ப?” என அவள் முடிக்க முடியாமல் தவிப்போடு பார்க்க அதி-ரூபனின் முகம் இறுகியது.

உறைந்து நின்ற மதுவந்தியை ரூபன் உலுக்க அதில் உணர்வுப் பெற்றவள் வேகமாக கதவைத் திறந்துக் கொண்டு வெளியேறினாள்.

அவளின் மனநிலையை உணர்ந்தவன் நொடியும் தாமதியாது ஆதிராவை அழைத்துக்கொண்டு அவள் பின்னே செல்ல சில நிமிடங்களில் தன் வீட்டை அடைந்தவள் வாசலில் கால் வைக்கும் நேரம் ஒரு நொடி தயங்கி நின்று பின் உள்ளே நுழைவதைக் கண்ட அதிரூபனும் அவள் வீட்டிற்குள் சென்றான்.

சோபாவில் அமர்ந்து போனை பார்த்துக் கொண்டிருந்த ஆதவின் அருகே சென்றவள் ஆவேசத்தோடு அவன் போனை பறித்து தூக்கியெறிய அது தூள் தூளாக சிதறியது.

அவளது செயலில் கோபம் கொண்டு அவளை அடிப்பதற்கு கை ஓங்க அவன் கரத்தை ஒரு கரத்தால் தடுத்தவள் மறுகரத்தால் அவன் கன்னத்தை பதம் பார்க்க திகைத்து நின்றான் அவன்.

மதுவந்தியின் கோபத்தை முதன் முதலாக பார்த்ததில் முதலில் திகைத்தவன் பின் தன்னையே அடிக்கும் அளவிற்கு அவளுக்கு துணிச்சல் வந்துவிட்டதா என்ற ஆத்திரத்தில் அவளை அடிப்பதற்கு மீண்டும் கையை ஓங்க அவன் கையை பற்றி முறுக்கியவள் சரமாரியாக அவனை அடிக்க அதை சமாளிக்க முடியாமல் திண-றினான் அவன்.

அதிரூபனுக்குமே அவளை எண்ணி ஆச்சரியமாகத் தான் இருந்தது. அவளையே இமைக்காமல் பார்த்துக் கொண்டிருக்க, அந்த நேரம் வெளியே சென்றிருந்த மகேஷ்வரியும் ராஜசேகரும் வீட்டிற்கு வந்தனர்.

தன் மகனை அடிக்கும் மதுவந்தியைக் கண்டு கோபம் கொண்ட மகேஷ்வரி அவர்களை நெருங்க அவரைக் கண்ட ஆதவ் ‘அம்மா’ என கதறினான்.

“இவ என்னை எப்படி அடிக்கிறாள்னு பாருங்கம்மா ...” வலியில் துடித்தப்படியே அவன் புகாரளிக்க,

அதற்கும் இரண்டு அடிகளைக் கொடுத்தவளை வேகமாக பிடித்து இழுத்தவர், “என்ன துணிச்சல் இருந்தா என் மகன் மேலயே கையை வைப்ப...” என மதுவை அடிப்பதற்கு கை ஓங்கியவர் அவள் பார்த்த பார்வையில் அப்படியே கையை இறக்கினார். அவள் பார்வையின் வீரியம் அவரை செயல்பட வைக்காமல் தடுத்தது.

மதுவந்தியின் இந்த அவதாரம் அவருக்கு புதிது. அவருக்கு மட்டுமல்ல அங்கிருந்த அனைவருக்குமே.

“இதுக்கு மேலயும் உங்க மகனை கண்டிச்சு வளர்க்கலனா நாளைக்கு ஊர்ல இருக்குறவன்லாம் அவனை அடிக்க வேண்டிவரும்...” என்றவள் தன் தந்தையை குற்றம் சாட்டும் பார்வைப் பார்த்தாள்.

தன்னிலை மீண்ட மகேஷ்வரியோ ஆத்திரத்தோடு, “அவனை அடிக்க உனக்கு யாருடி அதிகாரம் கொடுத்தது?” என்று அதட்டியவரைக் கண்டு கொள்ளாது,

தன் தந்தையிடம் கோபமாக, “அவன் என்ன பண்றான் எங்கே போறான்னு எதையும் கண்டுக்க மாட்டிங்களா?” என்றாள்.

“என்ன பண்ணான்மா?” புரியாது அவர் கேட்க,

தம்பியை முறைத்தவள், “நீ பண்ண வேலையை நீயே சொல்லு...” என்று மிரட்ட,

அதில் அவன் மிரண்டாலும் தந்தையிடம் சொல்லும் துணிச்சல் இல்லாததால், “நான் எதுவும் பண்ணல...” என சொல்லி முடிக்கும் முன்னே மீண்டும் ஒரு அறை வாங்கினான் மதுவந்தியின் கரத்தால்.

மதுவந்தியின் செயலில் மகேஷ்வரிக்கு கோபம் எழுந்தாலும் தன் மகன் பம்மி நிற்பதைக் கண்டு யோசனையோடு அவனை நெருங்கியவர், “அப்படி என்னடா பண்ண? சொல்லி தொலையேன்...” என அதட்டினார்.

அவன் அப்பொழுதும் அப்படியே இருக்க அதுவரை அதிரூபனின் கரத்தைப் பற்றியப்படி பயத்தோடு நின்ற ஆதிரா, வேகமாக அறைக்குள் சென்றவள் எதையோ தேட அங்கே அவள் தேடியது கிடைக்கவும் அதை எடுத்து வந்து தாயின் கரங்களில் திணித்தாள்.

அதைக் கண்டவரின் முகம் அருவறுப்பில் சுழிய கையிலிருந்ததை கீழே எறிந்தார்.

எந்த ஆபாச சிடிக்களை மதுவந்தி வைத்திருந்தாள் என்று சொல்லி அவளையும் அதிரூபனையும் ஊரார் முன் அசிங்கப்படுத்தினாரோ இன்று அதுபோன்ற எண்ணிக்கையில்லா சிடிக்கள் தன் மகன் அறையில் இருந்து எடுக்கப்படவும்

உறைந்து நின்றார் மகேஷ்வரி.

தன் மகன் இதை வைத்திருப்பான் என்பதையே அவரால் நம்ப முடியவில்லை.

அவை அவனுடையதில்லை என ஒரு வார்த்தை சொல்லிவிட மாட்டானா? என்ற நப்பாசையில் மகனைப் பார்க்க அவனோ தாயை எதிர்க்கொள்ளும் துணிச்சல் இல்லாது தலைகுனிந்து நின்றான்.

அதில் மொத்தமாக உடைந்து போனவர் பொத்தென்று அமர அவரருகில் வந்த மதுவந்தி, “இது அவனோட வயசு கோளாறுனால நடந்த தப்பு தான். ஆனா, அவனை அவன் இஷ்டத்துக்கு விட்டது உங்களோட தப்பு. விவரம் தெரியறதுக்கு முன்னாடியே அவன் கையில போனை கொடுத்தது எவ்வளவு பெரிய தப்புனு இப்பவாது புரிஞ்சிக்கோங்க. இணையதளத்துல நல்லது மட்டும் இல்லை, கெட்டதும் இருக்கு.

பெத்தவங்க பிள்ளைங்க என்ன பண்றாங்க என்ன பார்க்கிறாங்கனு எல்லாத்தையும் கவனிக்கணும். செல்லம் கொடுக்கிறேன்ற பேர்ல அவனை நீங்களே கெடுத்துட்டிங்க. ஆரம்பத்துலே கவனிச்சிருந்தா அவனை அடிச்சு திருத்த வேண்டிய அவசியமே வந்திருக்காது.

இப்பவும் ஒண்ணும் கெட்டுப்போகல. நீங்க நினைச்சா அவனை மாத்த முடியும். அவன்கிட்ட மனசுவிட்டு பேசுங்க. அவனுக்கு சரியானத புரியவைங்க. அவன் புரிஞ்சிப்பான்...” என்றாள்.

ராஜசேகரும் மகனின் செயலால் உறைந்து நின்றவர் அவனிடம், “அன்னைக்கு மது பேக்ல அந்த சிடி வச்சது நீயா?” என்று அதட்டவும்,

“இதுல என்ன சந்தேகம் அவன் தான் வச்சிருப்பான்...” என்ற ஆதிரா,

“அந்த போட்டோ தான் எப்படி எடுத்தானு தெரியல...” என்றாள் யோசனையாக.

“போட்டோலாம் நான் வைக்கல...” என்ற ஆதவை அனைவரும் நம்பாதப் பார்வை பார்க்க,

அவனோ மதுவிடம், “நிஜமா தான்கா சொல்றேன். அன்னைக்கு நான் நைட் ஃப்ரெண்டு வீட்டுல இருந்து லேட்டா தான் வீட்டுக்கு வந்தேன். அந்த நேரம் அம்மா ரூம்ல இருந்து வெளிய வர மாதிரி தெரிஞ்சதும் எங்கே நான் மாட்டிப்பனோனு ரொம்ப பயந்துட்டேன். ஹால்லயே உன் பேக் இருந்ததுனால அவசரத்துக்கு அதுல மறைச்சு வச்சிட்டேன்.

அம்மாவும் உடனே ரூமுக்கு போகாததுனால என்னால அப்பவே எடுக்க முடியல. காலையில நீ எழறதுக்கு முன்னாடி எடுத்துடலாம்னு நினைச்சேன். அதுக்குள்ள அம்மா உன் பேக்க பார்த்துட்டாங்க. ஆனா அந்த போட்டோக்கும் எனக்கும் எந்த சம்மந்தமும் இல்லை. அது எப்படி வந்ததுனு கூட தெரியாது...” என்று விளக்கமளித்தான்.

அதில் கோபம் கொண்டவரோ மனைவியை முறைத்தார்.

“உன் மகன் பண்ண வேலையால அப்பாவி பொண்ணை ஊர் முன்னாடி அசிங்கப்படுத்திட்டியே பாவி...” என்று கத்த மகேஷ்வரியோ அமைதியாகவே இருந்தார்.

அவருக்கும் அவரின் தவறு புரிந்தது தான். எனினும் மதுவந்தியை மன்னிக்கவோ அவளை ஏற்றுக்கொள்ளவோ தயாராயில்லை. நடந்ததற்கு மன்னிப்புக் கேட்கும் எண்ணமும் துளியும் இல்லை.

மகனின் மீது தான் தவறு என்ற போதிலும் மதுவை அவர் ஏற்றுக்கொள்ளாமல் இருப்பதைக் கண்டு கோபம் கொண்ட ராஜசேகர் மனைவியைக் கண்டிக்க நினைக்க மதுவோ மறுப்பாகத் தலையசைத்தவள் ஆதவை அழைத்துக் கொண்டு வீட்டின் பின்புறம் சென்றாள்.

முதல் முறையாகத் தன் தமக்கையின் கோபத்தை பார்த்தவனுக்கோ அவளருகில் நிற்கவே பயம் எழ அதே நேரம் அவன் செய்து வைத்த செயல் வேறு அவனை வதைக்க அவளை நிமிர்ந்து பார்க்கும் துணிச்சலின்றி தலைகுனிந்து நின்றான்.

அங்கே இருந்த கல்லில் அமர்ந்தவள் அவனையும் அமரவைக்க அப்பொழுதும் அவளை நிமிர்ந்து பார்க்கவில்லை.

அவன் முகத்தை நிமிர்த்தி, “ஒரு அக்காவா இத பத்திலாம் உன்கிட்ட பேச தயக்கம் இருந்தாலும் இப்ப பேச வேண்டிய கட்டாயத்துல இருக்கேன்...” என்றவள்,

“இந்த வயசுல இந்த மாதிரி வீடியோ பார்க்கிறதுனால உனக்கு சந்தோஷமா இருக்கலாம். நாளாக நாளாக அதை ப்ராக்டிக்கலா பண்ணி பார்த்தா எப்படி இருக்கும்னு உனக்கு தோணும். அதோட விளைவு உன்னை எங்கே போய் நிறுத்தும்னு உன்னால நினைச்சி கூட பார்க்க முடியாது...” என்றதும் அவன் தலைகவிழ,

அவன் தலையை நிமிர்த்தியவள், “தப்பு பண்ணாதவங்கனு யாரும் இல்லை. செய்யற தப்பை திருத்திக்கலனா தான் பிரச்சினை. உன்னோட தவறும் திருத்த கூடியது தான். ஆனா அது நீ மனசு வச்சா மட்டும் தான் முடியும்...” என்றவளை வேதனையோடு பார்த்தவன், “என்னால முடியலக்கா...” என கலங்கினான்.

அவள் அமைதியாய் பார்க்கவும், “ஃப்ரெண்ட்ஸ்ங்களோட சேர்ந்து தான் பார்க்க ஆரம்பிச்சேன். அப்படியே பழகிட்டேன். நினைச்சாலும் விட முடியல. ஒரு நாள் என் ஃப்ரெண்ட் ஒருத்தன் ஆதிரா ட்ரெஸ் சேஞ்ச் பண்றத மறைஞ்சு நின்னு பார்த்துட்டு இருந்தான்கா. அவனை அடிச்சு துரத்திட்டேன். மத்த ஃப்ரெண்ட்ஸ் கூட பழகுறதையும் குறைச்சிக்கிட்டேன். எல்லாம் இதனால தான் வந்-

துச்சுனு தூக்கி போட நினைச்சாலும் என்னால முடியலக்கா. என்னமோ பண்ணுது...” தவிப்பாய் சொன்னவனின் தலையை ஆதூரமாய் வருடியவள்,

“உன் அக்காவ ஒருத்தன் பார்த்தானதும் உனக்கு கோபம் வருதே. அதே தவறை நீயும் செய்யமாட்டன்னு என்ன உத்திரவாதம்?” என அழுத்தமாக கேட்கவும் பதில் சொல்ல முடியாமல் தலை குனிந்தான்.

அவன் தன் தவறை உணர்கிறான் என்ற நிம்மதியில், “முடியாததுனு எதுவுமில்ல. உன் மைண்ட படிப்புல விளையாட்டுலனு டைவர்ட் பண்ணு. அதுக்காக மொபைலை கைல எடுக்காத. அது உன்னை இன்னும் அடிமையாக்கும். தேவைக்கு மட்டும் மொபைலை யூஸ் பண்ணா போதும். முதல்ல எது தேவை எது தேவையில்லனு புரிஞ்சிக்க.

இந்த வயசுல எல்லாமே சரினு தோணலாம். ஆனா, அது அப்படி இல்லைன்ற உண்மை உனக்கு லேட்டா தான் புரியும்.

உணர்ச்சிகள கட்டுப்படுத்த தெரிஞ்சவன் தான் மனுஷன். நீயும் மனுஷன் தான்னு நான் நம்புறேன்...” என்றவள் இதற்கு மேல் பேசுவதற்கு ஏதுமில்லை என்பது போல எழவும் அவளையே பார்த்தப்படி அமர்ந்திருந்தான் இளையவன்.

இது நாள் வரை தான் வெறுத்த ஒருத்தியை இன்று வியப்பாக பார்த்துக் கொண்டிருந்தான். அவளுக்கும் கோபம் வரும். அவளுக்கும் உணர்வுகள் இருக்கிறது என்பதை இன்று தான் தெரிந்துக் கொண்டான்.

அவள் தன்னை அடித்தாளே என்ற கோபம் கூட இப்பொழுது துளியும் இல்லை. காரணமேயின்றி அவளை வெறுத்தவனுக்கு இன்று அனைத்தும் தலைகீழாக மாறிய உணர்வு.

ஆனால் தான் செய்ததற்கெல்லாம் அவளிடம் மன்னிப்புக் கேட்கும் தைரியம் மட்டும் அவனுக்கு வரவேயில்லை. தன் அன்னையோடு சேர்ந்து அத்தனை கொடுமைகளையும் செய்துவிட்டு இன்று எந்த முகத்தை வைத்துக் கொண்டு அவளிடம் மன்னிப்பை யாசிப்பது?

என்னதான் பொறுமையாக பேசி தன் தவறை புரிய வைத்தாலும் எப்பொழுதும் தன்னை தம்பி என்று பாசத்தோடு அழைப்பவள் இன்று மறந்தும் அப்படி அழைக்கவில்லை என்பதை அவனும் உணர்ந்திருந்தாலும் அவளிடம் அதைப் பற்றி கேட்கவும் விழையவில்லை.

தன்னை அவன் பார்த்துக் கொண்டிருப்பதை உணர்ந்தாலும் அவனிடம் ஏதும் பேசாமல் வீட்டிற்குள் சென்றாள்.

21

ஆதவிடம் பேசிவிட்டு தன் தந்தையிடம் வந்த மதுவந்தி, “தெரியாம பண்ணிட்டான்பா அவன் சின்ன பையன் தான. சரி எது தப்பு எதுனு சொல்லி கொடுக்க வேண்டியது பெரியவங்களோட கடமை...” என்றவளை அவர் வேதனையோடு பார்க்க,

“இனி அவனை பத்தி கவலைப்படாதிங்க. அவனை குற்றவாளி மாதிரியும் ட்ரீட் பண்ண வேணாம். நான் பேசி அவனுக்கு புரிய வச்சிட்டேன். அவனுக்கு கொஞ்சம் டைம் கொடுங்க அவனும் புரிஞ்சிப்பான்...” என்றவள் மகேஷ்வரியையும் ஒரு பார்வை பார்த்துவிட்டு எழுந்து நகரவும் ராஜசேகர் அவளை தடுத்தார்.

அவளின் மேடிட்ட வயிறை ஒரு முறை பார்த்தவர் பின் வேதனையோடு, “இவ்வளவு சந்தோஷமான விஷயத்தை என்கிட்ட சொல்ல கூட உனக்கு தோணலையாம்மா, அந்தளவுக்கு நான் வேண்டாதவனா போய்ட்டனா?” என பரிதவிப்போடு கேட்டவரிடம் பதில் சொல்ல முடியாமல் அழுதபடி அங்கிருந்து நகர்ந்தவளை கைப்பற்றி நிறுத்தியவர் அதிரூபனை பார்த்தார்.

“உன்கிட்ட இருந்து இதை நான் எதிர்பார்க்கல ரூபன்...” ஆதங்கத்தோடு சொல்ல,

அவனோ அவரை கண்டுகொள்ளாது மனைவியிடம், “வந்த வேலை முடிஞ்சிடுச்சுனா நாம கிளம்பலாம் மதி...” என்றான்.

அதில் பொறுமையிழந்தவர், “நான் அவளோட அப்பான்றத மறந்துடாத...” கோபக் குரலில் சொல்லவும்,

அவரை நக்கலாகப் பார்த்தவன், “அது முதல்ல உங்களுக்கு நியாபகத்துல இருக்கா?” என்றான்.

“போதும் ரூபன், என் மனைவி பண்ணது பெரிய தப்புன்றதுனால தான் இவ்ளோ நாள் நான் என் மகளை விட்டு விலகி இருந்தேன். இனியும் என்னால முடியாது. நாளைக்கு அவளுக்கு வளையகாப்பு வச்சிருக்கிறதா கேள்விப்பட்டேன். அது முடிஞ்சதும் என் மகளை என் வீட்டுக்கு தான் கூட்டிட்டு வர போறேன்...” என அதிகாரமாக சொல்லவும் ரூபனின் பொறுமை காற்றில் பறந்தது.

“இப்படி பேச உனக்கே வெட்கமா இல்லை?” ஆத்திரத்தில் மரியாதையின்றி பேசவும் மதுவந்தி ‘ரூபன்’ என பதறினாள்.

அவளை ஆவேசமாக தன் பக்கம் இழுத்தவன், “ஒரு வார்த்தை பேசுன பொண்டாட்டினு கூட பார்க்காம வெட்டி போட்டு போய்ட்டே இருப்பேன்...” என சீறியவன் அதே வேகத்தில் ராஜசேகரிடமும் பாய்ந்தான்.

“எந்த மூஞ்ச வச்சிக்கிட்டு அவளுக்கு அப்பானு சொல்லிக்கிற? சட்டப்படி தத்தெடுத்துட்டதால அவளுக்கு அப்பா ஆகிட முடியும்னு நினைச்சியா? அவளை மகளா நினைச்சு வளர்த்துருந்தா அவ பட்ட கஷ்டம் கொஞ்சமாது உனக்கு தெரிஞ்சிருக்கும். உன் பொண்டாட்டி அவளை எப்படி எல்லாம் கொடுமை படுத்திருக்காங்கனு உனக்கு தெரியுமா?” என்றவன் மதுவந்தியின் அருகில் குனிந்து காலருகில் அவள் புடவையை சற்று தூக்கவும் அதை கண்டவர் அதிர்ந்து போய் மகளை பார்த்தார்.

காலில் தெரிந்த தீக்காயங்களைக் கண்டு மகள் பட்ட வலியை எண்ணி துடித்தவர் அடுத்து அவன் சொன்ன வார்த்தையில் முற்றிலும் நொறுங்கிப் போனார்.

“ஒரு அப்பன்கிட்ட இந்தளவுக்கு தான் காட்ட முடியும்...” என்றதுமே அவருக்கு புரிந்து போனது மகளின் தேகத்திலும் மனைவி அவள் கைவரிசையைக் காட்டியிருக்கிறாள் என்று.

நிற்கக் கூட முடியாமல் தொய்ந்து அமர்ந்தவரைக் கண்டு பதறி மது நகரவும் அவள் கரத்தைப் பற்றியவன் அவளை முறைத்தான்.

“ப்ளீஸ் ரூபன், அப்பா பாவம்...” தந்தையை எண்ணி அவள் கலங்க,

“அவரா பாவம்? உனக்கு என்ன கொடுமை நடக்குதுனு கூட தெரியாம இருந்துருக்காரே அவரை அப்பன்னு சொல்லாத. இதுவே அவர் பெத்த பொண்ணா இருந்துருந்தா இப்படி எனக்கென்னன்னு இருந்துப்பாரா? எங்கேயோ இருந்து வந்தவ தான நீ, அதான் இந்த அலட்சியம்...” என்றான் ஆத்திரம் குறையாது.

மது கலங்கி நிற்க ஆதிராவும் ஆதவும் அதிர்ந்து நின்றனர். ஆதிராவுக்குமே இப்பொழுது தான் அதிரூபனின் கோபத்திற்கான முழுக்காரணம் புரிந்தது. தன் தமக்கையின் தேகத்திலிருக்கும் தீக்காயங்களைப் பற்றி அவளுக்குத் தெரியாதே.

தன் தமக்கை அனுபவித்த வலிகளை எண்ணி கலங்கியவளுக்கு அதிரூபனின் கோபத்தில் நியாயம் இருப்பதை உணர்ந்தாள். அதே நேரம் தனக்கு கூட தமக்கை அனுபவித்த வலி தெரியவில்லையே என தன்னையே நொந்துக் கொண்டாள்.

ஆதவோ மதுவந்தி தத்தெடுக்கப்பட்டவளா என அதிர்ந்து நின்றான்.

தன் அன்னைக்கு மது மீதிருக்கும் வெறுப்பு எதனால் என்பது இப்பொழுது தான் அவனுக்கு புரிந்தது. அவளை அவர் துன்புறுத்தும் போதெல்லாம் குதூகலித்த அவன் மனம் இப்பொழுது ஏனோ ரணமாக வலித்தது.

“ஒவ்வொரு நாளும் மனதளவுலயும் உடலளவுலயும் நோகடிச்ச உங்ககிட்ட என் மனைவியை எப்படி விட சொல்றீங்க? இந்த நரகத்துக்கு அவளை திரும்ப அனுப்புறதுக்கு என் கையாலே அவளை கொல்றது எவ்வளோ மேல்...” என ஆத்திரத்தோடு சொல்லவும் தன் மகள் அனுபவித்த வேதனைகளை எண்ணி உருக்குலைந்து போனார் அவர்.

“ஏற்கனவே சொன்னது தான், உங்களுக்கும் அவளுக்கும் எந்த உறவுமில்லை...” என்று சொல்லிவிட்டு மகஷ்வரியை அற்பப்பதிரை பார்ப்பது போல பார்க்கவும் அவர் தலைகுனிந்தார்.

அதுவரை தனக்குள்ளே துடித்துக் கொண்டிருந்த ராஜசேகரோ ஆவேசமாக எழுந்து வந்து மகேஷ்வரியை அடிக்க முதலில் திணறியவர் பின் ஆத்திரத்தோடு கணவனை தடுத்தார்.

“என்னய்யா உன் மகளை கஷ்டப்படுத்திட்டனேனு உனக்கு ஆத்திரம் வருதா? எனக்கு துரோகம் பண்ணியே அதை நினைச்சு எனக்கு எவ்ளோ ஆத்திரம் வரணும் உன் மேல?” என்று சீற்றம் குறையாது கேட்டவரை ராஜசேகர் புரியாது பார்த்தார்.

“என்ன உளர்ற?”

“நான் உளர்றனா? அவளுக்கு ஒன்னுன்னா துடிக்கிறியே அது ஏன்? அவ உன் சொந்த ரத்தம்ன்றதுனால தான?” நக்கலாக சொல்லவும் ராஜசேகருக்கு அப்பொழுதும் புரியவில்லை. அங்கிருந்த மற்றவர்களுக்கும் அவரின் பேச்சு சுத்தமாக புரியவில்லை.

“இன்னும் எத்தனை நாளைக்கு என்னை ஏமாத்தலாம்னு நினைக்கிற? நீ எனக்கு பண்ண துரோகம் எனக்கு எப்பவோ தெரிஞ்சிடுச்சு. உனக்கு என்ன நெஞ்சழுத்தம் இருந்தா உனக்கும் அந்த பார்வதிக்கும் பிறந்த குழந்தைய என் கையாலே தத்தெடுக்க வச்சி சீராட்டி வளர்க்க வச்சிருப்ப? உன் மேல இருந்த ஆத்திரத்துல தான் அவளை அந்தளவுக்கு அழ வச்சி வேடிக்கை பார்த்தேன்...” என்றவரின் வன்மம் படிந்த பேச்சில் அனைவரும் ஸ்தம்பித்து நிற்க ராஜசேகரோ நொறுங்கிப் போனார்.

இதுநாள் வரை மகேஷ்வரிக்கு மதுவந்தியை பிடிக்காமல் போனதற்கான காரணம் அவள் தங்கள் உதிரத்தில் பிறக்காதது தான் என்றெண்ணியிருந்தவருக்கு மகேஷ்வரியின் கூற்று பேரதிர்ச்சியைத் தான் கொடுத்தது.

தன்னை தவறாக எண்ணி தான் மதுவந்தியை அவள் வதைத்திருக்கிறாள் என்பதை அவர் கனவிலும் நினைத்துப் பார்க்கவில்லையே.

அவர் மகேஷ்வரியை உருகி உருகி காதலிக்கவில்லை என்றாலும் மனதால் கூட அவரை தவிர வேறொரு பெண்ணை நினைத்துக் கூட பார்த்ததில்லை.

அப்படிப்பட்டவரை அவருக்கு துரோகம் செய்ததாகக் கூறியது மட்டுமல்லாது அதனால் தான் மதுவந்தியையும் வதைத்திருக்கிறார் என்று கூறினால் அவராலும் தான் அதை எப்படி தாங்க முடியும்?

மதுவந்திக்கோ மகேஷ்வரி அவளை படுத்திய கொடுமைக் கூட பெரிதாகத் தெரியவில்லை. ஆனால், இறந்து போன தன் அன்னையையும் தன்னை வளர்த்தவரையும் இணைத்து கலங்கப்படுத்திவிட்டார்களே என துடிக்க அவளை ஆதரவாக தோளில் சாய்த்துக் கொண்டான் அவள் கணவன்.

ஆவேசமாக பேசிய மகேஷ்வரியோ கதறி அழத் தொடங்கினார்.

“நான் உனக்கு என்ன பாவம் பண்ணேன்? எதுக்காக எனக்கு இப்படியொரு துரோகத்த பண்ண? எனக்கு குழந்தை இல்லனு ஊரே பேசுனப்ப கூட எனக்கு என் புருஷன் உறுதுணையா இருக்காரேனு சந்தோஷப்பட்டேன். ஆனா நீ எனக்கே தெரியாம வேறொருத்தி கூட...” என சொல்ல முடியாமல் கதறியவர்,

“நீ எனக்கு துரோகம் பண்ணனு தெரிஞ்சும் என்னால உன்னை வெறுக்கவும் முடியல, அதே சமயம் நீ பண்ணத மறக்கவும் முடியல. அதனால தான் என் கோபத்தை அவ மேல காட்ட ஆரம்பிச்சேன்...” என்றார் ஆத்திரத்தோடு.

‘இது தான் தன் மனைவி தன் மீது வைத்திருக்கும் நம்பிக்கையா?’ என உள்ளுக்குள்ளே உடைந்தவரோ மனைவியிடம் தன்னை நிரூபிக்க துளியும் முயலவில்லை.

இதனால் பாதிக்கப்பட்ட தன் மகளை எண்ணி அவரால் கண்ணீர் வடிக்க மட்டுமே முடிந்தது.

ஒரு வார்த்தை பேசுவதற்குக் கூட திராணியின்றி அமர்ந்திருந்தவரைக் கண்ட மற்றவர்களுக்கு அவர் துரோகம் செய்திருக்க வாய்ப்பில்லை என்றே தோன்றியது.

என்னதான் மதுவை சித்திரவதை செய்ததற்கு மகேஷ்வரி காரணம் சொன்னாலும் ரூபனால் அதை ஏற்றுக்கொள்ள முடியவில்லை.

அவருக்கு அவர் கணவர் துரோகம் செய்ததாக எண்ணியிருந்தால் அதற்கு அவரிடம் தானே வெறுப்பையும் கோபத்தையும் காட்டியிருக்க வேண்டும். எந்த தவறும் செய்யாத தன் மனைவியை எதற்காக வதைக்க வேண்டும்? என்ற ஆத்திரம் மேலோங்க அங்க நிற்கக் கூட பிடிக்காமல் மனைவியின் கரத்தைப் பற்றினான்.

அவளோ தந்தை இருக்கும் நிலையில் அவரை இப்படியே எப்படி விட்டு வர முடியும்? என கலங்க அதிரூபனோ ஆதவைப் பார்த்தான்.

அதுவரை அதிர்ச்சியில் இருந்த ஆதவோ அதிரூபனின் பார்வையில் தந்தையின் அருகே சென்றவன் அவரை அழைத்துக் கொண்டு அவர் அறை நோக்கிச் சென்றான்.

தன் பார்வையைப் புரிந்துக் கொண்டு செயல்பட்ட ஆதவை எண்ணி அதிரூபன் வியந்தாலும் அதை வெளியே காட்டிக் கொள்ளாது மனைவியிடம், “இது

கணவன் மனைவி பிரச்சினை அவங்க தான் பேசி தீர்த்துக்கணும். வேற யாரும் தலையிட தேவையில்லை, நீ வா…” என்றதும் ஆதிராவும் அவர்கள் அருகே வந்தாள்.

ஏனோ அவளுக்கு அந்த வீட்டில் இருப்பது ஒரு வித அச்சத்தைக் கொடுக்க அதை புரிந்த ரூபனும் மதுவும் அவளுக்கு பொறுமையாக எடுத்துச் சொல்லி தான் புரிய வைக்க வேண்டுமென்று அவளையும் அழைத்துக் கொண்டு தங்கள் வீட்டிற்குச் சென்றனர்.

மூவரும் ஒவ்வொரு மனநிலையில் வந்தனர்.

ரூபனின் மனமோ சிறு பிள்ளைப்போல் துள்ளி குதித்துக் கொண்டிருந்தது. மனைவியிடம் எத்தகைய மாற்றத்தை எதிர்பார்த்து இத்தனை வருடங்களாக காத்திருந்தானோ அதற்கு பலனாக அவன் மனைவி இன்று அந்த மாற்றத்திற்கான அடிதளத்தை போட்டிருக்கிறாளே அந்த மகிழ்ச்சியில் தான் துள்ளி குதித்துக் கொண்டிருந்தான்.

அவளின் இந்த அதிரடியை அவன் கொஞ்சமும் எதிர்பார்க்கவில்லை. அதற்கான காரணத்தை அவன் ஓரளவு யூகித்திருந்தாலும் அவன் மனதில் இருக்கும் மகிழ்ச்சி மட்டும் துளியும் குறையவில்லை. அவனின் மகிழ்ச்சியில் மற்ற பிரச்சினைகள் கூட பின்னுக்குத் தள்ளப்பட்டது.

வீட்டில் நுழையும் நேரம் அவர்களை எதிர்க்கொண்ட அதிரதனைக் கண்டவன் சந்தோஷத்தில் தலைகால் புரியாமல் அவனை அணைத்துக்கொண்டு அவன் கன்னத்தில் முத்தமிட,

காரணம் தெரியாமலே தமையனின் மகிழ்ச்சி அவனையும் தொற்றிக் கொண்டாலும் தமையனை சீண்டும் பொருட்டு, “டேய் உன் பொண்டாட்டி நான் இல்லை அங்க நிக்கிறா பாரு…” என கன்னத்தைத் துடைத்தபடி சொல்ல,

அவனை முறைத்தவன் மீண்டும் கட்டிக் கொள்ளும் நேரம் அங்கே அவனின் தந்தை வரவும் தம்பியை விடுத்து தந்தையை தாவி அணைத்துக் கொண்டவன் அவர் கன்னத்திலும் முத்தமிட்டு மகிழ்ச்சியை வெளிப்படுத்தினான்.

வீட்டிற்கு வந்திருந்த உறவினர்கள் கூட அவனை வியப்போடு பார்த்துக் கொண்டிருக்க அவனோ அதை எல்லாம் அலட்சியப்படுத்திவிட்டு தந்தையை அணைத்தப்படியே தன் மனைவியை காதல் பொங்க பார்த்துக் கொண்டிருந்தான்.

அவனுள் உண்டான மகிழ்ச்சியை வார்த்தையால் வெளிப்படுத்த தெரியாததால் செயலில் வெளிப்படுத்திக் கொண்டிருந்தான்.

ரூபனின் செயலுக்கான காரணம் முதலில் புரியவில்லை என்றாலும் புரிந்ததும் அவனை வியப்போடு பார்த்தாள்.

அவளது இந்த சிறு மாற்றமே அவனுள் இத்தகைய மகிழ்ச்சியைத் தோற்றுவிக்கிறதென்றால் அவன் அவளிடம் எந்தளவு எதிர்ப்பார்த்து காத்திருக்கிறான்

என்பதை அவளால் புரிந்துக் கொள்ள முடிந்தது.

மனதில் எதை எதையோ யோசித்தவள் எதுவும் பேசாது அமைதியாக அறைக்குள் சென்று விட அவளையே பார்த்திருந்தவனுக்கு ஆதிராவின் நினைவு வரவும் அவளருகில் வந்தான்.

அவள் தலையை ஆதூரமாக வருடியவன், “நீ பயந்தளவுக்கு ஆதவ் இல்லை, சோ எதை பத்தியும் யோசிக்காம போய் ரெஸ்ட் எடும்மா. கொஞ்ச நேரத்துல வந்துடுறேன்...” என்று சொல்லிவிட்டு அறையை நோக்கி நகர்ந்தான்.

“டேய் இவ்வளவு அளப்பறையை பண்ணிட்டு விஷயம் என்னன்னே சொல்லாம போறியே, இது நியாயமாடா?” பாவமாய் அதிரதன் கேட்க,

“முதல்ல போய் என் பொண்டாட்டிய கொஞ்சிட்டு வர்றேன்...” என நிற்காமல் சென்று விட அதிரதனோ தந்தையை முறைத்தான்.

“உங்க மகன் இருக்கானே! ஏன் சொல்லிட்டு போனா என்னவாம்? அவன் வரவரைக்கும் நான் என்ன ஏதுனு மண்டைய பிச்சிக்கிட்டு அலையணும்...” என கடுப்பாக சொன்னவன் ‘இவன் வேற சீக்கிரம் வந்து தொலைய மாட்டானே’ என தனக்குள்ளே புலம்பினான்.

கேசவமூர்த்திக்கோ பெரிய மகனின் மகிழ்ச்சி ஒருவித நிம்மதியைக் கொடுக்க இளையவனின் பேச்சைக் கண்டு கொள்ளாது தன் வேலையைக் கவனிக்க சென்றுவிட்டார்.

ஆதிராவின் முகத்தில் இருந்த கவலையை அப்பொழுது தான் கவனித்தவன் என்னவென்று விசாரிக்க அவளோ பதில் சொல்லாமல் நிற்கவும் என்ன தோன்றியதோ தெரியவில்லை மற்றொரு அறையை காட்டியவன், “போய் ரெஸ்ட் எடு ஆதிரா, ரூபனும் மதுவும் கொஞ்ச நேரத்துல வந்துடுவாங்க...” என்றதும் அவளும் அமைதியாக நகர்ந்தாள்.

அதிரதனுக்கோ குழப்பம் தான் மிஞ்சியது. தமையனின் மகிழ்ச்சிக்கும் ஆதிராவின் கவலை தோய்ந்த முகத்திற்கும் காரணம் தெரியாமல் குழம்பியவன் தமையனின் வருகைக்காக காத்திருந்தான்.

படுக்கையில் அமர்ந்திருந்த மதுவந்தி எதையோ சிந்தித்துக் கொண்டிருக்க அவள் கரமோ வயிற்றிலிருக்கும் குழந்தையை மென்மையாக வருடிக் கொண்டிருந்தது.

அவளருகில் வந்தமர்ந்தவன் அவளை தன் தோளில் சாய்த்துக்கொள்ள அதற்காகவே காத்திருந்தவள் போல் அவனை ஒன்றியவள் கதறி அழுதாள்.

அவனும் அவள் அழுகையை நிறுத்த முயலவில்லை, அழுது முடிக்கும் வரை காத்திருந்தான்.

கொஞ்சம் கொஞ்சமாக அழுகை குறையவும் அவனை நிமிர்ந்து பார்த்தவள், “ஏன் ரூபன், என் தங்கச்சிக்கு ஒரு பிரச்சினைனதும் அவ என்னை தேடி வர்ல?

அவ அக்கா அவளுக்கு உதவ மாட்டேன்னு நினைச்சிட்டாளா? என்ன ஏதுனு கூட கேட்க முடியாத கோழைனு என்னை முடிவு பண்ணிட்டாளா?'' என்று தேம்பியவளை அவனும் தான் என்ன சொல்லி தேற்றுவான்?

சிறு வயதிலிருந்தே ரூபன் ஆதிராவிற்கு பழக்கம் தான் என்றாலும் அவளுக்கு அவள் தமக்கை மதுவந்தி மேல் தான் அளவுகடந்த பாசம் இருந்தது.

ஒரு பிரச்சினை என வரும் போது பாசமும் உரிமையும் அதிகமுள்ள மதுவந்தியிடம் வாராது ரூபனிடம் சென்றிருக்கிறாள் என்றால் (இத்தனைக்கும் அவள் அவன் மீது கோபத்தில் இருந்தாள்) தன்னால் அவளுக்கு உதவிபுரிய முடியாது என்று எண்ணியிருக்கிறாள் என்பது தானே அர்த்தம்.

தன் அக்கா ஒரு கோழை, அவளுக்காகவே ஒரு வார்த்தை துணிந்து பேசிராதவள் தனக்காக என்ன செய்துவிட போகிறாள் என்று தானே தோன்றியிருக்கும். அதில் ஒன்றும் தவறில்லையே. ஏனெனில் நானும் அது போல தானே வாழ்ந்திருக்கிறேன் என்றெண்ணி மனதளவில் உடைந்து போனாள்.

தனக்கொரு பிரச்சினை என்றால் முதலில் தேடுவது தன் குடும்பத்தினரை அல்லது மனதிற்கு நெருக்கமானவரை தான். அது மனித இயல்பு.

அப்படியிருக்க தன் தங்கை தன்னை தேடவில்லையே என்ற ஆதங்கம், தான் அதற்கு தகுதியானவள் இல்லையோ என்ற இயலாமை.

அதனால் தன் மேல் உண்டான கோபத்தில் தான் அவள் ஆதவை அடித்தது. (மற்றப்படி ஆதிரா பயந்தது போல அவன் தன் உடன்பிறந்தவளையே தவறான எண்ணத்தில் பார்த்திருப்பான் என்றெல்லாம் நினைக்கவில்லை) அந்த கோபம் மட்டும் அவளுள் எழவில்லை என்றால் அவனிடம் பொறுமையாகவே எடுத்து சொல்லி அவனுக்கு புரிய வைக்க முயன்றிருப்பாள்.

முதலிலே பொறுமையாக எடுத்து சொல்லியிருந்தால் அவன் காது கொடுத்து கேட்டிருப்பானா என்பது சந்தேகமே. ஏனெனில் சில நேரம் அதிரடி தான் மாற்றத்தைக் கொண்டு வரும்.

அது ரூபனுக்கும் புரிந்திருந்தது.

தன் தங்கையே இப்படி என்றால் நாளை என் குழந்தையும் அவளுக்கு நேரும் பிரச்சினைகளை நான் சரி செய்வேன் என்று நம்ப மறுப்பாளோ? என தனக்குள்ளே துடித்துப் போனாள்.

மனைவியின் வலி புரிந்தாலும் இந்த வலியே அவளுக்குள் பெரிய மாற்றத்தைக் கொண்டு வருமென முழுமையாக நம்பினான் ரூபன்.

அவளிடம் நடந்ததைப் பற்றி எதுவும் பேசவில்லை. ஆறுதலாக அவளருகிலே இருந்து அவளை உறங்க வைத்தவன் அவள் நெற்றியில் இதழ் பதித்து அவளுக்கு போர்த்திவிட்டு வெளியே வந்தான்.

ஆதிராவைப் பார்க்க அடுத்த அறைக்குள் சென்றவன் அவளும் உறங்கியிருக்க தம்பியைத் தேடிச் சென்றான்.

கிணற்று மேட்டில் அமர்ந்தபடி இவனுக்காக காத்திருந்த அதிரதனோ ரூபனை கண்டதும் வியப்பாக, “என்னடா எப்படியும் நீ வர விடிஞ்சிடும்னு நினைச்சேன், பரவாயில்லையே சீக்கிரம் வந்துட்ட...” என கேலி செய்ய,

“அவ தூங்கிட்டா...” என்றதும் அதிரதன் சத்தமாக சிரித்தான்.

“தம்பிய காக்க வச்சிட்டு போனா இப்படி தான் பல்பு வாங்க வேண்டிவரும்...” என கேலி செய்தவனை முறைத்தவன்,

“உனக்கொரு சந்தோஷமான விஷயத்தை சொல்லலாம்னு நினைச்சேன், சரி விடு...” என நகரவும்,

அப்பொழுது தான் நினைவு வர, “டேய் டேய் சொல்லுடா யோசிச்சி யோசிச்சு மண்ட காயுது...” என்று கெஞ்சலில் இறங்க,

சிறிது நேரம் போக்கு காட்டியவன் ஆதிராவின் வீட்டில் நடந்ததை சொல்லவும் அதிரதன் நம்ப முடியாது பார்த்தான்.

“என்னடா சொல்ற? மதுவா அவனை அடிச்சா?” இன்னமும் நம்ப முடியாமல் கேட்க ரூபனும் ஆமாம் என்று புன்னகையோடு தலையசைக்க அதிரதனும் மகிழ்ந்தான்.

ஆனால் முழுதாக மகிழ முடியாது ஆதவை எண்ணி ஆத்திரம் எழ, “அவனை சும்மாவா விட்ட?” என்றான் இறுகிய முகத்தோடு.

“சின்ன பையன் தான. தெரியாம தப்பு பண்ணிட்டான். அதுக்காக அவனை என்ன வெட்டவா முடியும்? மதியும் அவனுக்கு பேசி புரிய வச்சிட்டா. அண்ட் ஆதிரா பயந்த மாதிரிலாம் எதுவும் இல்லை. அதனால தான் நான் எதுவும் அதுல தலையிடல...” என்றவன்,

“அவன் மதிகிட்ட வெறுப்பா நடந்துக்கிட்டது கூட அவன் அம்மாவால தான். அதுக்கு அவனை மட்டும் குறை சொல்லி என்ன பண்றது?” என்று மகேஷ்வரி சொன்னதையும் சொல்ல,

அதைக் கேட்டு ஆவேசமடைந்த அதிரதனோ, “அந்த அம்மாலாம் என்ன ரகம்டா? உண்மையாவே அவங்க புருஷன் துரோகம் பண்ணியிருந்தாலும் அதுக்கு மதுவ ஏன் சித்திரவதைப்படுத்தணும்? அவ என்ன பாவம் பண்ணா? அவங்கள ஏன் சும்மா விட்டு வந்த?” என பல்லைக் கடிக்க,

“என்ன பண்ணாலும் நடந்தத மாத்த முடியாது. இனி அதை பத்தி பேசவும் வேணாம். அந்த உறவே அவளுக்கு வேணாம்னு தான் கூட்டி வந்தேன். ஆனா அவ விருப்பப்பட்டு அங்கே போனாலும் நான் தடுக்க போறதில்ல. என் மதியோட சந்தோஷம் தான் எனக்கு முக்கியம்...” என்றான் தெளிவாக.

நடந்த அனைத்தையும் தம்பியிடம் சொன்னவனோ மதுவின் தேகத்தில் இருக்-கும் தீக்காயத்தைப் பற்றி மறந்தும் சொல்லவில்லை. அது தெரிந்தால் அவன் எவ்-வளவு வேதனைப்படுவான் என்பது ரூபனுக்கும் தெரியும்.

“நீ என்ன சொன்னாலும் அவங்கள சும்மா விட்டத என்னால ஏத்துக்க முடியல. எந்த பாவமும் அறியாத அவ ஏன் தண்டனை அனுபவிக்கணும்? மது பாவம்டா. நல்லது பண்ணா நல்லது தான நடக்கும்னு சொல்லுவாங்க. ஆனா எல்லாருக்கும் நல்லது நினைக்கிற அவ வாழ்க்கையில மட்டும் ஏன் கஷ்டங்களே வந்துட்டு இருக்கு?

அந்தம்மா தான் இப்படி பண்றாங்கனா எவனோ ஒருத்தன் எங்கேயோ இருந்-துட்டு அவ வாழ்க்கையில விளையாடியிருக்கான். நீ மட்டும் அவளோட புருஷனா இல்லனா இன்னேரம் அவ கதி?” என அதை நினைக்கும் போதே அதிரதனின் கண்கள் கலங்கியது.

ரூபனுக்கும் ஏதோ தோன்ற அதிரதனிடம், “அன்னைக்கு போன் பேசுனவன் கூட மதிய நான் சந்தேகப்பட்டு கஷ்டப்படுத்துலயேன்ற மாதிரி தான்டா பேசுனான். அவனோட நோக்கம் மதி கஷ்டப்படணும். ஆனா அவன் யாரு? அவனுக்கும் அவளுக்கும் அப்படி என்ன பிரச்சினை இருந்துருக்கும்னு தான தெரியல...” என்றதும் அதிரதனும் யோசனையில் ஆழ்ந்தான்.

சிறு வயதிலிருந்தே அவளோடு வளர்பவர்களுக்கு அவளுக்கு எதிரி இருப்பான் என்பதே நம்ப முடியாத ஒன்று.

அவள் யாரிடமும் கடிந்து பேசி கூட அவர்கள் பார்த்ததில்லை. அவர்களை விட்டு தனியாக கூட எங்கும் சென்றதில்லை. அப்படியிருக்க தங்களுக்கு தெரி-யாமல் அவளுக்கு இருக்கும் எதிரி யார்?

“அவன் ஏன் அமைதியா இருக்கானும் தெரியல. எப்ப வேணாலும் வெளிய வரலாம். ஆனா, இதுலாம் மதுக்கு தெரியறதுக்கு முன்னாடி அவனை நாம கண்-டுபிடிச்சு ஆகணும்...” அதிரதன் சொல்ல,

ரூபன் அமைதியாக இருக்கவும் அவனிடம், “அந்த அம்மாவுக்கு யாருடா சொல்லியிருப்பா அவங்க புருஷனுக்கும் மது அம்மாவுக்கும் தொடர்பு இருக்குனு? அது தெரிஞ்சாவாது எதாவது க்ளூ கிடைக்கும்...” என்று கேட்கவும்,

“அது தான் எனக்கும் தெரியல. அவங்ககிட்ட பேசவே பிடிக்காததுனால நான் கேட்கவுமில்லை. அப்புறமா ஆதிரா மூலம் விசாரிக்கிறேன்...” என்றான்.

அன்றிரவு மதுவந்தியும் ரூபனும் ஆதிராவிடம் பேசி அவளுக்கு புரிய வைத்-தனர். அவர்கள் சொல்வதைக் கேட்டுக் கொண்டாலும் ஏனோ அவளுக்கு தன் வீட்டிற்குச் செல்ல தோன்றவில்லை. ஏதோவொன்று தடுத்தது.

அது அவர்களுக்கும் புரிய, “உன் தம்பியோட பார்வை உன்மேல தப்பான எண்ணத்துல படிஞ்சதில்லைனு உனக்கு புரியணும்ன்றதுக்காக தான் சொன்னோம்.

அதுக்காக நீ அங்க போகணும்னு அவசியமில்லை. இதுவும் உன் வீடு தான்...'' என்றதும் இருவரையும் கட்டிக்கொண்டாள்.

மறுநாள் மதுவந்திக்கு அவர்கள் வீட்டிலே வளைகாப்பு நடத்தினர். ஊர் மக்கள் அனைவரும் வந்து அவளை ஆசீர்வதித்தனர். தாய் வீட்டு சார்பாக அங்கே ஆதிராவைத் தவிர அவளுக்கு யாருமில்லை.

அதை நினைத்து கவலைக்கொண்டால் தன் கவலை தன் கணவனையும் வருத்துமே என்று எதையும் அவள் வெளிக்காட்டிக் கொள்ளவுமில்லை.

ராஜசேகருக்கு மகளை பார்க்க வேண்டுமென்ற எண்ணம் இருந்தாலும் அவர் அங்கே செல்லவில்லை. தான் தத்தெடுத்த ஒரே காரணத்திற்காக இதுவரை அவள் பட்ட கஷ்டங்களே போதுமென விலகியே இருந்துவிட்டார்.

விசேஷத்திற்கு வந்தவர்களும் பெரிதாக அவள் வீட்டினரைப் பற்றி கேட்டு அவளை சங்கடப்படுத்தவில்லை.

ஒவ்வொருவராக அவளுக்கு சந்தனமிட்டு வளையல் அணிவித்து ஆசீர்வாதம் செய்ய அங்கே தயங்கியப்படியே ஆதவ் வந்து நின்றான்.

அவன் கையிலிருந்த தட்டில் கொஞ்சம் வளையல்களும் பூக்களும் இருந்தன. தாய் வீட்டு சீதனமாக ஏதோ தன்னால் முடிந்ததைக் கொண்டு வந்தவன் தயங்கி-யப்படியே மதுவின் அருகில் வந்தான்.

அவனை கண்ட ரூபனும் கோபத்தை காட்டவில்லை என்றாலும் அவனிடம் பேசவுமில்லை. ஏனோ அவ்வளவு எளிதில் அவனால் ஆதவை ஏற்றுக்கொள்ள முடியவில்லை. அதற்காக பழைய கோபங்கள் இருக்கிறதாவென்றால் அதுவு-மில்லை.

ஆதவைக் கண்ட மதுவின் கண்கள் கலங்கினாலும் அதை வெளிக்காட்டாது மறைத்தப்படி அவனை பார்க்க, அவளருகில் வந்தவன் அவள் அனுமதியைக் கூட எதிர்பார்க்காது அவளது கரத்தை எடுத்து அதில் வளையல்களை அணிவித்-தவனின் கண்களில் இருந்து ஒரு துளி கண்ணீர் அவள் கரத்தில் படவும் அவள் நிமிர்ந்து அவன் முகத்தைப் பார்க்க அவனோ திரும்பியும் பாராமல் சென்றுவிட்-டான்.

அவன் கண்ணீர் அவளை ரொம்பவே பாதித்தது. அவனிடம் பேசினால் முன்பு போல மரியாதையின்றி பேசிவிடுவானோ என்ற பயமெல்லாம் இல்லை. தானாக பேசி அவனை மேலும் குற்றவுணர்வில் வதைக்க அவள் விரும்பவில்லை.

அவள் கரத்தில் அழுத்தம் கொடுத்த அதிரூபனோ, ''எல்லாம் கொஞ்ச நாள்ல சரியாகிடும் மதி...'' என்றதும் அவளும் மெல்லிய புன்னகையோடு தலையசைத்-தாள்.

அன்றைய தினம் நல்லபடியாகவே முடிய அடுத்த நாளோ அதிர்ச்சியோடே விடிந்தது. காரணம் மதுவந்தியும் ரூபனும் இணைந்திருந்த போட்டோவை மதுவின்

வீட்டில் வைத்தது யாரென்று மகேஷ்வரியின் மூலம் தெரிய நேர்ந்தது.

22

மனதாலும் உடலாலும் மிகவும் சோர்ந்திருந்த மதுவந்தி நன்றாக உறங்கிக் கொண்டிருக்க அதிகாலையில் கண்விழித்த அதிரூபன் அவளையே இமைக்காமல் பார்த்திருந்தான்.

அவள் அழுததற்கான அடையாளம் அவள் கன்னத்தில் தெரிந்தது. தனக்கு தெரியக் கூடாது என்பதற்காக, தான் தூங்கிய பிறகு அழுதிருக்கிறாள் என்பதும் புரிந்தது.

அவர்கள் என்ன கொடுமை செய்திருந்தாலும் அவர்கள் மீது அவளுக்கு இருக்கும் பாசம் துளியும் குறையவில்லை என்பதும் புரிந்தது.

'உன் அன்புக்கு அவங்க தகுதியானவங்க இல்லை' என கோபம் கொண்டாலும் அவளிடம் அதைப் பற்றி பேச விரும்பவில்லை.

அவள் குடும்பத்தை அவள் வெறுத்து ஒதுக்க வேண்டும் என்றெல்லாம் அவன் நினைக்கவில்லை. எக்காரணம் கொண்டும் யாருக்காகவும் அவளுக்கான உரிமையையும் சுயமரியாதையையும் அவள் இழக்கக் கூடாதென்றே விரும்பினான்.

அதை ஆரம்பித்திலே செய்திருந்தால் இந்தளவுக்கு இவள் வேதனை கொள்ள வேண்டியதில்லையே. அவர்களுக்கு வாகாக இவள் குனிய அவர்களும் கொட்டி கொட்டி வேடிக்கை பார்த்திருக்கிறார்கள்.

எப்பொழுதும் அதை நினைக்கும் போது அதிரூபனுக்கு அவர்கள் மீது எழும் கோபத்தை விட மதுவந்தி மீது தான் அதிகம் எழும்.

ஆனால், நேற்று அவள் நடந்துக் கொண்ட விதம் அவனை மாற்றியது. அவளின் இந்த சிறு மாற்றம், அவளுக்குள் எழுந்த அந்த வலி, நிச்சயம் அவளை முற்றிலும் மாற்றிவிடும் என்றே எண்ணினான்.

அவளின் மீதான பல வருட கோபம் கூட சூரியனைக் கண்ட பனித்துளியாய் மறைந்திருந்தது. அவளை எண்ணி கொஞ்சம் கர்வமும் கூடியது.

அவள் முழுமையாக மாற வேண்டும். அவள் அவளுக்காக வாழ வேண்டும். எதற்காகவும் அவள் மற்றவர்களை சார்ந்திருக்கக் கூடாது. எந்த பிரச்சினை வந்தாலும், ஏன்! அவனே அவள் வாழ்வில் இல்லை என்றாலும் மனதளவில்

உடைந்து போகாமல் துணிந்து நிற்க வேண்டுமென விரும்பினான்.

அவள் கன்னத்தை மென்மையாக வருடியவன் புன்னகைத்தப்படி, “ஒரே நாள்ல உன்கிட்ட இப்படி விழுவன்னு எதிர்பார்க்கவே இல்லைடி. எப்படிடி? அப்படி எதுவும் நீ பெருசா கூட பண்ணலையே. உன் டுபாக்கூர் தம்பிய நாலு சாத்து சாத்துன, அதுக்கே இப்படி விழுந்துகிடக்கிறேன். இன்னும் நீ பெருசா எதாவது பண்ணா மொத்தமும் விழுந்துடுவேன் போலயே...” என வியந்து,

அவள் கன்னத்தில் மென்மையாக முத்தமிட்டவனுக்கு அவர்களின் முதல் சந்திப்பு நினைவு வர, “தெரிஞ்சோ தெரியாமலோ நீ என்னை அண்ணன்னு கூப்பிட்டத அப்பவே பிடிவாதமா மறுத்திட்டேன். இல்லனா நம்ம உறவே வேற மாதிரி போயிருக்கும்ல. பரவாயில்லை நடந்தது எல்லாம் நல்லதுக்கு தான்னு நினைச்சிக்கிறேன். இல்லனா உன்னை நான் மிஸ் பண்ணியிருப்பேன்....” என்றான் மேலும் மலர்ந்த புன்னகையோடு.

“உன்னை நான் காதலிப்பேன்னு கனவுல கூட நினைச்சி பார்க்கலடி. நம்ம கல்யாணம் நடந்தது தான் எதிர்பாராம நடந்ததுனா எனக்குள்ள உன் மேலான காதலும் நான் எதிர்பார்க்காமலே வந்துடுச்சு...” என்றவனின் கண்களில் காதல் வழிந்தது.

“ஏன்னு தெரியல மதி, உன்கிட்ட என் காதலை வாய்விட்டு சொல்லணும்னே தோணல. நீ சொல்ற மாதிரியே என் செயல் மூலமாவே என் காதலை உனக்கு நான் எப்பவும் உணர்த்திட்டே இருப்பேன்.

நீ கஷ்டப்பட்ட வரைக்கும் போதும் இனி எப்பவும் உன்னை சந்தோஷமா வச்சிக்கணும்னு நினைச்சு தான் அன்னைக்கு உன் கழுத்துல தாலியே கட்டுனேன். ஆனா, என்னால அதை நிறைவேத்த முடியல...” என்றவனின் விழிகள் அவனையும் அறியாது கலங்கியது.

“என்னை மன்னிச்சிடு மதி, நானே உன்னை கஷ்டப்படுத்திட்டேன். எனக்கு தெரியும் நீ எனக்காக தான் என்னை மன்னிச்சனு. உனக்கு தெரியாம உன்னை நான் எடுத்துக்கிட்டேன்ற வலி உன் மனசுல இன்னமும் இருக்கு.

அன்னைக்கு நான் சொன்னத நம்ப முடியாம நீ துடிச்சப்ப எனக்கு எப்படி இருந்துச்சு தெரியுமா?”

மகிழ்ச்சியில் ஆரம்பித்தவன் உணர்ச்சி மிகுதியில் தன்னிலை மறந்து மனதில் இருப்பதை பேசிக் கொண்டே போனான்.

இன்னும் என்னவெல்லாம் சொல்லியிருப்பானோ அதற்குள் கதவுத் தட்டும் சத்தம் கேட்கவும் சுதாரித்துக் கொண்டவன் சட்டென்று மனைவியைப் பார்க்க அவளின் கலங்கிய விழிகளே அவன் பேசுவதை அவள் கேட்டுக் கொண்டிருக்கிறாள் என்பதை உணர்த்தவும் அதிர்ந்தவன் தன்னையே கடிந்துக் கொண்டான்.

அவன் முத்தமிட்டதுமே அவள் விழித்துக் கொண்டாள் என்பதை அறியாமலே பேசிக் கொண்டிருந்தான்.

“மதி...” என்றவனின் அழைப்பில் கண் திறந்து பார்த்தவள்,

அவன் கரத்தை இறுகப் பற்றி தன்னோடு புதைத்துக் கொண்டு தன்னை நிலைப்படுத்திக் கொண்டவள், “என் புருஷன் என்னை எப்படி எல்லாம் காதலிக்கிறான்னு தெரிஞ்சு உள்ளுக்குள்ளே சந்தோஷப்பட்டுட்டு இருந்தா அதுக்குள்ள அழுகாச்சி சீன் கொண்டு வர்றியே, நியாயமா?” என செல்லமாக முறைக்க,

அவன் எதுவும் பேசாது அமைதியாக இருக்கவும், “ப்ளீஸ் ரூபன் இனி எதையும் நினைச்சு கவலைப்பட வேணாம். எனக்கும் தான் சொல்றேன். நானும் மறக்க தான் முயற்சி பண்ணிட்டு இருக்கேன். இனி நிகழ்காலத்த மட்டும் யோசிச்சா போதும்.

எதிர்காலம் பத்தி கூட நினைக்க வேணாம். ஏன்னா ஒவ்வொரு நொடியும் உன்னோட காதலை அனுபவிச்சி சந்தோஷமா வாழணும்னு மட்டும் தான் ஆசைப்படுறேன்...” என்றவளை அணைத்துக் கொண்டு அவள் விருப்பத்திற்கு சம்மதமளிக்கும் விதமாய் அவள் நெற்றியில் அழுத்தமாக முத்தமிட்டவன் அவளை மீண்டும் தூங்க வைத்தான்.

அவள் தூங்கிய பிறகு எழுந்து வந்து கதவைத் திறக்க, ஹாலில் ஆதிரா மட்டும் தான் அமர்ந்திருந்தாள்.

அதிரூபனைக் கண்டதும் ஓடி வந்தவள், “சாரி மாமா, தூக்கத்த டிஸ்டர்ப் பண்ணிட்டனா?” தயக்கத்தோடு கேட்க,

மறுப்பாகத் தலையசைத்தவன் மனதிற்குள் அவளுக்கு நன்றியுரைத்தான். இவள் மட்டும் சரியான நேரத்தில் கதவைத் தட்டவில்லை என்றால் அவன் மனைவியிடம் என்னவெல்லாம் பேசியிருப்பானோ என்ற பதற்றம் அவனை விட்டு இன்னும் நீங்காமல் இருந்தது.

“சொல்லும்மா என்ன வேணும்? ஏன் அதுக்குள்ளே எழுந்துட்ட?”

“தூக்கம் வர்ல மாமா. அதான் எழுந்துட்டேன். என் ட்ரெஸ் எடுக்கிறதுக்காக வீட்டுக்கு போயிருந்தேன், அம்மாகிட்ட நீங்க சொன்னத கேட்டேன்...” என்றதும்,

சட்டென்று கதவை சாற்றியவன் அவளை அழைத்துக் கொண்டு தோட்டத்திற்கு சென்றான்.

அங்கே பல் துலக்கிக் கொண்டிருந்த அதிரதன், அதிரூபனையும் ஆதிராவையும் கண்டு அவர்களருகில் வர ஆதிராவிடம் ரூபன் விசாரித்தான்.

“சொல்லும்மா, யார் அந்த போட்டோவ வச்சதாம்?” தன் உணர்வுகளை மறைத்துக் கொண்டு சாதாரணமாக கேட்க,

“அம்மாவுக்கும் தெரியலையாம் மாமா, அம்மா கோலம் போடுறதுக்காக வெளிய வரும் போது வாசப்படியிலே இருந்துச்சாம்...” என்றதும் ரூபனுக்கு

ஏமாற்றம் தான் சூழ்ந்தது.

“ஆனா மாமா அன்னைக்கு அம்மா யாரு வச்சிருப்பாங்கனு தேடும் போது நடராஜ் அங்கிள் தான் திரும்பி திரும்பி பார்த்துட்டு போனாராம். ஒருவேளை அவரா இருக்குமோ? ஆனா அவரு ஏன் அப்படி செய்யணும்?”

தன் அன்னையிடம் விசாரித்ததைக் கூறியவள் கூடவே தன் யூகத்தையும் சேர்த்து கூற,

ரூபனோ அவள் யாரை சொல்கிறாள் என்று புரியாமல்,

“நடராஜா அது யாரு?” என்றான்.

“அதான் மாமா எங்க பக்கத்து வீட்டுல இருந்தாரே...” என்று விவரமளிக்க ரூபனுக்கும் நினைவு வந்தது.

“அந்த அங்கிள் தான் வச்சாரானு அம்மாவுக்கும் உறுதியா தெரியல மாமா. ஆனா, அப்போ அவர தவிர வேற யாரும் வெளிய இல்லையாம்...” என்றவளிடம்,

“கண்டவனையும் அங்கிள்னு சொல்லாத...” என அதட்டியவன்,

அவள் முகம் வாடவும், “சாரிமா ஏதோ டென்ஷன்...” என வருந்த,

“பரவாயில்லை மாமா இனி அப்படி சொல்லமாட்டேன்...” என மென்மையாக புன்னகைத்தவள்,

“அப்புறம் அம்மாகிட்ட அப்பாவ பத்தியும் அக்காவோட அம்மாவ பத்தியும் யாரு அப்படி சொன்னாங்கனும் விசாரிச்சேன். அவங்களுக்கு ஒரு நாள் லெட்டர் தான் வந்துச்சாம். அது கூடவே அவங்க ரெண்டு பேரும் இருக்கிற போட்டோவும் இருந்துருக்கு. அதை பார்த்து தான் தப்பா நினைச்சிருக்காங்க...” என்றவள்,

“இப்பவும் தப்பா தான் நினைச்சிட்டு இருக்காங்க. இனி அவங்கள பத்தி பேசவே கூடாதுனு திட்டிட்டாங்க...” என கலங்கவும்,

“அந்த போட்டோ மேல வச்ச நம்பிக்கையை கொஞ்சம் உன் அப்பா மேலயும் வச்சிருந்தாங்கனா இந்த பிரச்சினையே வந்திருக்காது...” என்றவன்,

“நீ வருத்தப்படாத ஆதிரா, அவங்களுக்கான நேரம் வரும் போது அவங்க பேசி புரிஞ்சிப்பாங்க...” என்று தேற்றினான்.

தலையை மட்டும் அசைத்தவள், “அந்த போட்டோவும் லெட்டரும் அவங்க அப்பவே கோபத்துல கிழிச்சு போட்டுட்டாங்க...” என்ற விவரத்தையும் சொல்ல அவன் யோசனையோடு நின்றான்.

“அக்காவுக்கு யாராவது எதிரிங்க இருக்காங்களா மாமா? எதுக்காக உங்க ரெண்டு பேரோட போட்டோ வச்சி பிரச்சினை பண்ண நினைச்சாங்க?” கவலையோடு கேட்க,

“உன் அக்காவுக்கு எதிரிங்க இருப்பாங்கனு வேற உனக்கு தோணுதா?” கேலி போல அவளை தேற்ற முயன்றவன்,

“நீ நினைக்கிற மாதிரிலாம் எதுவும் இல்லம்மா. தேவையில்லாம பயப்படாத. அதான் உன் அக்கா கூட நான் இருக்கனே நான் பார்த்துக்கிறேன். என் மேல நம்பிக்கை இருக்கு தான?” என வினவவும் அவளும் நம்பிக்கை இருக்கு என்பது போல வேகமாகத் தலையசைக்க,

அதில் சிரித்தவன், “சரி நீ போ, மதி கூட இரு...” என்று அவளை அனுப்பிவிட்டு யோசனையோடு அமர்ந்தான்.

அதுவரை அமைதியாக இருந்த அதிரதன், “யாருடா அந்த நடராஜன்? அவனுக்கு மது கூட என்ன பிரச்சினை? அவன் எதுக்கு உங்கள போட்டோ எடுத்து வைக்கணும்?” என வினவவும்,

எதையோ யோசித்த ரூபன், “பிரச்சினை அவனுக்கும் மதிக்கும் இல்லை. எனக்கும் அவனுக்கும் தான்...” என்றான் முகம் இறுக.

“என்ன சொல்ற? அவன் கூட உனக்கென்ன பிரச்சினை? அப்படியே உங்களுக்குள்ள பிரச்சினைனா எதுக்கு அவன் தேவையில்லாம மதுவ இழுக்கணும்?” இளையவன் புரியாது கேட்க,

“ஏன்னா பிரச்சினையே என் மதிய வச்சி தான்...” என்றான் பெரியவன் ஆத்திரத்தோடு.

“டேய் புரியற மாதிரி சொல்லுடா. என்ன பிரச்சினை? எப்ப நடந்துச்சு? நானும் உங்க கூட தான இருக்கேன். எனக்கெப்படி தெரியாம போச்சு?” குழப்பத்தோடு கேட்க,

அதுவரை அந்த நடராஜ் என்பவனின் மீது கோபத்தில் இருந்தவன் தம்பி கேட்கும் கேள்விக்கு விவரமாக பதிலளித்தான்.

(அந்த நடராஜ் என்பவன் வேறுயாருமில்லை. மதுவந்தி அவள் வீட்டில் குளிக்கும் போது பார்த்து விட்டதாக ஆத்திரத்தில் ரூபன் ஒருவனை அடி வெளுத்து வாங்கினானே அவன் தான்}

அன்று நடந்ததை அதிரதனிடம் ரூபன் சொல்ல, “அவனை சும்மாவா விட்ட?” என்றான் கோபமாக.

“அவனை அப்பவே என் ஆத்திரம் தீர வரைக்கும் அடிச்சிட்டேன்...” என்றவன்,

“இது நான் ப்ளஸ்டூ படிக்கும் போது நடந்தது. அவனும் அதுக்கப்புறம் அவன் பொண்டாட்டிக்கு டிரான்ஸ்ஃபர் கிடைச்சதுனால வேற ஊருக்கு போய்ட்டான். இத்தனை வருஷம் கழிச்சும் அத மறக்காம இருந்து பழிவாங்கியிருக்கான்...” என்றான் ஆத்திரத்தோடு.

“இப்ப இருக்கிற பிரச்சினைக்கும் இந்த ஆள் தான் காரணமா இருப்பானா?” அதிரதன் சந்தேகத்தோடு கேட்க அதிரூபனோ மறுப்பாகத் தலையசைத்தான்.

“எனக்கென்னமோ இந்த ஆளா இருக்காதுனு தோணுது...”

“எப்படி சொல்ற?”

“தெரியல ஆனா தோணுது. அன்னைக்கு நாங்க வந்த பஸ்ல அவனும் ஊருக்கு வந்துருப்பான்னு நினைக்கிறேன். என்னை பார்த்ததும் அவனை நான் அடிச்சது நியாபகத்துல இருந்துருக்கும். அந்த கோபத்துல எங்களை போட்டோ எடுத்து மதி வீட்டுல வச்சிருப்பான்...” தன் யூகத்தை சொன்னவன்,

“நீயே யோசி, அந்த போட்டோல அப்படி ஒன்னும் பெருசா இல்லை. தூக்கத்துல மதி என் மேல சாஞ்சிருந்தா, அவ்வளவு தான். இதை அவங்க அம்மாவே பார்த்தாலும் பெருசா கோபப்பட்டுருக்க மாட்டாங்க. மிஞ்சி போனா அவளை திட்டிருப்பாங்க இல்லை ரெண்டு அடி அடிச்சிருப்பாங்க.

இதனால எங்களை பழிவாங்கிட முடியும்னு நினைச்சிருந்தா அவன் எவ்வளவு பெரிய முட்டாளா இருப்பான்னு யோசிச்சு பாரு. அந்த சிடியும் இருந்ததுனால தான் பிரச்சினை பெருசாச்சு...” என்றவன்,

“அவனுக்கு அந்த போட்டோவ யாருக்கும் தெரியாம கூட வைக்க தெரியல. திருட்டு முழி முழிச்சே மாட்டியிருப்பான். அப்படிப்பட்டவனா மதி வாழ்க்கையில விளையாடிட்டு இத்தனை மாசமா மாட்டிக்காம இருப்பான்?” என்றான்.

ரூபன் நினைப்பதும் சரியே. அன்று வாசலில் கோலம் போடுவதற்காக வெளியே வந்த மகேஷ்வரி அங்கிருந்த போட்டோவை யோசனையாக பார்த்தார் தான்.

இருவரும் சிறு வயதிலிருந்தே ஒன்றாக வளர்ந்தவர்கள் என்பதால் அதை பெரியதாக நினைக்கவில்லை. அவளிடமே கேட்டுக் கொள்ளலாம் என்றெண்ணி தன் வேலையை முடித்து விட்டு வந்தவருக்கு அப்பொழுது தான் நினைவு வந்தது மதுவின் சம்பள பணம் தீபாவளி போனசோடு வந்திருக்குமே என்று.

அதை எடுப்பதற்காக அவள் பேக்கை எடுக்கும் போது அந்த சிடிக்களை பார்த்ததும் அதிர்ந்தவருக்கு ஏற்கனவே மதுவந்தி அன்னையின் மீதிருந்த ஆத்திரம் அவரை தவறாக சிந்திக்க வைத்தது.

தான் வளர்த்த மகள் தவறு செய்யமாட்டாள் என்ற நம்பிக்கை கொஞ்சமும் இல்லாமல் அவளை பார்வதியின் மகளாகவே மட்டும் பார்த்திருந்தவருக்கு கோபம் கட்டுக்கடங்காமல் பெருக அதையே காரணமாக வைத்து மதுவந்தியை அன்றோடு தலைமுழுகவும் எண்ணி தான் அத்தனை ஆர்பாட்டமும் செய்தார்.

“என்ன இருந்தாலும் அவனை அப்படியே விடுறது சரியில்லனு தோணுதுடா, அவனை விசாரிக்கணும்...” என்றதும் அதிரூபனும் மறுக்கவில்லை.

அதே நேரம் அவனுக்கு இன்னொன்றும் தோன்றியது. பள்ளியிலும் கல்லூரியிலும் மதுவந்தியை யாராவது கேலி செய்திருந்தால் அவர்களை மதுவந்தி அறியாது அதிரூபனே புரட்டி எடுத்திருக்கிறான். அவர்களில் யாரேனும் இப்படி செய்திருப்பார்களோ? என்ற சந்தேகம் எழ அந்த வகையிலும் விசாரிக்க வேண்டுமென தீர்மானித்தான்.

“சரி அந்தம்மாவுக்கு மது அம்மா போட்டோ அனுப்புனது யாரு?”

“அது தான்டா எனக்கும் தெரியல. அது யாருனு முதல்ல தெரிஞ்சிக்கணும்...”

“ஒருவேளை மதுவோட அப்பாவ பிடிக்காதவங்க யாராவது அப்படி பண்ணியிருப்பாங்களோ?”

“அவரை பிடிக்காத ஒரே ஆள் நான் மட்டும் தான்...” ஆத்திரத்தோடு சொன்னவன்,

“அந்தாளுக்குலாம் பெருசா வேண்டாதவங்க இல்லடா. எனக்கென்ன தோணுதுனா மதியோட அம்மாவ பத்தி தெரிஞ்சிக்கணும். அப்பதான் எல்லா பிரச்சினைக்கும் காரணம் என்னன்னு தெரியும்...” என்றான் யோசனையாக.

“ஏன்டா அப்படி சொல்ற? அவங்களே இறந்து போய்ட்டாங்க. இதுல அவங்களுக்கு வேண்டாதவங்க இருந்தா மட்டும் அதனால என்ன பிரச்சினை வர போகுது? அதுவும் இத்தனை வருஷம் கழிச்சு...”

“ஒன்னு யோசிச்சியா? ஆதிரா அம்மா விஷயமும் சரி அந்த நடராஜன் விஷயமும் சரி அவங்களால மதி தான் கஷ்டப்பட்டது. அதாவது அவங்க கோபத்த அதுக்கு காரணமானவங்க மேல நேரடியா காட்ட முடியாம மதிய கஷ்டப்படுத்துறாங்க.

அதே மாதிரி தான் வேற யார் மேலயோ இருக்கிற ஆத்திரத்துல மதிய பழிவாங்குறதுக்கு அவனும் அப்படி பண்ணியிருக்கலாம்ல. ஏன்னா அவனோட நோக்கமும் நான் மதிய கஷ்டப்படுத்தணும்ன்றது தான்.

இதுலாம் என்னோட யூகம் தான், அதுக்கு தான் அவங்களை பத்தி தெரிஞ்சிக்கணும்னு சொல்றேன். பார்வதி அம்மா பத்தி தெரிஞ்சா அவங்கப்பா பத்தி தெரியும். இதுல நமக்கு எதாவது க்ளூ கிடைக்கலாம்...”

“சரி அவங்களை பத்தி எப்படி தெரிஞ்சிப்ப? நமக்கு அவங்க பேரை தவிர பெருசா எதுவும் தெரியாதே...”

“ஆதிரா அப்பன்கிட்ட கேட்க வேண்டியது தான் எதாவது தெரியுமானு. நீயே அந்த ஆள்கிட்ட இத பத்தி விசாரிச்சிடு ஆதிரா வேணாம். அப்புறம் மதிக்கு தெரிய வரும்...”

“சரி இன்னைக்கே பேசறேன்...”

“வேணாம் இன்னும் ரெண்டு நாள் ஆகட்டும். ரொம்ப மனசு உடைஞ்சு போயிருக்காரு. இந்த நேரத்துல தொந்தரவு பண்ண வேணாம்...”

“பார்ரா! மாமனாரு மேல அக்கறைய...” கேலி செய்ய,

“ஒரு மண்ணும் இல்லை...” என எரிந்து விழுந்தவன்,

ஏதோ தோன்ற, “பாவம்டா அந்த ஆளு. அந்தம்மா அவரை சந்தேகப்பட்-டிருக்காங்கனு தெரிஞ்சதும் ரொம்ப உடைஞ்சு போயிட்டாரு. பார்க்கவே பாவமா இருந்துச்சு...” என வருந்தவும்,

“கணவன் மனைவி வாழ்க்கையில நம்பிக்கை இல்லைனா இத்தனை வருஷம் வாழ்ந்த வாழ்க்கைக்கே அர்த்தம் இல்லாம போயிருக்குமே. அதான் உடைஞ்சு போயிருப்பாரு. சரி விடு அதுக்கு நாம என்ன பண்ண முடியும்?” என்றவன்,

“எதுக்கும் நான் பார்வதி அம்மா இருந்த ஆசிரமத்துலயும் விசாரிச்சு பார்க்கி-றேன்...” என்றான்.

“அதுக்கு முன்னாடி அந்த நடராஜ் இப்ப எங்க இருக்கானு தெரிஞ்சிக்கிட்டு சொல்லு...” அதிரூபன் சொல்லும் நேரம் மதுவந்தி அங்கு வரவும் அவர்கள் பேச்சு தடைப்பட்டது.

“ரெண்டு பேரும் இவ்ளோ நேரம் என்ன பண்ணிட்டு இருக்கிங்க? உங்களுக்கு வச்ச காஃபி ஆறி போகுது...” என கடிந்துக்கொள்ள,

“உன்னை யாருடி வேலை பார்க்க சொன்னது? ரெஸ்ட் எடுக்க வேண்டியது தான...” என அதட்டியபடி அவளை நெருங்கியவன் அவள் கையிலிருந்த டம்-ளரை வாங்க,

“அதுக்காக படுத்தே இருக்க முடியுமா?” என சிணுங்கியவள்,

“மணிக்கணக்கா பல்லை தேய்ச்சிட்டு இருந்தா அந்த பல்லு என்னத்துக்கு ஆகுறது தம்பிப்பையா? மூணு நிமிஷத்துக்கு மேல தேய்க்க கூடாதுனு எத்தனை முறை சொல்றது? போ, வாஷ் பண்ணிட்டு வந்து காஃபி குடி...” அதிரதன் வாயிலிருந்த ப்ரெஷ்ஷைக் கண்டு கோபம் கொண்டு அதட்ட,

“நான் வளர்ந்து பல வருஷம் ஆச்சுனு உனக்கு இன்னும் தெரியவேமாட்-டேங்குது மது. இன்னும் சின்னபிள்ளைக்கு இன்ஸ்ட்ரக்ஷன் கொடுக்கிற மாதிரி கொடுத்துட்டு இருக்க...” செல்லமாக கடிந்துக் கொண்டாலும் அவள் சொன்-னதை செய்து விட்டு அவள் கையிலிருந்த டம்ளரை வாங்கினான்

“என்னைக்குமே நீ எனக்கு சின்னபிள்ளை தான். என் செல்ல தம்பிப்-பையா...” என அவன் தலையை வருடியவள்,

“இருந்தாலும் நீ வளர்ந்துட்டன்ற உண்மைய ஒத்துக்கிட்டு தான் ஆகணும். பேசாம உனக்கு கல்யாணம் பண்ணி வச்சிடலாமா?” ஆவலோடு கேட்க,

“தெய்வமே! உனக்காது எனக்கு கல்யாணம் பண்ணி வைக்கணும்னு தோணுச்சே…” என குதூகலித்தவன்,

ரூபனிடம், “நீயும் தான் இருக்க அண்ணன்னு தண்டத்துக்கு. உனக்கு தோணுச்சாடா? அதுவும் உன் அப்பா இருக்காரே… இந்த வீட்டுல இன்னொரு வயசு பையன் இருக்கான் அவனுக்கும் காலாகாலத்துல கல்யாணம் பண்ணி வைக்கணும்னு கொஞ்சமாது நினைப்பு இருக்கா?” என அலுத்துக்கொள்ள,

அவனை முறைத்த ரூபனோ மனைவியிடம், “ஏன்டி உனக்கு உன் ஓரகத்தி கூட சண்டை போடுறதுக்கு அவ்வளவு அவசரமா? இன்னும் ரெண்டு வருஷம் போகட்டும் உன் தம்பிப்பையாக்கு பொறுமையா கல்யாணம் பண்ணலாம்…” என்றவனை அதிரதனும் மதுவந்தியும் கொலைவெறியோடு பார்த்தனர்.

மதுவந்தியோ, “என்னை பார்த்தா சண்டைகாரி மாதிரி தெரியுதா?” என ரூபனிடம் சண்டைக்குச் செல்ல,

அதிரதனோ, “டேய்! உனக்கு என்னடா பாவம் பண்ணேன்? இன்னும் ரெண்டு வருஷத்துக்கு தள்ளி போடுற, இன்னும் எத்தனை நாளைக்கு நான் சிங்கிளாவே சுத்துறது? எனக்கு மட்டும் ஆசை இருக்காதா கல்யாணம் பண்ணி சந்தோஷமா வாழணும்னு…” என கோபம் கொள்ள,

மதுவந்தியின் கோபத்தைக் கண்டு சத்தமில்லாமல் சிரித்தவன் தம்பியின் கோபத்தில் சத்தமாகவே சிரித்து இருவரின் முறைப்பையும் பரிசாக பெற்றுக் கொண்டான்.

“கல்யாணம் பண்ணிட்டு சந்தோஷமா வாழ முடியும்னு வேற நம்பிக்கை இருக்கா உனக்கு?” கேலியாய் கேட்க,

“ஏன் இப்ப உன் சந்தோஷத்துக்கு என்ன குறை வச்சிட்டேன்?” மதுவந்தி ரூபனிடம் கோபம் கொள்ள,

“பாரேன் என் குட்டச்சிக்கு கோபம்லாம் வருது…” என சிரிக்கவும்,

“சிரிக்காத, பதிலை சொல்லு. உன் சந்தோஷத்துக்கு நான் என்ன குறை வச்சேன்? ஏதோ நான் உன்னை கொடுமை படுத்துற மாதிரியே பேசுற, அப்படி என்ன பண்ணேன்?” கோபத்தோடு ஆரம்பித்தவள் தன்னால் அவன் மகிழ்ச்சியோடு இல்லையோ என்று கண்ணீரோடு முடிக்க,

“அதான இன்னும் அழுமூஞ்சி மதுவந்தி வர்லையேனு நினைச்சேன். உன் கோபத்தை பார்த்து கொஞ்ச நேரம் சந்தோஷப்பட விட மாட்டியே…” என கோபம் கொண்டவன்,

“ஏன்டி உன்னை கட்டிக்கிட்டு நான் கஷ்டப்படுறேன்னு என்னைக்காது சொல்லியிருக்கனா? என்ன சொல்ல வர்றேன்னு முழுசா புரிஞ்சிக்காம எதுக்கு கண்ணை கசக்குற? கல்யாணம்னா நினைச்சவுடனே பண்ண முடியுமா? அவனுக்கு ஏத்த

மாதிரி பொண்ணு பார்க்க வேணாமா?" என்றதும்,

"அதலாம் பார்த்துக்கலாம். மாமாகிட்ட சொல்றேன். அவங்களுக்கு தெரிஞ்ச இடத்துல இப்பவே பார்க்க ஆரம்பிச்சா தான் சரியா இருக்கும். அதுவுமில்லாம எத்தனையோ மேட்ரிமோனி இருக்கு. அதுலயும் பதிவு பண்ணி வைக்கிறேன்..." என்றாள் ஆவலாக.

"கல்யாணம்ன்றது உனக்கு அவ்ளோ ஈசியாகிடுச்சா? எடுத்தோம் கவிழ்த்தோம்னு பண்ண முடியாது. பொண்ணு அவனுக்கு ஏத்த மாதிரியும் இருக்கணும்..."

"அதலாம் தம்பிப்பையாவுக்கு பிடிச்சா தான் கல்யாணமே..." என்றவளை முறைத்தவன் பொறுமையிழந்து,

"என்ன சொல்ல வர்றேன்னு புரிஞ்சிக்கிட்டு பேசு. நாம இதுவரைக்கும் ஒன்னாவே இருந்துட்டோம். அவனுக்கு வர மனைவியும் நம்ம குடும்பத்தோட ஒத்துமையா இருக்க வேணாமா?

இல்லனா நாளைக்கு உன் தம்பிப்பையா தான் கஷ்டப்படுவான்றத மறந்துடாத. ஏன்னா அவனால நம்மள விட்டு இருக்க முடியாது. அதுக்கு தான் பொறுமையா தேடலாம்னு நினைச்சேன். இப்ப என்ன அவனுக்கு வயசா ஆகிடுச்சு?" என்றதும் தான் மதுவந்திக்கும் புரிந்தது.

அவள் கலக்கத்தோடு பார்க்க, "அதுக்குள்ள கண்டத யோசிச்சு பயப்படாத. நல்லதா தான் நடக்கும்..." என நம்பிக்கையும் அளிக்க,

அவளோ அதிரதனிடம், "ஏன் தம்பிப்பையா பேசாம நீ யாரையாவது லவ் பண்ணி கல்யாணம் பண்ணிக்கோயேன்..." என்றதும்,

அதுவரை சிந்தனையில் இருந்தவன் மது கேட்டதும், "லவ்வா? பண்ணா நல்லா தான் இருக்கும். ஆனா எனக்கு லவ் பண்ண தெரியாதே மது..." என பாவமாய் சொல்ல,

இருவரையும் முறைத்த அதிரூபன், "நல்ல அண்ணி நல்ல கொழுந்தன்..." என முணுமுணுத்தவன்,

"வேணும்னா நான் சொல்லி தரவா? லவ் பண்றது எப்படினு?" என்று நக்கலாய் கேட்க,

"யாரு? நீ? லவ் பண்றது எப்படினு சொல்லித்தர? முதல்ல உனக்கு தெரியுமாடா?" அதே நக்கல் தொனியில் அவன் கேட்க,

ரூபன் அவனை முறைக்கவும் மதுவந்தி அதிரதனிடம், "காதல் மத்தவங்க சொல்லி கொடுத்து தெரிஞ்சிக்கிறதுல்ல அதை நீயே உணரணும். கவலைப்படாத தம்பிப்பையா கண்டிப்பா நீ உணருவ. உன்னையும் ஒரு பொண்ணு உணர வைப்பா..." என்றவளை அதிரதன் ஆச்சரியமாய் பார்த்தான்.

“நல்லா பேசுற மது...”

“ஆனா எனக்கு இந்த லவ்லலாம் பெருசா ஆர்வம் இல்லை மது. எந்த பொண்ண பார்த்தும் அப்படி தோணவுமில்ல. எனக்கு அரேஞ்ச் மேரேஜ் தான் சரியா இருக்கும். நீங்களே ஒரு பொண்ணை பார்த்து முடிவு பண்ணுங்க. வேணும்னா அவளை கல்யாணத்துக்கு அப்புறம் காதலிச்சிக்கிறேன்...” புன்னகையோடு கூறியவன்,

“ஆனா ஒன்னு, ரூபன் சொல்றமாதிரி எனக்கு மனைவியா வர்றவ நம்ம கூட ஒத்துமையா இருக்கணும். நாளையபின்ன இந்த குடும்பத்தோட ஒத்து வராது தனியா போகலாம்னு சொன்னா அவளை அப்படியே விட்டுட்டு வந்துடுவேன். இதையும் தெளிவா சொல்லிடு...” என்றதும் மதுவந்தி அதிர்ந்தாள்.

“என்ன பேசுற நீ? உன்னை நம்பி வர பொண்ண இப்படி தான் விட்டுடுவேன்னு சொல்லுவியா? இத உன்கிட்ட எதிர்பார்க்கல தம்பிப்பையா, உன் குணத்துக்கு இது அழகும் இல்லை...” மது கலங்கவும்,

“கண்டிப்பா என் மனைவிக்கு நான் நல்ல கணவனா தான் இருப்பேன். அவளுக்கான மரியாதையையும் கொடுப்பேன். என்னோட மொத்த காதலையும் அவளுக்கு கொடுக்கிறதுல எந்த குறையும் வைக்க மாட்டேன்.

ஆனா, என்னோட விருப்பம் எல்லாரும் ஒன்னா இருக்கிறது தான். அதுக்கு தடையா எது வந்தாலும் அதை விலக்கி வைக்கவும் தயங்க மாட்டேன். அதனால இந்த கண்டிஷனுக்கு ஏத்த பொண்ணாவே பாருங்க. நான் வேறெதையும் எதிர்பார்க்கல...” என்றவன் ஏதோ நினைவு வரவும்,

“நீ எல்லாத்தையும் விட்டு கொடுத்தே பழக்கப்பட்டவளாச்சே. அதே பழக்கத்துல என்னையும் என் நட்பையும் விட்டு கொடுக்க நினைச்ச நான் பொல்லாதவனாகிடுவேன்...” கோபமாக சொன்னவன்,

“என் அம்மா தான் என்னை பாதியிலே விட்டுட்டு போய்ட்டாங்க. நீயாது கடைசி வரைக்கும் கூடவே இரு...” என்று சென்று விட மதுவந்தியோ கலங்கியபடி ரூபனின் மார்பில் சாய்ந்துக் கொண்டாள்.

“ஏன் ரூபன் அவன் அப்படி பேசுறான்? அவன் என்னோட தம்பிப்பையாவாச்சே. நான் எப்படி அவனை விட்டு கொடுப்பேன்னு நினைக்கிறான்?” கண்ணீரோடு கேட்க,

“அவன் சொன்னதுல என்ன தப்பு இருக்கு? தாலி கட்டுன புருஷன்னு கூட நினைக்காம எனக்காகனு யோசிச்சு என்னையே இன்னொருத்திக்கு விட்டு கொடுக்க நினைச்சவ தான நீ?” ரூபனும் கோபமாய் சொல்ல அவள் தவிப்போடு பார்த்தாள்.

“நீ இன்னும் அதை மறக்கலையா?”

“எப்படி மறக்க சொல்ற? அந்த வலி இன்னமும் என்னை விட்டு போகல...” ஆதங்கத்தோடு சொன்னவன்,

“சாரிடி என்னால அதை ஏத்துக்க முடியல, அதான் கோபத்துல பேசிட்டேன். அந்த நேரத்துல நீ எவ்ளோ கஷ்டப்பட்டுருப்பனு எனக்கும் புரியுது. ஆனா, ஒன்னு மட்டும் நல்லா புரிஞ்சிக்கோ எதுக்காகவும் உன் உரிமையை விட்டு கொடுக்காத. உன் உரிமைக்காக நீ சண்டை போட்டாலும் அது தப்பில்லை...” என்றான்.

அவள் அமைதியாய் நிற்க, “சரி விடு, இனி இத பத்தி பேச வேணாம். மறக்க நினைக்கிறத எதுக்கு நாமலே திரும்ப திரும்ப நினைச்சு கஷ்டப்படணும்?” என்றவன்,

“அவனையும் புரிஞ்சிக்கோ மதி. வெளிய சொல்லிக்கலனாலும் அவன் இந்த குடும்பத்து மேல எவ்வளவு பாசம் வச்சிருக்கானு எனக்கு தெரியும். நம்மல விட்டு அவனால தனியா இருக்க முடியாது, முக்கியமா உன்னை விட்டு...” என அழுத்தமாக சொன்னவன்,

“ஆனா அவனுக்காக அவனை விட்டு விலகவும் நீ தயங்கமாட்ட, அது அவனுக்கும் தெரியும். அதனால தான் அப்படி சொல்லிட்டு போறான்...” என்றதும்,

“அதுக்காக அவன் மனைவிய விட்டுடுவனு சொல்றது சரியா ரூபன்? அவனை நம்பி தான் அந்த பொண்ணு வருவா. அவளுக்கும் எதிர்பார்ப்புகள் இருக்கும்ல. நான் உன்னை விட்டுகொடுக்க நினைச்சது உனக்கு வலிக்குதே. அந்த வலியை தான தம்பிப்பையாவும் அவன் மனைவிக்கு கொடுக்க நினைக்கிறான் இது சரியா?”

“மேக்சிமம் பொண்ணுங்க தன் புருஷன் கூட தனியா சந்தோஷமா இருக்கணும்னு ஆசைப்படுவாங்க. அவங்களுக்கு ஒன்னா இருக்கிறது பிடிக்கலன்ற போது அவங்க விருப்பத்துக்கு மதிப்பு கொடுத்து நாம விலகிக்கிறது நல்லது தான?” என்றவளை பரிதாபமாய் பார்த்தான்.

அவள் சொல்வது சரிதான் என்றாலும் தன் உடன்பிறந்தவனை நன்கு அறிவானே.

அதிரதன் அன்பிற்கு கட்டுப்பட்டவன். விவரம் தெரிய தொடங்குவதற்கு முன்பே மதுவந்தியுடன் நட்போடு தன்னை பிணைத்துக் கொண்டவன். அதிலும் தங்கள் தாயை இழந்து நிற்கும் நிலையில் அன்னையாய் அரவணைத்தவளின் அன்பில் சேயாய் மாறி போனவன்.

அவளுக்கொரு கஷ்டமென்றால் தமையன் என்று கூட பார்க்காது எதிர்த்து நிற்பவன். அவளுக்கு தன் தமையனோடு திருமணம் நடந்ததில் எல்லையில்லா ஆனந்தம் கொண்டவன்.

காரணம், தமையன் தன் தோழியை நன்றாக பார்த்துக் கொள்வான் என்பதற்காக மட்டுமல்ல தன் தோழி இறுதிவரை தன் குடும்பத்திலே இருப்பாள் என்பதற்காகவும் தான். அதை அவன் சொல்லித் தான் புரிந்துக் கொள்ள வேண்டுமா என்ன?

அப்படிப்பட்டவன் அவன் திருமணத்திற்கு பிறகு அவன் மனைவியால் தங்கள் குடும்பம் பிரிவதை எப்படி ஏற்றுக்கொள்வான்?

இன்றைய சூழலில் பெரும்பாலும் தனிக்குடித்தனத்தை தான் விரும்புகின்றனர். அதற்காக யாரையும் குற்றம் சொல்ல சகோதரர்கள் விரும்பவில்லை. அது அவரவர் விருப்பம்.

எனினும் தங்கள் குடும்பம் எக்காரணம் கொண்டும் பிரிந்து விடக் கூடாதே என்ற பயம் இருவருக்குள்ளும் இருக்கிறது. திருமணத்திற்கு பிறகு நிறைய குடும்பங்கள் பிரிந்து செல்வதை கண்டிருந்ததன் விளைவு தான் இது. தங்கள் குடும்பத்திலும் அது போன்று நேர்ந்து விட கூடாதென்ற பயம்.

அதிரதன் பிரிவுக்கு சம்மதிக்கமாட்டான் என்பது உறுதி. அதன் விளைவால் அவன் மனைவியை பிரிய நேர்ந்தால் அவனோடு சேர்ந்து அந்த பெண்ணின் வாழ்வும் வீணாகுமே.

அதனால் தான் அவனையும் அவனின் விருப்பத்தையும் முழுதாக புரிந்துக் கொள்ளக் கூடிய பெண்ணைத் தேட நினைக்கிறான் அதிரூபன்.

மனைவியை தேற்ற எண்ணியவன், “எதுக்கு ஃபீல் பண்ற மதி? எல்லா பொண்ணுங்களுமே தனிக்குடித்தனம் விரும்புறது இல்லையே. இன்னமும் கூட்டு குடும்பத்த விரும்புற பொண்ணுங்களும் இருக்காங்க. கூட்டு குடும்பம்னதும் பயப்படுற அளவுக்கு நம்ம குடும்பமும் ரொம்ப பெருசு இல்லையே...” என்றவன்,

“அப்படியே பிரச்சினை வந்தாலும் அவன் மனைவிக்கு புரிய வைக்கிறது அவனோட கடமை. அவன் மேல உனக்கு நம்பிக்கை இருக்கு தான? அவன் பார்த்துப்பான், கவலையை விடு. நல்லதையே நினைப்போம் நல்லதே நடக்கும்...” என புன்னகைக்க,

மதுவந்தி கணவனுக்காக புன்னகைத்தாலும் உள்ளுக்குள் அவளது தம்பிப்பையாவின் வாழ்க்கையை எண்ணி கவலையில் தான் இருந்தாள். அதை அதிரூபன் உணர்ந்தாலும் எதுவும் பேசவில்லை நல்லதே நடக்குமென்ற நம்பிக்கையில்.

23

தன் தமையனிடம் கூறிவிட்டு மதுவந்தியின் அன்னை பார்வதியைப் பற்றி முழுவதுமாக அறிந்துக்கொள்ள ஆசிரமத்திற்குச் சென்றான் அதிரதன்.

ரூபனை நிர்மல் போனில் அழைக்கவும் அவன் அழைப்பை ஏற்க அவனோ பதற்றம் நிறைந்த குரலில் 'அக்கா' என்று சொன்னவன் அடுத்த வார்த்தை சொல்ல முடியாது திணற,

"என்ன ஆச்சு நிர்மல்? அக்காவுக்கு என்ன?"

"அக்காவுக்கு சிசேரியன் பண்ணணும்னு சொல்றாங்க மச்சி. மாமா வேற இல்லை. எனக்கு என்ன பண்றதுனே தெரியல. நார்மல் டெலிவிரி ஆகும்னு நினைச்சா இப்போ கடைசி நேரத்துல முடியாது சிசேரியன் தான் பண்ணணும்னு சொல்றாங்க. அக்கா ரொம்ப பயந்து போய் இருக்காங்க..." அழுதுக்கொண்டே சொல்ல,

"பயப்படாதடா அக்காவுக்கு ஆறுதலா இருக்கிறத விட்டுட்டு நீயே பயந்துட்டு இருக்க..." என அதட்டியவன்,

"நான் உடனே வர்றேன், எந்த ஹாஸ்பிடல்னு சொல்லு..." என்றதும் நிர்மலும் மருத்துவமனை பெயரைச் சொல்ல போனை வைத்தவன் மனைவியிடம் விவரத்தை சொன்னான்.

"நானும் வர்றேன் ரூபன்..."

"லூசாடி நீ. இந்த நிலையில நீ அலைய வேணாம். வீட்டுலயே இரு..." என கோபம்கொள்ள,

"ப்ளீஸ் ரூபன் நானும் வர்றேன். நிர்மல் ரொம்ப பயந்து போய் இருப்பான். அவங்கம்மா வேற உடம்பு முடியாதவங்க. இந்த நேரத்துல லேடீஸ் யாராவது பக்கத்துல இருந்தா நல்லா இருக்கும்..." என்றவளிடம்,

"நான் சந்தியாவ வர சொல்லிக்கிறேன், அவளுக்கு ரெண்டு மணி நேரம் டிராவல் தான, நான் போறதுக்குள்ள அவளும் வந்துடுவா. நீ வீட்டுலயே இரு..." என்றான்.

"சந்தியா அவங்க சொந்த ஊருக்கு போயிருக்கா..."

“சரி நான் பார்த்துக்கிறேன்...” என வெளியேற அவளோ அவன் பின்னே ஓடி வந்தாள்.

மூச்சிரைக்க நின்றவளைக் கண்டு இந்த நிலையில் ஓடி வந்திருக்கிறாளே என்ற ஆத்திரத்தில் அடிப்பதற்கு கை ஓங்கியவன் அவள் மிரண்டு விழிக்கவும் கையை இறக்கிக் கொண்டான்.

“வயித்துல குழந்தை இருக்கிறத கூட மறந்துட்டு ஓடி வர்றியே அறிவில்லை?” என்று அதட்ட,

தன் தவறை உணர்ந்தாலும் நண்பனுக்காகவும் அவனின் தமக்கைக்காகவும் அங்கே செல்ல எண்ணி ‘ப்ளீஸ் ரூபன்’ என்று கெஞ்ச,

அந்த நேரம் அங்கே வந்த கேசவமூர்த்தி என்னவென்று விசாரிக்கவும் அவரிடம் மதுவந்தி விவரம் சொல்ல,

அவரோ, “மதுவும் வரட்டும்பா, இங்கே இருந்தா என்ன ஆச்சோனு பதறிட்டு இருப்பா. அதுவும் உடம்புக்கு நல்லது இல்ல தான. சண்முகத்தை கார் எடுத்துட்டு வர சொல்றேன், ரெண்டு பேரும் கார்லயே போய்ட்டு வாங்க...” என்று சொல்லவும்,

ரூபனும், “சரி ஆதிராவ பார்த்துக்கோங்க...” என்றான்.

கார் வந்ததும் மனைவியோடு அதில் அமர்ந்தவன் மருத்துவமனை பெயரைச் சொல்லி அங்கே செல்ல சொல்லவும் அவர் இடம் தெரியாதென்று அவனிடமே கேட்க, “எனக்கும் தெரியாதுண்ணா, இருங்க மேப் ஓபன் பண்றேன்...” என்று மொபைலை எடுக்க,

மதுவந்தியோ, “எனக்கு அந்த ஹாஸ்பிடல் வழி தெரியும் நானே சொல்றேன்...” என்றாள்.

“உனக்கெப்படி தெரியும்?” யோசனையாய் அவன் கேட்க,

“என்ன ரூபன் மறந்துட்டியா? அந்த ஹாஸ்பிடல்ல தான உன்னை அட்மிட் பண்ணியிருந்தது...” என்றதும் அவனுக்கும் அப்பொழுது தான் நினைவு வந்தது. ஆனால் அதைப் பற்றி யோசிக்க நேரம் இல்லாது டிரைவரை காரை எடுக்க சொன்னான்.

மருத்துவமனையில் நிர்மல் பதற்றத்தோடு நிற்க அவனருகே சென்ற அதிரூபன் அவன் தோளில் கை வைக்க திரும்பிப் பார்த்தவன் நண்பனைக் கட்டிக் கொண்டான்.

“எனக்கு பயமா இருக்கு மச்சி...” கண்ணீர் வழிய சொன்னவனை அணைத்துக் கொண்டவன்,

“சிசேரியன்லாம் சகஜமாகிடுச்சுடா, இதுக்கெதுக்கு பயப்படுற? அக்காவுக்கும் குழந்தைக்கும் எதுவும் ஆகாது...” என்று அவனை தேற்ற,

“அக்காகிட்டயும் மாமாகிட்டயும் எவ்வளவோ சொன்னேன் அக்கா ரொம்ப வீக்கா இருக்காங்க இன்னொரு குழந்தை வேணாம்னு. ஆனா நான் சொன்னத கேட்கவே இல்லை. இப்போ பாரு ரொம்ப கஷ்டப்படுறாங்க...” தமக்கையின் மீதுள்ள அன்பிலும் அக்கறையிலும் நிர்மல் அழுது புலம்ப ரூபனுக்கு அவனை தேற்றுவது மிகவும் சிரமமாக இருந்தது.

அவன் தமக்கையின் மீது எத்தகைய அன்பு வைத்திருக்கிறான் என்பதை ரூபன் அறிவானே.

மதுவந்தியும் நண்பனைத் தேற்றிக் கொண்டிருக்கும் நேரம் அங்கே வந்த நர்ஸ், “உங்க அக்காவுக்கு பையன் பிறந்திருக்கான்...” என்று குழந்தையை நீட்ட,

அவனோ அதை வாங்கும் எண்ணம் கூட இன்றி, “அக்கா எப்படி இருக்-காங்க?” என்று பதற்றத்தோடு கேட்க, நர்ஸ் பதிலளிக்கும் முன்னே மதுவந்தி குழந்தையை கையில் வாங்கியிருந்தாள்.

“சொல்லுங்க சிஸ்டர் அக்கா எப்படி இருக்காங்க?” என்று மீண்டும் கேட்க,

“ஷீ ஈஸ் பர்ஃபெக்ட்லி ஆல்ரைட்...” என்றபடியே அங்கே வந்த மருத்துவர் குழந்தையைக் கையில் ஏந்தியிருந்த மதுவந்தியைக் கண்டு ஒரு நொடி அதிர்ந்து நின்றவர் மற்றவர் கவனிக்கும் முன்னே தன்னை சுதாரித்துக் கொண்டு நிர்மலிடம் பேச மருத்துவரின் குரலில் அவரை பார்த்துக் கொண்டிருந்த ரூபனோ நொடியில் ஏற்பட்ட அவரின் முகமாற்றத்தை கவனித்துவிட்டான்.

ஆனால் காரணம் தான் தெரியவில்லை.

அவன் யோசிக்கும் முன்னே நிர்மல் மகிழ்வோடு ரூபனை அணைத்துக் கொண்டவன், “இப்ப தான்டா நிம்மதியா இருக்கு நான் போய் அக்காவ பார்த்-துட்டு வர்றேன்...” என்று சொல்ல,

நர்ஸ் அவனிடம், “நார்மல் வார்டுக்கு ஷிஃப்ட் பண்ற வரைக்கும் வெயிட் பண்ணுங்க சார்...” என்றவள் குழந்தையை வாங்கிக் கொண்டு உள்ளே சென்-றுவிட நிர்மலும் இந்த மகிழ்வான செய்தியை அக்கா கணவனிடம் பகிர்ந்துக் கொள்ள போனை எடுத்துக் கொண்டு நகர்ந்தான்.

“குழந்தை ரொம்ப அழகா இருக்கான் ரூபன்...” என்றபடியே ரூபனிடம் வந்த மதுவந்தி அவனின் யோசனைப்படிந்த முகத்தைக் கண்டு விசாரிக்க அந்த நேரம் போன் ஒலிக்கவும் அதிரதன் எண்ணைக் கண்ட ரூபன் அங்கிருந்து நகர மதுவந்தி இருக்கையில் அமர்ந்தாள்.

“சொல்லுடா...”

“நீ சொன்னது சரி தான் ரூபன், அந்த நடராஜ் போட்டோ மட்டும் தான் வச்-சிருக்கான். மத்தப்படி அவனுக்கும் மது பிரச்சினைக்கும் சம்மந்தம் இல்லை...” என்று சொல்ல, ரூபன் அமைதியாய் இருக்க,

“மதுவோட அப்பா பேரு பரமேஷ்வரன்றத தவிர வேற எந்த விஷயமும் தெரிஞ்சிக்க முடியலடா...” கவலையோடு அதிரதன் சொல்ல,

“பரவாயில்லை நீ அலைய வேணாம் உடனே கிளம்பி வா...” என்றதும்,

அவன் குரலை வைத்தே எதையோ யூகித்தவன், “என்ன ஆச்சு? எதாவது தெரிஞ்சுதா?” என விசாரிக்க,

“இன்னும் இல்லை ஆனா இனி தெரிஞ்சிடும்...” உறுதியாக சொன்னவன் உடனே தம்பியை கிளம்பி வரும்படி சொல்லிவிட்டு போனை வைத்தான்.

ரூபனின் மனமோ எதை எதையோ சிந்தித்தப்படி இருந்தது.

அந்த மருத்துவரை இதற்கு முன்பு சந்தித்ததாகவே அவனுக்கு நினைவு இல்லை. மதுவந்திக்கும் அவரை தெரிந்திருக்க வாய்ப்பில்லை.

அப்படியிருக்க எதற்காக அவர் அவளை பார்த்து அதிர்ச்சியடைய வேண்டும்?

அதைப் பற்றி யோசிக்கும் நேரம் தான் அவனை அந்த மருத்துவமனையில் அட்மிட் செய்ததும் அதன் பிறகு நடந்ததும் நினைவு வந்தது.

தன் தந்தையை பார்ப்பதற்காக பைக்கிலே தன் ஊரை நோக்கி வந்தவன் எதிர்பாராமல் நடந்த விபத்தால் அருகிலிருந்த மருத்துவமனையில் சேர்க்கப்பட்-டான்.

விஷயம் கேள்விப்பட்டு ஓடி வந்த மதுவந்தி கணவனின் நிலையைக் கண்டு அழுது ஆர்ப்பாட்டமே செய்துவிட்டாள்.

பெரியதாக ஒன்றுமில்லை என்று எவ்வளவோ எடுத்து சொல்லியும் அவள் கேட்கவேயில்லை. அவனை கட்டிக்கொண்டு ஓயாமல் அழுது தீர்த்துவிட்டாள்.

அதன் விளைவு அவள் உடல்நலமும் குன்றி அதே மருத்துவமனையில் சேர்க்-கப்பட்டிருந்தாள்.

அதை சிந்தித்தப்படியே மருத்துவரின் அறையை நோக்கிச் சென்றவன் அவரின் அனுமதியைக் கூட பெறாது கதவைத் திறந்து உள்ளே நுழைய அங்கே அவரோ அவன் வந்ததைக் கூட உணராது போனில் யாரிடமோ கத்திக் கொண்-டிருந்தார்.

“ஒரு போன் எடுக்க உனக்கு இவ்வளவு நேரமா?”

“.......”

“என்ன விஷயமா? அந்த மதுவந்தி இந்த ஹாஸ்பிடலுக்கே வந்திருக்கா...” பதற்றத்தோடு சொல்ல,

“.........“

“டென்ஷனாகாம என்ன பண்ண சொல்ற? உண்மை தெரிஞ்சா நான் ஜெயி-லுக்கு தான் போகணும்...”

“.........”

“உனக்கு எல்லாம் ஈசியா இருக்கும். நான் தான பயத்துல சுத்திட்டு இருக்-கேன். சீக்கிரமே இதுக்கு ஒரு முடிவு கட்டு...” என்று அவள் கத்த,

“உன்னோட பெரிய ரோதனையா இருக்கு. புலம்பி புலம்பியே என்னை சாவ-டிக்கிற, முதல்ல உனக்கொரு முடிவு கட்டுறேன்டி...” மறுபுறம் இருந்த நபரும் கத்தியது இப்பொழுது ரூபனுக்குமே தெளிவாக கேட்டது.

அதில் ஆவேசம் கொண்டவள், “கட்டுவடா கட்டுவ, உன் பேச்சுக்குலாம் தலையாட்டிட்டு இருந்தேன்ல என் தப்பு தான். வீட்டுக்கு வா கவனிச்சுக்கி-றேன்...” என போனை வைத்தவள் எரிச்சலோடு தலையில் கை வைத்துக்-கொண்டு இருக்கையில் அமர்ந்தாள்.

அவள் பேசியதை வைத்து ரூபனால் பெரியதாக ஒன்றும் கண்டுபிடிக்க முடி-யவில்லை என்றாலும் தன் நெடுநாள் கேள்விக்கான பதில் அவளிடம் இருக்கிறது என்பது மட்டும் தெளிவாக புரிந்தது.

வந்த தடம் தெரியாது வெளியேறியவன் அடுத்து என்ன செய்ய வேண்டுமென யோசித்துக் கொண்டிருக்கும் நேரம் மதுவந்தி அவனை தேடி வந்தாள்.

“என்ன ஆச்சு ரூபன்? நிர்மலே நார்மல் ஆகிட்டான், நீ ஏன் ஏதோ டென்-ஷன்லயே இருக்க?”

“ஒன்னுமில்லை...” என்றவன்,

“நீ டிரைவர் கூட வீட்டுக்கு கிளம்பு நான் அப்புறம் வர்றேன்...” என்றதும்,

“இல்லை ரூபன், நிர்மல் சந்தியாகிட்டயும் புலம்பி தள்ளியிருப்பான் போல. அவ கிளம்பி வந்துட்டு இருக்காளாம், அவ வர்ற வரைக்கும் நான் நிர்மல் அக்கா கூட இருக்கேன்...” என்றதும் தலையசைத்தவன் அவளை அழைத்துக்கொண்டு நிர்மலிடம் சென்றான்.

அங்கே நண்பனிடம் பேசி கொண்டிருந்தாலும் அவன் மனமோ அந்த மருத்-துவரை சுற்றியே வந்து கொண்டிருந்தது.

அதிரதனை அங்கு வர சொல்லி தகவல் அனுப்பியவன் அந்த மருத்துவர் மருத்துவமனையை விட்டு வெளியேறும் நேரத்திற்காக காத்திருந்தான்.

மாலை நெருங்கும் நேரம் அதிரதனும் அங்கு வந்து சேர அடுத்த அரை மணி நேரத்தில் சந்தியாவும் வந்து சேர்ந்தாள்.

சிறிது நேரம் கழித்து டியூட்டி முடிந்து மருத்துவர் வெளியேறவும் அதிரதனிடம் கண்களாலே அவரை காட்டியவன் பின்பு நிர்மலிடம் சொல்லிவிட்டு மதுவந்தி-யோடு வெளியே வந்தான்.

“நீ வீட்டுக்கு போ மதி, எங்களுக்கு கொஞ்சம் வேலை இருக்கு. அப்புறம் வர்றோம்...” ரூபன் சொல்ல,

அவன் முகத்தில் இருக்கும் இறுக்கம் எதுவோ சரியில்லை என்பதை அவளுக்கு உணர்த்த மறுவார்த்தை பேசாது காரில் ஏறி அமர்ந்துக் கொண்டாள்.

என்ன பிரச்சினை என்று கேட்டாலும் பதில் கிடைக்கப் போவதில்லை என்பதை அவள் அறிவாள்.

“பொறுமையா ஓட்டிட்டு போங்கண்ணா, ஜாக்கிரதை...” என்று எச்சரித்தப்படியே கார் நகரும் வரை காத்திருந்தவன் கார் சிறிது தூரம் சென்றதும் அதற்காகவே காத்திருந்த அதிரதன் பைக்கில் அங்கு வந்து நிற்க அடுத்த நிமிடம் இருவரும் மருத்துவரின் ஸ்கூட்டியை ஃபாலோ செய்தனர்.

அரை மணி நேர பயணத்தில் ஒரு வீட்டின் முன்பு மருத்துவரின் ஸ்கூட்டி நிற்கவும் சற்று தூரம் தள்ளி பைக்கை நிறுத்திவிட்டு சுற்றிலும் பார்வையை சுழலவிட்டனர்.

மருத்துவரின் வீட்டைச் சுற்றி ஒன்றிரண்டு வீடுகள் மட்டுமே இருக்க ஆள்நடமாட்டமும் அதிகமின்றி இருந்தது.

சிறிது நேரம் காத்திருக்க அந்த மருத்துவர் வீட்டிற்குள் ஒரு பைக் நுழைய அதிலிருந்து இறங்கியவன் ஹெல்மெட்டை கழட்டிவிட்டு ஊன்றுகோலின் உதவியோடு வீட்டிற்குள் நுழைந்தான்.

“என்னடி உனக்கு பிரச்சினை? எதுக்கு நைநைனு புலம்பிட்டே இருக்க?” என்று அதட்டிக் கொண்டே அவளை நெருங்க,

“உனக்கு கொஞ்சம் கூட பயமே இல்லையா? எப்படிப்பட்ட காரியம் பண்ணிட்டு கூலா சுத்திட்டு இருக்க?” அவளும் கத்த,

“எதுக்குடி பயப்படணும்? என்னை கண்டுபிடிக்க முடியாம தான அவ புருஷன் தலையை பிச்சிக்கிட்டு அலைஞ்சிட்டு இருக்கான்...” நக்கலாக சொன்னவன் அடுத்த நொடி கீழே விழுந்தான்.

எழ முடியாமல் திரும்பிப் பார்த்தவன் அங்கே ஆக்ரோஷமாய் நின்ற அதிருபனைக் கண்டு ஒரு நொடி ஆடி தான் போனான்.

உடனே சுதாரித்து ஊன்றுகோலை எடுத்து அதன் உதவியோடு எழுந்து நின்றபடி, “அடடே சார்! நீங்களா? வாங்க வாங்க எப்படி இருக்கிங்க? வீட்டுல எல்லாரும் சௌக்கியமா? உங்க மனைவியும் அவங்க வயித்துல இருக்க குழந்தையும் பேஷா இருக்காங்களா?” நக்கல் குரலில் கேட்டவன்,

உறைந்து நின்றவளிடம், “என்ன உமா அப்படி ஷாக் ஆகி நிக்கிற? சார் யாரு தெரியுமா? அடுத்தவன் குழந்தைக்கு இனிஷியல் கொடுக்கும் வள்ளல். அப்படிப்பட்ட வள்ளல் நம்ம வீட்டுக்கு முதல் தடவையா வந்திருக்காங்க அவங்களை வெல்கம் பண்ணு...” என்று சொல்ல அவளோ நடுங்கி நின்றாள்.

ஆத்திரத்தில் மீண்டும் அவனை உதைத்து கீழே தள்ளிவிட்டு அவன் கழுத்தில் கால் வைத்து அழுத்தி, “சொல்லுடா, யார் நீ? எதுக்காக என் மதி வாழ்க்கையில விளையாடுற?” என்று சீற,

அவனோ கொஞ்சமும் பயமின்றி ரூபனின் காலை தள்ளிவிட்டு எழுந்து நின்றவன் அருகிலிருந்த உமாவை ஓங்கி அறைந்தான்.

“உன் முட்டாள்தனத்தால கண்ட நாய்லாம் என் மேல காலை வைக்க வருது...” என்று மீண்டும் அவளை அடிக்க,

அதிரதனோ அவனை தள்ளிவிட்டு அந்த பெண்ணை இழுத்தவன், “ஒரு பொண்ணா இருந்துட்டு நீங்களும் இந்த அயோக்கியனுக்கு உடைந்தையா இருக்கிங்களே உங்களுக்கு வெட்கமா இல்லை?” என்று கத்த,

“என் பொண்டாட்டி எனக்கு தான் உடந்தையா இருப்பா. உன் அண்ணி மாதிரியா அடுத்தவனுக்கு...” என்று முழுதாக சொல்லி முடிக்கும் முன்னே அதிரூபன் அவனை ஆவேசமாக அடித்து துவம்சம் செய்தான்.

“பார்ரா பொண்டாட்டிய ஒரு வார்த்தை தப்பா பேசுறத கூட சாரால தாங்கிக்க முடியல. அப்படி என்ன சார் அவ மேல லவ்வு?” அந்த நிலையிலும் ரூபனை சீண்டியவன்,

“ஏன்டா உன் பொண்டாட்டி அடுத்தவன் குழந்தைய சுமக்கும் போதே இப்படி தாங்குறியே உன் குழந்தைய சுமந்திருந்தா அவளை கீழேயே விடமாட்ட போல...” என்று நக்கலாக சொல்ல ரூபன் அவனை மேலும் வதைத்தான்.

என்ன தான் அவனின் தேகம் ரூபனின் அடியால் வெகுவாக சோர்ந்தாலும் அவன் கொஞ்சமும் பயத்தையோ அல்லது வலியையோ வெளியே காட்டிக்கொள்ளவில்லை.

“யார்டா நீ? எதுக்காக இப்படி பண்ண?” அதிரூபனின் கேள்விக்கு மட்டும் அவனிடம் இருந்து எந்த பதிலும் வரவில்லை.

அவனை இதற்கு முன்பு அவர்கள் பார்த்தது கூட இல்லை. அப்படியிருக்க அவனுக்கும் மதுவிற்கும் என்ன பிரச்சினையாக இருக்கும்?

ஒரு பெண்ணின் வாழ்வில் விளையாட அவன் மனைவியே அவனுக்குத் துணையாக இருக்கிறாளே அது எதனால்?

அவர்களின் கேள்விக்கு பதில் தான் கிடைக்கவில்லை.

அவனை கொல்லுமளவு வெறி இருந்தாலும் என்ன நடந்தது எதற்காக நடந்தது என்று எதுவும் தெரியாமல் அவனை கொல்ல முடியாமல் அந்த சகோதரர்கள் திணறினர்.

அவன் எழவே முடியாதளவிற்கு அவனை அடித்து தன் ஆத்திரத்தை தீர்க்க முயன்றான் அதிரூபன். அப்பொழுதும் அவனிடம் பதில் இல்லை.

“எனக்கு எதுவும் தெரிய வேணாம். என் மதிய இந்த நிலைக்கு ஆளாக்குனவன் இனி உயிரோடவே இருக்க கூடாது...” என்று அவனை கொல்லுவதற்கு நெருங்க அப்பொழுதும் அவன் அமைதியாக இருந்தானே தவிர ஒரு வார்த்தை பேசவில்லை.

ஆனால் கணவனின் நிலையைக் காண முடியாத உமாவோ, “ப்ளீஸ் அவரை விட்டுடுங்க...” என்று கெஞ்சவும் அவள் கணவன் அவளை அதட்டினான்.

அவளோ அதை காதில் வாங்காது ரூபனிடம் கெஞ்ச அவன் கொஞ்சமும் மசியவில்லை.

தன்னவளின் இத்தகைய நிலைக்கு காரணமானவனை எப்படி அவனால் விட முடியும்?

உமாவைத் தள்ளிவிட்டு ஆவேசமாக அவனைத் தூக்கியவனைக் கண்டவள் பதறி, “ப்ளீஸ் நான் சொல்றதை கேளுங்க உங்க ஒய்ஃப் வயித்துல வளர்றது அவரோட குழந்தை இல்லை...” என்று சொல்ல ரூபன் அவளை கேள்வியோடு பார்க்க அவனோ மனைவியை அதட்டினான்.

“ஏய் உமா வாயை மூடுடி...” என்று கத்த,

“உன் பேச்சை கேட்ட வரைக்கும் போதும், இனியாது என் பேச்சை கேளு...” என கெஞ்சியவள்,

ரூபனிடம், “நான் எல்லா உண்மையும் சொல்லிடுறேன், அவரை மட்டும் விட்டுடுங்க...” என கையெடுத்து கும்பிட ரூபன் இருவரையும் நம்பாமல் பார்த்தான்.

தன் மனைவிக்கு என்ன தான் நேர்ந்தது? அவள் வயிற்றில் வளரும் குழந்தை யாருடையது? புரியாமல் பொத்தென்று அங்கிருந்த இருக்கையில் அமர,

அதுவரை அமைதியாக இருந்த அதிரதன் உமாவிடம் வந்து, “உன் புருஷனை காப்பாத்துறதுக்காக எதாவது கதை சொன்ன அப்புறம் உன்னை காப்பாத்த உன் புருஷனும் இருக்கமாட்டான்...” என்று எச்சரிக்க,

“இல்லை நான் உண்மையை தான் சொல்றேன், அது என் புருஷனோட குழந்தை இல்லை...” என்று அழுத்தமாகச் சொல்ல,

“அப்புறம் யாருடையது?” அதிரதன் ஆத்திரத்தோடு கேட்க,

அவளோ பதில் சொல்லும் முன் தன் கணவனை ஒரு முறை பார்க்க அவனோ ரூபன் கொடுத்த அடியில் எழவும் முடியாமல் தன் மனைவியைத் தடுக்கவும் முடியாமல் இயலாமையோடும் ஆத்திரத்தோடும் அமர்ந்திருந்தவன் மனைவிப் பார்க்கவும் அவளை பார்வையிலே எரிக்க முயன்றான்.

அவனின் கோபத்தை உணர்ந்தவள் பயந்து நடுங்க அதைக் கண்டு சத்தமாக சிரித்தவன், “இனி நீ உண்மையை சொன்னா என்ன? சொல்லுலனா என்ன?” என்று சிரிக்க அவளோ அவனை புரியாமல் பார்த்தாள்.

ரூபனைப் பார்த்தவன், “எந்த உண்மை தெரிஞ்சா உன் பொண்டாட்டி உயிரை விட்டுடுவாளோனு நீ பயந்துட்டு இருந்தியோ இப்ப அந்த உண்மை உன் பொண்டாட்டிக்கே தெரிஞ்சிடுச்சு. இனி என்ன பண்ண போற?” நக்கலாக கேட்டவனை புரியாமல் பார்த்த அதிரூபன் ஏதோ தோன்றவும் பதற்றத்தோடு வாசற்புறம் திரும்-

பிப் பார்க்க அங்கே யாருமில்லை.

யோசனையோடு அவனைப் பார்க்க அவன் மீண்டும் சத்தமாக சிரித்தான்.

“டேய் அவ இங்கிருந்து போய் பத்து நிமிஷம் ஆகுதுடா. கேட்க கூடாதத கேட்டவ கேட்க வேண்டியதை கேட்காமலே போய்ட்டா...” என்று வன்மத்தோடு சிரித்தவன்,

“உன்னால அவ கொஞ்சம் கொஞ்சமா சித்திரவதையை அனுபவிக்கணும்னு ஆசைப்பட்டேன். அது தான் நடக்கல இப்போ மொத்தமா போக போறா...” என்று சொன்னவனின் வார்த்தைகளைக் கேட்க ரூபன் அங்கு இல்லை.

அதிரதனிடம் கண்ணைக் காட்டி விட்டு அவன் தன் மனைவியைத் தேடி ஓடியிருந்தான்.

மது அங்கு வந்ததையும் அரைகுறையாக கேட்டுவிட்டு அதிர்ச்சியில் அங்கிருந்து சென்றதையும் ரூபனும் அதிரதனும் கவனிக்கவில்லை என்றாலும் அவன் மட்டும் கவனித்துவிட்டான்.

எனினும் அதை வெளியே சொல்லவில்லை. சொன்னால் ரூபன் உடனே சென்று அவளை பாதுகாப்பான் என்பதை அறிவான்.

ரூபன் அவளை கொடுமைப்படுத்துவான் என்று எண்ணியது தான் நடக்கவில்லை. குறைந்தபட்சம் உண்மைத் தெரிந்து அவளே தவறான முடிவை எடுக்கட்டுமே என்ற நல்ல எண்ணத்தில் அமைதிக் காத்திருந்தான் அந்த வஞ்சகன்.

ஜெய்சங்கரன் அது தான் அந்த வஞ்சகனின் பெயர்.

மதுவந்தி அன்னை இருந்த ஆசிரமத்தில் தான் வளர்ந்து கொண்டிருந்தான். ஐந்து வயது பாலகனான ஜெய்க்கு ரோஜா மொட்டு போல இருந்த மதுவந்தியை மிகவும் பிடித்திருந்தது.

“ஆன்ட்டி பாப்பா ரொம்ப அழகா இருக்கு...” என மதுவந்தியின் கன்னம் பிடித்துக் கொஞ்சியப்படியே பார்வதியிடம் சொன்னவன்,

“பாப்பாவ நான் தூக்கட்டுமா?” என்றான் ஆவலாய்.

பார்வைத் தெரியாதவரோ அவன் சிறிய பையன் என்று அறியாது, “பாப்பாவ தூக்கி என் கையில கொடுக்குறியா கண்ணா?” ஆசையாய் அவர் கேட்க,

அவனும் மகிழ்வோடு மதுவந்தியை கையில் ஏந்தும் நேரம் அங்கே வந்த ஊழிய பெண் ஒருவர் குழந்தையை கீழே போட்டுவிடுவானோ என்று அஞ்சி அவனை அதட்டினார்.

அதில் அவன் முகம் வாடவும் பார்வதிக்கு அப்பொழுது தான் புரிந்தது அவன் மிகவும் சிறிய பையன் என்பது.

அவன் வருந்துவானோ என்று எண்ணியவர், “நீ வளர்ந்ததும் பாப்பாவ தூக்கிக்கலாம்...” என்று தேற்ற அவனும் தலையாட்டிக் கொண்டு குழந்தையையே பார்த்திருந்தான்.

ஏனோ அவனுக்கு அவளை மிகவும் பிடித்திருந்தது. அவளோடு விளையாட வேண்டுமென்று தோன்றியது. ஒருவாரம் மதுவந்தியைப் பார்த்தப்படி மகிழ்வோடு இருந்தான்.

அவள் அழும் நேரங்களில் கையிலிருக்கும் பொம்மையைக் காட்டி அவளை அமைதிப்படுத்த முயற்சி செய்வது, பார்வதியிடம் கதை கேட்பது இப்படியே அவன் நாட்கள் மகிழ்வோடு கழிய அவன் மகிழ்வை கெடுக்கவென்றே மகேஷ்வரியும் ராஜசேகரும் அங்கு வந்து சேர்ந்தார்கள்.

குழந்தையைத் தத்தெடுப்பதற்காக வந்த மகேஷ்வரிக்கு அங்கே பிள்ளைகளோடு விளையாடிக் கொண்டிருந்த ஜெய்சங்கரனை தான் முதலில் பிடித்தது.

அவனின் பால் வண்ணமும், கொழு கொழு கன்னமும், தன் பெரிய விழிகளை உருட்டி உருட்டி பார்க்கும் அழகும் அவரை வெகுவாக கவர தன் கணவரிடம் அவனை காட்டி அவனையே தத்தெடுத்துக் கொள்ளலாமா? என்றார் ஆவலோடு.

அவர் பதில் சொல்லும் முன்னே ஜெய்யை நெருங்கியவர் ஆசையாய் அவன் முகம் வருடி தம்பி எங்க கூட எங்க வீட்டுக்கு வர்றியா? என்றார் ஆவல் குறையாது.

அவனோ பேந்த பேந்த விழிக்க அவர் அவனிடம் ஆசை வார்த்தைகளைக் காட்டத் தொடங்கினார்.

அவன் தங்களோடு வந்தால் அவனை இப்படி பார்த்துக் கொள்வோம் அப்படி பார்த்துக் கொள்வோம், அவனுக்கு வேணும் என்பதை எல்லாம் வாங்கிக் குவிப்போம் என்று மகிழ்ச்சியில் தன்னை மறந்து அவன் மனதில் பலவித ஆசைகளை விதைத்தார்.

அந்த பிஞ்சு மனமும் அவர் சொன்னதை நம்பி மனதில் பெரியதாக ஆசையை வளர்த்துக் கொண்டு மகிழ்ச்சியோடு சம்மதம் தெரிவிக்கும் விதமாய் தன் பெரிய கண்களை மேலும் விரித்து அழகாய் தலையசைத்தது.

அவன் பாவனையில் மகிழ்ந்து அவன் நெற்றியில் முத்தமிட குனிந்தவரை ராஜசேகர் தடுத்து இழுத்துச் சென்றார்.

“என்ன பண்ணிட்டு இருக்க மகேஷ்வரி?” அவர் அதட்டவும்,

“பையன் ரொம்ப அழகா இருக்காங்க...” அவனை பார்த்தப்படியே சொல்ல,

“யோசிச்சு தான் பேசுறியா? ஊர்ல இருக்க நம்ம சொந்தக்காரங்க நீ இப்போ ப்ரெக்னன்டா இருக்கிறதா நம்பிட்டு இருக்காங்க, இன்னும் ரெண்டு மாசத்துல நாம ஊருக்கு போகணும், அப்படியிருக்கும் போது இந்த பையன தத்தெடுத்தா எப்படி சரியா வரும்?” என மனைவிக்கு புரிய வைக்கவும் தான் அவரும் உண்மை புரிந்து ஏக்கத்தோடு ஜெய்யை பார்த்தார்.

தன் கனவுகள் மலரும் முன்பே கலைந்து போனது என்று கூட அறியாது அவர்களை ஏக்கத்தோடு அவன் பார்த்துக் கொண்டிருக்கும் போதே அந்த பிஞ்சு

மனதில் தன் மனைவி விதைத்துவிட்ட ஆசைகளையும் ஏக்கங்களையும் அறியாது ராஜசேகர் மனைவியை அழைத்துச் சென்றுவிட்டார்.

சிறிது நேரத்திலே பார்வதியிடம் பேசி மதுவந்தியைத் தத்தெடுக்கக் கேட்க அவரும் தன்னால் குழந்தையை வளர்க்க முடியாது என்ற உண்மையை உணர்ந்து மகளை தத்துக்கொடுக்க மகேஷ்வரியும் மதுவந்தியை மனதார மகளாக ஏற்றுக்-கொண்டு அவளோடு வெளியேறினார்.

தன்னை அழைத்துச் செல்கிறேன் என்று சொன்னவர்கள் அவளை தூக்கிச் சென்றுவிட்டார்களே என கவலைக் கொண்டவனோ சிறிது நாளில் அதை மறந்-தும் போனான்.

ஆனால் அடுத்து நடந்தவைகள் அவன் வாழ்வில் மதுவந்தியை மறக்கவே முடியாதளவுக்கு செய்தது.

மதுவந்தி ஆசிரமத்தை விட்டு சென்ற ஒரு மாதத்திலே ஜெய்சங்கரனையும் ஒரு குடும்பம் தத்தெடுத்து சென்றது. மகேஷ்வரி அவன் மனதில் விதைத்த ஆசைகள் அவன் ஆழ் மனதில் பதிந்திருந்ததால் தன்னை தத்தெடுத்தவர்களிடம் அவன் அதையே எதிர்பார்க்கவும் அவனுக்கு ஏமாற்றம் மட்டும் தான் கிடைத்தது.

அவனை தூக்கிக் கொஞ்ச கூட அந்த வீட்டில் ஆள் இல்லை. தாய் தந்தை-யாக இருப்போம் என சொல்லி அழைத்து வந்தவர்கள் கூட அவனிடம் அன்-போடு இரண்டு வார்த்தை பேசவில்லை.

தங்களுக்கும் பிள்ளை இருக்கிறது என ஊரில் காட்டிக் கொள்வதற்காக மட்-டுமே அவர்கள் தத்தெடுத்திருக்கிறார்கள் என்பது அந்த பிஞ்சு மனதிற்கு புரிய-வில்லை.

பாசத்தோடு தத்தெடுத்திருந்தால் அவன் மீது அன்பு செலுத்தியிருப்பார்களோ என்னவோ?

முழு மனதோடு மகனாக நினைக்காததால் கடமையே என அவனை நடத்த-வும் அவனும் கடமையே என வளர தொடங்கினான்.

யாரோ ஒருவர் பெற்ற குழந்தையை தன் குழந்தையாய் பாவித்து அன்பு செலுத்தும் பக்குவம் அனைவரிடமும் இருப்பதில்லை.

அந்த பக்குவம் இல்லாதவர்கள் முடிந்தவரை குழந்தைகளை தத்தெடுக்காமல் இருப்பதே நல்லது என்பதை யாரும் உணர்வதில்லை.

ஏனெனில் அதனால் பாதிக்கப்படுவது அந்த அப்பாவி குழந்தைகள் தான் என்பதை பலரும் உணர தவறுகின்றனர்.

ஒரு நாள் ஜெய்சங்கரின் குடும்பத்தினர் அவனோடு திருவிழாவிற்குச் செல்ல அங்கே மகேஷ்வரியை காண நேர்ந்தது. ஏனோ அவனுக்கு மகேஷ்வரியின் முகம் மனதில் ஆழ பதிந்திருந்தது.

அவரருகில் தத்தி தத்தி நடந்த மதுவந்தியைக் கண்டவனுக்கு முதலில் அடையாளம் தெரியவில்லை என்றாலும் மகேஷ்வரியோடு இருப்பதால் அவள் தான் மதுவந்தி என்று உணர்ந்து ஆசையோடு இருவரையும் பார்த்திருந்தான்.

நடக்கத் தெரியாமல் நடந்துக் கொண்டிருந்தாலும் அதிரதன் கீழே விழுந்து விடக் கூடாதென்பதற்காக அவன் கரத்தை தன் ஒரு கரத்தால் இறுக்கிப் பிடித்துக் கொண்டு நடந்தவளை புன்னகையோடு பின்தொடர்ந்தனர் மகேஷ்வரியும் காயத்ரியும்.

அங்கிருந்த கலர் கண்ணாடியை அதிரதன் ஆசையோடு பார்க்க அதை கவனித்தவள், “ம்மா கண்ணாடி...” என்று தன் அன்னையிடம் கேட்க,

அவரும் மறுக்காது இருவருக்கும் வாங்கிக் கொடுக்க அடுத்து அங்கு வந்த பஞ்சுமிட்டாயைக் காட்டி அதிரதன் கேட்கவும் காயத்ரி இருவருக்கும் வாங்கிக் கொடுத்தாள்.

இருவரும் கண்ணாடியை மாட்டிக் கொண்டு புன்னகைத்தப்படி பஞ்சுமிட்டாயை ருசித்து சாப்பிட தூரத்தில் இருந்து கவனித்துக் கொண்டிருந்த ஜெய்சங்கரனோ ஏக்கத்தோடு பார்த்தான்.

சாப்பிட்டு முடித்ததும் மகேஷ்வரி தான் கொண்டு வந்த பாட்டிலிலிருந்த சுடு தண்ணீரை டம்ளரில் ஊற்றி கொடுக்க அவளோ மறுத்தாள்.

“சுடும்...” என அவள் மறுக்க,

“உனக்கு இனிப்பு சாப்பிட்டதும் சளி பிடிச்சுக்குது மது, நீ கேட்டதும் வாங்கி கொடுத்தோம்ல இப்போ தண்ணி குடி...” என்று அக்கறையோடும் அதட்டலோடும் சொல்ல மதுவந்தியும் மறுக்காது வாங்கிக் குடித்துவிட்டு அதிரதனிடமும் கொடுக்க அவனும் மறுத்தான்.

உனக்கும் சளி பிடிக்கும் என்பது போல மூக்கை உறிஞ்சிக் காட்டியவள், “ஊசி போடுவாங்க...” என்று கண்ணை உருட்டி மிரட்ட அவனும் ஊசிக்கு பயந்து தண்ணீரை குடித்தான்.

அவர்களையே ஏக்கத்தோடு பார்த்திருந்தவன் தன்னருகில் இருந்தவர்களிடம் “ம்மா கண்ணாடி வாங்கி கொடுங்கம்மா...” என்று கேட்க,

“அதலாம் எதுக்கு?” என்று அதட்டவும் அவன் முகம் வாடியது.

அவனை அவர்கள் பெரியதாகக் கண்டு கொள்ளாது தங்கள் வேலையிலே மூழ்கியிருக்க ஜெய்சங்கரனோ மனம் உடைந்து நின்றான்.

அருகிலிருந்த ஹோட்டலுக்கு காயத்ரியும் மகேஷ்வரியும் குழந்தைகளைத் தூக்கிக் கொண்டு சாப்பிட செல்ல சிறிது நேரத்தில் ஜெய்சங்கரன் குடும்பமும் அங்கே நுழைந்தது.

மகேஷ்வரியின் மடியில் மதுவந்தி அமர்ந்திருக்க அவளுக்கு ஊட்டியபடியே மகேஷ்வரியும் சாப்பிட அவர்களை பார்த்துக் கொண்டே ஜெய்சங்கரனும் அமர்ந்-

திருந்தான்.

காயத்ரியின் மடியில் அமர்ந்திருந்த அதிரதனுக்கு நான் ஊட்டிவிடுறேன் என்று அடம்பிடித்து அவனுக்கு தன் பிஞ்சு கரத்தால் அவள் உணவூட்ட அது அவன் சட்டையில் சிதறி வெள்ளை சட்டையை மஞ்சளாக்கும் முயற்சியில் இறங்கியது.

அவனும் மதுவுக்கு ஊட்டிவிடுறேன் என்று பிடிவாதம் கொண்டு ஊட்டிவிட அவள் சட்டையிலும் சாதம் சிதற அதை துடைக்கிறேன் என்ற பெயரில் மேலும் கரையாக்க இருவரையும் அவர்கள் பெற்றோர்கள் செல்லமாக முறைத்தனர்.

இருவரும் சிரித்து சமாளிக்க அவர்கள் கன்னத்தில் முத்தமிட்டபடியே சாப்பிட்டு முடித்து கை கழுவியவர்கள், “நீங்க இந்த மாதிரி எதாவது பண்ணி வைப்பிங்கனு தெரிஞ்சு தான் உங்களுக்கு மாத்து துணி எடுத்துட்டே வந்தோம்...” என்று ஓரமாக நின்று உடையை மாற்றிவிட்டனர்.

அதை கவனித்துக் கொண்டிருந்த ஜெய்சங்கரோ தெரியாமல் சாப்பாட்டை தன் சட்டையில் சிதறி விட அருகிலிருந்த அவன் தந்தை அவனை அதட்டினார்.

“ஒழுங்கா சாப்பிட கூட தெரியாதா?” அவர் கத்தியதில் அருகிலிருந்தவர்கள் திரும்பிப் பார்க்கவும் அவன் கண்கள் கலங்கியது.

“போய் வாஷ் பண்ணிட்டு வா...” அவன் அன்னையும் கத்த அழுதுக்கொண்டே எழுந்தவன் கையைக் கூட கழுவாது ஹோட்டலை விட்டு வெளியே சென்றுவிட்டான்.

சிறு பையன் எங்கே செல்வானோ என்ற பதற்றமின்றி அவர்கள் உணவுண்டு முடித்துவிட்டே வெளியே வர அவனோ எங்கே செல்வதென தெரியாது அந்த ஹோட்டலின் வாசலிலே ஓரமாக நின்றிருந்தான்.

அவனை இழுத்துக் கொண்டு அவர்கள் செல்ல தூரத்தில் அதிரதனோடு ஏதோ ஒரு பொம்மை வைத்து விளையாடிக் கொண்டிருந்த மதுவந்தியை பார்த்துக் கொண்டே சென்றான்.

மதுவந்தியின் மகிழ்ச்சியை ஏக்கத்தோடு பார்த்தவனுக்கு, தான் மகேஷ்வரிக்கு மகனாக சென்றிருக்கலாமோ என்று எண்ணத் தோன்றியது.

அந்த ஏக்கமே அவன் மனதில் கொஞ்சம் கொஞ்சமாக நஞ்சாக போகிறது என்பதை அவன் அறியவில்லை.

மனதில் இருக்கும் சிறு சிறு ஏக்கங்கள் நிறைவேறாத போது ஏமாற்றமடையும் மனது அதுவே தொடர்கதையாகும் போது மனதில் விரக்தி நிலை படியும். அந்த நிலை வெறுப்பைக் கொண்டு வர அது ஒரு கட்டத்தில் மனம் முழுவதும் வஞ்சத்தினை நிரப்பும். மனதில் இருக்கும் வஞ்சம் ஒருவனை எதையும் செய்ய துணிய வைக்கும்.

இதை ஆரம்பத்திலே சரி செய்வது ஒன்றும் சிரமமில்லை. ஆனால் கடைசி நிலையை எட்டிவிட்டால் சரி செய்வது என்பது இயலாத காரியம்.

ஜெய்சங்கரின் நிலையும் அதுவே தான்.

அவனை வளர்ப்பவர்கள் ஆரம்பத்திலே அவனை கவனித்திருந்தால் அவனும் பிற்காலத்தில் தவறான வழியைத் தேர்ந்தெடுத்திருக்க மாட்டான். ஆனால் அவன் விஷயத்தில் எல்லாமே தவறாகி போனது.

ஜெய்சங்கரனைத் தத்தெடுத்தவர்கள் அவனை பார்த்துக் கொள்வதற்காக ஒரு பெண்மணியை வேலைக்கு அமர்த்திவிட்டு தங்கள் பணியை பார்க்க செல்ல அந்த பெண்மணியோ அவனிடம் மூர்க்கமாக நடந்துக் கொண்டு அவனை வதைக்கத் தொடங்கினார்.

அவர் படுத்தும் கொடுமைகளை சொன்னாலும் அவர்கள் நம்பவில்லை. அந்த பெண்மணியும் அதற்கேற்றாற்போல நடித்து ஏமாற்றிவிட இறுதியில் பாதிக்கப்பட்டது போனது ஜெய் தான்.

மகேஷ்வரியும் அவன் குடும்பமும் பக்கத்து பக்கத்து ஊர் என்பதால் மகேஷ்வரியையும் மதுவையும் அடிக்கடி பார்க்க நேரிட அவன் மனமோ அன்பிற்காக ஏங்கத் தொடங்கியது.

ஒரு நாள் ஜெய்யின் வளர்ப்பு தாய் ஒரு விபத்தில் இறந்து விட அன்றோடு அவனுக்கு கிடைத்த சிறு ஆதரவும் முற்றிலும் தவிர்க்கப்பட்டது. மனைவி இழந்த சோகத்தை அவர் ஜெய் மீது வன்மத்தோடு காட்டத் தொடங்கினார்.

எதற்காக தன் மீது இத்தகைய கோபம் என்று புரியாமலே வேதனைகளை அனுபவிக்கத் தொடங்கினான் அவன்.

அவன் வளர வளர ஒன்று மட்டும் அவன் மனதில் ஆழ பதிந்தது அந்த மகேஷ்வரி தன்னை தத்தெடுத்திருந்தால், தான் இத்தகைய கஷ்டத்தை அனுபவித்திருக்க வேண்டியதில்லை என்று.

தன்னை தத்தெடுக்காததற்கு காரணம் மதுவந்தி தான் என்றெண்ணி அந்த சிறு வயதிலே அவள் மீது வன்மத்தை வளர்த்துக் கொண்டான்.

நாளாக நாளாக அவன் வளர்ப்பு தந்தையின் நடவடிக்கை மோசமாகியது. தன்னுடைய இரண்டாம் திருமணத்திற்கு இவன் தடையாக இருக்கிறானே என்று மேலும் அவனை வதைக்க பாலகன் மிகவும் நொந்து போனான்.

அந்த அறியா வயதில் வீட்டை விட்டு வெளியேறும் தைரியமும் அவனுக்கு இல்லை. அதே நேரம் தந்தை ஸ்தானத்தில் இருப்பவன் தனக்கு இழைக்கும் கொடுமைகளை தாங்கும் வலிமையும் அவனிடம் இல்லை.

ஒரு நாள் போதையில் அவர் அவனை அடித்த அடியில் இனி நடக்கவே முடியாத நிலைக்கு அவன் தள்ளப்பட அச்சிறு பாலகன் துடியாய்த் துடித்தான்.

அருகிலிருந்த ஒருவர் அவன் நிலையைக் கண்டு மருத்துவமனையில் சேர்க்க அந்த நேரம் எதேர்ச்சையாக அங்கு வந்த ஆசிரமத்து நிர்வாகி ஜெய்யின் நிலையைக் கண்டு பதறி அவனிடம் விசாரிக்க அவனும் வீட்டில் நடப்பதை சொல்ல

அதில் அதிர்ந்தவர் காவல்நிலையத்தில் புகார் அளித்து விட்டு ஜெய்யை அழைத்துக் கொண்டு ஆசிரமத்திற்கே வந்து விட்டார்.

அவன் மனதிற்கு அப்பொழுது தான் நிம்மதியாக இருந்தது.

ஆனால், அந்த நிம்மதியும் பார்வதியை பார்க்கும் வரை தான். அவரை பார்க்கும் போதெல்லாம் மதுவந்தியின் நினைவு வந்து தனக்கு கிடைக்க வேண்டிய வாழ்வு பறி போனதே என்று அவள் மீது வன்மத்தை வளர்த்துக் கொண்டு நிம்மதியின்றி அலைந்தான்.

அத்தோடு அவன் காலில் ஏற்பட்ட ஊனம் ஒவ்வொரு நொடியும் மதுவின் மீது வஞ்சத்தை சுமக்க வைத்தே மனதையும் ஊனமாக்கியிருந்தது.

பார்வதியிடம் இயல்பாய் பேச்சுக் கொடுத்து மதுவந்தியைப் பற்றி விசாரித்துக் கொண்டிருப்பான். அவரும் வெள்ளந்தியாய் அவன் மனதில் இருக்கும் வஞ்சத்தைப் பற்றி அறியாமல் மகளுக்கு கிடைத்திருக்கும் மகிழ்வான வாழ்க்கையை அவனிடம் சொல்லிக் கொண்டிருப்பார்.

ராஜசேகர் அவ்வப்போது அவரிடம் பேசி மதுவைப் பற்றியும் அவள் செய்யும் குறும்புகளைப் பற்றியும் சொல்லிக் கொண்டிருக்க அனைத்தையும் பார்வதி ஜெய்சங்கரனிடம் பகிர்ந்துக் கொள்ளத் தொடங்கினார்.

நாட்கள் நகர மகேஷ்வரி தனக்கென்று இரு குழந்தைகள் வரவும் அவர் மதுவந்தியை ஒதுக்கி வைத்திருக்க அது அறியாத ஜெய்சங்கரனோ அவள் மகிழ்ச்சியை அழிக்க வேண்டும் என்று கங்கனம் கட்டிக் கொண்டிருந்தான்.

அவனைப் பற்றி அறிந்த அவன் பள்ளி நண்பனும் அவனுக்குத் தவறாக போதிக்க அதன் விளைவாய் அவன் உதவியோடு ராஜசேஜர் பார்வதி போட்டோவை இணைத்து, அந்த போட்டோவை மகேஷ்வரிக்கு அனுப்பி இருவருக்கும் தொடர்பு இருப்பதாக அவர் மனதில் பதிய வைக்க அவன் எண்ணியது போலவே அது உண்மை என்று நம்பிய மகேஷ்வரியும் இருவர் மீதுள்ள கோபத்தை மதுவந்தியின் மீது காட்டத் தொடங்கினார்.

நண்பனின் மூலம் மதுவந்தியின் மகிழ்ச்சி பறிபோனதை அறிந்து மகிழ்ந்து தன் வாழ்க்கையை வாழ்ந்துக் கொண்டிருக்க ஒரு நாள் ஆசிரமத்துக்கே வந்து நின்றாள் அவள்.

பார்வதியின் கடைசி நிமிடத்தைத் தன் மகளோடு நகர்த்த விரும்பி மகளை வரவழைத்திருக்க அங்கு வந்திருந்தவளைக் கண்டு அவன் மனதில் இருக்கும் வஞ்சம் மீண்டு துளிர்விட அவள் தாயின் நிலையைக் கண்டு அவள் துடிப்பதை மனம் மகிழ பார்த்திருந்தான்.

ஆனால், அவளருகில் இருந்து ஆறுதலாய் அரவணைத்த காயத்ரியையும் அதிரூபனையும் யோசனையோடு பார்த்தவன் உடனே அவர்களைப் பற்றி விசாரிக்கத் தொடங்கினான்.

அவள் அவர்கள் வீட்டில் மகிழ்ச்சியாக இருக்கிறாள் என்பது அறிந்ததும் அவள் மகிழ்ச்சியை எப்படியாது அழிக்க வேண்டும் என்று எண்ணியவனுக்கு அதற்கான வழி தான் தெரியவில்லை.

தான் மட்டும் யாரும் இல்லாமல் அனாதையாக இருக்க அவளுக்கு மட்டும் அத்தனை உறவுகள் இருக்கிறதே என்று ஆதங்கம் கொண்டவன் அவளும் தன்னை போல் அனாதையாய் நிற்க வேண்டும் என்று எண்ணினான்.

ஆனால் அவளை எப்படி அனாதையாக்குவது என்று தெரியவில்லை. இந்நிலையில் தான் அவனுக்கு உமாவுடன் பழக்கம் ஏற்பட்டது. அவனுக்கு என்று ஒரு உறவு கிடைக்கவும் அவன் மனதிலும் வஞ்சம் குறைந்து உமாவுடனான காதலில் மூழ்கித் திளைத்தான். தன்னைப் பற்றி முழுவதுமாக அவளிடம் பகிர்ந்துக் கொண்டான்.

அவன் மனநிலையை எண்ணி அவள் திகைத்தாலும் இப்பொழுது மாறி விட்டானே என்று நிம்மதியடைந்தவள் அவனை முழுமனதோடு ஏற்றுக்கொண்டாள்.

அவன் வாழ்விலும் மகிழ்ச்சி வந்ததால் மதுவந்தியை அவனும் பெரியதாகக் கண்டு கொள்ளவில்லை.

ஆனால் அவனின் மகிழ்ச்சிக்கு ஆயுள் குறைவு என்பதை அவன் அப்பொழுது அறியாமல் போனான்.

உமாவின் காதல் விஷயம் அவர்கள் வீட்டில் தெரிந்து ஜெய்யைப் பற்றி விசாரிக்க அவனின் கால் ஊனம் அவன் காதலுக்குத் தடையாக வந்து நின்றது. அவன் ஆழ்மனதிலிருந்த மதுவின் மீதான வஞ்சமும் மீண்டும் துளிர்த்தது.

தன் பிரச்சினைக்கும் அவளுக்கும் எந்த சம்மந்தமும் இல்லை என்பதை அவனால் ஏற்றுக்கொள்ளவே முடியவில்லை. தன் வாழ்வில் நடக்கும் பிரச்சினைக்கெல்லாம் மதுவந்தி தான் காரணம் என்று ஆணித்தரமாக நம்பினான்.

அவள் மட்டும் இல்லை என்றால் தன் வாழ்க்கை பயணம் வேறு மாதிரி இருந்திருக்கும் என்று ஆணித்தரமாக நம்பினான்.

உமாவோ அவள் வீட்டில் எவ்வளவோ போராடி பார்க்க அவளின் காதலுக்கு அவர்கள் சம்மதம் தெரிவிக்கவேயில்லை. சில நாட்கள் சென்றால் தன் பிடிவாதத்தைக் கண்டு அவர்கள் மனம் இறங்குவார்கள் என்றெண்ணி அவள் காத்திருக்க அவனோ மதுவின் மீதான வன்மத்தில் அவளை என்ன செய்வது என்று யோசித்தான்.

அப்பொழுது தான் அவளுக்கு திருமணம் ஆகிவிட்டதென்று தெரிந்தது. அது அவனது ஆத்திரத்தை மேலும் அதிகரித்தது.

தன்னுடைய காதல், தோல்வியை தழுவும் நிலையில் இருக்க அவள் மட்டும் திருமண வாழ்வில் சந்தோஷமாக இருக்க வேண்டுமா என்று அர்த்தமே இல்லாத வஞ்சத்தினை மனதில் வளர்த்து அவளை அழிக்க எண்ணினான்.

யாரும் அறியாது அவளை சில நாட்கள் பின்தொடர்ந்ததில் தான் அவளுக்கும் அவள் கணவனுக்கும் இடையே சுமூகமான உறவு இல்லை என்று அறிந்துக் கொண்டான்.

அவர்களுக்கு இடையில் பிரச்சினை இருப்பதால் தான் திருமணமாகிய விஷயத்தையே அலுவலகத்தில் சொல்லாமல் மறைத்திருக்கின்றனர் என்றெண்ணியவன் சரியான தருணத்திற்காக காத்திருந்தான்.

அன்று ரூபன் வேலைக்கு வராது வெளியே சென்றிருப்பதை அறிந்தவன் அது தான் சமயம் என்று அவனுக்கு விபத்து ஏற்பட்டதாகச் சொல்லி அவளை வரவழைக்கத் திட்டமிட்டிருந்தான்.

எக்காரணம் கொண்டும் மற்றவர்களின் சந்தேகம் தன் மீது திரும்பி விடக் கூடாதென்பதற்காகத் தான் அலுவலகத்தில் மது சொல்லியிருக்கும் தீபன் பெயரையே அவனும் சொன்னான்.

ஆனால், ரூபன் உடனே அலுவலகம் வந்துவிட்டதை அறியாமல் போனவன் தன் திட்டப்படி மதுவந்திக்கு அழைப்பு விடுத்து விவரம் சொல்ல அவளோ ரூபனோடே அங்கு வந்து நிற்கவும் ஆத்திரம் கொண்டவன் மறைந்திருந்து இருவரையும் நோட்டம் விட்டான்.

அவர்களுக்கு இடையில் இருந்த நெருக்கம் ஒருவர் மீது ஒருவர் வைத்திருக்கும் அன்பை பறைசாற்ற ஆத்திரத்தோடு மதுவந்தியைப் பார்த்தவன் அவளை என்ன செய்வதென்று யோசித்தான்.

முதலில் அவர்களுக்கு இடையே இருக்கும் பிரச்சினை எதனால்? எதற்காக திருமணமான விஷயத்தை மறைக்கின்றனர் என்பதை தெரிந்துக்கொள்ள எண்ணியவன் வெளியில் இருந்து எதையும் தெரிந்துக்கொள்ள முடியாததால் எலெக்ட்ரீஷியன் ஒருவரின் மூலம் அவர்கள் வீட்டில் கேமிராவையும் அவர்களது அறையில் மைக்கையும் மற்றவர்கள் அறியாது வைத்தான்.

ஏனோ படுக்கை அறையில் கேமிராவை வைக்க மனம் வரவில்லை என்பதால் மைக்கை மட்டுமே வைத்திருந்தான்.

அவற்றின் உதவியோடு அவர்களுக்கு நடுவே எழுந்த பிரச்சினையை அறிந்துக் கொண்டவன் அதன் பிறகு இருவருக்கும் பேச்சு வார்த்தையும் பெரியதாக இல்லை என்பதையும் அறிந்துக் கொண்டான். கணவன் மனைவிக்கான ஊடலும் கூடலும் இல்லை என்பதையும் ஊகித்தவன் மதுவந்தியை பழிவாங்குவதற்கு மனதிற்குள்ளே சில திட்டங்களை தீட்டினான்.

அதற்கு முதற்படியாய் உமாவின் உதவியை நாடியவன் அவளிடம் தன் திட்டத்தைத் தெரிவிக்க அவளோ அவனை எதிர்த்தாள்.

“என்ன நினைச்சிட்டு இருக்க சங்கர்? எதுல விளையாடுறதுனு இல்லை? நானும் ஒரு பொண்ணு தான், இதுக்கு எப்படி நான் உதவி பண்ணுவேன்னு

நினைக்கிற?'' என்று கத்தினாள்.

''இப்ப என்ன, நான் அவளை ரேப் பண்ண போறேன்னா சொன்னேன்?'' என அலட்சியமாக கேட்டவனை சட்டென்று அறைந்தவள் அவனை ஆத்திரத்தோடு பார்க்க,

அவனும் அதே ஆத்திரத்தோடு அவளை அறைந்தவன், ''ஒவ்வொரு நாளும் நான் எவ்வளவு கஷ்டத்தை அனுபவிக்கிறேன்னு எனக்கு தான்டி தெரியும். என்னோட இந்த நிலைக்கு காரணமே அவ தான். அவளை நான் நிம்மதியா இருக்க விட மாட்டேன்...'' என்று கத்த,

''முட்டாள் மாதிரி பேசாத, உன் வாழ்க்கையில நடந்ததுக்கும் அந்த பொண்ணுக்கும் எந்த சம்மந்தமும் இல்லை...'' என்றவள்,

''நானும் நீ மாறிட்டனு நினைச்சு சந்தோஷப்பட்டேன். ஆனா நீ மாறவே இல்லை. இப்படியே இருந்தினா சீக்கிரமே சைக்கோவா மாறிடுவ...'' என்று கோபத்தில் கத்தியவள் அவன் மனநிலையைக் கண்டு கலங்கினாள்.

''முடிவா என்ன தான் சொல்ற? எனக்கு உதவி பண்ணுவியா மாட்டியா?''

''சொல்றதை புரிஞ்சிக்கோ சங்கர், உன்னை மாத்திக்கோ நாம சந்தோஷமா வாழலாம். ஒரு பொண்ணோட பாவம் நமக்கு வேணாம்...'' அவள் கரம் குவித்து கெஞ்ச அவன் கொஞ்சமும் மசியவில்லை.

அவளை சம்மதிக்க வைப்பதற்காகவே தன் கையோடு கொண்டு வந்த விஷ பாட்டிலை எடுத்தவன் அதைக் காட்டி மிரட்ட அவளோ, ''ஒரு டாக்டரா இருந்துட்டு என்னால எப்படிடா இப்படியொரு பாவத்தை செய்ய முடியும்?'' என்று கலங்க,

''இதை ஒரு டாக்டரால தான் பண்ண முடியும்...'' என்றான் அலட்சியமாக.

''புரியாம பேசாத சங்கர் ஒரு பொண்ணோட அனுமதி இல்லாம எந்த டாக்டரும் இப்படி ஒரு காரியத்தை பண்ண மாட்டாங்க...''

''நான் முக்கியம்னு நினைச்சா இதை செய் இல்லனா?'' என்றவன் பாட்டிலை திறந்து குடிக்கப் போக அவனை பற்றி நன்கு அறிந்தவளோ அவன் நிச்சயம் குடித்துவிடுவான் என்று வேகமாக அதைத் தட்டியவள் செய்கிறேன் என்று தலையசைத்தாள்.

தன் காதலனின் உயிருக்காக வேறொரு பெண்ணின் வாழ்க்கையை நரகமாக்கப் போகிறோமே என்று தவித்தாலும் வேறு வழியின்றி சம்மதித்தாள்.

''ஆனா நீ நினைக்கிற மாதிரி ஐவிஎஃப்லாம் பண்ண முடியாது. அதுக்கு நிறைய ப்ரொசியூஜர் இருக்கு. ஒரு பொண்ணுக்கு தெரியாம ஒரே நாள்ல அதை நாம பண்ணவே முடியாது...'' என்று அதைப் பற்றி விளக்கினாள்.

(IVF — (In Vitro Fertilization — வெளிச் சோதனை முறை கருக்கட்டல்) இந்த வெளிசோதனை முறை கருக்கட்டல் வெளியில் பரவலாக அறியப்படும் தொழில்நுட்பமாகும். முதிர்ச்சி அடைந்த சூல்முட்டையானது பெண்ணின் சூலகத்தில் இருந்து அகற்றப்பட்டு, வெளியே சோதனை அறையில் வைத்து, ஆண் துணையிடமிருந்து பெறப்படும் விந்துடன் கருக்கட்ட செய்யப்பட்டு, முளைய விருத்தி ஆரம்பித்த பின்னர் முளையம் மீண்டும் கருப்பையினுள் வைக்கப்படும்.)

“அப்போ வேற வழியே இல்லையா?” என்றான்.

“இருக்கு, ஆனா அதுல பாசிபிலிட்டி கம்மி…” என்றவள் ஐயூஐ பற்றி விளக்கம் கூறினாள்.

(IUI — Intrauterine Insemination பெண்ணின் கர்ப்பப்பையில் நேரடியாக விந்தணுக்களை செலுத்தி கருவுற செய்வது.)

“இது கொஞ்சம் ஈசினாலும் அந்த பொண்ணோட கருமுட்டை வளர்ச்சி சரியா இருக்கணும். அதே நேரம் ஓவுலேஷன் ஆகுற நேரத்தை சரியா கண்காணிச்சு இந்த ப்ராசஸ செய்யணும். ட்ரீட்மெண்ட்க்கு வர பொண்ணுங்களுக்கு எல்லாத்தையும் பரிசோதிச்சு இந்த முறை செய்யும் போதே சக்ஸஸ் ஆகுறது கஷ்டமா இருக்கு. அப்படி இருக்கும் போது அந்த பொண்ணுக்கு எப்படி சக்ஸஸ் ஆகும்?”

“பரவாயில்லை எனக்கு லக் இருந்தா கண்டிப்பா பாசிட்டிவ் ரிசல்ட் தான் கிடைக்கும். அதுவுமில்லாம அவ புருஷன் அவகிட்ட சரியா பேசலனாலும் அவளை ரொம்ப நல்லாவே கவனிச்சுக்கிறான். அதனால அவ ஆரோக்கியமா தான் இருப்பா. கண்டிப்பா சக்ஸஸ் ஆக சான்ஸ் இருக்கு…” என்று அவன் பிடிவாதமாய் இருக்க அவளோ கலங்கினாள்.

“சரி எப்படி அந்த பொண்ணோட நாள் கணக்குலாம் தெரிஞ்சிக்கிறது? அண்ட் அவளோட மென்சஸ் சைக்கில் கரெக்டா இருக்கணும். அப்பதான் ஓவுலேஷன் எந்த டேட்ல இருக்கும்னாது கெஸ் பண்ண முடியும். அதோட அந்த பொண்ண ஹாஸ்பிடலுக்கு கொண்டு வர்றதும் அவ்வளவு ஈசி இல்லை…” என்று காரணத்தை அடுக்கி அவன் மனதை மாற்ற முயற்சிக்க அவனோ அப்பொழுதும் தன் முடிவில் உறுதியாய் இருந்தான்.

“நீ எதையும் யோசிக்காத அவளை கொண்டு வர வேண்டியது என் பொறுப்பு…”

“சரி இது தான் கடைசி. இந்த ப்ராசஸ் சக்ஸஸ் ஆனாலும் ஆகலனாலும் இனி நீ அந்த பொண்ணு விஷயத்துல தலையிட கூடாது…” என்று கெஞ்சலாய் கேட்க அவனும் வேறு வழியின்றி சம்மதித்து விட்டு தன் திட்டத்தை நிறைவேற்றுவதற்கான செயலில் இறங்கினான்.

அவளின் மாதவிடாய் நாட்களை அவன் அறிந்துக் கொள்வதற்கு மிகவும் சிரமப்பட வேண்டியதே இல்லை. அந்த நாட்களில் அவளை ஓய்வெடுக்க வைத்து

விட்டு ரூபனும் அதிரதனுமே வீட்டு வேலைகளை கவனித்துக் கொள்கின்றனர்.

ரூபன் அவளை விட்டு விலகியிருந்தாலும் அவளுக்கு முடியாத நேரத்தில் அவளருகிலே இருந்து அவளை கவனித்துக் கொள்கிறான் என்பதை ஜெய் அவன் அறையில் வைத்திருக்கும் மைக்கின் உதவியோடு அறிந்துக் கொண்டவன் உமா சொன்னபடி நாள் கணக்கை சரியாக கணக்கிட்டு வந்தான்.

இரண்டு மாதம் அவளின் மாதவிடாய் சுழற்சியை கணக்கிட்டவனுக்கு அது சரியாக இருக்கவும் மூன்றாம் மாதம் தன் திட்டத்தை நிறைவேற்றும் பணியில் இறங்கினான்.

கேசவமூர்த்திக்கும் அருகில் இருந்தோருக்கும் ஏதோ பிரச்சினையை அவர்கள் அறியாதே ஏற்படுத்தியவன் அந்த பிரச்சினையை ரூபனுக்குத் தெரியப்படுத்தி அவனை உடனே ஊருக்குச் செல்ல வைத்தான்.

ரூபனின் ஊருக்குச் செல்லும் வழியில் தான் உமா பணிபுரியும் மருத்துவமனை இருப்பதால் அவன் அவ்வாறு திட்டமிட அவன் நினைத்தது போலவே அனைத்தும் நடந்தது.

ஜெய்சங்கரனின் சூழ்ச்சியை அறியாதவனோ தந்தைக்கு ஏதோ பிரச்சினை என மதுவிடம் சொல்லிவிட்டு அவசரத்தில் பைக்கிலே வீட்டை நோக்கி செல்ல வழியில் அவனுக்கு விபத்தை ஏற்படுத்தி அவனை உமாவின் மருத்துவமனையிலே சேர்த்தான்.

பெரியதாக ஆபத்து இல்லை என்றாலும் காலில் ஏற்பட்டிருக்கும் காயத்திற்கு தையலிட்டு ஒரு நாள் முழுக்க அவனை மருத்துவமனையிலே வைத்திருக்க அவனுக்கு விபத்து ஏற்பட்டதை அறிந்த மதுவந்தியோ பதறியடித்து அதிரதனோடு அங்கே ஓடிவந்தாள். பைக்கில் இருந்து விழுந்ததில் ஆங்காங்கே காயம் ஏற்பட்டு இரத்தம் கசிந்திருந்தாலும் காலில் மட்டும் தையல் போடும் நிலைக்கு இருந்தது.

அங்கு அவன் நிலையைக் கண்டு அவள் கதறி அழ அவனோ, "எனக்கு ஒன்னும் இல்லைடி, எதுக்கு இப்படி அழற? லேசான அடி தான்…" என்று அவளை தேற்ற,

"லேசான அடி தான் இப்படி இருக்கா?" என்று அவன் காலில் கட்டப்பட்டிருப்பதைக் காட்ட,

"தையல் போட்டிருக்காங்க மதி, சரியாகிடும். நீ முதல்ல அழுகையை நிறுத்து…" என்று அவளை தேற்ற அதிரதனும் அவளை தேற்ற முயன்றான்.

ஆனால், அவள் தான் சமாதானம் ஆகவில்லை. கணவன் நிலையைக் கண்டு அழுதழுதே சோர்ந்துப் போனாள்.

சரியாகிவிடுவாள் என்று அவர்கள் எண்ணியிருக்க ஆனால் அவளோ ஒரு கட்டத்தில் மயங்கி விழவும் பதறியவர்கள் அவளை அந்த மருத்துவமனையிலே சேர்த்தனர்.

அதிரூபன் நடக்க முடியாமல் சிரமப்பட அதிரதன் தான் இருவரையும் பார்த்துக் கொண்டான்.

“என்ன ஆச்சு டாக்டர்?” தோழியின் நிலையைக் கண்டு அவன் பதற்றத்தோடு விசாரிக்க,

மருத்துவரோ, “பிபி லோ ஆகியிருக்கு, இன்ஜெக்ஷன் போட்டிருக்கேன். ரெஸ்ட் எடுக்கட்டும்...” என்றவர் வெளியேறிவிட ரூபனும் மதுவும் வெவ்வேறு அறையில் இருந்ததால் அதிரதன் தான் மாறி மாறி அலைந்து கொண்டிருந்தான்.

சரியான சமயத்திற்காக காத்திருந்த ஜெய்சங்கரனோ உமாவின் உதவியோடு அதிரதனை மருந்து வாங்க வெளியே அனுப்பிவிட்டு மதுவந்திக்கான சிகிச்சைக்கு ஏற்பாடு செய்தான்.

அதே நேரம் ரூபனின் அறைக்கு வந்த நர்ஸ், “சார் உங்களுக்கு எல்லா டெஸ்டும் எடுத்தாச்சு, எல்லாமே நார்மலா தான் இருக்கு...” என்றவள்,

“கடைசியா உங்களோட ஸ்பெர்ம் குவாலிட்டியும் செக் பண்ணணும். சேம்பிள் வேணும்...” என்று கேட்க, அவனோ குழப்பத்தோடு பார்த்தான்.

“சின்ன ஆக்சிடண்ட் தான இதுக்கு எதுக்கு?”

“இல்லை சார் இது எங்க ஹாஸ்பிடல் ரூல்ஸ். ஃபுல் செக்கப் பண்ணி தான் அனுப்புவோம்...” என்று சொல்ல அவனும் அதன் பிறகு எந்த வாதமும் செய்யவில்லை.

அடுத்த அரை மணி நேரத்தில் மதுவந்திக்கான சிகிச்சை முடிந்து விட்டது.

மறுநாள் அதிரதன் மதுவையும் ரூபனையும் வீட்டிற்கு அழைத்துச் சென்றுவிட ஜெய்சங்கரனோ சிகிச்சையின் பலன் என்னவாக இருக்கும் என்று காத்திருக்கத் தொடங்கினான்.

எத்தனையோ பெண்களுக்கு அந்த சிகிச்சை முறைப்படி செய்தும் பலனளிக்காமல் போயிருக்க, மதுவந்தியின் போதாத காலம் அவளுக்கு அது பலனளித்திருக்க அவளுக்கு குழந்தை உருவானதை எண்ணி அவர்களை விட ஜெய்சங்கரன் தான் மகிழ்ச்சியில் துள்ளி குதித்தான்.

எனினும் அவன் எதிர்பார்த்தது மட்டும் நடக்கவில்லை.

தன் மனைவியின் வயிற்றில் வளருவது தன் குழந்தை இல்லை என்று ரூபன் மதுவை சித்திரவதைப்படுத்துவான் அல்லது வீட்டை விட்டு வெளியே அனுப்புவான் என்று ஜெய்சங்கரன் எண்ணியிருக்க,

ரூபனோ மனைவியிடம் தன் மீது குற்றத்தை சுமத்திக் கொண்டு குழந்தையை ஏற்றுக்கொள்ளவும் ஜெய்சங்கர் வெகுவாக அதிர்ந்தான்.

எந்த ஆண் தான் தன் மனைவி வயிற்றில் அடுத்தவன் குழந்தை வளர்வதை ஏற்றுக்கொள்வான்?

மனைவி மீதுள்ள காதலில் இப்பொழுது ஏற்றுக்கொண்டாலும் பின்னாளில் அவளையும் குழந்தையும் வெறுத்து ஒதுக்குவான் என்று அவன் எண்ணியிருக்க ரூபனோ மதுவை நெஞ்சில் வைத்து தாங்கினானே ஒழிய சிறு வெறுப்பைக் கூட அவள் மீது காட்டவில்லை.

அப்படி என்னடா உனக்கு அவ மேல காதல்? என தனக்குள்ளே வெகுண்டவன் ரூபனுக்கு போன் செய்து அவனை வெறுப்பேத்தினான்.

ஆனால், ரூபன் அப்பொழுதும் மனைவியை வெறுக்கவில்லை ஒதுக்கவுமில்லை.

தான் நினைத்தது நடக்கவில்லையே அவள் மட்டும் மகிழ்வோடு இருக்கிறாளே என்று வெம்பி வெம்பி நொந்துப் போனவன் போதைக்கு அடிமையாகவும் அவன் நிலையைக் கண்ட உமா அவனை கண்டித்தாள்.

“இனி அவளை பத்தி யோசிக்க மாட்டனு தான சொன்ன? அப்புறம் எதுக்கு இப்படி உன்னையே அழிச்சிக்கிற?” என்று ஆதங்கமும் கோபமுமாய் அவள் கேட்க, அவனோ கலங்கினான்.

“ரெண்டு பேரும் ஒரே ஆசிரமத்துல தான இருந்தோம். அப்புறம் ஏன்டி கடவுள் அவளுக்கு மட்டும் நல்ல வாழ்க்கையை கொடுத்துட்டு என்னை நரகத்துக்கு தள்ளுனாரு?” என்று புலம்ப,

“ஏன்டா இப்படி நினைக்கிற? உன்னை தத்தெடுத்தவங்க தப்பானவங்க தான். நீதான் அந்த நரகத்துல இருந்து எப்பவோ வெளிய வந்துட்டியே. இன்னும் ஏன் உன்னை நீ மாத்திக்காம உன்னை நீயே வருத்திக்கிற?

உனக்கு ஒரு குடும்பம் என் மூலமா கிடைக்கணும். அது மூலமா நீ ஆசைப்பட்ட சந்தோஷம்லாம் உனக்கு கிடைக்கணும்னு தான் என் பேரன்ட்ஸ் சம்மதத்தோட நம்ம கல்யாணம் பண்ணிக்க நினைச்சு இத்தனை வருஷம் காத்துட்டு இருந்தேன். அவங்களும் சம்மதிக்கிற மாதிரி தெரியுல, நீயும் உன்னை மாத்திக்கிற மாதிரி தெரியல.

இனியும் காத்திருந்து உன் வாழ்க்கை வீணாகுறத என்னால பார்க்க முடியாது. வா நாம உடனே கல்யாணம் பண்ணிக்கலாம்...” என்றதும் அவன் திகைத்துப் பார்க்க,

“இனி யாரை பத்தியும் நான் யோசிக்க போறதில்லை. இப்படியே இருந்தா உன்னை நீயே அழிச்சிப்பியோனு பயமா இருக்கு. எனக்கு நீ வேணும்டா...” என்று கலங்கியவளை அணைத்துக் கொண்டவன்,

“நான் தான் அனாதைனா, நீயும் ஏன்டி எல்லாரும் இருந்தும் அனாதையா வாழ நினைக்கிற?” என்றான் ஆற்றாமையோடு.

“நீ இருக்கும் போது நான் எப்படி அனாதையாவேன்?” என்றவளின் காதலில் கரைந்தவன் அவள் முகம் முழுவதும் முத்தமிட்டு மகிழ்ச்சியை வெளிப்படுத்த

அவளோ அடுத்த நாளே தன் வீட்டை விட்டு வெளியேறி அவன் கரம் பற்றி-னாள்.

பிறந்ததில் இருந்து கிடைக்காத சந்தோஷம் உமாவின் மூலம் கிடைக்கவும் அவளோடு இருக்கும் ஒவ்வொரு நொடியையும் அனுபவித்து வாழ்ந்தான்.

அவனுடன் மகிழ்வோடு இருக்கும் நேரத்தில் அவன் கரம் பற்றியவள், "அந்த பொண்ணோட புருஷன்கிட்ட உண்மைய சொல்லிடலாமா, அவங்க மனைவி வயித்துல இருக்கிறது அவர் குழந்தை தான்னு..." தண்மையாய் கேட்கவும் அவனோ எரிமலையாய் வெடிக்கத் தொடங்கினான்.

எங்கே பழையப்படி மாறிவிடுவானோ என்று அஞ்சியவள் அந்த பேச்சை அத்-தோடு விட்டுவிட்டாள்.

அந்த பெண் அவள் கணவனோடு சந்தோஷமாகத் தானே வாழ்கிறாள், இனி அதைப் பற்றி பேசி இவனின் குணத்தை பழையப்படி மாற்றிவிட வேண்டாம் என்-றெண்ணியவள் அதன் பிறகு அதைப் பற்றி பேசவேயில்லை.

அனைத்து உண்மையையும் உமாவின் வாயிலாக அறிந்துக் கொண்ட அதி-ரதனோ மதுவின் வயிற்றில் வளருவது தன் அண்ணன் குழந்தை தான் என்று மகிழ்ந்தாலும் தன் தோழி வாழ்க்கையில் விளையாடிய ஜெய்சங்கரனை அவனால் மன்னிக்கவே முடியவில்லை.

எந்த தவறும் செய்யாதவளை தண்டித்திருக்கிறானே அவனை எப்படி மன்-னிக்க முடியும்?

அவள் கணவனிடத்தில் தன் தமையன் மட்டும் இல்லை என்றால் அவள் நிலை? அதை அதிரதனால் நினைத்துப் பார்க்கவே முடியவில்லை.

ஆத்திரத்தோடு அவனை புரட்டி எடுக்க ஏற்கனவே ரூபனின் கைவரிசையால் சோர்ந்திருந்தவன் இப்பொழுது பாதியுயிராய் கிடக்க உமா கலங்கினாள்.

"அவரு பண்ணது தப்பு தான் அவரை மன்னிச்சிடுங்க, இனி அவரு எதுவும் பண்ணாம நான் பார்த்துக்கிறேன்..." என்று கெஞ்ச,

அவனோ, "இதுவரைக்கும் அவன் பக்கத்துல இருந்து என்னத்த கிழிச்ச? நீயும் ஒரு பொண்ணு தான, அதுவும் டாக்டரா இருந்துட்டு என்ன வேலை பார்த்து வச்சிருக்க?" என்றவன் அவளை அடிக்க கை ஓங்க ஜெய் முனகினான்.

"அவளை விட்டுடா..." நலுங்கிய குரலில் கெஞ்ச அவனோ ஜெய்யை மேலும் அடித்தவன் அவனை என்ன செய்ய வேண்டும் என்ற முடிவை ரூபனும் மதுவுமே எடுக்கட்டும் என்றெண்ணினான்.

அங்கே மதுவந்தியைத் தேடி சென்ற அதிரூபனோ அவள் மீது மோத வந்த பேருந்தை கவனித்து அவளை காப்பாற்ற ஓடியவன் அவளை தள்ளிவிட அந்தோ பரிதாபம் எதிரே வந்த லாரி அவனை தூக்கியெறிய அதைக் கண்ட மதுவந்தியின் அலறல் சுத்தியிருந்தவர்களையும் கலங்க வைத்திருந்தது.

24

தன்னை மட்டும் வீட்டிற்குப் போக சொன்ன கணவனின் முகம் ஏதோ பிரச்சினை என்பதை மதுவந்திக்கு உணர்த்தினாலும் அதை அவனிடம் கேட்டால் உண்மை கிடைக்காது என்று அறிந்தவளாய் அவன் பேச்சுக்கு இணங்க காரில் ஏறி சென்றிருந்தாள்.

ஆனால் சற்று தூரம் சென்றதும் அதிரூபனும் அதிரதனும் பைக்கில் வேறுபுறம் செல்வதை கவனித்தவளுக்கு யோசனை தோன்றவும் டிரைவரிடம் சொல்லி அவர்களை பின்தொடர சொல்ல அவரும் மறுக்காது இருவரையும் பின்தொடர்ந்தார்.

இருவரும் ஓரிடத்தில் மறைந்து நிற்கவும் அதில் குழம்பியவள் தானும் காரை விட்டு இறங்கி ஒரு ஓரமாக நின்று அவர்களை கவனிக்கத் தொடங்கினாள்.

அவள் மனமோ ஏனென்றே தெரியாது படபடவென அடித்துக்கொள்ள ஒருவாறு தன்னை நிலைப்படுத்திக் கொண்டு நின்றவள் ரூபனும் அதிரதனும் ஒரு வீட்டுக்குள் நுழைவதைக் கண்டு அவர்கள் அறியாது தானும் பின்னே சென்றாள்.

உள்ளே அவர்கள் பேசுவதை வைத்து அவளுக்கு புரிந்தது தன் வயிற்றில் வளரும் குழந்தை தன் கணவனுடையதில்லை என்பது.

அதன் பிறகு அங்கு நடக்கும் எதையும் உணரும் நிலையில் அவளில்லை. தான் எண்ணியது போல தன் ரூபன் பொய்த்துப் போகவில்லை என்று அவளால் மகிழ முடியவில்லையே.

'அப்படி என்றால் இந்த குழந்தை' என்று அதிர்ந்தப்படியே தன் வயிற்றில் கை வைத்தவளுக்கு பூமி தன் சுழற்சியை நிறுத்திவிட்டது போன்ற ஓர் உணர்வு.

இது ரூபனின் குழந்தை இல்லை என்றால் அதன் அர்த்தம்?

தான் கலங்கப்பட்டவள் என்பது புரிய உறைந்த நிலையிலே அங்கிருந்து நகர்ந்தாள்.

வேறெதையும் யோசிக்கும் நிலையில் அவள் இல்லை. தான் கலங்கப்பட்டுவிட்டோம் என்ற எண்ணம் மட்டுமே அவள் மூளையையும் மனதையும் ஆக்கிரமித்திருக்க எங்கு செல்கிறோம் என்று கூட உணராது நடந்தாள்.

கணவன் அவன் அன்னையின் மீது சத்தியம் செய்திருந்தாலும் அதை நான் ஏற்றிருக்கக் கூடாது என்று நினைத்தவள், அவன் அன்னையின் மீதே சத்தியம் செய்து பழியை ஏற்றுக்கொண்டிருக்கிறான் என்றால் தன் மீது எத்தகைய காதலை வைத்திருக்கிறான் என்பதை நினைக்காமல் போனாள்.

மனதில் இருக்கும் அதிர்ச்சி சுற்றுபுறத்தையும் மறக்க வைத்திருக்க கால் போன போக்கில் நடந்தவள் எதிரே வரும் பேருந்தை கவனியாமல் போனாள்.

அவளைத் தேடி ஓடி வந்த அதிரூபனோ அங்கே டிரைவரைக் கண்டு கோபத்தோடு மதுவந்தியைப் பற்றி கேட்க,

"நான் கூப்பிட கூப்பிட நிக்காம போனுச்சுப்பா..." என்று அவர் பதில் சொல்லவும் பதறி அவர் காட்டிய திசையை நோக்கி ஓடியவன் தூரத்தில் சென்ற மனைவியைக் கண்டு கத்தி அழைத்தான்.

அவன் குரல் அவளுக்கு எட்டாமல் போக ஓடி வந்தவன் அப்பொழுது தான் அவள் கவனம் சாலையில் இல்லை என்பது புரிய மதி என்று கத்திக் கொண்டே வேகமாக அவளை நெருங்கியவன் அவளுக்கு ஏதும் நேர்ந்து விடக் கூடாதென்ற பதற்றத்தில் அவளை பிடித்துத் தள்ள அப்பொழுது தான் உணர்வுப் பெற்றவள் அந்த நிலையிலும் தன்னையும் மீறி வயிற்றில் கை வைத்துக் கொண்டே விழுந்தாள்.

நல்லவேளையாக அந்தப்பக்கம் வந்த ஒரு பெண் அவள் நிலையை உணர்ந்து நொடியில் சுதாரித்து மதுவந்தி முழுதாக கீழே விழும் முன்னே அவளை தாங்கியிருந்தாள்.

ஆனால் அவளை தள்ளிய ரூபனோ எதிரே வந்த லாரியை கவனிக்காமல் போக அவன் மீது மோதிய லாரி அவனைத் தூக்கியெறியவும் அதைக் கண்ட மதுவந்தி தன் கணவன் நிலையை எண்ணி உறைந்து 'ரூபன்' என்று கத்தியபடியே மயங்கினாள்.

அனைத்தும் நொடியில் நடந்திருக்க சுற்றிலும் கூட்டம் கூட ஆம்புலன்சும் உடனே வந்துவிட ரூபனையும் மதுவந்தியையும் அதில் ஏற்றி அருகிலிருந்த மருத்துவமனையில் சேர்த்தனர்.

அருகிலிருந்தது உமா பணிபுரிந்த மருத்துவமனை தான். அங்கே இருந்த நிர்மலும் சந்தியாவும் நண்பர்களின் நிலையைக் கண்டு பதறியவர்கள் அவர்களுக்கான சிகிச்சையைத் துரிதமாக மேற்கொள்ள சொல்ல மருத்துவரும் தன் பணியைத் தொடங்கினார்.

அதிரதனின் மொபைலுக்கு அழைத்து விவரம் சொல்லவும் விஷயம் கேட்டு அதிர்ந்தவன் ஜெய்சங்கரன் பற்றிய எண்ணம் கூட இன்றி மருத்துவமனைக்கு வந்து சேர்ந்தான்.

மதுவந்திக்கு அதிர்ச்சி மயக்கம் என்பதால் ஒரு மணி நேரத்தில் கண் விழித்திருந்தாள். ரூபனைப் பார்க்க வேண்டும் என்று கதறியவளைத் தேற்றுவது அதிரதனுக்கு பெரும்பாடாக இருந்தது.

அந்த நேரம் வெளியே வந்த மருத்துவர் ரூபனின் நிலை மிகவும் கவலைக்கிடமாக இருப்பதாகவும் இருபத்தினாலு மணி நேரத்தில் கண் விழிக்கவில்லை என்றால் கோமாவிற்கு செல்ல வாய்ப்பு இருப்பதாகவும் சொல்ல மதுவந்தியோ கதறி அழுதாள்.

அவனுக்கு சிறியதாக அடிப்பட்டாலே அழுது ஆர்ப்பாட்டம் செய்பவள் இப்பொழுது எப்படி அமைதியாய் இருப்பாள்.

அதுவும் தன்னால் தான் அவனுக்கு இந்த நிலை என்று கதறி அழுதாள்.

“மது, ரூபனுக்கு எதுவும் ஆகாது அமைதியாய் இரு...” என்று அதிரதன் சொல்ல அவளோ அதை காதில் வாங்கும் நிலையிலே இல்லை.

“எல்லாம் என்னால தான், நான் அவன் வாழ்க்கையில வந்திருக்கவே கூடாது. என்னால அவனுக்கு எப்பவும் கஷ்டம் தான்...” பைத்தியம் போல உளறியவள்,

என்ன நினைத்தாளோ தெரியவில்லை திடீரென்று தன் வயிற்றிலே அடித்துக் கொண்டாள். வயிற்றில் அடிப்பதால் உண்டாகும் வலியைக் கூட அவள் பொருட்படுத்தவில்லை.

“எல்லாம் இதால தான். இந்த கலங்கத்தை சுமக்கிற நான்லாம் உயிரோடவே இருக்க கூடாது. நான் இல்லனா தான் ரூபனும் நிம்மதியா இருப்பான்...” ஏதேதோ பிதற்றியப்படி வயிற்றிலே அடித்துக் கொண்டவளை அதிரதன் ஆத்திரத்தோடு அறைந்திருந்தான்.

நிர்மலும் சந்தியாவும் மதுவந்தியின் செயலில் குழம்பி நின்றவர்கள் இப்பொழுது அதிரதனின் கோபத்தில் திகைத்துப் பார்க்க, மதுவந்தியோ தன் தம்பிப்பையாவா தன்னை அடித்தது என்று ஸ்தம்பித்து நின்றாள்.

இது நாள் வரை தன்னிடம் கோபமாக ஒரு வார்த்தைக் கூட பேசிராதவன் தன்னை அடித்தானா? என்று அதிர்ந்து அவனைப் பார்க்க அவனோ ஆத்திரத்தில் மீண்டும் கையை ஓங்கினான்.

அவள் மிரண்டு இரண்டடி பின்வாங்கவும் கையை இறக்கியவன், “இன்னொரு வார்த்தை பேசுன கொன்னுடுவேன்...” விரல் நீட்டி எச்சரிக்கை விடுத்தவனின் விழிகள் ஆத்திரத்தில் ரத்தமென சிவந்திருக்க அதைக் கண்டவளோ உடல் நடுங்க நிற்க முடியாமல் தடுமாற சந்தியா அவளை பிடித்தாள்.

அதில் மேலும் ஆத்திரம் கொண்டவன், “அவளை விட்டு தள்ளி போங்க...” என்று கத்தவும் சந்தியாவும் மிரண்டு நகர,

“இப்படியே எல்லாரும் தாங்கிட்டு இருக்கிறதுனால தான் அவ கொஞ்சமும் மாறாம இருக்கிறா...” என்றான் கோபமாக.

“தம்பிப்பையா...” அவள் தடுமாற,

“உன்னை பேச கூடாதுனு சொல்லியிருக்கேன்...” மீண்டும் அவன் எச்சரிக்கை விடுக்க அவள் தவிப்போடு பார்த்தாள்.

“என்ன பெருசா சொல்லிட போற? எப்பவும் போல அழுது புலம்புவ. அதை தவிர உனக்கு வேற என்ன தெரியும்?” என்றான் எரிச்சலோடு.

“எல்லாம் தெரிஞ்சும் நீயே ஏன் இப்படி பேசுற தம்பிப்பையா?”

“வேற என்ன பேசணும்னு எதிர்பார்க்கிற? சொல்லு...” என்று அதட்ட அவள் வாயை மூடிக் கொண்டாள்.

“ஆனா நீ புலம்புறதுல ஒன்னு மட்டும் ஒத்துக்கிட்டு தான் ஆகணும். இன்னைக்கு என் அண்ணன் இந்த நிலையில இருக்கான்னா அதுக்கு காரணம் நீதான்...” என்றவனை வேதனையோடு பார்த்தவள்,

“அதுக்கு தான் சொல்றேன், இனி நான் அவன் வாழ்க்கையில வேணாம், என்னை கொன்னுடு, என்னால இந்த கலங்கத்தோட வாழ முடியாது...” என்றவள் அவன் ஆத்திரத்தோடு கை ஓங்கவும் அரண்டு போனாள்.

“எது கலங்கம்? சொல்லு... எத கலங்கம்னு நீ சொல்ற? என் அண்ணன் உன் மனசை மட்டும் தான் பார்த்தான். அதனால தான் அவனுக்கு எதுவும் பெருசா தெரியல. ஆனா நீ கொஞ்சம் கூட அவன் மனசையும் அவன் மனசுல இருக்கிற காதலையும் பத்தி யோசிக்கவே இல்லைல...”

“எதோவொரு நாய் தப்பு பண்ணதுக்கு என் மதி என்ன பண்ணுவாள்னு நினைச்சவனுக்கு உன் மேல இருக்கிற காதலை தவிர வேறெதுவுமே பெருசா தெரியல. ஒவ்வொரு நாளும் உனக்கு இந்த உண்மை தெரிஞ்சிடக் கூடாதுனு தான் அவன் தவிச்சானே ஒழிய உன்னை ஒரு நொடி கூட தப்பா நினைக்கல.

உன் மேல உயிரையே வச்சிருக்கவனுக்கு நீ என்ன செய்ய நினைக்கிற? அவனை இப்படி தனியா விட்டுட்டு போய்ட்டா அவன் சந்தோஷமா வாழ்ந்துடுவான்னு நினைச்சியா?” என்று கேட்டவனிடம் பதில் சொல்ல முடியாமல் அவள் தலைகுனிய,

“எப்பவும் நீ உனக்காக வாழணும்னு தான் ஆசைப்பட்டான், உன் உரிமையை யாருக்காகவும் விட்டுக்கொடுக்க கூடாதுனு நினைச்சான். ஒருவேளை அவனே உன்னை சந்தேகப்பட்டுருந்தாலும் நீ துணிஞ்சு நின்னுருக்கணும்.

ஆனா நீ?

இப்ப கூட யாரோ பண்ண தப்புக்கு உனக்கு தண்டனை கொடுக்கிறதோட இல்லாம அவனையும் சேர்த்து தண்டிச்சிட்டு போக நினைக்கிற. எப்ப தான் மாறுவ?” என்று கத்த அவள் வார்த்தையின்றி அமர்ந்திருந்தாள்.

அதிரதன் நினைத்திருந்தால் உண்மையை அவளிடம் சொல்லியிருக்கலாம் தான். ஆனால் அப்படி சொன்னால் இப்பொழுது அவள் சரியானாலும் நாளைய-பின்னர் வேறேதேனும் பிரச்சினை வரும் போது இது போன்ற தவறான முடிவைத் தான் எடுப்பாள் என்று தெரிந்ததால் அவள் மாற வேண்டும் என்று உண்மையை சொல்லாமல் இருந்தான்.

அவள் யோசனையோடு அமர்ந்திருக்கவும் அவளருகில் அமர்ந்தவன் அவள் கரத்தைப் பற்றி அழுத்தம் கொடுத்து, “உனக்கே தெரியாம நடந்த விஷயத்துக்கு நீ எப்படி காரணமாவ? உன்னோட இந்த நிலைமைக்கு காரணமானவன தண்டிக்-கிறத விட்டுட்டு எதுக்காக உன்னை தண்டிக்க நினைக்கிற?” என்று தண்மையா-கவே கேட்கவும்,

அவனை பார்த்தவள், “என்னால ஏத்துக்க முடியல தம்பிப்பையா, என்ன இருந்தாலும் நான் க...” சொல்லி முடிக்கவில்லை ‘ஏய்’ என்று சீறியப்படி எழுந்-தான் அவன்.

“உனக்கு ஒரு முறை சொன்னா புரியவே புரியாதா? எதுக்கு சொன்னதையே சொல்லிட்டு இருக்க?” என்றவன்,

“நீ பேசுறத பார்த்தா தெரிஞ்சே தான் நீ தப்பு பண்ணியிருக்கனு நினைக்கி-றேன்...” என்றவன் முழுதாக பேசி முடிக்கும் முன்னே கன்னத்தைத் தாங்கியப்படி நின்றிருந்தான்.

அவளோ ஆக்ரோசமாய் மூச்சிரைக்க நின்றவள், “என்ன வார்த்தைடா சொன்ன?” என்று மீண்டும் அவனை அடிக்க கை ஓங்க அவளின் அதிரடியில் இப்பொழுது மிரண்டு நிற்பது அவனது முறையானது.

அவளோ ஆத்திரம் குறையாது, “என்னை அப்படி நினைக்க உனக்கு எப்படி மனசு வந்துச்சு? நான் தப்பு பண்ணியிருப்பனா? பிறந்ததுல இருந்து என் கூடவே இருக்கியே என்னை நீ புரிஞ்சு வச்சிருக்கிறது இவ்வளவு தானா? என் ஃப்ரெண்டா இருந்துட்டு உன்னால எப்படிடா இந்த மாதிரி பேச முடியுது? இல்லை நீ என் ஃப்ரெண்டு இல்லை, என் தம்பிப்பையா இல்லை...” என்று சீறியவள்,

“நீ எல்லாம் என் ரூபனுக்கு தம்பினு சொல்லிக்காதடா. அவன் எங்கே நீ எங்கே?” என்று கத்த,

அங்கே நின்ற நிர்மலோ, “இங்கே என்ன நடக்குது தியா? இவ்வளவு நேரம் அவனும் இதை தான சொல்லிட்டு இருந்தான், அப்பலாம் மறுத்துட்டு இப்போ அவன்கிட்டயே சண்டைக்கு போறா?” என்று சந்தியாவிடம் கேட்க,

அவளோ அவர்கள் பேசியதில் விஷயம் ஓரளவு புரிந்திருந்ததால், “இதுலாம் அவனோட ட்ரிக் தான், அமைதியா வேடிக்கை மட்டும் பாரு...” என்று அதட்-டினாள்.

கத்தி பேசியதில் மூச்சு வாங்கவும் இருக்கையில் அமர்ந்தவளிடம் வாட்டர் பாட்டிலை அதிரதன் நீட்ட அவளோ முகத்தைத் திருப்பிக் கொண்டாள்.

“பரவாயில்லை குடி மது...” என்று சொன்னவனை முறைத்தவள்,

“இருடா என் ரூபன் எழுந்து வரட்டும், நீ பேசுனதுக்குலாம் அவன் வட்டியும் முதலுமா கொடுப்பான்...” என்றாள் கோபமாக.

“சரி அவன் வந்து கொடுக்கிறத கொடுக்கட்டும், நீ முதல்ல தண்ணி குடி...” என்று சொல்ல,

“என்னை அடிச்சதையும் சேர்த்து சொல்லுவேன்...” என்று கண்ணை உருட்டி மிரட்ட,

அதில் சிறு வயது மது நினைவு வரவும் லேசாய் புன்னகைத்தவன், “தாராளமா சொல்லு, இதை ஏன் முன்னாடியே செய்யலனு தான் கேட்பான்...” என்றவனை முறைத்துக் கொண்டே தண்ணீரை வாங்கிப் பருகியவள் அவன் புறம் திரும்பாமலே அமர்ந்திருக்க அதிரதன் மனமோ நிம்மதியுற்றது.

ரூபனின் நிலையை எண்ணியப்படி அவள் கலக்கத்தோடு அமர்ந்திருக்க அவளருகில் அவன் அமரவும் ஆதரவாய் அவன் தோளில் சாய்ந்துக் கொண்டாள்.

“ரூபனுக்கு எதுவும் ஆகாது தான தம்பிப்பையா?” தவிப்போடு கேட்க,

“எதுவும் ஆகாது மது...” என்றவனை அவள் நம்பாமல் பார்க்க,

“நம்பு மது என்னை அடிக்கிறதுக்காகவாது அவன் கண்டிப்பா எழுந்து வருவான்...” என்று சொல்ல அவனை முறைத்தவள் முகத்தைத் திருப்பிக் கொண்டாள்.

மீண்டும் அவன் தோளில் சாய்ந்தவள், “நாளைக்குள்ள கண் விழிக்கலனா கோமா ஸ்டேஜுக்கு போகவும் வாய்ப்பு இருக்குனு சொன்னாங்களே தம்பிப்பையா...” பதற்றத்தோடு கேட்க,

“கண்ணு விழிக்கலனா தான? கண்டிப்பா கண் விழிச்சிடுவான்...” என்று நம்பிக்கையோடு சொல்ல அவளும் ரூபன் கண் விழிக்க வேண்டுமென கடவுளிடம் கோரிக்கையை வைத்தாள்.

அனைத்தையும் சற்று தூரத்தில் இருந்து இரு விழிகள் பார்த்ததை அங்கிருந்த யாருமே அறியவில்லை.

தன் தமக்கையை ஒருமுறை பார்த்து வந்த நிர்மல் கையோடு மதுவந்திக்கு உணவும் வாங்கிக் கொண்டு வந்தான்.

“சாப்பிடு மது...”

“வேணாம்...”

“எவ்ளோ நேரம் எதுவும் சாப்பிடாம இருப்ப? உனக்காக இல்லைனாலும் பேபிக்காக கொஞ்சமாது சாப்பிடு...”

“இப்ப இது ஒன்னு தான் குறை...” என்றவள் அதிரதன் பார்த்த பார்வையில் கப்பென்று வாயை மூடிக்கொள்ள,

நிர்மலிடம் இருந்து உணவை வாங்கியவன் அதைப் பிரித்து உணவை எடுத்து அவள் வாயருகே கொண்டு செல்ல மறுக்க எண்ணியவளோ அவன் பார்த்த பார்வையில் அமைதியாய் வாங்கிக் கொண்டாள்.

“நீ சாப்பிட்டியா?” அந்த நிலையிலும் அவனை எண்ணி அக்கறையில் அவள் கேட்க,

அவளை பார்த்தவன், “நான் அப்புறம் சாப்பிடுறேன், முதல்ல நீ சாப்பிடு...” என்றான்.

அவள் சாப்பிட்டு முடித்ததும் எழுந்தவனிடம், “நீ என்னதான் சாப்பாடுலாம் ஊட்டிவிட்டு ஐஸ் வச்சாலும் உன்னை ரூபன்கிட்ட கண்டிப்பா சொல்லுவேன்...” சிறு பிள்ளையாய் சொல்ல,

“உன் புருஷனை பார்த்து நீ வேணா பயப்படு, நான் எதுக்கு பயப்படணும்?” என்றவன் கைக்கழுவ சென்றுவிட அவளோ முகத்தைத் தூக்கி வைத்துக் கொண்டு அமர்ந்திருந்தாள்.

இன்னமும் அவன் பேசியதையும் அடித்ததையும் அவளால் ஏற்றுக்கொள்ளவே முடியவில்லையே.

கேசவமூர்த்தியும் ஆதிராவும் அங்கே வந்து சேர அவர்களைக் கண்டதும் மீண்டும் அழத் தொடங்கியவள் ரூபனை எண்ணி புலம்ப அவளைத் தேற்ற முயன்றவர்,

“என்ன ஆச்சு மது?” என்று கேட்கவும்,

அவளோ அனைத்தையும் சொல்லப் போக அங்கே வந்த அதிரதன் அவள் கரம் பற்றி அழுத்தம் கொடுத்துவிட்டு, “சின்ன ஆக்சிடண்ட் தான்பா, பயப்படுற அளவுக்கு எதுவுமில்லை. நீங்க கண்ணாடி வழியா பாருங்க...” என்று அவரை அனுப்பியவன் மதுவை இழுத்துக் கொண்டு நகர்ந்தான்.

“இப்ப அப்பாகிட்ட என்னத்த உளரி வைக்க போற?” என்று அதட்டவும் அவள் பாவமாய் பார்க்க,

“யாருக்கும் தெரியாத விஷயத்தை நீயே தம்பட்டம் அடிக்காத...” என்று எரிந்து விழுந்தான்.

“இன்னைக்கு நீ ரொம்ப மிரட்டுற...” அவள் அழும் குரலில் சொல்ல,

“நீ பண்ற வேலைக்கு வேற என்ன பண்ண சொல்ற?” என்று அதற்கும் கோபம் கொண்டவன்,

“இதுவரைக்கும் இந்த விஷயம் யாருக்கும் தெரியாது, இனியும் தெரிய வேண்டிய அவசியமில்லை...” என்று சொல்ல,

“உனக்கும் முன்னவே தெரியுமா தம்பிப்பையா?” என்றாள் தவிப்போடு.

அவனின் அமைதியே அவனுக்கு முன்னவே தெரியும் என்பதை உணர்த்த, “நீயும் ஏன் என்கிட்ட மறைச்ச?” என்றாள்.

“இதுவரைக்கும் நீ எதையும் என்கிட்ட மறைச்சதில்லை தான?” ஆதங்கத்தோடு அவள் கேட்க,

அவனோ, “சொல்லியிருந்தா என்ன பண்ணியிருப்ப? அன்னைக்கும் இதே மாதிரி தான் முட்டாள்தனமா முடிவு எடுத்திருப்ப...” என்றான் கடுப்பாக.

‘போடா ரொம்ப தான் திட்டுற, என் ரூபன் எவ்வளவோ பரவாயில்லை. அவன் வரட்டும் உன்னை அப்ப கவனிச்சிக்கிறேன்’ என்று மனதிற்குள்ளே நண்பனைத் வறுத்தெடுத்தவள் கேசவமூர்த்தியின் அருகில் சென்று அமர்ந்துக் கொண்டாள்.

அதிரதனின் கோபம் கூட தனக்காக தான் என்பது அவளுக்கு புரியாமல் இல்லை. எனினும் அவளால் தன் நிலையை ஏற்றுக்கொள்ளவே முடியவில்லை. எந்த பெண் தான் இந்த நிலையை ஏற்றுக்கொள்வாள்?

இனி எந்த முகத்தை வைத்து ரூபனின் முன்னால் நிற்பது?

அவன் தன்னை ஏற்றுக்கொண்டாலும் தன்னால் அவனுடன் முழுமனதோடு மனைவியாய் வாழ முடியுமா?

‘என்ன இருந்தாலும் நான் கலங்கப்பட்டவள் தானே? அதற்கு சாட்சியாய் இந்த குழந்தை இருக்கும் போது வாழ்நாள் முழுவதும் அதை மறக்கத் தான் முடியுமா? ஒவ்வொரு நாளும் அந்த நரக வேதனையை அனுபவித்து கொஞ்சம் கொஞ்சமாக மரணிப்பதை விட இப்பொழுதே மரணிப்பது மேல்’ என தனக்குள்ளே மறுகியவள் அதிரதனின் கோப முகத்தைக் கண்டதும்,

‘மனசுக்குள்ள நினைச்சா கூட கண்டுபிடிச்சிடுறான்’ என ஜெர்க்கானவள் மனதிற்கு கடிவாளம் இட்டுக் கொண்டாள்.

‘இவனே இவ்ளோ கோபப்படுறானே இன்னும் ரூபன் எழுந்து வந்தா? அய்யோ நினைக்கவே முடியலையே?’ என பரிதவித்தாலும் ரூபனின் நிலையை எண்ணி வேதனைக் கொண்டு ‘என்னை அடிக்கிறதுக்காகவாது ரூபன் எழுந்து வரணும், கடவுளே என் ரூபனை எனக்கு காப்பாத்தி கொடு...’ என கடவுளிடம் வேண்டுதல் விடுக்க,

“உன் ரூபன் எழுந்து வர்றது உன் கையில தான் இருக்கு...” என்றபடி அவளருகில் வந்தமர்ந்தான் அதிரதன்.

அவள் யோசனையோடு பார்க்க, “நீ முட்டாள்தனமா எந்த முடிவும் எடுக்கமாட்டனா அவன் எழுந்து வருவான், இல்லனா நானே அவனை விஷ ஊசி போட்டு கொன்னுடுறேன்...” என்றதும்,

'அதிரதா' என்று அலறினாள் அவள்.

தன் மாமாவைப் பார்க்க அவர் அங்கு இல்லை என்பது அப்பொழுது தான் தெரிய ஆத்திரத்தோடு அதிரதன் சட்டையைப் பிடித்தவள்,

"என்ன பேச்சு பேசுற? அந்த மாதிரி நினைக்க உனக்கு எப்படி மனசு வருது? அவன் உன் அண்ணன்..." என்று கத்த,

"என் அண்ணன்றதுனால தான் இந்த முடிவ எடுக்கிறேன். என் அண்ணன் உயிரோட வாழ்ந்தா சந்தோஷமா வாழணும். நீ இல்லாம ஜடம் மாதிரி வாழ்றதுக்கு அவன் சாகுறதே மேல்..." என்று அவள் கரத்தை விலக்கிவிட்டவன் அவள் அதிர்ந்திருப்பதைக் கண்டுகொள்ளாது எழுந்து சென்றுவிட மதுவந்தி அவன் சென்றதைக் கூட உணராது உறைந்திருந்தாள்.

மனமோ ரூபனை எண்ணியும் தன் நிலையை எண்ணியும் கலங்கினாலும் சிறிது நேரத்தில் தெளிவான ஒரு முடிவை எடுத்திருந்தது. அந்த முடிவை எடுத்தப் பிறகு அவள் கண்கள் கூட கண்ணீரை நிறுத்தியிருந்தது.

தன் ரூபன் கண் விழிப்பான் என்ற நம்பிக்கையோடு காத்திருந்தவளை ஏமாற்ற விரும்பாது அவனும் மறுநாள் கண் விழித்தான்.

கண் விழித்தவன் எதிர்பார்ப்போடு உள்ளே வந்த மனைவியைக் கண்டதும் நேற்று நடந்த அனைத்தும் கண் முன் விரிய தன்னைப் பற்றி கூட யோசியாது தவறான முடிவை எடுக்க துணிந்தாளே என கோபத்தோடு பார்க்க அவளோ அவன் விழித்ததில் மகிழ்ந்திருந்தவள் அவனின் கோபத்தைக் கண்டதும் கலங்கினாள்.

அவனிடம் மன்னிப்புக் கேட்கும் தகுதி கூட தனக்கு இல்லையோ என்று தவித்தவள் மனதில் எழுந்த துணிச்சலோடு அவனை எதிர்க்கொண்டு,

"நான் பண்ண தப்புக்கு உன்கிட்ட மன்னிப்பு கேட்க போறதில்லை..." என்றவளை அவன் யோசனையோடு பார்த்தாலும் எதுவும் பேசவில்லை.

"ஆனா ஒன்னு மட்டும் உறுதியா சொல்றேன், எந்த பொறுக்கியோ பண்ண தப்புக்கு நான் எனக்கோ, குழந்தைக்கோ இல்லை உனக்கோ எந்த தண்டனையும் கொடுக்க விரும்பல. இனி இது நம்ம குழந்தை தான்.

நான் முழு மனசோட ஏத்துக்கிட்டேன். முடிஞ்ச வரைக்கும் என் மனசுல இருக்கிற சஞ்சலத்தை மறக்க முயற்சி பண்றேன். அதுக்கு நீயும் உதவியா இருப்பனு நம்புறேன்.

நான் முழுசா மறக்கிற வரைக்கும் கொஞ்சம் வெயிட் பண்ணு, அப்படி முடியாதுனா ப்ராப்ளம் இல்லை வீட்டை விட்டு போய்டு..." என்று அலட்சியமாய் சொல்ல ரூபனோ பேசுவது தன் மனைவி தானா? என்ற திகைப்பில் பார்த்துக் கொண்டிருந்தான்.

அவளை மாற்ற அவன் போராட வேண்டும் என்று எண்ணியிருக்க அவளோ இப்படி பேசவும் திகைத்தவன் இவளுக்கு தலையில் ஏதாவது அடிப்பட்டுவிட்டதா இப்படி ஒரேயடியாய் மாறிவிட்டாளே என்ற ரீதியில் அவளை பார்க்க,

அவன் கரத்தைப் பற்றியவள், "என்ன பார்க்கிற? இப்ப பேசுனது சாட்சாத் உன் மதியே தான்..." என்று புன்னகைத்து அவன் கரத்தில் இதழ் பதித்தவளின் கண்கள் தன்னையும் மீறி கலங்கியிருந்தது.

"என்னோட முட்டாள்தனத்தால உன்னையே நான் இழந்திருப்பேன்..." என்றவளின் கண்கள் கண்ணீரை பொழியவும் வேகமாக அதை துடைத்தவள்,

"இல்லை இனி நான் அழவே மாட்டேன்..." என்றாள் புன்னகைக்க முயன்றபடி.

அவனோ மது பேசுவதை நம்ப முடியாமல் 'ஒருவேளை தான் காண்பதெல்லாம் கனவோ?' என்று எண்ணியப்படி தன்னையே கிள்ளிப் பார்க்க வலி எடுக்கவும் இது கனவல்ல என்பது புரிந்து மகிழ்வோடு தன் மனையாளை பார்த்திருந்தான்.

அவளை அந்த நொடியே அணைத்துக் கொள்ள துடித்த மனதை கட்டுப்படுத்த முடியாது எழ முயலவும் அவனை தடுத்தவள், "எதுக்கு இப்போ ஸ்ட்ரெயின் பண்ற? ஃபுல்லா குணமாகுற வரைக்கும் எழுந்திருக்காத..." என்று அதட்டவும் அவன் புரியாது பார்க்க அந்த நேரம் கதவுத் திறக்கும் சத்தம் கேட்டது.

தன் தமையன் கண் விழித்தது தெரிந்தாலும் கணவன் மனைவிக்கான தனிமையைக் கொடுக்க எண்ணி சிறிது நேரம் வெளியவே இருந்த அதிரதன் இப்பொழுது உள்ளே நுழைய அவனை கண்டதும் மதுவந்தி முகத்தைத் திருப்பிக் கொள்ள அதிரூபன் யோசனையோடு பார்த்தான்.

"என்னடி ஆச்சு?" கணவனின் கேள்விக்கு அவள் அதிரதனைப் பார்க்க,

அவனோ, "நீ தான் தைரியமான ஆளாச்சே சொல்லேன்..." என்றான் நக்கலாக.

"ஏன், சொல்ல மாட்டேன்னு நினைப்பா?" அதே நக்கல் குரலில் சொன்னவள்,

"நேத்து இவன் என்னை அடிச்சிட்டான்..." சிறு குழந்தை போல நண்பனைப் பற்றி கணவனிடம் புகாரளிக்க, மதுவந்தியின் மாற்றத்திற்கான காரணம் இப்பொழுது ரூபனுக்கு புரிந்தது.

"என்னை எப்படி அடிச்சான் தெரியுமா? இங்கே பாரு இன்னமும் என் கன்னம் எப்படி சிவந்திருக்குனு?" என்று தன் கன்னத்தைக் காட்ட அவள் சொன்னது போலவே அவள் கன்னம் அதிரதனின் அடியில் சிவந்திருக்க அதைக் கண்ட ரூபன்,

"என் பொண்டாட்டிய அடிக்கிறளவுக்கு உனக்கு தைரியம் இருக்கா?" என்று கத்த,

ரூபனின் கோபத்தில் மதுவந்தி அதிரதனை மிதப்பாகப் பார்க்க, "அவ பேசு-னதுக்குலாம் அடியோட விட்டுட்டனேனு சந்தோஷப்படு..." என்று அதிரதன் முணுமுணுக்க,

"உன்னை இன்னைக்கு விட மாட்டேன்டா..." என்று அதிரூபன் கோபத்-தோடு எழவும்,

"வேணாம் ரூபன், அவனை அப்புறம் பார்த்துக்கலாம் நீ முதல்ல சரியாகி வா..." என்று அவனை மீண்டும் படுக்க வைக்க,

"விடுடி, அவனை இன்னைக்கு விட போறதில்லை. உன்னை அடிக்கிறளவுக்கு அவனுக்கு தைரியம் இருக்குனா இதை முன்னாடியே செஞ்சிருக்க வேண்டியது தான?" என்றவனை அவள் புரியாது பார்க்க,

அவனோ அதிரதனிடம், "ஏன்டா இதை முன்னாடியே செஞ்சிருந்தா இவ்வ-ளவு நாள் நான் கஷ்டப்பட்டிருக்க வேண்டியதில்லையே..." என்றான் ஆதங்க-மாய்.

முதலில் புரியாமல் பார்த்தவள் அதிரதன் அவளை பார்த்து நக்கலாய் சிரிக்க-வும் இருவரையும் முறைத்தாள்.

"வீட்டுக்கு வாங்க உங்க ரெண்டு பேரையும் கவனிச்சிக்கிறேன்..." அவள் மிரட்ட அவர்கள் இருவரும் சேர்ந்து சத்தமாக சிரிக்க மதுவந்தி அவர்களை முறைத்தாலும் மனதில் இருவரும் தன் மீது வைத்திருக்கும் அன்பை எண்ணி நெகிழ்ந்திருந்தாள்.

"இப்ப எதுக்கு குலுங்கி குலுங்கி சிரிக்கிற? எதாவது ஆகிட போகுது..." என்று பதறியப்படி அவன் மார்பை நீவி விட,

அவனோ புரியாது, "சிரிக்கிறதுனால என்னடி ஆக போகுது?" என்றான்.

"ஏன் கேட்க மாட்ட? நீ பொழைச்சு வருவியோ மாட்டியோனு பயந்த எனக்கு தான கஷ்டம் என்னன்னு தெரியும். டாக்டர் வேற இருபத்தினாலு மணி நேரம் தான் கெடு சொல்லியிருந்தாரு. கண் விழிக்கலனா நீ கோமாவுக்கு போகவும் வாய்ப்பிருக்குனு சொன்னதுல இருந்து எப்படி பயந்தேன் தெரியுமா?" அவள் கலக்கத்தோடு சொல்ல,

"ஏன்டி சின்ன அடிக்குலாம் கோமா ஸ்டேஜ்க்கு போய்டுவனா?" புரியாது அவன் கேட்க,

"என்னது சின்ன அடியா? அந்த லாரி உன்னை எப்படி தூக்கி எறிஞ்சுது? அதுல இருந்து நீ பிழைச்சு வந்ததே கடவுள் புண்ணியம். நல்லவேளை என் வேண்டுதல் வீண் போகல..." என்று கடவுளுக்கு நன்றியும் சொல்ல அதிரூபனோ அதிரதனைப் பார்த்தான்.

“என்னடா சொல்றா இவ? எனக்கு கையில மட்டும் தான்டா அடிப்பட்டுருக்கு. வேற எங்கேயும் அடிப்பட்ட மாதிரி கூட தெரியலையே...” என்றவன் சகோதரனின் மௌனத்தில் ‘இதுவும் உன் வேலை தானா?’ என்று பார்வையிலே கேட்க அவனும் ஆமாம் என்பது போல கண் மூடி திறக்க ரூபன் அவனை முறைத்தான்.

“எதுக்குடா இப்படி பண்ண? என்னை நினைச்சு பயத்துலே அவளுக்கு எதாவது ஆகியிருந்தா?” என்று கோபம் கொள்ள,

“எனக்கு வேற வழி தெரியல...” என்று கூலாக சொன்னான் அவன்.

“எதுல விளையாடுறதுனு இல்லை...” என்று முறைத்தவனை அதிரதனும் பதிலுக்கு முறைக்க,

மதுவந்தி, “இங்கே என்ன நடக்குது?” என்றாள் அவர்கள் பேசுவது புரியாதவளாய்.

அவளை அருகே அழைத்து அமர வைத்தவன், “நீ பயந்த அளவுக்குலாம் எனக்கு பெருசா பிரச்சினை இல்லை மதி...” என்று சொல்ல,

“என்ன சொல்ற ரூபன்?” குழப்பத்தோடு அவள் கேட்க,

அதிரதன் அவளிடம், “ரூபன் மேல லாரி மோதுனதும் அந்த பக்கம் க்ராஸ் ஆன மணல் லாரி மேல தான் விழுந்திருக்கான் மது, அதனால பெருசா அடி இல்லனாலும் அந்த வண்டியில இருந்த கம்பி அவன் கையை ஆழமா கிழிச்சி விட்டதுனால இரத்தம் நிறைய லாஸாகிடுச்சு...” என்று விவரம் சொல்ல,

“அப்புறம் எதுக்கு டாக்டர் அப்படி சொன்னாரு?”

“நான் தான் சொல்ல சொன்னேன். உனக்கு புரிய வைக்க எனக்கு வேற வழி தெரியல. நீ கலங்கப்பட்டதா நினைச்சு எப்படி முடிவெடுப்பனு எனக்கும் தெரியும். உன் குற்றவுணர்ச்சியை விட உனக்கு ரூபனும் அவன் காதலும் எவ்வளவு முக்கியம்னு புரிய வைக்க முயற்சி பண்ணேன்...” என்றான்.

“அதுக்காக இப்படி பண்ணுவியா தம்பிப்பையா? ரூபன நினைச்சு நான் எவ்வளவு துடிச்சேன்...” அவள் அழவும்,

ரூபன் அவளிடம், “விடுடி அவனும் என்ன பண்ணுவான்? அவன் மட்டும் இப்படி பண்ணலனா நீ கண்டிப்பா தப்பான முடிவு தான் எடுப்ப...” என்றவன்,

அவள் வயிற்றில் கை வைத்து, “இத நம்ம குழந்தையா தான் நான் நினைக்கிறேன். நீயும் மனசார ஏத்துக்கோ. ப்ளீஸ்டி இனி எதை பத்தியும் யோசிக்காத, உன்கூட சந்தோஷமான வாழ்க்கையை வாழ தான் ஆசைப்படுறேன். புரியுதா?” என்று கேட்க அவனையே இமைக்காமல் பார்த்திருந்தவள் சம்மதமாய்த் தலையசைத்தாள்.

அவர்களையே பார்த்திருந்த அதிரதன் அவர்களிடம் உண்மையைச் சொல்ல மதுவந்திக்கு மனதில் இருந்த சிறு கலக்கம் கூட முழுதாக தீர்ந்துவிட அதிரு-

பனோ தன் குழந்தை என்று மகிழ்ந்தாலும் ஜெய்சங்கரனை எண்ணி ஆத்திரம் கொண்டான்.

என் பிள்ளையையே யாரோ ஒருவனின் பிள்ளை என்றெண்ணி என் மனைவியை நான் சித்திரவதைப்படுத்த வேண்டும் என்று நினைத்திருக்கிறான் என்றால் அவன் எந்த மாதிரியான சைக்கோ என்று அவன் மீது ஆத்திரம் கொள்ள அதிரதனும் ஜெய்சங்கரனைப் பற்றி முழுதாகச் சொன்னவன் அவர்களுக்கான தண்டனை என்னவென்று தமையனிடமே கேட்க அவனை தன் கையாலே கொல்ல வேண்டும் என்று சீறினான் அவன்.

“நீ கொன்னுட்டு ஜெயிலுக்கு போய்ட்டா அப்போ எங்களோட கதி?”

“அதுக்காக அவனை அப்படியே விட சொல்றியா? அவன் பண்ணதுக்கு அவனோட மரணம் தான் சரியான தண்டனை...”

“ஒரு கொலைகாரனுக்கு பொண்டாட்டியா என்னால வாழ முடியாது...” அவள் தீர்க்கமாய் சொல்ல,

“மதி...” அதட்டினான் அவன்.

“என் ரூபனுக்குள்ள இப்படி ஒரு மிருகம் இருக்கும்னு நான் எதிர்பார்க்கல...”

“பொண்டாட்டி வாழ்க்கையில எவனாது விளையாடுனா எல்லா புருஷனும் மிருகமா தான் மாறுவான்...”

இருவருக்கும் வாக்குவாதம் முற்ற கடுப்பான அதிரதனோ, “போதும் நிறுத்துங்க...” என்று கத்த ரூபன் அப்பொழுதும் கத்திக் கொண்டிருந்தான்.

“உனக்கு கெடுதல் பண்றவங்களை மன்னிக்கிற பெரிய மனசு உனக்கு இருக்கலாம். எனக்கு இல்லை...”

“போதும் நிறுத்துடா, இது ஹாஸ்பிடல்ன்றத மறந்துட்டு எதுக்காக கத்திட்டு இருக்கிங்க?” அதிரதன் அதட்ட,

“நீயே சொல்லு தம்பிப்பையா, அவன் பண்ண தப்புக்கு அவனை கொன்னுட்டா சரியா போய்டுமா? இவனுக்கு அது சரியா பட்டாலும் கோபத்துல கொன்னுட்டு ஜெயிலுக்கு போய்ட்டா நாம என்ன பண்றது? குழந்தை என்ன பண்ணும்?” அதிரதனிடம் ஆதரவு கேட்க,

“கவலையை விடு சாட்சியே இல்லாம அவனை முடிச்சிடுறேன்...” என்ற ரூபனை முறைத்தவள்,

“நானே போய் உன் மேல கம்ப்ளைண்ட் கொடுத்து உன்னை ஜெயிலுக்கு அனுப்புவேன்...” என்றாள்.

“நல்ல பொண்டாட்டி...” அவன் கடுப்போடு முணுமுணுக்க,

“நல்ல பொண்டாட்டியா இருக்கணும்ன்றதுனால தான் உன்னை தடுக்க நினைக்கிறேன்...” பட்டென்று அவள் சொல்ல அவன் முகத்தைத் திருப்பிக்

கொண்டான்.

“சரி அவனை என்ன பண்ணலாம்னு நீயே சொல்லு மது...” அதிரதன் கேட்க,

“எதுவும் பண்ண வேணாம்...” என்றவளை இப்பொழுது இருவருமே முறைக்க,

அவளோ பொறுமையாக, “அவன் எதிர்பார்த்த அன்பும் அரவணைப்பும் அவனுக்கு கிடைக்கவே இல்லை அதுக்கு பதிலா கஷ்டத்தை மட்டும் தான் அனுபவிச்சிருக்கான்.

அதுக்கு காரணம் நான் தான் நினைச்சிக்கிட்டு என் மேல வன்மத்தை வளர்த்துட்டு இருந்திருக்கான். இப்போ அவன் மனைவி மூலமா அந்த அன்பும் அரவணைப்பும் கிடைச்சிருக்கு. அதுவே அவனை மாத்திடும்...” என்று சொல்ல,

“அவன் பொண்டாட்டி வந்தப்புறமும் தான அவன் இந்த வேலை பண்ணியிருக்கான்...” அதிரதன் கோபம் கொள்ள,

“நல்லா யோசிச்சு பாரு தம்பிப்பையா, அவன் நினைச்சிருந்தா என்னை என்ன வேணாலும் பண்ணியிருக்க முடியும். ஆனா அவன் ரூபன் குழந்தைய தான் நான் சுமக்கிற மாதிரி பண்ணியிருக்கான். அந்த ஒரு காரணத்துக்காகவே நான் அவனை மன்னிப்பேன்...” என்றாள் அழுத்தமாக.

“லூசாடி நீ? என் குழந்தையையே வேற யாரோட குழந்தைனு நினைக்க வச்சவன் அந்த சைக்கோ. அவன் நினைச்ச மாதிரி உன்னை தப்பா நினைச்சு நான் எதாவது உன்னை பண்ணியிருந்தா அப்பவும் இப்படி தான் அவனை மன்னிப்பேன்னு நிப்பியா?” ஆத்திரத்தில் ரூபன் கத்த,

“அது தான் எதுவும் நடக்கலையே ரூபன்...” என்றாள் அவள் சாதாரணமாக.

“மதி...” அவன் ஏதோ சொல்ல முயல,

கை நீட்டி அவனைத் தடுத்தவள், “இந்த விஷயத்தை மறந்துட்டு வாழ சொன்னது நீ. இப்போ நீயே அதை நினைச்சு உன்னை வருத்திக்கிட்டு என்னையும் வருத்தாத. இனி எப்பவும் அவனை பத்தி பேச வேணாம்...” உறுதியாகவும் இறுதியாகவும் அவள் சொல்ல அதன் பிறகு ரூபனால் எதுவும் பேச முடியவில்லை.

அதே சமயம் ஜெய்சங்கரனையும் அவனால் மன்னிக்க முடியவில்லை. மனைவிக்காக அமைதியாய் இருந்தான்.

அதிரதனும் அதன் பிறகு எதுவும் பேசாது வெளியேற ரூபன் மனைவியை அருகே அழைத்தான்.

அந்த படுக்கையின் ஓரம் அவள் அமரவும் அவள் கன்னத்தை வருடியவன், “பலமா அடிச்சிட்டானா?” கவலையோடு கேட்க,

ஆமா என்பது போல தலையசைத்தாலும், "அவன் அடிச்சதுலயும் தப்பில்லையே என்ன மாதிரி முட்டாளுக்குலாம் இந்த மாதிரி ஒரு அடி தேவைப்படுது..." என்று சொல்ல,

"நானும் தான் உன்னை எத்தனையோ முறை அடிச்சிருக்கேன். அப்பலாம் மேடம் திருந்தவே இல்லையே..." அவன் முறுக்கிக்கொள்ள,

"நீ எப்பவுமே தான் என்னை அடிப்ப, தம்பிப்பையா அப்படியா? பாவம் அவன், என்னை அடிச்சுட்டு அவன் தான் ரொம்ப ஃபீல் பண்ணியிருப்பான். என் கன்னத்தையே அடிக்கடி சோகமா பார்த்துட்டு இருந்தான்..." என்று நண்பனை எண்ணி கவலைக்கொள்ள,

"போய் பேச வேண்டியது தான..." ரூபனும் சொல்ல,

"வேணாம், இப்ப கூட அதை நினைச்சு தான் ஃபீல் பண்ணிட்டு இருப்பான். நான் பேச போனா அழுதுடுவான்..." நண்பனை புரிந்தவனாய் அவள் சொல்ல,

அங்கே அதிரதனும் அவளை அடித்ததை எண்ணி தான் கலங்கிக் கொண்டிருந்தான்.

என்ன காரணமாக இருந்தாலும் தோழியை அடித்தது தவறே என்று நேற்றிலிருந்து தன்னையே கடிந்துக் கொண்டு தான் இருக்கிறான் அவன்.

ரூபன் அடித்தாலே சண்டைக்கு செல்பவன் நேற்று அவனே அந்த தவறை செய்திருக்கிறான்.

அதுவும் எவ்வளவு ஆத்திரத்தோடு அடித்திருந்தால் தன் விரல்கள் அவள் கன்னத்தில் அவ்வளவு அழுத்தமாக பதிந்திருக்கும் என்று கலங்கியவனின் கண்களில் இருந்து கண்ணீர் வழிய ஒரு மென்கரம் அதை துடைத்தது.

சட்டென்று அவன் நிமிர்ந்து பார்க்க அங்கே ஒரு பெண் நின்றிருந்தாள்.

யார் இவள்? எந்த உரிமையில் என் கண்ணீரைத் துடைக்க வருகிறாள்? என்ற கோபத்தில், "யார் நீ?" என்று கேட்க,

"என் பேரு வந்தனா..." என்றாள் புன்னகையோடு.

"வந்தனா'னு பேரு வச்சிருந்தா பக்கத்துல வந்துடுவியா? போ..." என்று அதட்ட,

"உங்ககிட்ட கொஞ்சம் பேசணும்..."

"எனக்கு பேச எதுவும் இல்லை..."

"எனக்கு இருக்கே..." அவள் பிடிவாதமாய் அவனருகில் அமர அவன் தள்ளி அமர்ந்தான்.

"ரொம்பத்தான்..." என முனகினாலும்,

"வில் யூ மேரி மீ?" என்று நேரடியாய் தன் விருப்பத்தை அவள் கேட்க அவன் திகைப்போடு பார்த்தான்.

“ஹே யார் நீ? இப்படி தான் முன்ன பின்ன தெரியாதவன்கிட்ட வந்து பேசு-வியா?”

“எனக்கு சுத்தி வளைச்சுலாம் பேச தெரியாது, நேத்துல இருந்து உங்களை தான் பார்த்துட்டு இருக்கேன். ரொம்ப பிடிச்சிடுச்சு. அதான் மனசை மறைக்காம கேட்டேன். உங்களுக்கு விருப்பம் இருந்தா மேரேஜ் பண்ணிக்கலாம்...”

“எனக்கு விருப்பம் இல்லைனா?”

“அப்போ லவ் பண்ணலாம்...” அவள் கண்சிமிட்ட,

“என்ன கொழுப்பா? மரியாதையா இங்கிருந்து போய்டு...” அவன் சிடுசிடுக்க,

“போக தான் போறேன், பின்ன ஹாஸ்பிடல்லயேவா இருக்க முடியும்?” என்-றவளை அவன் முறைக்க,

“இதோ இந்த கோபம் தான் எனக்கு பிடிக்கல...” முகத்தை சுழித்தவள்,

“நேத்து உன் அண்ணிகிட்ட அப்படியா ரூடா நடந்துப்ப? பாவம் அவங்க. அவங்களை நீ அடிச்சதும் எவ்ளோ கோபம் வந்துச்சு தெரியுமா? ப்ரெக்னன்ட் லேடினு கூட பார்க்காம அப்படி அடிக்கிற. அந்த நிமிஷமே வந்து உன்னை லெஃப்ட் அன்ட் ரைட் வாங்கியிருப்பேன், ஆனா அதுக்கப்புறம் தான் புரிஞ்சுது நீ அவங்க நல்லதுக்காக தான் அப்படி நடந்துக்கிறேனு.

முதல்ல என்ன காரணம்னு புரியல, அப்புறம் புரிஞ்சதும் உன்னை நினைச்சு எனக்கு எவ்ளோ பெருமையா இருந்துச்சு தெரியுமா? சான்சே இல்லை. இப்படி ஒரு ஃப்ரெண்டு கிடைக்க அவங்க கொடுத்து வச்சிருக்கணும்.

நீதான் இப்படினா உன் அண்ணன் உன்னை விட சூப்பர்.

நீயாது ஃப்ரெண்டு தான். ஒரு ஃப்ரெண்டு எப்படி இருந்தாலும் அக்சப்ட் பண்-ணிக்கிறது ஃப்ரெண்ட்ஷிப்போட இயல்பு. ஆனா அவரு?

எந்தவொரு கணவனாலும் ஏத்துக்க முடியாத விஷயத்தை அவரு மனைவிக்-காக ஏத்துக்கிட்டாரே. கிரேட்ல! அவரோட காதல் கிடைக்க அவங்க இன்னும் கொடுத்து வச்சிருக்கணும்...” அவள் சிலாகித்து கூற அவனோ அவளை புரியா-மல் பார்த்துக் கொண்டிருந்தான்.

“எல்லாத்தையும் ஒட்டு கேட்டியா?”

“எதுக்கு ஒட்டு கேட்கணும். அதான் நீ கத்துனது ஊருக்கே கேட்டுச்சே...” அவள் நக்கலாய் சொல்ல,

அவன் முறைத்தாலும், “இந்த ஃப்ளோர்ல யாரும் இல்லையே, நீ எங்கே இருந்து கேட்ட?” என்று கேட்க,

“நேத்து தான் நான் டிஸ்சார்ஜ் ஆனேன், என் பர்ஸ் இங்கேயே வச்சிட்டு போய்ட்டேன். அதை எடுக்க வந்தப்ப தான் நீ நடத்துன நாடகத்தைப் பார்த்தேன். உங்க அண்ணன் அந்த பொண்ணுக்காகவே பிழைச்சு வரணும்னு நினைச்சுட்டு

இன்னைக்கு என்ன ஆச்சோனு தெரிஞ்சிட்டு போகலாம்னு வந்தப்ப தான் இதலாம் உன் நாடகம்னு தெரிஞ்சது…"

"எனக்கு உன் மேல காதல்லாம் இல்லை. ஆனா இந்த குடும்பத்துல ஒருத்தியா நானும் இருக்கணும்னு ஆசைப்படுறேன், வேணும்னா கல்யாணத்துக்கு அப்புறம் உன்னை காதலிச்சிக்கிறேன்…" என்று சொல்ல என்ன பெண் இவள் என்பது போல அவன் பார்த்தான்.

"என்ன? என்னை பார்த்தா லூசு மாதிரி தெரியுதா?" என்று கேட்டு புன்னகைக்க அவன் சட்டென்று சிரித்து விட, அதில் தானும் சிரித்தவள் தன்னைப் பற்றி கூறத் தொடங்கினாள்.

"நான் காலேஜ் படிக்கும் போது ஒருத்தன லவ் பண்ணேன். அவன்னா எனக்கு அவ்ளோ இஷ்டம். சந்தோஷமா தான் போய்ட்டு இருந்தது. என் வீட்டுல எங்க காதலுக்கு பிரச்சினை இல்லனாலும் அவன் வீடு அப்படி இல்லை. வழக்கம் போல ஜாதி பிரச்சினை எங்க காதலுக்கு அவன் வீட்டுல இருந்து தடையா வந்துச்சு.

அவங்க வீட்டுல என்னை கொன்னுடுவோம்னு மிரட்டவும் அவனும் பயந்துட்டு என் உயிர் தான் முக்கியம்னு இதோட முடிச்சுக்கலாம்னு விட்டுட்டான். நானும் இது தான் விதினா அதை ஏத்துக்க வேண்டியது தான்னு விலகி வந்துட்டேன். ஆனா அவ்வளவு சீக்கிரம் அவனை மறக்க முடியல.

எல்லா காதலும் திருமணத்தில் முடிவதில்லைனு மூளைக்கு புரிஞ்சாலும் மனசுக்கு புரியாதே. என் நிலைமையும் அதே தான்.

அவனை மறக்க முடியாம தான் சுத்திட்டு இருந்தேன். காலமும் கொஞ்சம் கொஞ்சமா என்னை மாத்துச்சு. என் வீட்டுலயும் எனக்கு வரன் பார்க்க ஆரம்பிச்சாங்க. என் விருப்பம் நிறைவேறாதப்ப அவங்க விருப்பமாது நிறைவேறட்டும்னு தான் சம்மதிச்சேன்.

எல்லா விதத்துலயும் எனக்கு பொருத்தமா இருப்பான்னு ஒருத்தனை எனக்காகத் தேர்ந்தெடுத்தாங்க, நானும் அவன்கிட்ட உண்மையா இருக்கணும்னு தான் என் காதலை பத்தி சொன்னேன். ஆனா, அவன் அந்த நிமிஷத்துல இருந்தே என்னை கண்காணிக்க ஆரம்பிச்சிட்டான்.

எங்க போனாலும் யார்கிட்ட பேசுனாலும் எல்லாத்துக்கும் அவனுக்கு பதில் சொல்லியாகணும். ஒரு பையன்கிட்ட பேசிட்டா போதும் உடனே சண்டை தான். வெறுத்துப் போச்சு. எங்கே போனாலும் எங்க இருந்து என்னை ஃபாலோ பண்றானோனு ஒரு பயம். இந்த பயத்துல எப்படி வாழுறதுனு வாழ்க்கையை நினைச்சும் ஒரு பயம் வந்துடுச்சு.

இதுல ஒரு நாள் எதேர்ச்சையா நான் காதலிச்சவனை பார்க்க நேர்ந்துச்சு. இரண்டு பேரும் சாதாரணமா தான் பேசிட்டு இருந்தோம். அப்ப எங்க இருந்து வந்தான்னு தெரியல. பொது இடம்னு கூட பார்க்காம ரெண்டு பேரையும் கேவலமா

பேசி எல்லார் முன்னாடியும் அசிங்கப்படுத்திட்டான்.

பிரிஞ்சப்பவே இப்படி இருக்கிங்கனா காதலிக்கும் போது எப்படிலாம் இருப்பிங்கனு ரொம்ப கொச்சையா பேச ஆரம்பிச்சிட்டான். இத்தனைக்கும் நான் காதலிக்கும் போது அவன் விரல் நுனி கூட என் மேல பட்டதில்லை. அவனோட அந்த கண்ணியம் தான் அவன் மேல எனக்கு காதல் வரவே காரணமா இருந்துச்சு.

ஆனா எதையும் புரிஞ்சிக்காம அப்படி பேசவும் ஆத்திரத்துல அவனை அடிச்சிட்டு வீட்டுக்கு போன் பண்ணி கல்யாணத்த கேன்சல் பண்ண சொல்லிட்டு வண்டிய எடுத்துட்டு வந்தேன். மனசு ஒரு நிலையில இல்லாதப்ப கவனம் ரோட்டுலையா இருக்கும்? எதிர்ல வந்த காரை கவனிக்காம மோதி ஆக்சிடண்ட் ஆகி ஒரு மாசமா இந்த ஹாஸ்பிடல்ல தான் இருந்தேன்.

நேத்து தான் உன்னை பார்த்தேன். உன்னை புரிஞ்சிக்கிட்டதும் ஒரு ஃப்ரெண்டுக்காக இவ்வளவு யோசிக்கிறவன் உன்னை நம்பி வர பொண்ண எப்படி பார்த்துப்பனு உன் மேல ஒரு நம்பிக்கை வந்துச்சு.

அதோட உன் ஃபேமிலில எல்லாருடைய கேரக்டரும் எனக்கு பிடிச்சு போச்சு. அதான் இந்த குடும்பத்துல நானும் ஒருத்தியா இருக்கணும்னு ஆசைப்பட்டேன். உனக்கு வர மனைவி உன்னை காதலிக்கணும்னு நீ எதிர்பார்க்கலாம். அது தப்பில்லை.

ஆனா என்னால இப்ப காதலிக்க முடியுமானு தெரியல, அதுக்காக பழசையே நினைச்சிட்டு இருக்கிறதா நினைக்க வேணாம். உன்னை காதலிக்க கொஞ்சம் டைம் வேணும்.

உன் கேரக்டர் கல்யாணத்துக்கு அப்புறம் கண்டிப்பா என்னை உன்னை காதலிக்க வைக்கும்னு அசைக்க முடியாத ஒரு நம்பிக்கை. அந்த நம்பிக்கையில தான் உன்கிட்ட மேரேஜ் புரொப்போசல வைக்கிறேன்...'' என்றாள்.

“நானும் அவனை மாதிரி உன்னை சந்தேகப்பட்டு கொடுமைப்படுத்துனா என்ன பண்ணுவ?''

“நீ அப்படி பண்ண மாட்ட...'' அவள் உறுதியாய் சொல்ல,

“அவ்வளவு உறுதியா எப்படி சொல்ற?'' சந்தேகமாய் அவன் புருவம் உயர்த்த,

“நீ அந்தளவுக்கு வொர்த் இல்லை...'' என்றாள் புன்னகையோடு.

அவளை முறைத்தவன் சட்டென்று சிரித்துவிட,

“என்ன என் புரொப்போசல அக்சப்ட் பண்ணிக்கிட்டியா?'' ஆர்வமாய் அவள் கேட்க,

“அவ்வளவு ஈசியாலாம் இந்த அதிரதன் உனக்கு கிடைக்க மாட்டான்...'' அவன் கெத்தாக சொல்ல,

“அப்படிங்களா சார் நீங்க கிடைக்கணும்னா அப்படி என்னங்க பண்ணணும்?'' அவள் பவ்யமாய் கேட்க,

“இன்னும் பல யுகங்கள் காத்திருக்கணும்...” கட்டளையாய் அவன் சொல்ல,

“காத்திருக்கேன் ராஜகுமாரா...” அவள் சிரம் தாழ்த்தி சம்மதம் தெரிவிக்க,

அவள் தலையில் கொட்டியவன், “என்னை கல்யாணம் பண்ணிக்கிறதுக்கு ஒரே கண்டிஷன் தான் இருக்கு. என்னோட மனைவி எக்காரணம் கொண்டும் இந்த குடும்பத்தை விட்டு தனியா போகணும்னு நினைக்கக் கூடாது...” தீர்க்கமாய் சொல்லவும்,

“அப்படியொரு எண்ணம் உனக்கு வந்தா உன்னை டிவோர்ஸ் பண்ணவும் நான் தயங்கமாட்டேன்...” என்று அவள் முடித்து வைக்க அவன் திகைப்போடு பார்த்தான்.

“என்ன பார்க்கிற? இந்த குடும்பத்துக்காக தான் முக்கியமா நான் உன்னை சூஸ் பண்ணது...” அவள் அழுத்தமாய்ச் சொல்லவும் அவன் மனதில் அவனையும் மீறி சிறு ஏமாற்றம் சூழ்ந்தது.

அதை உணர்ந்தவளோ, “உன்னை எனக்கு பிடிக்கும். அதுவும் உன் குணத்துக்காகவே ரொம்ப பிடிக்கும். என்ன உடனே காதல் தான் வரல. என்னை புரிஞ்சிப்பனு நம்புறேன்...” என்றவளின் கரத்தில் தன் கரம் வைத்தவன்,

அவளை பார்த்து மென்னகைப் புரிந்து, “ஏன்னு தெரியல, எனக்கும் உன்னை பிடிச்சிடுச்சு, கல்யாணத்துக்கு அப்புறம் காதலா மாறுதானு பார்க்கலாம்...” என்றான் அவள் கண்ணை பார்த்து.

அவள் விழிகளை பார்த்தவனின் விழிகள் பார்த்தப்படியே இருக்க அந்த நேரம், “யோவ் மாமா என்னய்யா நடக்குது இங்கே?” என்ற குரலில் பார்வையை விலக்க அங்கே ஆதிரா நின்றிருந்தாள்.

“அங்கே உன் அண்ணன் படுத்து கிடக்கிறாரு, அவருக்கு என்ன ஆச்சோனு கொஞ்சமும் கவலை இல்லாம இங்கே என்ன பண்ற?” அவள் கோபமாய் கேட்க,

“அவன் நல்லா தான் இருக்கான் நீ போய் பாரு...” அலட்சியமாய் அவன் பதில் சொல்ல,

“முதல்ல இந்த பொண்ணு யாருனு சொல்லு...” வந்தனாவைக் காட்டி கேட்க,

“அவங்க பேரு வந்தனா...” என்றவன் அவளை ஆதிராவிற்கு அறிமுகப்படுத்தி வைக்க,

“என்ன லவ்வா?” என்றாள் இருவரையும் பார்த்து.

மறுப்பாகத் தலையசைத்தவன், “ஜஸ்ட் கல்யாணம் பண்ணிக்கலாம்னு பேசிட்டு இருந்தோம்...” என்றவனை புரியாது பார்க்க,

“என்ன குழப்புற?”

“அதலாம் உனக்கு சொன்னா புரியாது, நீ சின்ன பொண்ணு...”

"நானும் பெரிய பொண்ணு தான், எனக்கும் பதினெட்டு வயசு ஆகுது..." அவள் விடாப்பிடியாய் நிற்க,

"அட உனக்கு இப்ப என்ன தான் பிரச்சினை?" கடுப்போடு கேட்டான் அவன்.

அவனருகில் அமர்ந்தவள், "இங்கே பாரு மாமா, நீங்க ரெண்டு பேரும் லவ் பண்றீங்கனு நல்லாவே தெரியுது. பயப்படாத, உன் காதலுக்கு நான் ஹெல்ப் பண்-றேன். அதே மாதிரி நீயும் எனக்கு ஹெல்ப் பண்ணு..." என்று டீல் பேச,

அவளை யோசனையோடு பார்த்தவன், "என்ன ஹெல்ப்?" என்று வினவி-னான்.

"அப்பாவையும் ரூபன் மாமாவையும் பேச வைக்கணும்..."

"அது முடியாது..."

"ப்ளீஸ் மாமா, அப்பா பாவம்... இன்னைக்கு கூட மாமாவ பார்க்க வரட்டு-மானு கேட்டாரு. ஆனா மாமாவ நினைச்சு பயந்துட்டு அவரே வரல..." என்று சொல்ல,

"புரிஞ்சிக்கோ ஆதிரா. அவ்வளவு சீக்கிரத்துல அவன் உன் அப்பாவையும் அம்மாவையும் மன்னிக்கமாட்டான்..." என்றான்.

"அம்மாவ மன்னிக்க வேணாம், ஆனா அப்பா பாவம் தான?"

"உன் அப்பா ஆரம்பத்துலே உங்கம்மாவ தடுத்திருந்தா மது கஷ்டடப்பட்டிருக்க மாட்டாளே..."

"எனக்கும் புரியுது. ஆனா, யார் தான் தப்பு பண்ணல? அப்பா அக்கா மேல எவ்வளவு பாசம் வச்சிருக்காருனு தெரியுமா? அவங்ககிட்ட பேச முடியாம ரொம்ப ஃபீல் பண்றாரு..." தந்தையை எண்ணி அவள் கவலைக்கொள்ள,

"இந்த விஷயத்துல என்னால ஹெல்ப் பண்ண முடியாது..." அவன் உறுதி-யாய் சொல்ல,

"உன்னால பண்ண முடியுமானு கேட்கல, கண்டிப்பா பண்ணனும். இல்லனா நான் உன் காதலுக்கு ஆப்பு அடிச்சுடுவேன்..." என்று மிரட்ட,

"மேடம் அப்படி என்ன பண்ணுவிங்க?" நக்கலாய் அவன் கேட்க,

"உங்க கல்யாணம் நடக்கும் போது நான் உன்னை காதலிக்கிறேன், உன்னை தான் கல்யாணம் பண்ணிப்பேன் இல்லனா செத்துடுவேன்னு எல்லாருகிட்டயும் சொல்லிடுவேன்..." அசால்ட்டாய் சொன்னவளை அதிர்ச்சியோடு பார்த்தவன்,

பின் புன்னகைத்து, "உன்னால முடிஞ்சத பார்த்துக்கோ..." என்றான் திமிராக.

"என்ன? செய்ய மாட்டேன்னு நினைக்கிறியா? இல்லை நான் சொன்னா யாரும் நம்ப மாட்டாங்களா?"

"என் மதுவ பத்தியும் என் அண்ணன பத்தியும் எனக்கு நல்லாவே தெரியும், என் விருப்பத்துக்கு தான் மதிப்பு கொடுப்பாங்க..." நம்பிக்கையோடு சொல்ல,

“ம்ம் அதை நானும் ஒத்துக்கிறேன். ஆனா மாமா? அதாவது உங்கப்பா?” என்று சொல்லும் போதே ஜெர்க்கானவன்,

“அய்யோ அவர்கிட்ட மட்டும் எதையும் உளரி வைக்காத...” என்று கெஞ்சலாய் கேட்க,

“அப்படி வா வழிக்கு...” என்றாள் மிதப்பாக.

அதில் சத்தமாக சிரித்தவன், “என் விருப்பத்தை மீறி என் வாழ்க்கையில யாரும் முடிவெடுக்க முடியாது...” என்றான்.

அதில் அவள் முகம் வாடவும், “இங்கே பாரு ஆதிரா, மது சம்மந்தப்பட்ட விஷயத்துல ரூபன் எப்படி நடந்துப்பான்னு உனக்கே தெரியும். அப்படி இருக்கும் போது அவளை கஷ்டப்படுத்துனவங்கள அவன் எப்படி மன்னிப்பான்?” என்றவன்,

“கொஞ்ச நாள் போகட்டும் அவனே உங்கப்பாவ மன்னிச்சு ஏத்துக்கிறானானு பார்ப்போம்...” என்றான்.

“கடைசி வரைக்கும் மாமா ஏத்துக்கலனா? அக்காவும் அப்பாகிட்ட பேச மாட்டாங்க, அப்பா பாவம் தான?” அவள் முகம் வாட,

“அவன் பையன் வரட்டும் அவனை வச்சே சேர்த்து விடலாம், டோன்ட் வொர்ரி...” என்று புன்னகைக்க ஆதிராவும் மகிழ்ந்தாள்.

அவள் தலையில் செல்லமாய் தட்டி, “இந்த சின்ன விஷயத்துக்கு எப்படி எல்லாம் ப்ளான் போட்டு என் கல்யாணத்த நிறுத்த பார்க்கிற, வாலு...” என்று அதட்டி,

“போ போய் ரூபனை பாரு...” என்று புன்னகைக்க,

அவளும், “சாரி மாமா எனக்கு வேற வழி தெரியல...” என்று சிறு பிள்ளையாய்த் துள்ளி குதித்து ஓடினாள்.

“யாரு இந்த பொண்ணு?” அதுவரை அமைதியாய் இருந்த வந்தனா கேட்க,

“மதுவோட தங்கச்சி...” என்றான்.

“கொஞ்ச நேரத்துல மிரட்டிட்டா...”

“அவ அப்படி தான், மதுவுக்கு அப்படியே ஆப்போசிட்...” என்றவன் அவளை பற்றி சொல்ல,

“உனக்கு அவ மேல எந்த ஃபீலும் வர்லையா?” என்று கேட்க,

“என்ன? கல்யாணத்துக்கு முன்னாடியே சந்தேகமா?” என்றான்.

மறுப்பாகத் தலையசைத்தவள், “எனக்கே பார்த்ததும் அவளை பிடிக்குதே...” என்று சொல்ல,

“அது அப்படி தான், மதுவையும் அவளையும் யாரு பார்த்தாலும் உடனே பிடிச்சு போய்டும். சின்ன வயசுல இருந்தே மது கூட எங்க வீட்டுக்கு அடிக்கடி வருவா. ரூபன் செல்லம், அண்ணன் அண்ணன்னு சுத்தி வருவா.

மது கல்யாணம் முடிஞ்சதும் தான் அழைக்கிற முறைய மாத்துனா. ஆனா அதே பாசம் தான். இப்ப கூட என்னை சம்மதிக்க வைக்கிறதுக்காக தான் அப்படி மிரட்டுனா. மத்தப்படி அவ அந்த மாதிரி யார்கிட்டயும் சொல்லமாட்டா...'' என்றான்.

''என்னை உங்க வீட்டுல ஏத்துப்பாங்களா?'' சந்தேகமாய் அவள் கேட்க,

''ஏத்துப்பாங்க...'' என்றவன் அவளை அழைத்துக் கொண்டு அறைக்குள் நுழைய,

அங்கே இருந்தவர்கள் வந்தனாவை யாரென்று பார்க்க ஆதிரா அவளை புன்னகையோடு வரவேற்றாள்.

உள்ளே சென்றதும் கேசவமூர்த்தியின் காலில் விழுந்தவள், ''என்னை ஆசீர்வாதம் பண்ணுங்க மாமா...'' என்றதும் அவர் புரியாது பார்த்தாலும் நல்லா இரும்மா என்று ஆசீர்வதிக்க,

அவளோ அடுத்து ரூபன் காலிலும் விழுந்து, ''நீங்களும் என்னை ஆசீர்வாதம் பண்ணுங்க மாமா...'' என்று விழ, அவனோ மாமாவா என்று திகைத்தான்.

''என்ன ரூபன் அப்படியே இருக்க, ஆசீர்வாதம் பண்ணு...'' மதுவந்தி சொல்ல,

''யாரு என்னன்னே தெரியல, என்னை மாமானு சொல்லுது, எனக்கு அத்தை மக கூட யாரும் இல்லையேடி...'' என்றான் பரிதாபமாய்.

''அய்யோ மாமா, இப்ப உங்களுக்கு இந்த ஆராய்ச்சி தேவையா? ஏன் அத்தை பொண்ணு இருந்தா மட்டும் தான் உங்களை மாமானு சொல்லுமா? அதிரதன் மாமாவ கட்டிக்க போற பொண்ணுக்கும் நீங்க மாமா தான?'' ஆதிரா கேள்வி கேட்க,

ரூபன் அதிரதனைப் பார்க்கவும் அவன் ஆமோதிப்பாய்த் தலையசைக்க வந்தனாவை மனதார ஆசீர்வதித்தான்.

''இருந்தாலும் கால்ல விழுறது இதுவே கடைசியா இருக்கட்டும், நான் அவ்ளோ வயசானவன்லாம் கிடையாது...'' என்று ரூபன் சிணுங்க,

''இன்னும் என்ன பதினாறு வயசுனு நினைப்பா உனக்கு? தம்பிப்பையாவுக்கு அண்ணன்றதுனால உன் கால்ல அந்த பொண்ணு விழுந்தா ரொம்ப சீன் போடுற...'' மதுவந்தி அதட்ட,

''டேமேஜ் பண்ணாதடி...'' என சிணுங்கினான் அவன்.

''நீ எப்ப இருந்து லவ் பண்ற தம்பிப்பையா? என்கிட்ட சொல்லவே இல்லை...'' அதிரதனிடம் மதுவந்தி குறைபட,

''லவ்லாம் இல்லை மது, கல்யாணம் பண்ணிக்கலாம்னு முடிவு பண்ணியிருக்கோம்...'' என்று சொன்னவனை மற்றவர்கள் புரியாது பார்க்க,

அவனோ, “என் கண்டிஷனுக்கு இவ ஒத்து வந்தா அதான் ஓகே பண்ணிட்டேன்...” என்றான் அசால்ட்டாக.

அதில் திகைத்த மதுவந்தி, “கண்டிஷன் போட்டு கல்யாணமா? என்ன பழக்கம் இது? அந்த லைஃப் எப்படி இருக்கும்?” அவர்கள் வாழ்க்கையை எண்ணி அவள் கவலைக்கொள்ள,

“அதலாம் பிரச்சினை இல்லை மது, நாங்க பார்த்துக்கிறோம்...” என்றான்.

வந்தனாவின் மனதிலோ அதிரதன் மீதான மதிப்பு உயர்ந்தது. அவளை பற்றி அவள் சொன்ன அனைத்தையும் அவன் மற்றவர்களிடம் சொல்லியிருந்தால் அவள் பெரியதாக நினைக்கப் போவதில்லை தான். எனினும் அதை யாரிடமும் சொல்லாமல் தனக்கான முக்கியத்துவத்தை கொடுத்தது அவளுக்கு மனநிறைவைக் கொடுத்தது.

மதுவந்தி ஏதோ சொல்லப் போக அவளை தடுத்த ரூபன், “இது அவனோட லைஃப் அவன் பார்த்துப்பான்...” என்றான் தம்பியை புரிந்தவனாய்.

இருவரையும் பார்த்தவள், “நான் அவங்ககிட்ட கொஞ்சம் பேசணும்...” வந்தனாவைக் காட்டி சொல்ல அவள் மதுவை அழைத்துக்கொண்டு வெளியேறினாள்.

“அதிரதன் என்ன கண்டிஷன் போட்டுருப்பான்னு எனக்கு தெரியும். அவன் இந்த குடும்பத்து மேல ரொம்ப ப்ரியம் வச்சிருக்கான், எப்பவும் எதுக்காகவும் இந்த குடும்பம் பிரியக் கூடாதுனு நினைக்கிறான்.

உங்களுக்கு இப்போ இது பெருசா தெரியலனாலும் ஃப்யூச்சர்ல உங்களுக்கு தனிமை தேவைப்பட்டுச்சுனா அதை என்கிட்ட சொல்லிடுங்க. நான் பார்த்துக்கிறேன்.

ஆனா இதனால உங்களுக்குள்ள எந்த பிரச்சினையும் வர கூடாது. வரவும் விரும்பல. எனக்கு என் தம்பிப்பையா சந்தோஷம் முக்கியம். அவன் கண்டிப்பா உங்களை சந்தோஷமா வச்சிப்பான்.

இப்ப காதல் இல்லாம உங்க வாழ்க்கை ஆரம்பிச்சாலும் அவனோட கடமையை ஒரு போதும் தவறமாட்டான், மனைவிக்கான அங்கீகாரம் உங்களுக்கு கொடுப்பான். போக போக காதலிக்கவும் ஆரம்பிச்சிடுவான்.

நீங்க நினைக்கலாம் அவன் கண்டிஷனுக்கு ஒத்து வந்ததுனால தான் அவன் கல்யாணத்துக்கு சம்மதிச்சிருக்கான்னு. ஆனா அவனுக்கு உங்களை பிடிச்சிருக்கவும் தான் அந்த கண்டிஷனையே உங்ககிட்ட சொல்லியிருக்கான்.

அந்த பிடித்தம் சீக்கிரமே காதலா மாறும்.

எத்தனையோ பேரு கல்யாணம் பண்ணிக்கிட்டு காதலிக்கலையா அது மாதிரி நினைச்சிக்கோங்க. எனக்கு என் தம்பிப்பையா சந்தோஷம் எவ்வளவு முக்கியமோ அவனை நம்பி வர உங்க சந்தோஷமும் எனக்கு முக்கியம்.

அதனால உங்களுக்கு விருப்பம் இல்லனாலோ இல்ல எதாவது பிடிக்காம போனாலோ அதை என்கிட்ட சொல்லிடுங்க...'' என்றவளை புன்னகையோடு பார்த்தவள்,

''அதிரதனுக்கு ஏன் உங்களை அவ்ளோ பிடிக்குதுனு இப்ப தான தெரியுது...'' என்று மேலும் புன்னகைக்க மதுவந்தி புரியாது பார்த்தாள்.

வந்தனா தன்னைப் பற்றியும், தான் அதிரதனிடம் பேசியதைப் பற்றியும் மதுவந்தியிடம் சொல்ல திகைப்போடு அவள் பார்க்கவும்,

''இந்த குடும்பத்தை பிடிச்சு போய் தான் கல்யாணத்துக்கு சம்மதிச்சேன். என்னை ஏத்துக்கலாமா வேணாமானு நீங்க தான் முடிவு பண்ணணும்...'' என்று சொல்ல மதுவந்தி அவளை அணைத்துக் கொண்டாள்.

அந்த நேரம் அங்கே வந்த உமா, ''மது உங்ககிட்ட பேசணும்...'' என்றதும்,

வந்தனா, ''நீங்க பேசிட்டு வாங்கக்கா நான் உள்ளே இருக்கேன்...'' என்று சென்று விட,

''பேசுறதுக்கு நமக்குள்ள என்ன இருக்கு?'' மதுவந்தி பட்டென்று கேட்க,

''உங்ககிட்ட மன்னிப்பு கேட்க தான் வந்திருக்கேன்...'' உமா தயக்கத்தோடு சொல்லவும்,

''யாரையும் மன்னிக்கிற நிலையில நான் இல்லை...'' மது அலட்சியமாய் கூறினாள்.

''ப்ளீஸ் மது புரிஞ்சிக்கோங்க, என் ஹஸ்பெண்ட் பண்ணது தப்பு தான், அவருக்காக நான் மன்னிப்பு கேட்டுக்கிறேன்...'' என்று கரம் குவிக்க,

''இங்க பாருங்க மிசஸ் உமா, உங்க கணவரும் நீங்களும் மன்னிக்கக் கூடிய குற்றத்தை செய்யல, உங்கள மன்னிக்கிற அளவுக்கு எனக்கு பரந்த மனசும் இல்லை...'' என்றாள் பட்டென்று.

''மது...''

''சொல்லுங்க உமா, எப்படி உங்கள மன்னிக்க சொல்றீங்க? நீங்க பண்ண வேலையால என் புருஷன் ஒவ்வொரு நாளும் எப்படி துடிச்சிருப்பாருனு யோசிச்சு பார்த்திங்களா? என் வயித்துல வளர்ற குழந்தைக்கு அப்பா யாருன்னு தெரியாம, அந்த உண்மை எனக்கு தெரிஞ்சிட கூடாதுனு பதற்றத்தோட ஒவ்வொரு நாளும் அவர் தான் நரகத்தை அனுபவிச்சிருக்காரு.

என் புருஷனுக்கு நரக வேதனை கொடுத்த உங்களை மன்னிக்க என்னால எப்படி முடியும்? நான் உங்களை மன்னிக்கவும் விரும்பல தண்டிக்கவும் விரும்பல.

கோபத்துல அவரு விபரீதமா முடிவு எடுத்து அதனால அவருக்கு எந்த பிரச்சினையும் வந்துட கூடாதுனு தான் அவரையும் அமைதியா வச்சிருக்கேன். இல்லனா இவ்வளவு நேரத்துக்கு அவரு உங்களை சும்மா விட்டுருப்பாருனு நினைக்-

கிறீங்களா?'' என்று கேட்க உமா பதில் சொல்ல முடியாது நின்றாள்.

"ஒன்னு மட்டும் உங்க புருஷன்கிட்ட சொல்லிடுங்க, இனி என் விஷயத்துல தலையிட்டா அப்புறம் என்னால கூட என் புருஷன கன்ட்ரோல் பண்ண முடியாது...'' என்று நகர்ந்தவள்,

பின் திரும்பி, "காதல் எப்படிப்பட்டவனையும் மாத்தும். முடிஞ்சா அந்த காதலால உங்க புருஷனையும் நீங்க மாத்துங்க...'' என்று செல்ல உமா கவலையோடே அங்கிருந்து நகர்ந்தாள்.

தனக்கு கஷ்டம் கொடுப்பவர்களை மன்னிக்க முடிந்தவளால் தன் கணவனுக்கு சிறு கஷ்டம் கொடுப்பவர்களையும் மன்னிக்க முடியவில்லை.

யோசனையோடு வந்த மதுவந்தியோ யார் மீதோ மோதி நிற்க பதறி நிமிர்ந்து பார்த்தவள் கைகளைக் கட்டியப்படி தன்னை முறைத்துக் கொண்டு நின்ற கணவனைக் கண்டதும் திகைத்தாள்.

"எப்பவும் உனக்காகனு யோசிக்கவே மாட்டியாடி?'' இப்பொழுது கூட தன்னுடைய மனவேதனையை மட்டும் முன்னிறுத்திருக்கிறாளே என்று ஆதங்கமாய் கேட்க,

"எனக்காக யோசிக்க தான் நீ இருக்கியே...'' அவள் கண்ணை சிமிட்ட அந்த வார்த்தையில் அவன் மொத்தமாய் உருகி தான் போனான்.

அடிபடாத கரத்தால் அவளை தூக்க முயன்றவன் அவள் வயிற்றில் குழந்தை இருப்பதால் அது முடியாமல் போகவும் அவன் முகம் வாடியது.

"இன்னும் கொஞ்ச நாள்ல சரியாகிடும்...'' அவன் கரத்தை வருடியப்படி சொல்ல,

"அதுவரைக்கும் தாங்காதே...'' ஏக்கத்தோடு சொன்னபடி அவள் உயரத்திற்கு குனிந்தவன் அவள் இதழை சிறை செய்ய அவள் திணறினாள்.

"அய்யோ மாமா இது ஹாஸ்பிடல்...'' என்ற குரலில் இருவரும் பதறி விலக அங்கே ஆதவ் நின்றிருந்தான்.

அதிரூபன் அவனை முறைக்க, ஆதவ் தயக்கத்தோடு இருவரையும் பார்த்தான்.

"நான் மாமானு கூப்பிட கூடாதா?'' தவிப்பாய் அவன் கேட்க,

"அக்கா புருஷன மாமானு கூப்பிடாம வேற எப்படி கூப்பிடுவ?'' ரூபன் எரிந்து விழ,

அப்புறம் ஏன் கோபம் கொள்கிறார் ஆதவ் புரியாது பார்க்க,

அவன் பார்வையின் அர்த்தம் புரிந்தவனாய், "கல்யாணம் பண்ணதும் என் கோபத்துக்கு காரணம் புரிஞ்சிக்கலாம். இப்போ போய் ரூம்ல வெயிட் பண்ணு...'' என்று அதட்ட,

ரூபனின் கோபத்திற்கான காரணம் புரிந்தும் புரியாமலும் அறையை நோக்கி ஓடினான் அவன்.

“சின்ன பையன்லாம் கேலி பண்ற நிலையிலயா நீ இருக்க?” என்றபடி அங்கே நிர்மலும் வர,

அவனை முறைத்தவன் அவனோடு வந்த சந்தியாவிடம், “இன்னமும் இவன் கூட எதுக்கு சுத்திட்டு இருக்க சந்தியா?” என்று அதட்டவும்,

“என்னடா கோர்த்துவிட பார்க்கிறியா? இனி நீ என்ன பண்ணாலும் அவ என்னை விட்டு போகவே முடியாது...” நிர்மல் நக்கலாய் சொல்ல ரூபன் புரியாமல் பார்த்தான்.

இவனின் காதலுக்கு சந்தியா இன்னமும் சம்மதம் சொல்லவில்லையே அப்புறம் எப்படி இவ்வளவு தைரியம்? புரியாமல் பார்க்க,

நிர்மலோ புன்னகையோடு, “இவ ரொம்ப சுத்தல்ல விடுறாள்னு தான் ஸ்ட்ரைட்டா அவங்க அப்பா அம்மாவையே கன்வின்ஸ் பண்ணி மேரேஜ்க்கு சம்மதம் வாங்கிட்டேன்...” என்றவன் கெத்தாக காலரைத் தூக்கிவிட்டு கொள்ள சந்தியா செல்லமாய் அவனை முறைக்க ரூபனும் மனதில் மகிழ்ந்தாலும் வெளியே அவனை முறைத்துக் கொண்டிருந்தான்.

மது இருவருக்கும் வாழ்த்து சொல்ல ரூபன் அவர்களிடம், “சரி ரூம்ல இருங்க வந்துடுறேன்...” என்று அவர்களை துரத்த நினைக்க,

“வந்துடுவியா?” என்றான் நிர்மல் நக்கலாய்.

“அடிவாங்காம ஓடிடு...” ரூபன் அதட்டவும் நிர்மல் சந்தியாவோடு சென்று விட,

மதுவந்தியோ, “ஆதவ மன்னிச்சிட்டியா ரூபன்?” என்றாள் ஆவலாய்.

“இப்போ இந்த கேள்வி ரொம்ப முக்கியமா? வாடி...” அவளிடமும் எரிந்து விழுந்தவன் அவளை தன்னை நோக்கி இழுத்து அவள் முகத்தை நோக்கி குனிய,

அவளோ, “இது ஹாஸ்பிடல்...” என்று சொல்லியப்படி அவனிடமிருந்து தப்பி ஓட,

‘இவளை வச்சிக்கிட்டு ஒன்னும் பண்ண முடியாது’ சலித்துக் கொண்டு ‘பொறுமையா போடி’ என்று அதட்டியப்படியே அவள் பின்னே சென்றவன் இங்கு அவள் ஏமாற்றியதற்கு வீட்டில் வைத்து வட்டியும் முதலுமாய் வசூலித்து விட்டான் அந்த காதல் கள்வன்.

இருவருக்கும் காதலோடு நாட்கள் அழகாய் கழிய இரண்டு மாதத்தில் விரும்பியப்படி ரூபனை போன்றே ஒரு மகனை ஈன்றெடுத்தாள் மதுவந்தி.

அடுத்த மாதமே அதிரதனுக்கும் வந்தனாவிற்கும் திருமணம் செய்து வைத்தனர்.

தங்கள் வாழ்விலும் காதல் மலர்ந்து இல்லற வாழ்க்கையை மேலும் இனிமையாக்கும் என்ற நம்பிக்கையில் திருமண பந்தத்தில் இணைந்தனர் காதலே இல்லை என்று சொல்லிக் கொண்டு காதலிக்கும் அந்த காதல் தம்பதிகள்.

அவர்களின் காதலை விரைவிலே அவர்கள் உணர நாமும் வாழ்த்தி விடைபெறுவோம்.

சுபம்...

www.ingramcontent.com/pod-product-compliance
Lightning Source LLC
LaVergne TN
LVHW040416051026
849517LV00002B/330
* 9 7 9 8 8 8 5 0 3 3 7 1 8 *